या पुस्तकाविषयी
मान्यवरांचे प्रशंसोद्गार

'छत्रपती शिवाजी महाराजांनी अथकपणे केलेलं अमूल्य कार्य, काही पानांमध्ये मांडणं हे खरोखरीच कठीण काम आहे... या संक्षिप्त लेखनात लेखिकेनं शिवाजी महाराजांच्या राजकीय जीवनाचे अनेक पैलू समोर आणण्याचा प्रयत्न केला आहे. हे पुस्तक इतिहासप्रेमी, इतिहासाचे शिक्षक आणि इतिहासाचे विद्यार्थी यांसाठी उपयुक्त ठरू शकतं.'

– वर्षा मुळे
इतिहास विभाग प्रमुख
एस.आय.इ.एस. कॉलेज ऑफ आर्ट्स, सायन्स ॲन्ड कॉमर्स, सायन.

'इतिहासात रुची असणाऱ्या आणि नसणाऱ्या दोन्ही प्रकारच्या लोकांसाठी हे पुस्तक अतिशय महत्त्वाचं आहे आणि असेल.... उत्तम आणि विश्वसनीय लेखन.'

– सुनील गाडगीळ
पुस्तक व्यावसायिक
पॉप्युलर बुक हाउस, पुणे.

'या पुस्तकानं खरं तर शिवाजी महाराजांकडे बघण्याच्या पारंपरिक दृष्टीकोनालाच आव्हान दिलेलं आहे. शिवाजी महाराजांच्या या वैशिष्ट्यपूर्ण चरित्रामध्ये, त्यांच्या व्यक्तिमत्त्वाशी निगडित घटनांची सत्यासत्यता पडताळून, पारखून त्यांची पुनर्मांडणी केली गेली आहे. या पुस्तकात सत्यघटना काव्यात्मक रितीनं सादर करण्याचं एकमेवाद्वितीय कौशल्य दिसून येतं. नव्या आणि जुन्या पिढीनं, वाचकांनी आणि विद्यार्थ्यांनी हे पुस्तक वाचलंच पाहिजे. चरित्रलेखनातला हा मैलाचा दगड आहे.'

– आशुतोष जावडेकर
लेखक आणि समीक्षक.

'या महान योद्ध्याचे आदर्श विचार आजच्या २१व्या शतकातही कसे सुसंबद्ध आहेत हे स्पष्ट करणारं हे पुस्तक अभ्यासपूर्ण आणि वाचनीय आहे. ज्या काळात लोकांनी लोकशाही हा शब्दही ऐकला नव्हता, त्या काळात शिवाजी महाराजांनी अधिकारशाही न गाजवता एका सच्च्या लोकशाहीवाद्याप्रमाणे सर्वांसाठी समान

न्यायव्यवस्था कशी अवलंबली असेल, हे जाणून घेण्यासाठी हे पुस्तक वाचायलाच हवं.'

– वप्पला बालचंद्रन
माजी विशेष सचिव
केंद्रीय सचिवालय, भारत सरकार.

'या पुस्तकात शिवाजी महाराजांचं मोठेपण स्पष्टपणे आणि सोप्या भाषेत सांगितलेलं आहे. वाचकांसाठी सुबोध असणारी ही लेखनशैली अतिशय प्रशंसनीय आहे.'

– महादेव जोशी
परम मित्र पब्लिकेशन्स
(ग.भा. मेहेंदळे यांचं 'शिवाजी हिज लाइफ ॲन्ड टाइम्स' हे पुस्तक आणि शिवाजी महाराजांवरची अन्य पुस्तकं).

'छत्रपती शिवाजी महाराजांची याआधी कधीही सांगितली गेली नसेल अशी त्यांना समजून घेऊन सांगितलेली कथा... या श्रेष्ठ योद्ध्याविषयी सखोल संशोधन केलं असून ते सुंदर भाषेत मांडलं आहे... शिवाजी महाराजांचं नियतीशी झुंजणं आणि असामान्यत्व प्राप्त करणं इथं दाखवलं गेलं आहे.'

– विनीता देशमुख
माजी ज्येष्ठ संपादिका, द इंडियन एक्स्प्रेस.

'इथे या महान योद्ध्याच्या जीवनावर नव्यानं प्रकाश टाकला गेला आहे. मराठीमध्ये अनेक लेखकांनी त्यांच्यावर लिहिलेलं आहे पण इंग्लिशमध्ये त्यांच्यावरचं लेखन क्वचितच आढळतं. नवख्या वाचकांसाठी तर इथं माहितीचा खजिना आहेच पण मराठा इतिहासाचा व्यासंग असणाऱ्यांसाठीही इथं बरीच नवी माहिती मिळू शकते.'

– डॉक्टर गौतम प्रधान
शिवाजी महाराजांवरच्या आगामी पुस्तकाचे लेखक.

'मध्ययुगीन भारताच्या इतिहासाकडे बघण्याचा माहितीपूर्ण दृष्टीकोन... नियतीशी झुंज दिली तर परिस्थिती सर्व प्रकारे प्रतिकूल असूनही माणूस आकाशाला गवसणी घालू शकतो, हे एका महान योद्ध्याच्या उदाहरणातून सांगत, प्रेरणा देणारं पुस्तक.'

– पद्मश्री राव
शिवाजी महाराजांच्या जीवनावरील 'शिवरूद्राचे दिग्विजयी तांडव'चे सूत्रसंचालक आणि दिग्दर्शक.

'लेखिकेनं नाट्यमयता टाळून इतिहासातील सत्यांशावर लक्ष केंद्रित केलेलं आहे, ही बाब अतिशय स्तुत्य आहे... सहज सोप्या भाषेतलं हे चरित्र, ऐतिहासिक संदर्भ देणारा दस्तऐवज ठरेल.'

– देवकीनंदन सारडा, महाराष्ट्र चेंबर ऑफ कॉमर्सचे माजी अध्यक्ष.

'हिंदवी स्वराज्य'संस्थापकाच्या जीवनावर आधुनिक शैलीत लिहिलेलं रोचक पुस्तक... एका महान नायकावरील (शिवाजी महाराजांवरील) इंग्लिशमध्ये असलेल्या काही पुस्तकांमधली एक महत्त्वाची भर.'

– कर्नल अनिल आठले
सैनिकी इतिहास तज्ज्ञ.

'उत्तम संशोधन, सुगम आणि रोचक पद्धतीनं केलेली मांडणी.... लेखिकेनं इतिहास जणू जिवंत केला आहे.'

– एल. ख्रिस्तोफर कुटिन्हो
शिक्षणतज्ज्ञ.

'१७व्या शतकात भारतात होऊन गेलेल्या अनेक व्यक्तींना सामावून घेणारा मोठा आवाका असणारं संशोधनपूर्ण चरित्र...'

– थॉमस चाको
'विदाउट अ सिटी वॉल'चे लेखक.

'यामध्ये इतिहास घडवणारी आणि काळावर मात करणारी युद्धनीती, सैनिकी संघटन आणि कार्यवाही यांचे धडेच दिलेले आहेत. हे पुस्तक, भारतभरातील सर्व सैनिकी ग्रंथालयांमध्ये असणं उपयुक्त ठरेल.'

– एअर मार्शल, ब्रिजेश डी. जयाल (निवृत्त)
AVSM, PVSM भारतीय वायू सेना.

शिवरायांची झुंज नियतीशी

शिवरायांची झुंज नियतीशी

मेधा देशमुख-भास्करन

अनुवाद : इंद्रायणी चव्हाण

MANJUL
मंजुल पब्लिशिंग हाउस

First published in India by

Manjul Publishing House

Pune Editorial Office
•Flat No. 1, 1ˢᵗ Floor, Samartha apartment, 1031,
Tilak Road, Pune – 411 002
Corporate and Editorial Office
•2ⁿᵈ Floor, Usha Preet Complex, 42 Malviya Nagar,
Bhopal 462 003 – India
Sales and Marketing Office
•C-16, Sector 3, Noida, Uttar Pradesh 201301, India
Website: www.manjulindia.com
Distribution Centres
Ahmedabad, Bengaluru, Bhopal, Kolkata, Chennai,
Hyderabad, Mumbai, New Delhi, Pune

Original English edition published in 2016
by "The Write Place" – A Publishing Initiative
by Crossword Bookstores Ltd.

Marathi translation of
Challenging Destiny: Chhatrapati Shivaji–A Biography

This edition first published in 2017
Third impression 2022

Copyright © Medha Deshmukh-Bhaskaran, 2016

ISBN 978-81-8322-809-1

Translation: Indrayani Chavan
Cover Design: Lara Jaydha
Sketches: Arvind Singh Jeena, Totem Creative

आपल्या देशाच्या सेवेसाठी कर्तव्य बजावताना प्राणांची बाजी लावणाऱ्या सर्व योद्ध्यांना समर्पित.

नका विचारू माझा धर्म, माझी जात
जे आपल्या देशासाठी धारातीर्थी पडले
कोणत्या धर्माचे, कोणत्या जातीचे?
सगळेच आपल्या मातीचे
आपल्या देशासाठी मरून-मिटून गेले
त्यांची आठवण जिवंत करताना
'मी कोण?' हेच मी विसरून गेले

– मेधा

अनुक्रमणिका

मूळ लेखिकेचं मनोगत

प्रिय वाचकहो,

शिवाजी राजे हे एक बुद्धिमान योद्धा, दृढनिश्चयी धाडसी होते, त्यांनी मराठा साम्राज्याची स्थापना केली होती. पण हे तर कोणत्याही राजाला लागू पडेल असं सामान्य वर्णन झालं. मग राजांचं वेगळेपण कशात आहे? आजही त्यांचं महत्त्व का आहे? कुणी त्यांना ईश्वराचं रूप मानून त्यांची भक्ती केली, कुणी त्यांना बंडखोर आणि दरोडेखोर म्हणून त्यांची निर्भर्त्सना केली तर कुणी डोंगरातला उंदीर म्हणून त्यांना हिणवलं... दंतकथा बनून राहिलेल्या 'शिवाजी' या ऐतिहासिक व्यक्तिमत्त्वाशी अशा अनेक प्रकारच्या भावभावना जोडलेल्या दिसून येतात. त्यांचं बहुआयामी व्यक्तिमत्त्व साकारणं हेच एक आव्हान आहे.

भारताविषयी असलेला त्यांचा दृष्टीकोन आणि त्यांची मूल्यं ही काळाच्या खूप पुढची होती. प्रत्येकाला सन्माननीय जीवन, आर्थिक समता, धर्माच्या जोखडापासून आणि अवडंबरापासून मुक्ती; हेच त्यांच्या कारभाराचं तत्त्व होतं. लक्षात घ्या- त्या काळी शत्रूची मुलंबाळं आणि बायका-मुली ह्यांना लूटून आणलेली संपत्ती मानली जात असे. गुलामांचा व्यापार फायद्याचा होता आणि समाजमान्यही होता. तर कोणताही धर्म हा ज्ञानाचा मार्ग न राहता, एक जालीम हत्यार झाला होता. नशिबाला चकवा देत, नियतीशी झुंज देत, अत्यंतिक अनपेक्षित घटनांच्या प्रवाहाबरोबर पुढे जात राहणारे शिवाजी राजे म्हणजे आधुनिक भारताचे आधारस्तंभ होते. त्यांनी लढाया लढल्या, मुत्सद्दीगिरी, दगाबाजी आणि राजकीय खेळी यांमध्ये तर ते शत्रूपेक्षा काकणभर सरसच होते पण न्याय आणि स्वातंत्र्य यांविषयीची त्यांची वचनबद्धता मात्र निःसंशय होती. त्यांचं चरित्र लिहिण्यामागे तीच माझी प्रेरणा ठरली आहे.

मराठा-मोगल इतिहासावर अनेक प्रसिद्ध इतिहासकारांनी लिहिलेल्या ग्रंथांचा पंधरा वर्षांचा अभ्यास आणि शिवाजी-औरंगजेब संघर्ष याविषयीच्या ऐतिहासिक त्रिधारेतल्या दोन भागांचं लेखन झाल्यावर क्रॉसवर्ल्ड बुकस्टोअर्सच्या अनुपशी माझी भेट झाली. भारतीय इतिहासावर आणि विशेषतः पश्चिम भारताच्या

इतिहासावर आमची दीर्घ चर्चा झाली. आमचं बोलणं चाललेलं असताना मध्येच अचानक अनुप म्हणाला की, शिवाजी महाराजांचा उल्लेख केला नाही तर पश्चिम भारताचा इतिहास अपूर्ण राहील. कारण ते काही फक्त मराठ्यांचे राजे नव्हते तर भारतावर राज्य करणाऱ्या बलाढ्य मोगल साम्राज्याविरुद्ध आणि अनेक परकीय आक्रमणकर्त्यांविरुद्ध ते खंबीरपणे उभे ठाकले होते.

शिवाजी महाराजांवर आणि त्या ऐतिहासिक कालखंडावर, सर्वांना समजू शकतील अशी अगदी कमी पुस्तकं इंग्लिशमध्ये लिहिली गेली आहेत. फक्त महाराष्ट्रातल्याच नाही तर भारतभरातल्या लोकांना रोचक वाटेल अशा पद्धतीनं खऱ्या इतिहासाच्या आधारावर शिवाजी महाराजांचं चरित्र लिहिण्याविषयी अनुपनं मला विचारलं. पण त्याच्या बाकीच्या अपेक्षा कठीण होत्या. त्याला हे चरित्र कथेसारखं रोचक व्हायला हवं होतं, पण वाचकांना त्याचा उपयोग संदर्भग्रंथ म्हणूनही करता यावा म्हणून ती कथा ऐतिहासिक सत्यावर आधारित असायला हवी होती आणि... मी 'हो' म्हटलं!

चरित्र कागदावर उतरवणं हे नक्कीच सोपं काम नव्हतं. कारण आपली नियती आपल्याला कुठं घेऊन जाणार आहे, हे माहीत नसताना शिवाजी महाराजांनी तिच्याशी कशी झुंज दिली असेल हे स्पष्ट करणं अशक्य कोटीतलं काम होतं. अ) भारतीय इतिहासातील इस्लामिक आणि पोर्तुगीज आक्रमणं. आ) त्या काळातले हिंदू राजे सातत्यानं पराभूत का होत होते. इ) वतनदारी आणि जहागिरदारी पद्धतीचे सामाजिक तोटे. ई) उत्तरेकडचे सुन्नी पंथाच्या सत्ताधीशांचं मोगल साम्राज्य आणि दख्खनमधल्या शिया पंथीय सत्ताधीशांची सल्तनत यांतल्या राजकीय खेळी. उ) शिवाजी महाराजांनी त्या साम्राज्यांमधल्या उणिवा हेरून, त्यांचा कसा उपयोग करून घेतला, हे जाणण्यासाठी त्या साम्राज्याच्या सैनिकी आणि व्यवस्थापकीय पद्धती समजून घेणं आणि अर्थातच... ऊ) शिवाजी महाराजांच्या जन्मापासून त्यांच्या मृत्यूपर्यंतची त्यांची कथा; हे सर्व या चरित्रात यायला हवंच होतं आणि ते सगळं अवघ्या ३०० पानांमध्ये बसवायचं होतं.

मला वाटतं, माझ्याकडून शिवाजी महाराजांचं चरित्र आणि शिवाजी-औरंगजेब संघर्षावर आधारित ऐतिहासिक कादंबरी लिहिली जावी, हे नियतीनंच ठरवलं असावं. मी भारतीय आहे आणि माझी मातृभाषा मराठी आहे. या भाषेत शिवाजी महाराजांवर शेकडो पुस्तकं लिहिली गेली आहेत. लहानपणीचं माझं पहिलंवहिलं वाचन म्हणजे गो. नी. दान्डेकरांच्या याच विषयावरच्या, माहितीपूर्ण पण अगदी सोप्या भाषेतल्या पाच मराठी कादंबऱ्या. मराठी माझी प्रथम भाषा असल्यानं मी मराठीतली अनेक पुस्तकं वाचत गेले आणि मग श्री.नरहर कुरुंदकरांचं लेखन माझ्या हाती आलं. श्री.कुरुंदकर हे मराठीतले प्रसिद्ध इतिहास विश्लेषक होते. (देसाई, १९८४, पृष्ठ- ३४) ते म्हणतात की, 'औरंगजेब हा फक्त धर्मवेडा नव्हता. तो क्रूर होता पण तो

एक उत्तम युद्धनीतिज्ञ आणि बुद्धिमान राजकारणीही होता. तो फक्त जुलमी सत्ताधीश किंवा जिहादी नव्हता तर तो इस्लामिक आक्रमणकर्त्यांचा प्रतिनिधी होता. अगदी गझनीच्या मोहम्मदापासून, त्याचा पराभव हा त्यांचा पराभव होता. आपण कधीच औरंगजेबाला समजून घ्यायचा प्रयत्न केला नाही आणि म्हणून आपण कधी शिवाजी महाराजांनाही पूर्णपणे समजून घेऊ शकलो नाही.' मी त्यांचं हे म्हणणं मानलं आणि या चरित्रामध्ये, तसंच माझ्या ऐतिहासिक कादंबरीमध्ये औरंगजेबाला योग्य ते महत्त्व दिलं आहे.

अनेकांनी शिवाजी महाराजांना 'बंडखोर' किंवा 'मोठा बंडखोर' म्हटलं आहे. बंडखोर व्यक्ती प्रस्थापित सत्ता झुगारते आणि तिची पाळंमुळं खणून काढते. मग शिवाजी महाराजांनी कोणाविरुद्ध बंड पुकारलं होतं? तर मध्य आशियातून आणि त्याही पलीकडून इथे आलेल्या आणि इथे सत्ता स्थापन करण्यासाठी इथल्या लाखोंचं शिरकाण करणाऱ्या आक्रमणकर्त्यांविरुद्ध! शिवाजी महाराजांना 'गनिमी कावेबाज' असंही म्हटलं गेलं आहे. कारकिर्दीच्या सुरुवातीला त्यांनी शत्रूशी घातपात करणं, वार करून पळ काढणं, शत्रूची संपर्कव्यवस्था उद्ध्वस्त करणं, शत्रूचं तळ आणि घोडदळ त्वरेनं उद्ध्वस्त करणं यांसारखे काही डावपेच खेळले पण अशीच खेळी मोगलांनी आणि त्या काळच्या सगळ्याच सल्तनतींनीही खेळली होतीच. आश्चर्याची गोष्ट म्हणजे, प्रस्थापित साम्राज्यांच्या आणि सल्तनतींच्या सैन्यव्यवस्थेतील त्रुटी त्यांच्या लक्षात आल्या आणि त्यांनी स्वत:चं मराठा सैन्य उभारलं. त्यात त्यांनी अधिकारांची क्रमवारी ('Chain of commands') केली होती. त्यांचे हेर आणि टेहळणी करणारे सैनिक देशभरात विखुरलेले असत हेही लक्षात घेतलं पाहिजे. त्या काळी राजा पडल्यावर त्याचे सैनिक युद्धभूमी सोडून क्षणभरात पळून जात असत. पण शिवाजी महाराजांचे खंदे वीर, त्यांच्या मृत्यूनंतर २७ वर्षं, महाराजांचं स्वराज्याचं स्वप्न जपण्यासाठी लढा देत होते.

भारत, मध्य-पूर्व भाग आणि युरोप अशा तिन्ही ठिकाणी वास्तव्य केल्यामुळे माझ्या असं लक्षात आलं आहे की चांगली आणि वाईट माणसं प्रत्येक धर्मात असतात.

या तिन्ही प्रदेशांमध्ये काम करताना मी जगाच्या कानाकोपऱ्यांतून आलेल्या हिंदू, मुस्लीम, ख्रिश्चन आणि काही बौद्ध धर्मिय ह्यांच्या तसंच, विविध राष्ट्रीयत्व असलेल्या नास्तिकांच्याही संपर्कात आले आहे. त्यांच्यातल्या बऱ्याच जणांशी माझी चांगली मैत्री झाली. काहींनी तर माझ्या पडतीच्या काळात मला आधार देऊन, पुन्हा उभं राहायला मदतही केली आहे. या अनुभवांमुळेच मी कुठलाही पक्षपातीपणा न करता, पूर्वग्रह नसलेल्या नजरेनं इतिहासाकडे पाहू शकते. आखाती देशातल्या खलीज टाइम्ससाठी आणि भारतामध्ये इंडियन एक्स्प्रेस (ऑनलाइन) साठी आरोग्य विषयावर मुक्त स्तंभलेखिका म्हणून काम करताना, एखाद्या विषयाचं

सखोल संशोधन कसं करायचं ते मी शिकले. कारण लोकांना आरोग्याविषयी आणि रोग प्रतिबंधाविषयी माहिती देताना ती चुकूनही चुकीची किंवा तपासून न घेतलेली माहिती दिली जाणार नाही याची काळजी घ्यावी लागते.

शिवाय माझा जन्म, अहमदनगरमधला, निजामशाही, मोगल साम्राज्य, आदिलशाही सल्तनत आणि मराठ्यांच्या सत्तेचं केंद्रस्थान असलेल्या प्रदेशातला. माझे पूर्वज हे 'देशमुख' किंवा वतनदार होते आणि अजूनही आमच्याकडे शतकानुशतकं चालत आलेली, जमिनीच्या एका छोट्याशा तुकड्याची मालकी आहे. सम्राट अकबरापासून निजामशाही सल्तनतीचं रक्षण करणारी वीरांगना शहजादी, चाँद सुलताना इथंच जन्मली. मोगल साम्राज्य जहाँगीरच्या ताब्यात असताना शहाजी राजांनी (शिवाजी महाराजांच्या वडिलांनी) मोगलांना रोखण्याचा प्रयत्न इथंच तर केला. अहमदनगरजवळच औरंगजेबानं शेवटचा श्वास घेतला. शिवाजी महाराजांचं चरित्र प्रथम लिहिणारे राजकवी कविंद्र परमानंद यांचा जन्म अहमदनगर जिल्ह्यातलाच. मला खात्री आहे की, आजही अहमदनगरच्या आसमंतात भारतीय इतिहासाचा आत्मा विहरत असणार.

शिवाजी महाराजांनी भयंकर प्रतिकूल परिस्थितीशी झुंज दिली आणि ते सहस्रावधी लोकांसाठी आदर्श बनले, दिव्य प्रेरणा ठरले. आपल्या सत्ताधीशाच्या नजरेला नजर देण्याचं धैर्य नसलेले दख्खनचे शेतकरी राजांना जाऊन मिळाले, त्यांच्यासाठी प्राणार्पण करू लागले आणि ज्या स्थितीत एखादा धैर्यवान माणूसही कच खाईल तिथं कुटुंबासह आख्खं आयुष्य पणाला लावण्याइतके निडर झाले. त्यांचं युद्ध हे तात्त्विक संघर्षासाठी, विरोधाभास निर्माण करणाऱ्या परिस्थितीशी आणि भारताविषयी अगदी वेगळा दृष्टीकोन तयार करण्यासाठी होतं– त्यामध्ये, इथल्या सर्वांत प्राचीन सभ्यतेचं भवितव्य पणाला लागलं होतं.

'शिवाजी महाराजांनी केवळ मराठ्यांसाठी स्वराज्य स्थापन केलं असं नाही तर ते मध्ययुगीन भारत घडवणारे बुद्धिमान होते. राज्यकर्ते पडले, साम्राज्यं लयाला गेली, राजवंश नामशेष झाले पण शिवाजी महाराजांसारख्या सच्च्या नायकाची स्मृती ही संपूर्ण मानववंशासाठी एक शाश्वत ऐतिहासिक देणगी ठरली आहे.' (संदर्भ : सरकार, १९५५, पृष्ठ क्र. १०४)

– मेधा भास्करन
५ एप्रिल, २०१६

मराठी आवृत्तीच्या अनुवादिकेचं मनोगत

छत्रपतींनी नियतीशी दिलेली 'झुंज' भाषांतरित करताना

अफझलखानाची 'ती' ऐतिहासिक भेट घेण्यासाठी शिवाजी महाराज सज्ज झाले होते. प्रतापगडावरच्या खाश्या शामियान्यात मराठ्यांनी, खानाच्या 'स्वागताची' जय्यत तयारी केली होती आणि माझी बोटं अक्षरांवर भराभर धावत होती... रात्रीचा दीड वाजून गेला होता. दिवसभर लॅपटॉपवर टायपिंग केल्यानं माझी पाठ कुरकुरायला लागली होती. पण मी ठरवलंच होतं की, आज 'खानाला संपवल्याशिवाय' (म्हणजे अफझलखानाचा वध ही घटना असणारं प्रकरण पूर्ण केल्याशिवाय) थांबायचंच नाही.

'छत्रपती शिवाजी महाराज' या नावाचं गारूडच तसं आहे आणि मेधाजींसारखी इतिहासप्रेमी लेखिका जेव्हा आपल्या सिद्धहस्त लेखणीतून हे गारूड पुन्हा एकदा जागं करते, तेव्हा वाचकाची अवस्था अशीच होते. काही काळ वर्तमानाचं भान सुटतं आणि आपणही नकळत महाराजांच्या मोहिमेत दाखल होतो. त्या काळचा तो थरार अनुभवतो, त्या ऐतिहासिक काळाचे साक्षी होऊ पाहतो. म्हणूनच तर शिवाजी महाराजांच्या राज्याभिषेकाचं प्रकरण ज्या दिवशी पूर्ण झालं त्या दिवशी मी चक्क पेढे वाटले.

खरं तर मराठी माणूस, लिहितं-वाचतं होण्याआधीपासून शिवाजी महाराजांना ओळखायला लागलेला असतो. महाराजांच्या गोष्टी वाचत-ऐकत आपण लहानाचे मोठे होतो. पण मराठी मुलखाबाहेर, अगदी जिथे महाराजांनी पराक्रम गाजवला, त्या कर्नाटक, आंध्र किंवा उत्तर प्रदेशातही महाराजांची म्हणावी तशी ओळख अजून झालेली नाही. त्यामुळे जागतिक स्तरावर ज्ञानभाषेचा मान मिळवलेल्या इंग्रजी भाषेत महाराजांचं चरित्र लिहून, अमराठी भाषकांपर्यंत त्यांचं कर्तृत्व पोहोचवण्याचं मोठं काम ज्या लेखकांनी केलं त्यांत आता मेधाजींचंही नाव महत्त्वाचं ठरणार आहे.

हे शिवचरित्र भाषांतरीत करताना प्रामुख्यानं जी वैशिष्ट्यं जाणवली, त्यातलं पहिलं वैशिष्ट्य म्हणजे 'भाषा'. मेधाजींची भाषा, इंग्रजीमध्ये ज्याला Rich language

म्हणतात अशी श्रीमंत आणि तरीही सुगम आहे. खरं तर त्यांनी या पुस्तकात ठोस इतिहास सादर केलेला आहे. त्यात कुठेही नाट्य येऊ दिलेलं नाही. तरीही अनेकदा त्यातले प्रसंग वाचताना ते डोळ्यांसमोर उभे राहतील इतकी चित्रमयता त्यांच्या भाषेत आहे.

आपल्या नायकाचं गुणगान करणं, त्याचं मोठेपण, त्याचा पराक्रम अधोरेखित करणं ही आपली सहज वृत्ती असते. पण नायकाला समजून घ्यायचं तर खलनायकही तितकाच जाणून घ्यायला हवा. शिवाजी महाराजांचे शत्रू बलाढ्य होते. सैन्यबळ, आर्थिक बळ आणि अनुभव या सर्व बाबतीत ते महाराजांना वरचढ होते, हे जेव्हा आपण जाणून घेतो तेव्हा सीमित साधन-संपत्ती वापरून, आपल्याहून बलाढ्य शत्रूला नामोहरम करणारे महाराज आणखीनच मोठे ठरतात. महाराजांच्या या चरित्रात त्यांच्या बलाढ्य शत्रूंची प्रभावी ओळख करून दिली गेली आहे. आणि हेच या चरित्राचं दुसरं मोठं वैशिष्ट्य आहे. आणखी एक वैशिष्ट्य म्हणजे त्या काळची सामाजिक रचना आणि चालीरीती या संबंधी तपशीलवार वर्णन इथे केलेलं आहे. त्यामुळे जे घडलं ते का घडलं हे समजून घेता येतं.

एक वाचक म्हणून हे पुस्तक रम्य आहे पण यातली वैशिष्ट्यं जपत आणि मेधाजींच्या भाषेची श्रीमंती सांभाळत Challenging Destiny चं भाषांतर करणं हे माझ्यासाठी एक Challenge होतं. त्यासाठी पुस्तकातले काही संदर्भ नीट समजून घेण्याकरिता त्यांना प्रत्यक्ष भेटण्याची माझी इच्छा होती. त्याप्रमाणे आमची भेट झाली आणि तीदेखील पुण्यात तुळापूरला... छत्रपती संभाजी महाराजांच्या समाधीस्थळाजवळ. तिथे एका ऐतिहासिक लेखक परिषदेसाठी मेधाजी आल्या होत्या. त्यावेळी त्यांच्याबरोबर आलेल्या, मूळ इंग्रजी पुस्तकाच्या संपादिका नियती जोशी आणि 'The Write Place'चे श्री. अनुप जेराजाणी यांचीही भेट झाली. या पुस्तकाच्या मराठी आवृत्तीचं संपादन करणारे आणि सर्वांशी समन्वय साधणारे, मंजुल पब्लिशिंग हाउसच्या मराठी विभागाचे मुख्य संपादक श्री. चेतन कोळी हेदेखील उपस्थित होते. या सर्वांनीच पुस्तकाविषयी अतिशय मोकळेपणानं चर्चा केली. त्यामुळे भाषांतर करणं काहीसं सोपं झालं.

पुस्तकात असलेल्या काही व्यक्तींच्या आणि स्थळांच्या मराठी उच्चारांविषयीच्या शंका दूर करण्यासाठी पुण्यातल्या रमणबाग प्रशालेमध्ये इतिहासाचे शिक्षक असलेले श्री. मोहन शेटे यांची खूप मदत झाली. मराठी भाषांतरामध्ये काही भाषिक चुका राहू नयेत यासाठी सौ. वृषाली अरुण फडके यांनी मुद्रितशोधनाची जबाबदारी पार पाडली. या सर्वांना मन:पूर्वक धन्यवाद!

मंजुल पब्लिशिंग हाउसनं या भाषांतराची जबाबदारी माझ्यावर सोपवली, त्यासाठी मला आवश्यक ते सहकार्य केलं आणि शिवचरित्राच्या या कार्यात

सहभागी होण्याची संधी दिली, याबद्दल त्यांचे हार्दिक आभार! इंग्रजी आवृत्तीप्रमाणे मराठी आवृत्तीलाही उदंड प्रतिसाद लाभेल, अशी आम्हा सर्वांनाच खात्री वाटतेय.

'गो-ब्राह्मण प्रतिपालक, प्रौढ प्रताप पुरंदर, क्षत्रिय कुलावतंस, मोगल दल संहारक, हिंदवी स्वराज्य संस्थापक, राजाधिराज, सिंहासनाधिश्वर श्रीमंत छत्रपती शिवाजी महाराज की जय!'

– इंद्रायणी चव्हाण

मराठी आवृत्तीच्या संपादकांचे मनोगत

चरित्र नव्हे, हा तर 'अक्षरध्वज'

मंजुल पब्लिशिंग हाउसच्या मुख्य संपादकपदी रुजू झाल्यानंतरचं पहिलंच पुस्तक छत्रपती शिवाजी महाराजांच्या चरित्रावर आधारित असावं हे माझं अहोभाग्यच! शिवाजी महाराज हा आपल्या सर्वांसाठी जाज्वल्य अभिमानाचा विषय आहे, मात्र केवळ 'शिवाजी महाराज की जय' अशी घोषणा देण्यापुरताच हा विषय बऱ्याचदा मर्यादित राहतो. महाराजांचं तेजस्वी व्यक्तिमत्त्व म्हणजे निरंतर साधनेचा आविष्कार, त्यामुळे तो सूक्ष्म अभ्यासाचा विषय आहे हे मेधाजींचं पुस्तक वाचताना उमजतं. या पुस्तकातलं प्रत्येक प्रकरण हे संशोधनानं, वेगळ्या विचारदृष्टीनं आणि विविध अभ्यासपूर्ण संदर्भांनी सजलंय. विशेषतः 'शिवाजी महाराजांनी केलेला शाईस्ते खानाचा बंदोबस्त' आणि 'अमेरिकेचे माजी अध्यक्ष बराक ओबाम यांनी ओसामा बिन लादेनचा केलेला खात्मा' या दोन भिन्नकालीन घटनांचा केलेला तौलनिक अभ्यास नक्कीच कौतुकास्पद वाटतो. हे प्रकरण वाचताना मेधाजींच्या वेगळेपणाची आणि आगळ्या लेखनशैलीची प्रचिती येते. अर्थात; विविध ऐतिहासिक घटनांचा, नानारंगी छटांचा आणि कित्येक संदर्भांचा समावेश असणाऱ्या मूळ इंग्रजी पुस्तकाचं भाषांतर हे खरंच एक आव्हान होतं. इंद्रायणी चव्हाण यांनी ते यशस्वीपणानं पेललं. पुस्तकावर संपादकीय संस्कार करताना मी स्वतःच समृद्ध होत गेलो. पुस्तकावर भाषिक संस्कार करताना माझ्यावर नकळत 'शिवसंस्कार' होत गेला. माझ्या जाणिवा उंचावणारा, मला महाराजांची खरी ओळख पटवून देणारा हा अनोखा प्रवास होता. माझ्या मते, हे केवळ पुस्तक नसून हा तर 'अक्षरध्वज' आहे... हा ध्वज वाचक त्यांच्या जीवनात फडकवतील अशी अपेक्षा बाळगतो. भविष्यातही असेच दमदार विषय आणि त्या विषयांच्या माध्यमातून कसदार आशय वाचकांपर्यंत पोहोचवण्याचा मंजुल पब्लिशिंग हाउसचा प्रयत्न सतत असेल.

– श्री. चेतन लक्ष्मण कोळी,
मुख्य संपादक, मंजुल पब्लिशिंग हाउस, मराठी विभाग

आभार

इथे उल्लेख केलेल्या व्यक्तींशिवाय हे चरित्र होऊच शकलं नसतं. मी काही कोणी इतिहासकार नाही. त्यामुळे या चरित्रामध्ये सत्य मांडण्यासाठी मला अनेक ऐतिहासिक ग्रंथांचे संदर्भ घेऊन त्यासंबंधी सखोल विचार करून स्वतःला तयार करावं लागलं. श्री.ग.भा. मेहेंदळेंचं 'Shivaji, His life and times' हे पुस्तक म्हणजे, या चरित्राचा मुख्य आधारस्तंभ आहे. कारण इतिहासाचे बरेचसे दस्तऐवज संस्कृतमध्ये असल्यानं इतिहासकाराला, विशेषतः प्राचीन भारतीय इतिहासात तज्ज्ञ असणाऱ्याला, संस्कृतचं ज्ञान असायला हवं. त्यापुढच्या काळातल्या (१७वे शतक) महाराष्ट्रीय इतिहासाच्या अभ्यासकाला मराठीच्या मोडी लिपीचं[१] ज्ञान असणं आवश्यक आहे. मेहेंदळ्यांनी मोडीचा अभ्यास केलेला होता आणि मोडीतली प्राचीन कागदपत्रं ते वाचू शकत होते. मोडी न येणाऱ्या माणसाला त्या कागदपत्रांमध्ये काय लिहिलेलं आहे, ते समजणं शक्यच नाही कारण मोडी लिपीत दोन शब्दांमध्ये आणि वाक्यांमध्ये अंतर नसतं. शिवाय त्यांतली बरीचशी अक्षरं एकसारखी दिसतात, त्यांतले बरेचसे शब्द लुप्त झालेले आहेत तर काही शब्दांनी आधुनिक मराठीमध्ये नवा अवतार धारण केलेला आहे. खरं तर त्या काळच्या भाषेत काही पर्शियन शब्द समाविष्ट झालेले आहेत आणि या कागदपत्रांमध्ये, बरेच ठिकाणी ते चुकीच्या पद्धतीनं लिहिलेले आहेत. मेहेंदळ्यांनी त्या शब्दांचे अर्थ समजून घेण्यासाठी पर्शियन भाषेचाही अभ्यास केलेला आहे. त्यामुळे मी त्यांच्या संदर्भ-ग्रंथांची मदत घेतली. विशेष म्हणजे, मेहेंदळ्यांची श्रेष्ठ आणि समृद्ध ग्रंथसंपदा मराठीप्रमाणेच इंग्रजीमध्येही उपलब्ध आहे.

कर्नल आर.डी. पळसोकरांचाही उल्लेख इथे केला पाहिजे. त्यांनी त्यांच्या 'Shivaji, The Great Guerrilla' या पुस्तकात मराठ्यांनी लढलेल्या लढायांसंबंधीची गुंतागुंत तपशिलानं लिहिलेली आहे.

---

[१] २०व्या शतकापर्यंत कार्यालयीन कामकाजासाठी मोडी लिपी वापरली जात असे. त्यानंतर आदर्श मराठी लेखनासाठी, बाळबोध देवनागरी लिपीला प्रोत्साहन दिलं गेलं.

मराठ्यांची युद्धनीती स्पष्ट करताना या पुस्तकाचा मला खूप उपयोग झाला.

औरंगजेबासाठीच्या संदर्भांकरता मी श्री. यदुनाथ सरकारांची पुस्तकं जास्त वापरली आहेत. एनसायक्लोपिडिया ब्रिटानिकाच्या संपादकांनी लिहिलं आहे की, 'सरकारांनी त्यांच्या आयुष्यभराच्या लेखनासाठी मोगल साम्राज्यातल्या शेवटच्या सम्राटाची, औरंगजेबाची निवड केली आहे. त्यांचं पहिलं पुस्तक, 'इंडिया ऑफ औरंगजेब' हे १९०१ साली प्रकाशित झालं. औरंगजेबाच्या इतिहासावर लिहिलेले पाच खंड पूर्ण करायला त्यांना २५ वर्षं लागली. पुढची २५ वर्षं त्यांनी 'फॉल ऑफ मोगल एम्पायर' लिहिण्यासाठी खर्च केली. हे पुस्तक १९५० साली प्रकाशित झालं.'

माझी ऐतिहासिक कादंबरी आणि शिवाजी महाराजांचं चरित्र लिहीत असताना मी अनेक खास माणसांना भेटले. ही माणसं इतिहासकार नसली, तरी इतिहासावर प्रेम करणारी मात्र नक्कीच आहेत. श्री. गिरीश जाधव हे त्यांच्यापैकीच एक. त्यांनी त्यांच्याकडे असलेल्या, मध्ययुगीन शस्त्रांच्या मोठ्या संग्रहाचं प्रदर्शन अहमदनगर इथं भरवलं होतं, तेव्हा मी त्यांना भेटले होते. खंजीर, ढाली-तलवारी, तलवारींच्या मुठी, भाले, कुऱ्हाडी, वाघनखे, हत्तींचे पाय तोडण्यासाठीची मोठी शस्त्रं, बाण, शिरस्त्राणं, पिस्तुलं... शस्त्रांचे इतके विविध प्रकार असतील याची तोपर्यंत मला कल्पनाही नव्हती. हे जाधव म्हणजे शिवाजी महाराजांच्या मामांचे, अचलोजी जाधव यांचे थेट (अचूकपणे सांगायचं तर १४वे) वंशज. त्यांनी १००० पेक्षा जास्त शस्त्रांचा संग्रह केला आहे. तलवार कशी धरायची आणि पवित्रे घेत वार करताना, वार अडवताना ती कशी फिरवायची हे त्यांनीच मला दाखवलं. अशीच दुसरी खास व्यक्ती म्हणजे मुंबईच्या, डिपार्टमेन्ट ऑफ केमिकल टेक्नॉलॉजीमधून डॉक्टरेट प्राप्त केलेले, डॉक्टर अजित जोशी. 'शिवाजी महाराजांची आग्र्याहून सुटका' याविषयी त्यांनी अनेक वर्षं संशोधन केलं आहे आणि त्यावर 'आग्र्याहून सुटका' हे पुस्तकही लिहिलं आहे. माझ्या ऐतिहासिक कादंबरीसाठी आणि या चरित्रासाठी मला त्यांचं मार्गदर्शन लाभलं आहे. मी मेहेंदळ्यांच्या पुस्तकांचे संदर्भ घ्यावेत असं त्यांनीच मला आग्रहानं सांगितलं होतं.

माझ्या या चरित्र-लेखनाच्या संपूर्ण प्रवासात, क्रॉसवर्ड बुकस्टोअर्स लिमिटेडचे श्री. अनुप जेराजाणी आणि राइट प्लेस पब्लिशिंग हे सतत सकारात्मक संदेश पाठवत मला साथ देत होते. कल्पित वाङ्मय (फिक्शन) लिहिणं आणि सत्याधारित वाङ्मय (नॉन फिक्शन) लिहिणं या दोन्हीत फरक असतो. ऐतिहासिक कादंबरी लिहीत असताना, त्यातील ऐतिहासिक सत्यघटना नाट्यमयतेनं आणि लोककथांच्या आधारे सजवून सादर करणं शक्य होतं. पण हे चरित्र लिहिताना मात्र मला केवळ सत्यघटनांमधूनच कथा मांडायची होती. कल्पित कथा लिहिताना, शतकांपूर्वी होऊन गेलेल्या व्यक्तिमत्त्वांमधून कथेतली पात्रं साकार करण्यासाठी मला

अलंकारीक भाषा वापरण्याचा आणि त्या काळी ते काय बोलले असतील याची कल्पना करत त्यांच्या तोंडी संवाद घालण्याचा अधिकार होता. 'राइट प्लेस'मुळे मला नियती जोशीच्या रुपात एक उत्कृष्ट संपादिका लाभली. मी लिहिलेल्या प्रत्येक विधानासाठी संदर्भ मागत आणि प्रत्येक संदर्भग्रंथाच्या पृष्ठक्रमांकाचा आग्रह धरत तिनं मला सतत जमिनीवर ठेवण्याचं काम केलं. तिच्या मदतीशिवाय लेखनाच्या प्राथमिक मसुद्याला योग्य अंतिम रूप देणं मला शक्यच झालं नसतं. नियतीनं आधी मला एक फाइल दिली. त्यात तिनं तारखा, आकडे कसे लिहायचे, कोणते शब्द अपरक्रिझमध्ये असले पाहिजेत आणि कोणते इटॅलिकमध्ये असावेत याविषयीचे नियम दिलेले होते. लेखनाची पहिली वाचक आणि समीक्षक तीच आहे. शिवाजी महाराजांबद्दल लिहिताना माझ्या मनात येणाऱ्या शंका आणि दडपण मी तिच्याकडे व्यक्त करत असे.

शिवाजी महाराजांचं अधिकृत चरित्र, 'शिवभारत' हे संस्कृतमध्ये आहे. ते राजकवी कविंद्र परमानंद यांनी लिहिलेलं आहे. महाराजांचं मराठीतलं पहिलं चरित्र, श्री. कृष्णाजी अनंत सभासद यांनी १६९४ ते १६९७ च्या दरम्यान लिहिलेलं आहे. ह्या भाग्यवान चरित्र-लेखकांना शिवाजी महाराजांचा प्रत्यक्ष सहवास अनेकदा लाभला होता. १८व्या शतकात, कॉस्मी द ग्वार्द यांनी पोर्तुगीज भाषेमध्ये महाराजांचं, 'Vidae Accoens do famosos Felicissenma Sevage' or 'The Life of the Celebrated Shivaji' हे पहिलं चरित्र लिहिलं. आधुनिक काळात शिवाजी महाराजांवर मराठीत लिहिल्या गेलेल्या चरित्रांची मोठी यादीच आहे. महाराष्ट्रामध्ये श्री.बाबासाहेब पुरंदऱ्यांनी लिहिलेली पुस्तकं लोकप्रिय आहेत. या चरित्रात उल्लेखिलेल्या आणि अन्य सर्व चरित्र-लेखकांना माझं सादर वंदन.

थोर इतिहासतज्ज्ञ श्री.वि.का. राजवाडे यांना मी वंदन करते. शेकडो खेड्यापाड्यांना आणि ऐतिहासिक ठिकाणांना भेट देत मराठ्यांच्या इतिहासासंबंधीचे दस्तऐवज आणि पत्रं (वैयक्तिक आणि कार्यालयीन) ह्या स्वरूपात प्राथमिक स्रोत साहित्य गोळा करण्यासाठी आणि संपादित करण्यासाठी त्यांनी आयुष्य वेचलं. त्यांनी असं सखोल संशोधन केलं नसतं, तर आपण मराठा इतिहासाच्या महत्त्वाच्या भागाचे संदर्भ गमावून बसलो असतो. त्यांच्याप्रमाणेच दत्तो वामन पोतदार, ग.ह. खरे, वा.सि. बेंद्रे, बि.जी. परांजपे आणि डॉ. सुरेंद्रनाथ सेन ह्यांचाही उल्लेख करायला हवा.

या प्रवासात मला सर्वांत महत्त्वाची साथ दिली ती माझ्या कुटुंबानं. त्यासाठी त्यांना धन्यवाद! विशेषत: मी कीबोर्डवर काम करण्यात व्यग्र असताना माझ्या आसपास राहून माझी काळजी घेणारी माझी आई, लीला, मला सतत नवनव्या कल्पना पुरवणारा माझा भाऊ डॉ. आशुतोष देशमुख, मला सातत्यानं साथ देणारे माझे पती श्री.अरुण, पुस्तकाचा प्रोमो तयार करणारे माझे सहकारी लारा, रम्या,

माझा मुलगा अश्विन यांना आणि या पुस्तकाच्या अत्यंत सुंदर मुखपृष्ठासाठी लाराला मन:पूर्वक धन्यवाद! आणि हो, या पुस्तकातले नकाशे तयार करणारे शंकर साबळे आणि तुम्हांला या पुस्तकात दिसणारी सुंदर रेखाचित्रं रेखाटणारे अरविंद सिंग जीना यांना विसरून कसं चालेल?

मला दुर्मीळ संदर्भग्रंथ उपलब्ध करून देण्यासाठी मुंबईच्या, विलेपार्ले इथल्या एस.व्ही. पाठक ग्रंथालयाचे आणि मला विशेष साहाय्य करणाऱ्या ग्रंथपाल मंजिरी वैद्य यांचेही विशेष आभार.

– मेधा देशमुख–भास्करन

प्रस्तावना

भारताला, त्याच्या नियतीशी झुंज देण्यासाठी अन्य कोणाची गरज का भासली असेल?

१६३० साली शिवाजी महाराजांचा जन्म होण्यापूर्वीपासून इथं अस्वस्थता धुमसत होती. कट्टर मुस्लीम जिहादी आक्रमणकर्ते इथल्या जनतेच्या मनात दहशत माजवत होते. दहशतवाद निर्माण करणं हे काही आक्रमणकर्त्यांचं जिंकण्याचं साधन नव्हतं. तर दहशतवाद धगधगत ठेवणं हीच त्यांची जीत होती. भारताच्या उत्तर सीमांवर (Scythians) शाक्य, हूण, अफगाण, तुर्की असे परकीय आक्रमणकर्ते घिरट्या घालत होते आणि तशा परिस्थितीत हिंदू राजे मात्र आपसात फालतू लढाया (आणि बढाया) मारण्यात गुंतले होते. ह्या प्रस्तावनेत लिहिलेली परिस्थिती म्हणजे हिमनगाचं केवळ छोटंसं टोक आहे. केवळ एक झलक!

'मुस्लीम आक्रमणापूर्वी, चिनाब नदीपासून हिंदुकुश पर्वतांपर्यंत हिंदू साम्राज्य पसरलेलं होतं. या साम्राज्याचा अखेरचा राजा जयपाल, हा एक शूर शिपाई आणि सक्षम राज्यकर्ता होता. त्या वेळी काश्मीरवर लोहरा राजवंशाची सत्ता होती. स्वत:ला लक्ष्मणाचे (श्रीरामांचा भाऊ) वंशज मानणारे प्रतिहार, कनौजवर राज्य करत होते, तर कनौजच्या दक्षिणेला असलेलं साम्राज्य चंडेलांचं (खजुराहोसाठी प्रसिद्ध असलेले) होतं. भारताच्या हृदयस्थानी असणारी दिल्ली तोमर राजवंशाच्या हाती होती आणि चौहान हे तोमरचे प्रतिस्पर्धी होते. गुजरातचे चालुक्य, माळव्याचे परमार, गोरखपूर आणि त्रिपुरीचे कालाचरीस आणि बंगालचे पाल हे त्या काळातले भारतातले अन्य राजवंश होते.' (संदर्भ : महाजन, १९९१, पृष्ठ क्र. २७)

शिवाजी महाराजांच्या जन्माच्या आधी ९०० वर्षं, मोहम्मद बिन कासिमच्या अरब सैन्यानं, सिंध प्रांताच्या 'दाहीर' या हिंदू राजाचा पराभव केला आणि सिंध प्रांत, दमास्कसच्या कालिफेतमध्ये सामावून घेतला. शिवाजी महाराजांच्या जन्माच्या ६०० वर्षं आधी, मूळचा तुर्क आणि गझनी या पूर्व अफगाणीस्तानमधल्या छोट्याशा राज्याचा सुलतान असलेला महमूद जेव्हा भारतीय उपखंडांमध्ये फिरत मूर्तिपूजकांविरुद्ध धर्मयुद्धाची घोषणा करू लागला, तेव्हा इथली परिस्थिती बिघडू

लागली. महमुद हा प्रचंड शक्तिमान असलेला वीर योद्धा होता. त्यानं आधी हिंदुशाही राजवंशाच्या राजा जयपालला त्रास देण्यास आरंभ केला. जयपालाच्या सैन्यात अगणित हत्ती होते. सुरुवातीला त्यानं आपल्यावर चालून येणाऱ्या शत्रूला हत्तीच्या पायी चिरडण्यात यश मिळवलं. त्यामुळे संतापलेला महमूद ५०,००० सैन्य घेऊन चाल करून आला, तेव्हा जयपालानं युद्धबंदीची घोषणा केली आणि खूप मोठी रक्कम खंडणी म्हणून महमूदला दिली. तरीही त्यानं जयपालाच्या मुलाला आणि नातवाला ओलीस ठेवून घेतलं. त्यानंतर काही वर्षांतच, महमूद त्याच्या सैन्यासह वादळासारखी दाणादाण उडवत परत आला. त्यानं ७०,००० दशलक्ष मोहरा आणि गाड्या भरभरून सोनं–चांदीची लूट केली. त्यानं इतकी कत्तल केली होती की कत्तल झालेल्या स्त्री–पुरुष–मुलांचं रक्त मिसळल्यानं, काबूलमधल्या आणि आसपासच्या प्रत्येक नदीनाल्यांना, तलावांना, विहिरींना लाल रंग आला होता. ते पाहून जयपाल इतका निराश झाला की त्यानं आत्महत्या केली.

जयपालच्या पराभवामुळे हिंदुस्थानाची दारं परकीयांसाठी सताड उघडली गेली!

महमूदच्या अथांग घोडदळानं युद्धासाठी तयार नसलेल्या निष्पाप जनतेची कत्तल करत शहरांमागून शहरं उद्ध्वस्त करायला सुरुवात केली. देवळं पाडली आणि अनेक शतकांपासून जमवलेले खजिने लुटायला सुरुवात केली. नंतर ती त्याची सवयच झाली. तो दरवर्षी भारतात येई. हल्ले चढवत, धूळधाण उडवत, कनौज, ठाणेश्वर, मथुरा ह्यांसारख्या शहरांमधली देवळं उद्ध्वस्त करून लूटमार करून नेई. भारतावर केलेल्या पहिल्या हल्ल्यानंतर सहा वर्षांनी त्यानं सोमनाथच्या मंदिराकडे मोर्चा वळवला. त्या काळी त्या मंदिरात १०,००० किलोंची सोन्याची साखळी होती. त्या साखळीला प्रचंड मोठी सोन्याची घंटा टांगलेली होती. त्या घंटेचा टोल, आसपासच्या हजारो गावांमध्ये ऐकू जात असे. महमूदनं हल्ला केला त्या दिवशी सोमनाथाच्या मंदिरात पूजेसाठी जमलेले ५०,०००पेक्षा जास्त भाविक कापले गेले. मंदिराचा खजिना फोडला गेला आणि त्यातली संपत्ती गझनीला जाऊन पोहोचली. महमूदनं केलेल्या सर्व आक्रमणांमध्ये त्यानं इथल्या हजारो स्त्री–पुरुषांना, मुलाबाळांना पकडून नेलं आणि गुलाम म्हणून विकलं.

सोमनाथच्या मंदिरावर हल्ला करण्यामागे महमूदच्या मनात व्यापारी हेतूसुद्धा होता. हे मंदिर वेरावळ या बंदराजवळ आहे. हे बंदर त्या काळी अरबी घोड्यांच्या आयातीसाठी प्रसिद्ध होतं. महमूदला अरबांचा व्यापार कमी करायचा होता कारण त्यांचं नुकसान हे गझनीच्या व्यापाऱ्यांसाठी फायद्याचं ठरू शकलं असतं. त्या काळचा एकही हिंदू राजा गझनीच्या महमूदला रोखू शकला नाही आणि त्यामुळे गझनीचा महमूद हा अन्य परकीय आक्रमकांसाठी आदर्श ठरला.

मध्य अफगाणीस्तानातल्या घोर प्रांतावर सत्ता असणारा घोरचा मुहम्मद, हाही तुर्कीच होता. १२व्या शतकात, त्यानं गझनी ताब्यात घेतलं आणि हिंदुस्थानाला हल्ले करण्याचं केंद्र बनवलं. घोरचा मुहम्मद (मुहम्मद घोरी) हा अतिशय महत्त्वाकांक्षी आणि व्यापारी वृत्तीचा योद्धा होता. त्यानं १,२०,००० इतक्या बलाढ्य सैन्यासह चौहान राजवंशातल्या अखेरच्या आणि महान योद्धा असलेल्या पृथ्वीराज चौहानचा पराभव केला. असं म्हणतात की, पृथ्वीराज चौहानचा पराभव बघून कनौजचा राजा जयचंद्र याला आनंद झाला होता. एक दिवस आपलीही हीच गत होणार आहे, हे तो विसरला होता.

सरकार (१९५५, पृष्ठ क्र. ९३) लिहितात की, '११९३ साली तिरौरीला (किंवा तरण) झालेल्या युद्धात, पृथ्वीराज चौहानचा पराभव झाल्यावर, सलग पाच शतकं परकीयांचे लोंढेच्या लोंढे हिंदुस्थानावर आक्रमण करत होते. तालिकोटच्या अभागी दिवसानंतर (१५६५ साली, दक्षिणेतलं विजयनगर साम्राज्य पडलं तो दिवस) एकाही हिंदू राजानं, अगदी सुरक्षित असलेल्या दक्षिणेकडच्याही कोणा राजानंही, स्वतंत्र साम्राज्याचा कर्ता या भूमिकेतून, मुस्लीम सत्ताधीशांविरुद्ध डोकं वर काढायची हिंमत केली नाही. तेव्हापासून धनाढ्य आणि बलाढ्य हिंदू राजेदेखील परकीय सत्ताधीशांकडे सैन्यात चाकरी करणारे जहागीरदार किंवा पगारी सेनापती म्हणून नोकरी करू लागले.' पुढे ते म्हणतात, 'हे अमान्य करून चालणारच नाही की प्राचीन ग्रीक त्यांचा उल्लेख करत त्याप्रमाणे, ते (शिवाजी) बुद्धिमत्तेची दैवी देणगी लाभलेले राजांमधले राजे होते.'

मुहम्मद घोरीनंतर आलेल्या क्रूर आणि निर्दयी कुतुबुद्दीन ऐबकनं दिल्ली सल्तनतची स्थापना केली. विल ड्युरांटनं विधान (१९४२, पृष्ठ क्र. ४६१) केलं आहे की, 'त्या काळचा विचार केला, तर ऐबकमध्ये अतिरेक, क्रौर्य आणि निर्दयता हे गुण असणं नैसर्गिकच होतं. इतिहासकार मोहम्मदीननं म्हटल्याप्रमाणे, 'तो दानशूर होता. तो शेकडो लोकांना हजारो भेटी देत असे आणि त्याचे कत्तल करणारे शेकडो सैनिक हजारांची कत्तल करत असत.' या योद्ध्यानं एक लढाई जिंकल्यावर त्यानं (जो स्वत: गुलाम म्हणून विकला गेला होता) ५०,००० पुरुषांना गुलाम बनवलं होतं. बल्बन या दुसऱ्या एका सुलतानानं बंडखोरांचं बंड मोडण्यासाठी त्यांना हत्तींच्या पायी दिलं होतं. कित्येक बंडखोरांची चामडी सोलून, त्यांत भुस्सा भरून त्यांना दिल्लीच्या प्रवेशद्वारावर लटकवलं जाई.

भारताचा दक्षिण भाग, दख्खन मात्र १३व्या शतकापर्यंत अनाघ्रात राहिला होता. कदाचित तिथं असलेले डोंगर, दऱ्याखोऱ्या आणि नद्यांनी युक्त भौगोलिक प्रदेश ह्यांमुळे असं झालं असावं. त्यामुळे उत्तरेत झालेल्या विध्वंसाचा दख्खनला विसर पडला होता. आपण अजिंक्य आहोत या खोट्या कल्पनेत ते रमलेले होते. पण १३व्या शतकाच्या अखेरीस, शिवाजी महाराजांच्या जन्माच्या तीन

शतकं आधी, मुस्लीम सैन्यानं विंध्य पर्वतराजी ओलांडली आणि दख्खनच्या हिंदू साम्राज्यांना धुळीस मिळवत, त्यांचा अजिंक्य असण्याचा फुगा फोडला. देवगिरीचे (दौलताबाद) यादव, वारंगळचे काकतीय, मदुराईचे पांडे आणि द्वारसमुद्रचे होयसाळ फारसा संघर्ष न करता मुस्लिमांना शरण गेले.

प्रश्न असा आहे की, आक्रमकांना वारंवार यश कसं लाभलं?

याची अनेक कारणं आहेत. त्यांतलं एक म्हणजे तुर्कांचं सर्वोत्तम युद्धतंत्र. ते घोड्यावरची बैठक पक्की करण्यासाठी आणि घोड्यांची चपळता वाढवण्यासाठी त्यांच्या घोड्यांसाठी लोखंडी रिकिबी आणि नाल वापरत असत. हिंदू राजे, मंद गतीच्या, अवाढव्य हत्तींवरून पारंपरिक पद्धतीनं युद्ध करत असत. स्थानिक योद्धे हत्तींवर असत आणि तलवारी-भाल्यांनी युद्ध करत असत, तर मुस्लीम धनुर्धर चपळ घोड्यांवरून त्यांच्यावर अचूक नेम साधू शकत. ऐतिहासिक दाखल्यांनुसार, हिंदू राजांच्या पराभवाचं आणखी एक कारण म्हणजे, त्यांचे सैनिकी अधिकारी राजाच्या थेट पदरी नसत तर, जमीनदारांच्या आणि वतनदारांच्या पदरी नोकरी करत असत. त्यामुळे एकतर त्यांच्यात एकी नसे आणि त्यांना जिंकायला मदत करेल अशा कोणातरी एकाच सैन्याधिकाऱ्याच्या आदेशांचं पालन करण्याची सवयही त्यांना नसे. काही इतिहासकारांचं म्हणणं आहे की, मुस्लीम सत्ता प्रस्थापित होण्यापूर्वी, भारतातली राजकीय स्थिती खालावलेली होती आणि देशप्रेम नष्ट झालेलं होतं. परकीय आक्रमकांना विरोध करण्याची दृढता नव्हती. त्यांना केवळ आपले राजवंश टिकवून ठेवण्यातच धन्यता वाटत होती. सर्व हिंदू राज्यकर्ते 'खानदान की इज्जत का सवाल'मध्ये अडकले होते. देशाची कुणालाच पर्वा नव्हती. हिंदू योद्धे धैर्यवान होते पण ते शांतपणे व्यावहारिक विचार करू शकत नसत. सारे सरदार ऐशोआरामात व्यग्र होते. बायकांशिवाय राहाणं त्यांना जमत नसे आणि म्हणून युद्धाला जातानासुद्धा ते आपला जनानखाना बरोबर घेऊन जात असत.

तोपर्यंत भारताच्या उत्तरेनं बरंच काही सोसलं होतं. पण त्यासाठी केवळ परकीय आक्रमकांनाच दोष द्यायचा का? मेहेंदळ्यांनी म्हटल्याप्रमाणे (२०११, पृष्ठ क्र. ३) 'भारताच्या उत्तरेचं दुर्भाग्य, दक्षिणेच्याही वाट्याला येणार होतं हे भाकीत कोणीही करू शकलं असतं. कारण आपला शत्रू एकच आहे, हे ओळखून त्याच्याशी लढण्यासाठी आपापली राजघराणी एकत्र करून, मोठं सैन्य उभारावं हे तिथल्या राज्यकर्त्यांच्या लक्षात येत नव्हतं.'

शिवाजी महाराजांच्या जन्माच्या ३३५ वर्षं आधी, २६ फेब्रुवारी, १२९५ या दिवशी, अल्लाउद्दीन खिलजीनं औरंगाबादजवळच्या दौलताबादकडे कूच केलं. अल्लाउद्दीन महाभयंकर होता. दिल्लीमध्ये वसलेल्या आणि मुस्लीम धर्मांतर करायला भाग पाडलेल्या मंगोलियन रहिवाश्यांनी जेव्हा बंड पुकारायचा प्रयत्न केला,

तेव्हा अल्लाउद्दीननं (चितौड जिंकणारा) एका दिवसात १५,००० ते ३०,००० पुरुषांची कत्तल केली होती. आणि असा क्रूरकर्मा दौलताबादकडे निघाला होता. दौलताबादला तेव्हा देवगिरी अर्थात देवांचा पर्वत असं म्हटलं जात असे. देवगिरी ही यादवांची राजधानी होती. दक्षिणेतलं हे साम्राज्य सर्वांत आधी नामशेष झालं. देवगिरीच्या यादवांनी, किल्ल्यात प्रचंड मोठा खजिना दडवलेला होता. पण आपल्यावर चालून येणाऱ्या शत्रूचा विचार करण्याऐवजी ते सतत होमहवन, अभिषेक आणि यज्ञ ह्यांसारख्या कर्मकांडांमध्ये व्यग्र होते. कदाचित त्यांचं सैन्यही यज्ञासाठी लागणारी समिधा गोळा करण्यात गुंतलेलं असेल. खिलजीचं सैन्य त्यांच्याजवळ येऊन थडकेपर्यंत त्यांना त्याची काहीच खबरबात नव्हती याचं आश्चर्य वाटतं. कारण काही का असेना पण अल्लाउद्दीननं महिन्याच्या आत बलशाली यादवांवर विजय मिळवला आणि दख्खनेतल्या बलाढ्य किल्ल्यांमधला एक असलेला देवगिरी किल्ला काबीज केला आणि दक्षिणेत पहिल्यांदाच पाऊल टाकणाऱ्या या आक्रमकानं दख्खनच्या श्रीमंतीची चव चाखली. खिलजीनं तिथून रेशमाचे ४००० तागे, ७० किलो हिरे, २०,००० किलोहून जास्त मोती, ३५,००० किलो चांदी आणि शेकडो राजवंशी स्त्रिया आपल्या ताब्यात घेतल्या. श्री. एच.एस. सरदेसाईंनी (२००२, पृष्ठ क्र. ४) अतिशय स्पष्टपणे याचं वर्णन केलं आहे. 'उत्तरेतल्या आपल्या सहधर्मियांची दुरवस्था पाहून दक्षिणेतले हिंदू काहीच शिकले नाहीत असं दिसतं. तेही तितकेच श्रीमंत होते, त्यांच्यातही तशीच फूट होती, दूरदृष्टीचा अभाव होता. हिंदू राजे आक्रमणकर्त्यांना धीरोदात्तपणे आणि विचारपूर्वक तोंड न देता, वेडेपिसे होऊन बेशिस्तपणे लढायला जात. हीच त्यांची सवय होती.'

पुढचा दाखला ड्युरांटकडून (१९४२, पृष्ठ क्र. ४६२) मिळतो, तो लिहितो की एक मुस्लीम इतिहासकार खिलजीबद्दल म्हणतो, 'जर एखाद्याच्या घरात सोन्याचांदीचा तुकडा किंवा एकही मूल्यवान चीजवस्तू नसेल तर त्याला स्वत:चं मस्तकच पुढे करावं लागे. त्याच्याकडून वसूली करून घेण्यासाठी फटके, काळकोठडी, कैद, साखळदंड असं सगळं वापरलं जात असे.' त्याच्याच एका सल्लागारानं त्याच्या या पद्धतीला विरोध केला, तेव्हा अल्लाउद्दीन म्हणाला होता, 'वैद्यबुवा तुम्ही खूप शिकलेले आहात पण तुम्हांला अनुभव नाही. मी अशिक्षित आहे पण मी जग पाहिलेलं आहे. तेव्हा लक्षात ठेवा की, जोपर्यंत हिंदूना दरिद्री केलं जात नाही, तोपर्यंत ते शरणही येणार नाहीत आणि आपली आज्ञाही पाळणार नाहीत.' हे सत्ताधीश सक्षम असत आणि त्यांचे अनुयायी अत्यंत धाडसी आणि उद्योगशील असत. म्हणूनच शत्रूच्या राज्यातही ते आपला आब राखून राहू शकत असत.

खिलजीच्या नंतर आला तुघलक. १३२६ साली, मोहम्मद बिन तुघलकानं, तुंगभद्रा नदीच्या किनारी (सध्या हा भाग कर्नाटक राज्यात येतो) असलेल्या कंपीली या छोट्याशा साम्राज्याचा पराभव केला. ड्युरांट (१९४२, पृष्ठ

क्र. ४६१) म्हणतो, 'तुघलकानं आपल्या वडिलांना ठार करून सिंहासन मिळवलं होतं. तो विद्वान आणि उत्तम लेखक होता. त्याला गणित, भौतिक शास्त्र आणि ग्रीक तत्त्वज्ञान ह्यांची जाण होती. रक्तपात करण्यात आणि क्रौर्यात त्यानं त्याच्या पूर्वजांना मागे टाकलं होतं. बंडखोरी करणाऱ्या आपल्या पुतण्याचं मांस त्यानं त्याच्या पुतण्याच्या पत्नीला आणि मुलांना खाऊ घातलं होतं. रागाच्या भरात देश उद्ध्वस्त केला, लुटला आणि तिथले रहिवासी जंगलात पळून जाईपर्यंत त्यांची कत्तल करत राहिला. त्यानं इतके हिंदू मारले की, इतिहासकार मोस्लेमच्या शब्दांत सांगायचं तर, 'त्याच्या राजप्रासादासमोर आणि दरबारासमोर नेहमीच प्रेतांचा खच पडलेला असे. सफाई करणारे आणि कत्तल करणारे लोक, बळींना ओढून आणण्याच्या आणि त्यांचे समूहचे समूह ठार करण्याच्या कामाला कंटाळले होते.'

लोकप्रिय कथेनुसार, हरिहर आणि बुक्क हे दोन भाऊ होते. ते खजिन्याचे रक्षक होते. त्यांना कैद करण्यात आलं आणि इस्लाम धर्म स्वीकारायला भाग पाडलं गेलं. कालांतरानं त्यांना मुक्त केलं गेलं आणि कंपिलीचा कारभार बघण्याचा आदेश दिला गेला. शिवाजी महाराजांच्या जन्माच्या २९४ वर्षं आधी, म्हणजेच १३३६ साली, त्या दोन बंधूंनी तुघलकाला विरोध करून हिंदू धर्मात प्रवेश केला आणि हंपी इथं विजयनगर साम्राज्याची स्थापना केली. १४व्या शतकात, तुर्कस्तानातून आलेल्या हसन बहामन शाहनं दख्खनचा उत्तरी भाग तत्काळ ताब्यात घेतला. तो कपोलकल्पित पर्शियन राजा, कई बहमनचा वंशज होता. त्यामुळे त्यानं आपल्या नव्या साम्राज्याला बहामनी साम्राज्य असं नाव दिलं. स्वाभाविकच, हे साम्राज्य विजयनगर साम्राज्याचं शत्रुराज्य होणार होतं.

ही दोन साम्राज्यं दोन शतकांपर्यंत कृष्णा आणि तुंगभद्रा तसंच कृष्णा आणि गोदावरी नद्यांमधल्या सुपीक जमिनीवर रक्तलांछित युद्धं खेळत होती.

दख्खनमध्ये अनेक शतकं धार्मिक संघर्ष होत होताच आणि तो पुढेही अनेक वर्षं तसाच चालू रहाण्याची चिन्हं दिसत होती.

एन्ड्र्यू बोस्टननं (२००५, पृष्ठ क्र. ३)त्याच्या पुस्तकाच्या प्रस्तावनेत म्हटलं आहे की, '१४०६ साली, प्रसिद्ध इतिहासकार, कायदेपंडित, तत्त्वज्ञानी आणि समाजशास्त्रज्ञ इब्न खल्तुन यानं जगाची विभागणी दोन भागांत करण्याची संकल्पना मांडली. 'दारुल-इस्लाम' (इस्लामला मानणारे) किंवा हाउस ऑफ इस्लाम म्हणजे इस्लामी सत्ता असलेला प्रदेश आणि 'दारुल-हर्ब' (अविश्वासाचं क्षेत्र/ इस्लामला न मानणारे) किंवा युद्धक्षेत्र. जिहाद म्हणजेच धार्मिक युद्धाचं कर्तव्य पार पाडून ते क्षेत्र इस्लामी सत्तेखाली आणणं आवश्यक आहे. सर्व हर्बींना तलवारीचं पाणी पाजलं पाहिजे.' बगदादचे प्रसिद्ध कायदे पंडित, अल मवार्दी ह्यांनी त्यांच्या 'Laws of Islamic Governance' या पुस्तकात हर्बींसाठी असलेले नियम तपासून पाहिले आहेत. हर्बींना 'दिमीस' धार्मिक गुन्हेगार म्हणून वागवलं जात असे. हेच

'दिमीट्युड'चं मूळ होतं. हर्बींनी जर इस्लामचा स्वीकार केला किंवा कर गोळा करणाऱ्या अधिकाऱ्यानं केलेला अपमान निमूटपणे सहन करत जिझिया कर भरला, तरच त्यांना जिवंत ठेवलं जात असे. जिझिया बंद झाला की जिहाद सुरू होत असे आणि जिहाद थांबला की जिझिया सुरू होत असे.

१५व्या आणि १६व्या शतकात आणखी क्रूर नाट्य घडणार होतं. १४९७ साली भारताच्या पश्चिम किनाऱ्यावर वास्को-द-गामा प्रवेशला. पोर्तुगिजांनी अरबांना हाकलून दिलं आणि आपला व्यवसाय सुरू केला. व्यवसायात जम बसल्यावर पोर्तुगालच्या सत्ताधाऱ्यांनी संधी साधून इथं चर्चची स्थापना केली. गरीब हिंदूंनी धर्मांतर करावं यासाठी जेझुइटनं त्यांना आधी मोफत तांदूळ देऊन मग त्यांच्या वसाहतींमध्ये आणि सैन्यात नोकरी देण्याचं आमिष दाखवायला सुरुवात केली. अगणित देवळं पाडली गेली आणि तिथं चर्च बांधली गेली. स्टीफन नॅप (२००९) म्हणतो, '१५६० साली, (शिवाजी महाराजांच्या जन्माआधी ७० वर्षं) पोर्तुगालच्या राजानं भारतात प्रथमच चौकशी अधिकारी पाठवले. संत फ्रान्सिस झेवियर हे तिसऱ्या किंग जॉनकडे गोव्यात ख्रिस्ती न्यायालयाची स्थापना करण्याची मागणी सतत करत होते. त्याप्रमाणे ती मागणी मान्य केली गेली आणि गोव्यामध्ये सहानुभूतीनं आणि दयेनं चौकशी करणारं धार्मिक न्यायालय सुरू झालं (पाखंडी लोकांना शोधून काढून त्यांना शिक्षा देण्यासाठी कॅथॅलिक सरकारतर्फे सुरू केलं गेलेलं चर्च) तिथं हजारो हिंदूंना केवळ त्यांची परंपरा आणि संस्कृती पाळल्यामुळे छळ करून मारलं गेलं. चौकशी दालनांमध्ये छळ करण्याची उपकरणं ठेवलेली असत. डेलननं[२] (१८१२, पृष्ठ क्र. १७४) लिहिल्याप्रमाणं 'निष्पाप' लोकांकडून 'पापांची' कबूली घेण्यासाठी त्यांचा अनन्वित छळ केला जात असे. 'क्वीन ऑफ टॉर्चर्स'मध्ये बळी दिल्या जाणाऱ्या माणसाचे हात त्याच्या पाठीमागे बांधले जात असत. खोलीच्या चार कोपऱ्यांमध्ये चार दोर बांधलेले असत. ते दोर रहाटावरून (फिरती चकती) बळीला बांधले जात. चकती जोरात फिरवून एका झटक्यात त्याला खोलीच्या छताकडे वर खेचलं जाई आणि दुसऱ्या झटक्यात खाली जमिनीवर सोडलं जाई. त्याच्या शरीरातली सारी हाडं निखळेपर्यंत ही प्रक्रिया केली जात असे. दुसरं उपकरण हे खोलीतल्या जमिनीवर मध्यभागी बसवलेलं असे आणि ते लोहाराच्या ऐरणीसारखं असे. त्याचं टोक फारसं अणकुचीदार

---

[२]चार्ल्स डेलन हा एक फ्रेंच होता. १६६८ साली, केवळ २४ वर्षांचा असताना त्यानं फ्रान्स सोडलं आणि भारताच्या पश्चिम किनाऱ्यावर खूप भटकंती केली. नंतर दमणमध्ये त्यानं डॉक्टर म्हणून काम केलं. सन १६७४मध्ये, इन्क्विझिशननं (ख्रिस्ती न्यायालयीन चौकशी मंडळ) त्याला अटक केली आणि चौकशीसाठी त्याला गोव्याला पाठवलं गेलं. यामागे दोन कारणं असावीत. एक तर त्यानं धर्माविरुद्ध ठामपणे मांडलेली मतं आणि दुसरं म्हणजे त्याच्याबद्दलचा वैयक्तिक द्वेष. डेलननं अनेकदा आत्महत्येचा प्रयत्न केला होता.

नसे. खोलीच्या छताला चारही बाजूंना दोर बांधले जात आणि बळीचे हात पाय त्या दोरांनी बांधले जात. नंतर बळीच्या संपूर्ण शरीराचं वजन त्याच्या मणक्यावर येईल अशा पद्धतीनं त्याला खालच्या ऐरणीवर जोरात खाली सोडलं जाई. तिसरं उपकरण हे खास स्त्रियांसाठी होतं. त्यात डांबराच्या गोळ्या जोडलेले दोरखंड त्यांच्या हातांना बांधले जात आणि त्यांचं संपूर्ण मांस जळेपर्यंत त्यांना आगीवर लटकवलं जात असे.' इतका छळ करूनही जे लोक ख्रिस्ती धर्म स्वीकारण्यास तयार होत नसत त्यांना आणखी क्रूर शिक्षा दिली जात असे. पुरुषांना दंडुक्यांनी बेदम मारहाण करत आणि त्यांची लिंगं कापून टाकत. लहान मुलांचे हातपाय तोडत. स्त्रियांचे स्तन कापून टाकत आणि खास यंत्रानं गर्भवती स्त्रियांच्या गर्भातून त्यांचे गर्भ ओढून बाहेर काढत. हा सर्व छळ त्यांच्या नातेवाइकांसमोर केला जात असे. आणि नातेवाइकांनी तो पहावा, डोळे मिटून घेऊ नयेत म्हणून त्यांच्या पापण्या उचकटल्या जात. The rice converts were even more vicious just to show their loyalty. गरीब ग्रामस्थांना तांदूळ दिला जात असे आणि त्याबदल्यात त्यांना धर्म बदलण्यास प्रवृत्त केलं जात असे.

अनेक शतकं भारतभूमीला रक्तानं न्हाऊ घालणाऱ्या या रक्तलांछित युद्धांसाठी कोण जबाबदार होतं? 'धर्म' की 'सत्ता'? प्रसिद्ध इंग्लिश कवी पर्सी शेलेनं म्हटल्याप्रमाणे, 'सत्ता, ही एखाद्या भयाण संसर्गजन्य रोगासारखी असते. ती ज्याला स्पर्श करते, ते प्रदूषित करत जाते.'

१६व्या शतकात, हिंदुस्थानाच्या उत्तरेत एका नव्या युगाचा आरंभ होत होता. एक नवं साम्राज्य उदयाला येत होतं. ते होतं, मोगल साम्राज्य. भारतात ब्रिटिशांची सत्ता स्थापन होण्यापूर्वीचं सर्वांत मोठं साम्राज्य. ज्याच्या सत्तेच्या केंद्रस्थानी सम्राट असे. झहीर-उद-दीन बाबरानं या साम्राज्याचा पाया घातला होता. उमर शेख मिर्झाचा हा थोरला मुलगा. १४९५ साली तो फरघानाच्या (पूर्व उझबेकिस्तान) सिंहासनावर आरूढ झाला. संपूर्ण मध्य आशियावर राज्य करायचं त्याचं स्वप्न होतं. शहाजहानचा पूर्वज असलेल्या बाबरानं १५२६ साली, म्हणजे शिवाजी महाराजांच्या जन्माच्या साधारण १०० वर्षांपूर्वी, उत्तर भारतावर आक्रमण केलं. बाबर हा सुन्नी मुस्लीम होता. तैमूर हा त्याच्या वडिलांच्या नात्यातला होता तर चेंगीझ खान हा आईकडच्या नात्यातला होता. ते दोघेही जन्मजात विजेते म्हणावेत असे क्रूर योद्धे होते. चेंगीझ खानानं मंगोल साम्राज्याची स्थापना केली. त्यासाठी त्यानं चीन, कोरिया, मध्य आणि नैर्ऋत्य आशिया, पूर्व युरोप आणि रशियामधील भटक्या जमातींना एकत्रित केलं. त्याचे हजारो घोडेस्वार वाटेतल्या लोकांना घोड्यांच्या पायी तुडवत, जगाची पर्वा न करता आगेकूच करत गेले. स्थानिक जनतेची अतिशय निर्दयतेनं त्यांनी कत्तल केली. उदाहरणच द्यायचं तर- हेरातमध्ये (अफगाणिस्तान) आणि त्याच्या आसपासच्या जिल्ह्यांमध्ये त्यानं

६,००,००० लोकांची कत्तल केली, तर बगदादमध्ये कत्तल केलेल्यांची संख्या १.६ दशलक्ष इतकी होती.

चेंगीझ खान मुस्लीम नव्हता. तो 'तेंग्रीझम' या धर्माचा अनुयायी होता. त्या धर्माचं तत्त्व होतं, आपल्या आसपासच्या विश्वाशी सलोख्यानं राहणं. अथांग निळं आकाश आणि सर्जनशील भूमाता हे आपले पालनकर्ते आहेत असा त्यांचा विश्वास होता. चेंगीझ खानानंतर शतकानं जन्माला आलेला तैमूर हा चेंगीझ खानाच्या साम्राज्याचा पुनरुद्धार करायचं स्वप्न बघू लागला. त्यासाठी त्यानं मध्य आशियामध्ये तैमुरीड घराण्याची स्थापना केली. तो स्वःला इस्लामची तलवार म्हणवून घेऊ लागला आणि गाझी म्हणजे 'इस्लामचा धर्मयोद्धा' समजू लागला. गुलाम आणि संपत्ती मिळवण्यासाठी त्यानं भारतावर आक्रमण केलं. तो ज्या भागातून गेला, तिथल्या जनतेची कत्तल करत गेला. तो दिल्लीला पोचेपर्यंत त्याच्याकडच्या हिंदू गुलामांची संख्या १,००,००० झाली होती. एवढ्या मोठ्या संख्येत असलेले गुलाम आपल्याविरुद्ध बंड करून उठतील अशी त्याला भीती वाटली. म्हणून त्यानं अतिशय थंड डोक्यानं निर्दयीपणे आपल्या सैन्याला त्या गुलामांची कत्तल करण्याचा आदेश दिला आणि माशा माराव्यात अशा सहजतेनं त्यांना मारून टाकलं.

बाबरामध्ये त्याच्या या दोन्ही पूर्वजांचं विषारी मिश्रण झालेलं होतं. त्यानं कत्तल करण्यासाठी प्रशिक्षित केलेल्या १२००० युद्धखोर सैनिकांनी पानिपतच्या भूमीला (आज हरयाणामध्ये असलेला भाग) इब्राहिम लोदीच्या १,००,००० सैनिकांच्या रक्तानं न्हाऊ घातलं होतं. त्या वेळी दिल्लीचा सुलतान असलेला अफगाणी इब्राहिम लोदी पराजित झाला. बाबरानं दिल्लीला आपली राजधानी बनवून मोगल साम्राज्याची स्थापना केली आणि भारतीय इतिहासात रक्ताच्या शाईने एक नवं पान लिहिलं गेलं.

१६व्या शतकात, भारतीय इतिहासातल्या दोन बलशाली व्यक्तींचा जन्म झाला. त्यांतला एक होता, दक्षिणेतला कृष्ण देवराय. हा विजयनगर साम्राज्याच्या महान सत्ताधीशांपैकी एक होता. (राज्यकाळ, १५०९-१५२९) आणि दुसरा होता, उत्तरेतला जलालुद्दीन मोहम्मद अकबर. यानं मोगल साम्राज्याला एका वेगळ्या उंचीवर नेलं. कृष्ण देवरायाचा कार्यकाल त्याच्या विजयी युद्धनीतीसाठी ओळखला जातो. युद्धात अगदी अखेरच्या क्षणाला डावपेच बदलण्याच्या त्याच्या युद्धनीतीमुळे त्याला अनेक विजय मिळवून दिले. त्यामुळे त्याच्या राज्यकाळात, बहामनी साम्राज्यानं चालवलेची विजयनगरची धूळधाण एकदम संपुष्टात आली. अकबराची विजयगाथा तर आणखीनच रोचक आहे. सन १५५६ ते १६०५ या काळात झालेल्या मोगल साम्राज्याच्या प्रचंड विस्तारामागे त्याचंच डोकं होतं. त्याचे वारस असलेले जहाँगीर (कार्यकाल- १६०५-१६२७), शाहजहान (कार्यकाल- १६२७-१६५८) आणि औरंगजेब (कार्यकाल- १६५८-१७०७) यांनी अनेक लढाया लढल्या. त्यांतल्या बऱ्याचशा दख्खनेत लढल्या गेल्या.

सतराव्या शतकाच्या मध्यावर जेव्हा शिवाजी महाराजांनी मोगलांविरुद्ध तलवार उसपली, तेव्हा या लढायांना अधिक जोर चढला.

मुस्लीम आक्रमणांच्या काळात अन्य अनेक परदेशी लोकांनीही भारतात प्रवेश करायला सुरुवात केली होती. मोगलांनी तसंच खिलजी, तुघलक आणि बहामनींनी अनेक परदेशी नागरिकांना इथं आणलं. नंतर त्या लोकांनी दख्खनमध्ये प्रवेश केला. शिवाजी महाराजांचा जन्म झाला तेव्हा मुस्लीम जनतेमध्ये पर्शिया, अफगाण, अबिसिनिया, तुर्कस्तान, बुखारा आणि समरकंद (उझबेकिस्तान) इथले लोक होते. त्याबरोबरच रशियन आणि युक्रेनियन वंशाचे काही तार्तारसुद्धा होते. सत्ताधाऱ्यांमध्ये अधिकतम पर्शियन, तुर्की, अफगाण आणि अबिसिनियन (आफ्रिकी) होते. दख्खनमधील नव्यानं मुस्लीम झालेल्यांना दख्खनी मुसलमान म्हटलं जात असे. धर्मांतर करून मुस्लीम झालेल्यांना मुळच्या मुस्लीमांकडून समानतेची वागणूक मिळत नसे. त्यांना सामाजिक आणि आर्थिक अधिकार आणि प्रतिष्ठा मिळत नसे. उमारा (सरदार/दरबारी) आणि उल्मा (प्रेषिताचे वंशज मानले जाणारे धर्माभ्यासक) हे मुस्लिमांमधला प्रतिष्ठित वर्ग होते. उच्च प्रतीच्या मुस्लीम योद्ध्यांना 'खान' आणि 'खान-इ-खानान' (खानांचा खान) या उपाध्या दिल्या जात असत. खान-इ-खानान आणि अमीर-उल-उमरा या दोन सर्वोच्च उपाध्या होत्या. अमीर किंवा मीर, मिर्झा आणि मलिक या काही अन्य उपाध्या होत्या. हिंदू सरदारांना 'राजा', 'राव' आणि 'राय' या उपाध्या दिल्या जात असत. त्यांतल्या सर्वोच्च उपाध्य होत्या, 'राय-इ-रायान' (राजांचा राजा) आणि 'महाराजा'. या सरदारांसाठी उच्च पदं आणि कर गोळा करण्याच्या जबाबदाऱ्या राखून ठेवल्या जात असत. त्यामुळे हे सरदार अतिशय ऐशोआरामात राहत असत. बरेचदा ते सम्राटाची बरोबरी करत. रेखीव उद्यानांनी वेढलेल्या, तैनातीला गुलाम असलेल्या आणि मोठे जनानखाने असलेल्या दिमाखदार महालात राहत असत. त्यांच्याकडे हत्तींची पलटण असे.

दक्षिणेतले सरदार हे सत्ता आणि संपत्ती यांमुळे एकमेकाबरोबर ईर्षा करत. अफगाण आणि अबिसिनियन सरदार उच्च पदं आणि उपाध्या मिळवण्यासाठी एकमेकांशी राजकीय खेळी खेळत आणि संघर्ष करत होते. दख्खनी मुसलमानही त्यात मागे नव्हते. त्यांच्यातले काही उच्चपदस्थ कपट-कारस्थानानं आपल्या राज्यकर्त्यालाच पदच्युत करू पाहत होते. त्यांच्यावर वचक बसवण्यासाठी हिंदू वतनदार कुटुंबातल्या सक्षम व्यक्तींना निवडून सम्राट त्यांना आपल्या दरबारात सरदारकी देत असे आणि उपाधी बहाल करत असे. त्यामुळे या काळात बऱ्याचशा मराठी भाषिक असणाऱ्या कुटुंबांचं किंवा मराठ्यांचं महत्त्व वाढू लागलं.

इस्लामी आक्रमणाबरोबर काही फायदेशीर व्यापारही सुरू झाले. एम.ए. खानांनी (२००९, पृष्ठ क्र. ३१४) लिहिल्याप्रमाणे, 'भारतातील मुस्लीम जनतेची नपुंसक नोकरांची मागणी पुरवण्यासाठी प्रचंड मोठ्या प्रमाणावर पुरुष कैद्यांची

लिंगं निकामी केली गेली. त्यांची संख्या धक्कादायक आहे. त्या काळात युद्धातली लूट म्हणून पकडलेले तरुण आणि पुरुष ह्यांच्यावर क्रूर पद्धतीनं नपुंसकतेची शल्यक्रिया केल्यामुळे अति रक्तस्राव होऊन किती जण जिवाला मुकले असतील याची कल्पनाही करता येणार नाही. जबरदस्तीनं नपुंसक केले गेलेले असे पुरुष, जनानखान्याचे रक्षक, नोकर, अंगरक्षक, विशेष सैनिक आणि सहकारी म्हणून नियुक्त केले जात.' खान पुढे लिहितात, 'मोहम्मद फरिश्ता, खोंदामीर, मिनाझ सिराझ आणि जियाउद्दीन यांसारख्या मध्ययुगीन इतिहासकारांनी मोहम्मद गझनी, कुतुबुद्दीन ऐबक आणि सिकंदर लोदी असे प्रसिद्ध सुलतान, देखण्या तरुणांच्या प्रेमात कसे वेडे झाले होते याच्या कथा लिहिलेल्या आहेत. मोठ्या प्रमाणावर नपुंसक तयार करणं ही मोगल साम्राज्याला आणि दख्खनेतील सल्तनतींना लागलेली कीड होती. खान म्हणतात (२००९, पृष्ठ क्र. ३१३) की, सन १६५९ मध्ये, हैद्राबादजवळ २२,००० पुरुषांना नपुंसक केलं गेलं.

सोळाव्या आणि सतराव्या शतकात, उत्तरेत मोगल साम्राज्य उदयाला येत असताना, दख्खनेतील साम्राज्यांची अवस्था खालावत चालली होती. त्याची सुरुवात झाली ती बहामनी साम्राज्याचे तुकडे पडल्यानं. त्यातून अनेक 'शाहीं'चा आणि सल्तनतींचा उदय झाला. त्यातूनच आदिलशाही, निजामशाही, बिदरशाही आणि बेरारशाही ह्यांचा जन्म झाला. दख्खनेतल्या सर्व शाही नेहमीच एकमेकांशी झुंजत असत, पण विजयनगर साम्राज्याच्या विरोधात लढण्याची वेळ येताच या सर्व शाही, इस्लामी धर्माच्या नात्यानं एकत्रित होऊन मोर्चा बांधत असत.

सन १५६५ मध्ये म्हणजे, कृष्ण देवरायाच्या मृत्यूनंतर ३० वर्षांनी आणि शिवाजी महाराजांच्या जन्माच्या ६५ वर्ष आधी, अहमदनगर, बिदर, विजापूर आणि हैद्राबाद इथल्या सल्तनतींनी एकत्र येऊन ८०,००० पायदळ आणि ३०,००० घोडदळ एकत्र करून संघटित सैन्य तयार केलं होतं. विजयनगर साम्राज्याच्या सीमांवर उदयाला येणारी आणि हिंदू साम्राज्यांमध्ये सर्वांत बलाढ्य असणाऱ्या विजयनगरच्या साम्राज्याबद्दल ईर्षा बाळगणारी छोटी हिंदू राजघराणी, मुस्लिमांच्या संघटित सैन्याला जाऊन मिळाली आणि त्यांचं बळ वाढवलं. १४,००० पायदळ आणि १०,००० घोडदळ असणारे विजयनगरचे सैन्याधिकारी तयारीत होते किंवा त्यांचा तसा समज होता. दख्खनच्या सल्तनती आणि विजयनगर साम्राज्य ह्यांच्यातली लढाई, कृष्णा नदीच्या काठी (आता कर्नाटक राज्यात असलेल्या) असलेल्या तालीकोट या खडकाळ प्रदेशात लढली गेली. आक्रमण करून गेलेल्या शत्रुसैन्यानं घातपात केला आणि तोफगोळे डागून हल्ला चढवला. ही लढाई अर्थातच दख्खनेतील संघटित सल्तनतींनी जिंकली. विजयनगर साम्राज्याच्या अखेरच्या सम्राटाचं शिरकाण केलं गेलं आणि त्याचं मस्तक विजयाचं निशाण म्हणून लटकवलं गेलं. विजयनगरची जवळपास १,००,००० जनता कापली गेली आणि

मग शहरांची लूटमार जोरात सुरू झाली. विजयनगरचा खजिना इतका मोठा होता की, संघटित सैन्यातला प्रत्येक सैनिक सोनंनाणं, रत्नं, तंबू, शस्त्रास्त्रं, घोडे आणि गुलाम मिळवून श्रीमंत झाला. थोडेथोडके नाही तर सलग पाच महिने शहराची लूट सुरू होती. विजेत्यांनी खाटकाचं रूप धारण केलं होतं. ते वाटेतल्यांची कत्तल करत होते, दुकानं लुटत होते, देवळं पाडत होते आणि घरादारांना आगी लावत होते. वैभवशाली विजयनगरची राखरांगोळी झाली होती. अनेक शतकांपूर्वी आलेल्या मुस्लीम आक्रमणकर्त्यांनी जणू शापित मुकूट प्राप्त केला होता.

विजयनगरच्या पराजयावर इतिहासकारांनी खूप चर्चा केल्या आहेत. काहींचं म्हणणं आहे की, त्यांच्याकडे घोडदळाची संख्या कमी होती. काही म्हणतात की, त्यांचे सैन्याधिकारी वयोवृद्ध होते. ते अवाढव्य हत्तींवर बसून लढत असत. तर काहींचं म्हणणं आहे की, त्यांच्या पायदळातले सैनिक बांबूचे तीर वापरत असत. काही इतिहासकारांच्या मते संघटित सल्तनतींच्या विजयाचं कारण म्हणजे त्यांच्याकडे धातूचे धनुष्य-बाण होते, त्यांचे सैन्याधिकारी चपळ घोड्यांवरून युद्ध करत आणि त्यांचे तोफखाने तुर्कस्तानातील तज्ज्ञ चालवत असत. हा वाद असाच चालू राहू शकतो, पण ही शेवटच्या आणि मोठ्या हिंदू साम्राज्यांमधल्या एका साम्राज्याची अखेर होती आणि तेच सत्य होतं.

तेराव्या शतकापासून युद्ध आणि केवळ युद्धच पाहत आलेलं दख्खन, त्याच्या धगधगत्या भूतकाळाला पचवायला शिकलं होतं. कालांतरानं दोन सल्तनती लयाला गेल्या. सन १५७४मध्ये बेरारमध्ये कारस्थान रचलं गेलं आणि त्या अस्वस्थ काळातच निजामशाहीनं त्याच्यावर आक्रमण करून ते ताब्यात घेतलं, तर सन १६१९मध्ये आदिलशाहीनं बीदर गिळंकृत केलं. साधारणपणे सांगायचं तर शिवाजी महाराजांच्या जन्माच्या वेळी दख्खनेत तीन मुस्लीम साम्राज्यं अस्तित्वात होती. अहमदनगर (महाराष्ट्र) राजधानी असलेली निजामशाही, विजापूर (कर्नाटक) राजधानी असलेली आदिलशाही आणि हैद्राबाद (तेलंगणा/आंध्र प्रदेश) राजधानी असलेली कुतुबशाही किंवा गोवळकोंडा. विस्तृत दक्षिण पठार किंवा नर्मदा आणि दक्षिणेतली कृष्णा या नद्यांमधला प्रदेश असं दख्खनचं वर्णन करता येईल. हे नाव संस्कृतमधील 'दक्षिण' या शब्दावरून पडलेलं आहे. हा प्रदेश, पश्चिमेला पश्चिम घाट (पर्वतांच्या उतरणी), दक्षिणेला निलगिरी पर्वतरांगा, तर उत्तरेला अरावली आणि छोटा नागपूर पर्वतरांगांनी वेढलेला आहे. गोदावरी, कृष्णा, पेन्नार आणि कावेरी यांसारख्या अनेक नद्यांनी या प्रदेशाला सुपीक केलेलं आहे. त्यांतल्या बऱ्याचशा नद्या अरबी समुद्राच्या बाजूला उगम पावून पूर्वेला वाहत बंगालच्या खाडीला जाऊन मिळतात.

'तालिकोटच्या अचानक उद्भवलेल्या युद्धातल्या पराभवानंतर झालेलं विजयनगरचं भौतिक नुकसान महत्त्वाचं नव्हतं, तर त्यामुळे हिंदू साम्राज्यांवर

झालेला मानसिक आघात महत्त्वाचा होता. साम्राज्याची प्रतिष्ठा धुळीला मिळाली, केंद्रीय सत्ता कमजोर पडली आणि स्वार्थीपणा वाढीस लागला. प्रादेशिक अधिकारी असलेले नायक, स्वत:ला स्वतंत्र सत्ताधिकारी समजू लागले. त्यामुळे साम्राज्याचे हळूहळू तुकडे पडू लागले आणि शेवटी विजयनगरचं अखंड साम्राज्य, लहान– लहान भांडखोर राज्यांमध्ये विखुरलं गेलं.' (संदर्भ : ग. भा. मेहेंदळे. २०११, पृष्ठ क्र. ४)

तालिकोट हा मैलाचा दगड ठरला. तालिकोटच्या लढाईनंतर, लहानलहान हिंदू राजे, बाकीच्या हिंदू राजांची साम्राज्यं लुटू लागले आणि काहींनी तर आदिलशाही आणि कुतुबशाहीशी हातमिळवणी केली. काही वर्षांनी दख्खनेच्या मुस्लीम साम्राज्यांनी, तिथली सर्व छोटी हिंदू साम्राज्यं आपल्या घशात घालायला सुरुवात केली आणि त्यात अनेक हिंदू साम्राज्यं लयाला गेली.

शिवाजी महाराजांचा जन्म होईपर्यंत मुस्लीम आक्रमकांची अधोगती होऊ लागली होती. आधीचे आक्रमक शूर होते; पण संपत्ती, सत्ता आणि ऐशोआराम तत्काळ मिळवण्यापायी त्यांची वृत्ती कालांतरानं खालावत गेली होती. परिणामत: त्यांचा आत्मविश्वास डळमळीत झाला होता. मेहनत करण्याऐवजी मानमरातब आणि उपाध्या ह्यांसाठी ते दरबारी कट-कारस्थानं करू लागले होते. त्यांचे सम्राट कला-कौशल्यांचे आश्रयदाते झाले होते आणि आपापल्या नगरांचं सौंदर्य वाढवण्यासाठी, बघणाऱ्याला श्वास रोखून धरायला लावतील अशी स्मृतिस्थानं बांधण्यात मग्न झाले होते. घोडदळाच्या सैन्याची देखभाल करण्यासाठी त्यांनी जहागीरदार (सरंजामशहा; हिंदू आणि मुस्लिम) नियुक्त केले होते. त्यांना आपल्या साम्राज्यातला मोठा भाग जहागिरी म्हणून दिलेला होता. जहागीरदार स्वत:चा पगार म्हणून त्यातला शेतसारा घेत असत.

अशा प्रकारे सम्राट स्वत:कडे मोठं सैन्य बाळगण्याचा शारीरिक, मानसिक आणि आर्थिक तणाव टाळत असत. त्यामुळे सैन्यबळासाठी त्यांना दुसऱ्यांवर अवलंबून राहावं लागत असे. बरेचदा जहागीरदार हा सम्राटापेक्षा जास्त शक्तिशाली होत असे आणि त्या साम्राज्यासाठी धोका ठरत असे. त्या काळच्या परिस्थितीतले हे कच्चे दुवे शिवाजी महाराजांनी ओळखले आणि त्यानुसार स्वत:ची शक्ती वाढवून त्यांना परास्त केलं.

पण तरीही जे व्हायचं होतं तेच झालं. भारताला त्याची नियती निश्चितच ऱ्हासाकडे घेऊन जात होती.

भविष्य घडवायची हीच तर नव्हती वेळ?

कोण खेळणार होतं नियतीशी जिवघेणा खेळ?

आदिलशाही वंशवृक्ष

युसुफ (१४८९–१५१०)
इस्माईल (१५१०–१५३४)
आलमशाह
मल्लू (१५३४–१५३५)
इब्राहिम (१५३५–१५५७)
अब्दूल्लाह
इस्माईल
अली (१५५७–१५८०)
ताहम असफ
अहमद
इस्माईल
इब्राहिम द्वितीय (१५८०–१६२६)
दुर्वेश बादशाह
सुलतान सुलेमान
मुहम्मद (१६२६–१६५६)
अली (१६५६–१६७२)
हुसैन
सिकंदर (१६७२–१६८६)
सुलतान मुहम्मद

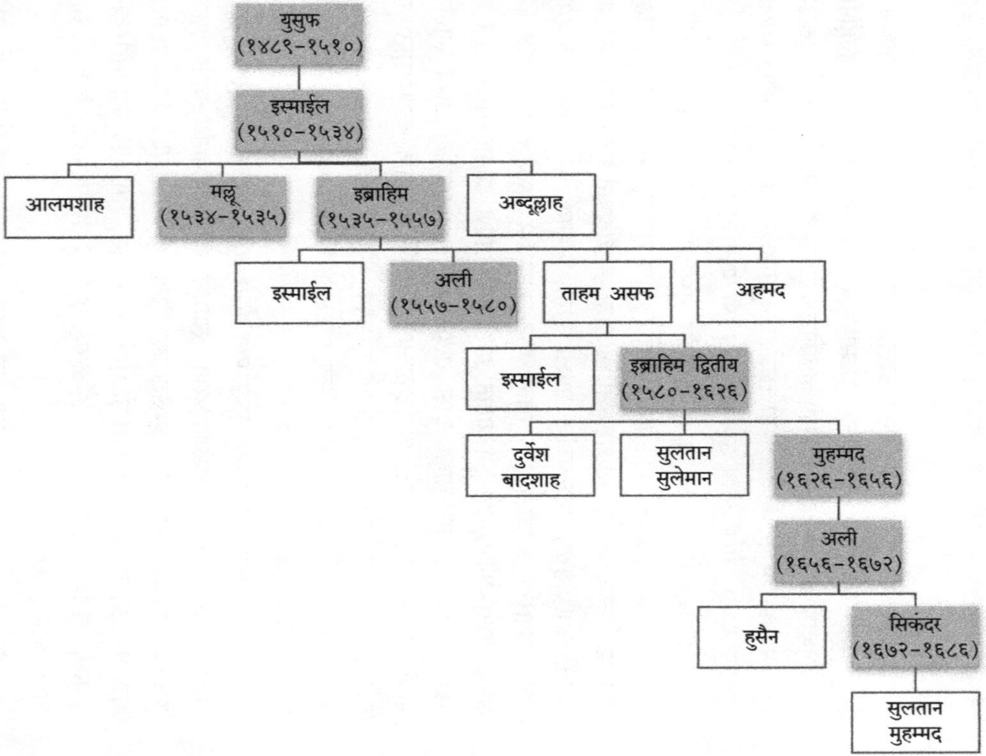

मोगल वंशवृक्ष

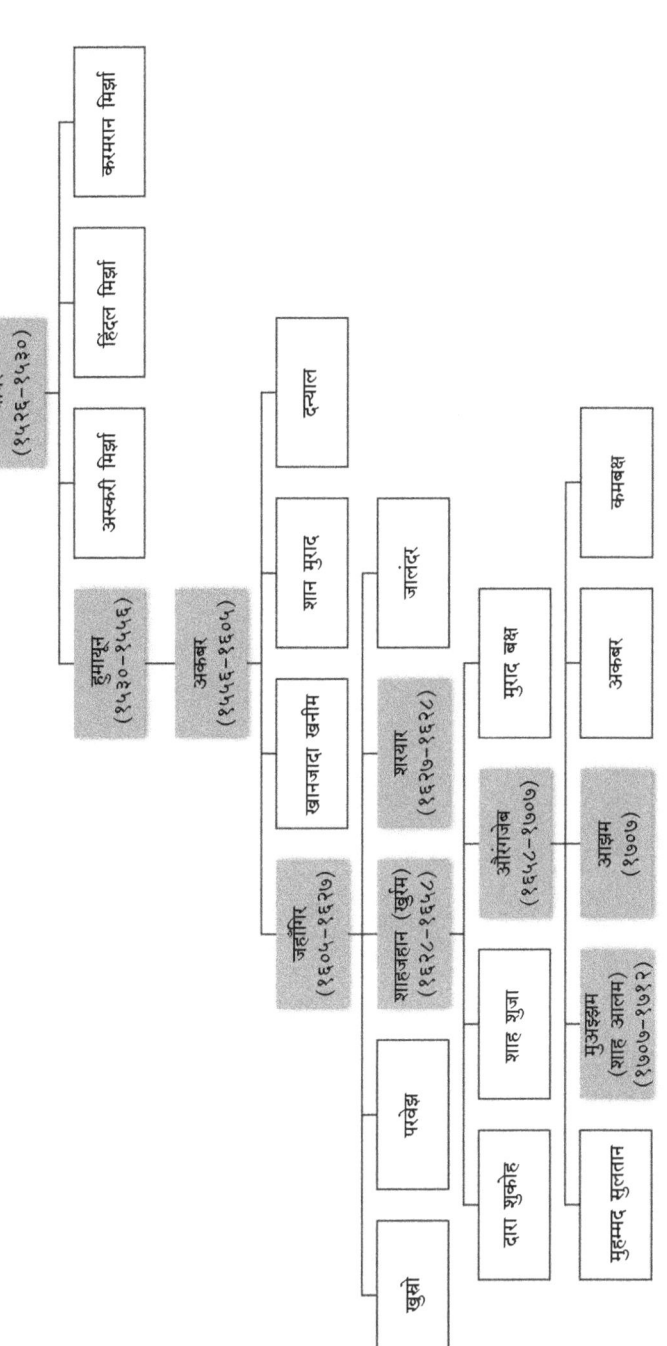

बाबर (१५२६–१५३०)
हुमायून (१५३०–१५५६)
अस्करी मिर्झा
हिंदल मिर्झा
करमरान मिर्झा
अकबर (१५५६–१६०५)
जहाँगिर (१६०५–१६२७)
खानजादा खनीम
शान मुराद
दन्याल
खुस्रो
परवेझ
शाहजहान (खुर्रम) (१६२८–१६५८)
शरयार (१६२७–१६२८)
जालंदर
दारा शुकोह
शाह शुजा
औरंगजेब (१६५८–१७०७)
मुराद बक्ष
मुहम्मद सुलतान
मुअझ्झम (शाह आलम) (१७०७–१७१२)
आझम (१७०७)
अकबर
कमबक्ष

भोसले वंशवृक्ष

बाबाजी भोसले
मालोजी
विठोजी
शहाजी
शरीफजी
छत्रपती शिवाजी (१६७४-१६८०)
संभाजी
व्यंकोजी
छत्रपती संभाजी (१६८०-१६८९)
छत्रपती राजाराम (१६८९-१७००)
छत्रपती शाहू (१७०७-१७४९)
शिवाजी द्वितीय (१७००-१७०७)

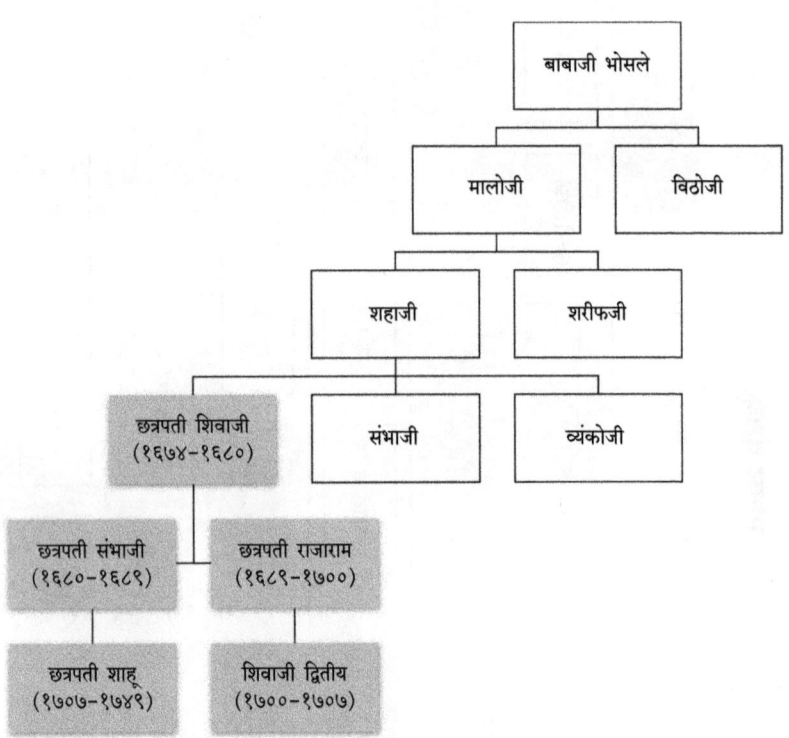

प्रकरण - १

राजे शहाजी भोसले

शिशिर सरताना आणि वसंताचं आगमन होत असतानाच शिवनेरी गडावर जिजाबाई भोसले यांना पुत्रप्राप्ती झाली. पुण्याच्या उत्तरेला ९० किलोमीटरवर असलेला हा शिवनेरी गड, आता भारतातल्या पश्चिम महाराष्ट्रात येतो. भोवतालची भक्कम तटबंदी आणि हत्तींनी टक्कर देऊन तोडू नये म्हणून अणकुचीदार खिळे मारलेल्या बुलंद दरवाजांमुळे शिवनेरीला अभेद्य कवच लाभलं होतं. गडाच्या खडकाळ उतारावर बौद्ध लेण्या होत्या. आता या लेण्या म्हणजे वटवाघळांच्या वसाहती झाल्या आहेत.

शिवजन्माची तारीख सांगायची तर ती होती १९ फेब्रुवारी १६३०. शतकांपूर्वीच्या काळात, त्या दिवशी शिवनेरीवरचं वातावरण कसं असेल? कदाचित पुत्रजन्माची आनंदवार्ता देण्यासाठी गडावर नगारे दुमदुमले असतील. बुरुजांवर लावलेल्या तोफांची धडाकेबाज सलामी दिली गेली असेल किंवा कदाचित असं काहीच झालं नसेल. सुरक्षिततेसाठी, परकीयांचं लक्ष वेधलं जाऊ नये म्हणून हा आनंदसोहळा शांततेत साजरा केला गेला असेल. नवजात बाळाचा दादा 'संभाजी' तेव्हा केवळ सात वर्षांचा होता. आपल्याला धाकटा भाऊ आला हे कळल्यावर हर्षोल्लासानं तो गडभर बागडला असेल. बाळाचे वडील शहाजी राजे त्या वेळी गडाखाली पठारावर युद्धात गुंतलेले होते. बाळाचं नामकरण केलं गेलं 'शिवाजी'. बाल शिवाजीला कल्पनाही नव्हती की ज्या भूमीत त्याचा जन्म झाला आहे, ती अनेक शतकं तिच्यावर होणाऱ्या परकीय आक्रमणांमुळे उद्‌ध्वस्त झाली आहे आणि हा संघर्ष पुढंही अनेक वर्षं असाच चालू राहणार आहे.

सोळाव्या शतकाच्या मध्यावर भोसले घराण्यातली पहिली ज्ञात व्यक्ती म्हणजे बाबाजी भोसले. ते शेतकरी होते. आपल्या वाटच्या जमिनीच्या छोट्याशा तुकड्यातून मिळणारं उत्पन्न आणि गावच्या पाटीलकीतून होणारी कमाई, यांवर त्यांच्या कुटुंबाची गुजराण चालत असे. पुणे जिल्ह्यातली हिंगणी-बेराडी आणि देवलगाव ही त्यांची गावं, त्या काळी अहमदनगरच्या निजामाच्या अमलाखाली म्हणजेच निजामशाहीत

येत होती. त्यांना दोन मुलं होती. मालोजी (शिवाजी महाराजांचे आजोबा- वडिलांचे वडील) आणि विठोजी. ते दोघंही दौलताबादच्या पायथ्याशी असलेल्या वेरूळला स्थायिक झाले होते. तिथं सिंदखेडच्या लखूजी जाधवराव (शिवाजी महाराजांचे आजोबा- आईचे वडील) यांच्याशी त्यांची भेट झाली. जाधवराव हे निजामशहाच्या दरबारातले एक सन्माननीय सरदार होते. त्यांच्या मदतीनं भोसले बंधू निजामाच्या सैन्यात, घोडदळात दाखल झाले. मालोजींनी पराक्रम गाजवला आणि निजामाच्या दरबारात सरदारकीचा मान मिळवला. मालोजींच्या शौर्यानं खूश झालेल्या निजामशहानं त्यांना जुन्नर आणि नाशिक ह्यांच्या जवळची जमीन, जहागीर म्हणून बक्षीस दिली. मालोजीराजे निष्ठावान आणि उदार होते. त्यांनी एक भलं थोरलं घोडदळ तर उभारलंच पण वैयक्तिक खर्चातून अनेक देवळं बांधली, गरिबांसाठी दानधर्म केला आणि महाराष्ट्रातल्या सातारा जिल्ह्यात[३] पावसाचं पाणी साठवण्यासाठी बंधारे बांधले. मालोजींच्या मृत्यूनंतर त्यांचे पुत्र शहाजी राजांनीही (शिवाजी महाराजांचे वडील) निजामशाहीसाठी मोगलांशी आणि आदिलशहाशी अनेक लढाया लढल्या, जिंकल्या आणि आपल्या पराक्रमानं वडिलोपार्जित जहागिरीत पुणे, सुपे आणि इंदापूर यांची भर घातली. त्यांना त्यांच्या जहागिरीत शेतसारा वसूल करण्याचा अधिकार होता आणि युद्धप्रसंगी निजामाला मदत करता यावी म्हणून खासगी सैन्य बाळगण्याचाही अधिकार होता.

शिवाजी राजांची आई जिजाबाई ही लखूजी जाधवांची लेक. जाधव हे सरदार तर होतेच पण सिंदखेड गावचे देशमुखही (वतनदार) होते. हे गाव आता पश्चिम भारतातल्या महाराष्ट्र राज्यात, बुलढाणा जिल्ह्यात आहे.

महाराष्ट्राच्या इतिहासात जिजाबाईंचं म्हणजेच शिवाजी महाराजांच्या आईचं स्थान महत्त्वाचं मानायला हवं. त्या काळच्या प्रतिष्ठित अशा मराठा जहागीरदार घराण्यातली लेक असलेल्या जिजाबाई स्वतःला महाराष्ट्राचे प्राचीन राज्यकर्ते असलेल्या यादव कुळाचाच्या वंशज मानत असत. त्या काळच्या प्रथेप्रमाणे,

---

[३] 'महाराष्ट्र' हे भारतातलं पश्चिम-मध्य भागातलं राज्य आहे. कोकण (सागर किनारपट्टी), देश (घाटमाथा), मराठवाडा आणि विदर्भ असे त्याचे भाग आहेत. पूर्वी महाराष्ट्राला अनेक नावांनी ओळखलं जात असे. काही शिलालेखांवर महाराष्ट्राचा उल्लेख मरहट्टा, मऱ्हाटी, महाराष्ट्री, महाराष्ट्रिक आणि महाराष्ट्र धर्म असे आढळतात. सातव्या शतकात या प्रदेशाचं वर्णन पुढीलप्रमाणे केलेलं आढळतं- महाराष्ट्र देशाचा राजा क्षत्रीय होता. त्याचं नाव होतं पुलकेशी. त्याचे सहकारी उच्चशिक्षित होते. तिथं शंभरावर निवासी इमारती होत्या आणि राजाच्या उदारतेमुळे ५०००पेक्षा जास्त लोक तिथं निवास करत होते. शंभराहून अधिक देवळंही होती. विविध जाती-धर्मांचे लोक तिथं गुण्यागोविंदानं एकत्र राहत होते. (कुलकर्णी, १९९९, पृष्ठ- १२) १७व्या शतकात समर्थ रामदास स्वामी आणि कविंद्र परमानंद यांसारख्या काही संतांनी या प्रदेशाचा उल्लेख 'महाराष्ट्र' असा केलेला आढळतो.

जिजाबाई आणि शहाजीराजा ह्यांचा विवाह त्यांच्या लहानपणीच, अगदी थाटामाटात केला गेला. जिजाबाईंच्या वडिलांनी मालोजी राजांकडे जिजाऊ आणि शहाजी ह्यांचा विवाह व्हावा अशी इच्छा एकदा व्यक्त केली होती. त्यांना दिलेला शब्द मालोजी राजांनी पाळला आणि आपण शब्दाचे किती पक्के आहोत हे दाखवून दिले. (संदर्भ : रानडे, १९६१, पृष्ठ-२८)

अरेबिक भाषेमध्ये 'वतन' म्हणजे मातृभूमी. पण इथं त्याचा अर्थ एखादं काम करण्याचा वंशपरंपरागत चालत आलेला अधिकार असा होतो. ज्या लोकांना काही विशिष्ट काम करण्याचा आणि त्यातून आपला उदरनिर्वाह चालवण्याचा अधिकार वंशपरंपरागत पद्धतीनं लाभलेला आहे त्यांना वतनदार म्हणतात. त्या काळी शेती हा मुख्य व्यवसाय होता आणि शेतसारा (शेतात आलेल्या धान्यावर निश्चित केलेला कर) गोळा करण्याचा अधिकार प्रतिष्ठेचा मानला जात होता. सर्व गोष्टी या शेती व्यवसायावर आधारित असायच्या. प्राचीन काळी दक्षिणेत अशा प्रकारची 'वतनदारी' केली जायची. खेड्यातले प्रतिष्ठित लोक, सरकारी नोकरदार अशा शेकडो लोकांना जमिनी दिल्या गेल्या होत्या आणि ठरावीक पद्धतीची कामं करण्याचे अधिकारही दिले गेले होते. अशा अधिकारांना 'वतन' म्हटलं जात असे. पाटील (गावाचा प्रमुख) आणि कुलकर्णी (हिशोब ठेवणारा) हेसुद्धा गाव पातळीवरचे वतनदारच असत. तर देसाई, देशमुख, देशपांडे, देशकुलकर्णी इत्यादी जिल्हा पातळीवरचे अधिकारी (परगणा प्रमुख) असत. ते जिल्हा पातळीवरचे वतनदार असत. त्या काळी अशा वतनदारांना जमिनींचे मोठमोठे तुकडे करमुक्त पद्धतीनं इनाम म्हणून दिले जायचे. काही वेळा त्याबरोबर सरकारी करातील काही हिस्साही दिला जात असे. हे पिढ्या-न्-पिढ्या चालत असे. शिवाजी महाराजांचे पूर्वज अशा पद्धतीचे जहागीरदार किंवा सरंजामशाह होते. यालाच 'राज्याच्या जमिनीचा विश्वस्त' असंही म्हटलं जातं.

अभ्यासकांनी त्या काळची 'वर्ण पद्धत' स्पष्ट केली आहे. त्यात ब्राह्मण (पूजा-अर्चना करणारे किंवा ज्ञानोपासना करणारे), क्षत्रिय (योद्धे, राजे), वैश्य (व्यापारी, व्यावसायिक), शुद्र (शेतकरी किंवा गावाची अन्य कामं करणारे, बलुतेदार) अशा पद्धतीनं समाजाचं वर्गीकरण केलं जात असे. खरं तर सर्व सामाजिक क्षेत्रांतली कामं नीट व्हावीत आणि अर्थकारण व्यवस्थित चालावं यासाठी वर्णपद्धत निर्माण केली गेली. कदाचित यामुळेच अनेक असमान घटक असलेला भारतीय समाज एकसंध होऊन राहू शकला, पण ही सामाजिक व्यवस्था स्थिर झाल्यावर मात्र सनातनी मार्गांमुळे, संकुचित विचारांमुळे जातिव्यवस्था बळकट होऊ लागली. सामाजिक घुसमट होऊ लागली आणि परिणामत: सामाजिक एकता नष्ट होऊन जातींच्या आधारावर भेदाभेद सुरू झाला आणि मानवी हक्कांची पायमल्ली होऊ लागली. उच्च जातीच्या लोकांनी निम्नतम पातळीवरील जातीच्या लोकांना

हे कार्य साधारणपणे खालील पद्धतीनं केलं जात असे-

सुभेदार

* बहुधा मुस्लीम
* राजगादीवर बसण्याचा वंशपरंपरागत अधिकार.

उपप्रमुख किंवा राजाचा प्रतिनिधी-

* बहुधा मुस्लीम
* सुभ्याची किंवा परगण्याची देखभाल करण्यासाठी आणि त्या प्रदेशातील वतनदार आणि जहागीरदारांवर लक्ष ठेवण्यासाठी राजाच याची नियुक्ती करत असे आणि त्याला पगार देत असे.
* हे पद वंशपरंपरागत लाभत नसे.

सरंजामशाहीतला जहागीरदार-

* हा हिंदू किंवा मुस्लीम असे. मूळ राजाच्या मालकीच्या असलेल्या संपत्तीचा (जहागीर) विश्वस्त.
* त्याला पगाराऐवजी त्या प्रदेशातील त्याच्या जहागिरीत येणाऱ्या भागाचा कर गोळा करण्याचा अधिकार दिला जात असे. त्या निधीतून त्याला राजासाठी घोडदळ बाळगावं लागे आणि काही निधी स्वत:च्या खर्चासाठी वापरायला मिळे.
* राजानं त्याच्यावर सोपवलेल्या प्रदेशावर त्याचा परंपरागत अधिकार नसे.

वतनदार किंवा कर-धारणकर्ता-

* हे अधिकतम हिंदू असत आणि भूमिपुत्र असत.
* शेतकऱ्यांना प्रोत्साहन देणं, राजाच्या वतीनं कर गोळा करणं, सारा गोळा करणं हे त्यांचं काम असे.
* त्यांना करमुक्त पद्धतीनं जमिनींचे मोठमोठे तुकडे इनाम म्हणून दिले जात. त्याचबरोबर सरकारी करातला काही हिस्साही त्यांना दिला जात असे. हे पिढ्या-न्- पिढ्या चालत असे.
* हे पाटील (गाव-प्रमुख) किंवा देशमुख (प्रदेशाचा-प्रमुख) असत.

आकृती- १- मोगलांची वतनदारी पद्धत.

देवळात प्रवेश करायची, संस्कृत शिकण्याची, अन्य शिक्षण घेण्याची, सार्वजनिक विहिरींवर पाणी भरण्याची आणि उच्च जातीच्या व्यक्तीसमोर पादत्राणं घालण्याची बंदी केली.

शिवाजी महाराजांच्या आधी अनेक वर्षं, मराठी[४] भाषा अस्तित्वात आली होती. जिथं-जिथं मराठी भाषा बोलली जात असे, त्या प्रदेशाला महालेश (महालाशो) मारहट्ट, मऱ्हाटी, महाराष्ट्री, महाराष्ट्रीक, महारट्टा, मऱ्हाटा आणि मराठा[५] हे शब्द वापरले जात असत. शिवाजी महाराजांच्या काळात मराठ्यांनी जेव्हा दक्षिणेवर विजय मिळवला आणि शिवाजी महाराजांनंतर जेव्हा (पेशव्यांचं राज्य असताना. हे पेशवे ब्राह्मण होते.) मराठ्यांनी दक्षिणेबरोबरच उत्तरेतही आपला झेंडा फडकवला; तेव्हा 'मराठा' या शब्दाचा अर्थ, मराठी बोलणारे घोडेस्वार असा घेतला जाऊ लागला. त्यामुळे तेव्हा 'मराठा सैन्य' म्हंटलं की त्यात कुणबी, ब्राह्मण, वैश्य, बलुतेदार आणि आदिवासी अशा सगळ्यांचा समावेश असायचा. (संदर्भ : कुलकर्णी, १९९९)

जेम्स ग्रान्ट डफ (१८२६, पृष्ठ १३) यांनी लिहिलं आहे, 'इतर प्रदेशांतल्या नागरिकांपासून फरक स्पष्ट करायचा झाल्यास महाराष्ट्रातल्या ठळक सामाजिक वर्गांतल्या सर्वांनाच काही प्रमाणात 'मऱ्हाटा' ही संज्ञा लागू पडते, पण महाराष्ट्रातील लोकांमध्ये मात्र ब्राह्मण लोक स्वत:ला मराठ्यांपेक्षा काटेकोरपणे वेगळं राखतात. मराठ्यांमध्ये कुणब्यांचा आणि शेतकऱ्यांचा समावेश होत असला, तरी तो खास करून लढवैय्या/सैनिकी कुटुंबांसाठी मर्यादित आहे. बरेचदा त्यांना राजपुतांचे वंशज मानलं जातं पण ते तितकंसं संभवनीय नाही.'

त्या काळात खेडेगावांमध्ये बलुतेदारी होती. या पद्धतीमध्ये गावातल्या प्रत्येक शेतकरी कुटुंबात दरवर्षी त्यांच्या शेतातल्या किंवा बागेतल्या पिकाचा एक हिस्सा 'बलुतेदारांसाठी' म्हणजे गावातली विविध प्रकारची १२ कामं करणाऱ्या

---

[४] मराठी भाषेचं मूळ हे पाली, मागधी, अर्धमागधी आणि पैशाची या भाषांमध्ये आढळते. ५ व्या ते ७ व्या शतकात ही भाषा भराला येऊ लागली. त्या शतकांमध्ये काही शिलालेखांमध्ये मराठी शब्द आढळले आहेत. पण मराठी भाषेतलं पहिलं वाक्य सापडलं ते आजच्या कर्नाटकात असलेल्या श्रवणबेळगोळ इथं, ९८३ साली कोरल्या गेलेल्या शिलालेखामध्ये. (संदर्भ : कुलकर्णी, १९९९)

[५] मराठा म्हणजे मराठी बोलणारे. पण हा शब्द प्रदेशासाठीसुद्धा वापरला जात असे. काही लिखाणांमध्ये 'महाराष्ट्र' आणि 'मराठा' हे दोन्ही शब्द एकाच अर्थानं वापरलेले आहेत. १३ व्या शतकात संत ज्ञानेश्वरांनी महाराष्ट्रासाठी 'मराठा देश' ही संज्ञा वापरली होती. पण 'महाराष्ट्र राज्य' किंवा 'स्वराज्य' या संज्ञा म्हणजे जणू आपल्याला शिवाजी महाराजांनी दिलेल्या भेटी आहेत. (संदर्भ : कुलकर्णी, १९९९)

कामगारांच्या किंवा कलाकारांच्या उपजीविकेसाठी 'बलुतं' म्हणून राखून ठेवला जात असे. त्यांची नेमणूक कुणा एका शेतकरी कुटुंबाकडून केली जात नसे तर संपूर्ण गावच त्यांना नियुक्त करत असे आणि गावातल्या नागरिकांच्या गरजेप्रमाणे, आपल्या जातीनुसार ठरवून दिलेल्या सेवा पुरवणं हे त्यांचं काम असे. एका अर्थानं, हे सर्व जण वतनदारच असत. त्यांना त्यांच्या कुटुंबात असलेला व्यवसाय करण्याचा अधिकार वंशपरंपरागत पद्धतीनं मिळत असे. त्यांना व्यवसायासाठी दिला गेलेला भागही वंशपरंपरागत चालत येत असे. उदाहरणार्थ- एखाद्या गावचा 'न्हावी' हा त्याच्या आजोबा-पणजोबांपासून त्या गावातल्या लोकांचे केस कापण्याचा धंदा करत असे. अन्य गावच्या कोणाही न्हाव्याला तिथं न्हावी काम करण्याची परवानगी नसे. त्यातल्या काही लोकांना करमुक्त पद्धतीनं जमिनी दिलेल्या असत आणि त्यांना त्या जमिनींची देखभाल करावी लागे. हे सर्व जण वतनदार होते. हे अविश्वसनीय असलं तरी सत्य होतं. यात अपवाद एकच होता तो म्हणजे गरीब शेतकरी, ज्याला 'कुणबी' किंवा 'कुळ' म्हटलं जात असे. त्याला जमीन किंवा ती कसण्याचा अधिकार वंशपरंपरागत पद्धतीनं मिळत नसे. संपूर्ण शेतजमीन ही राजाच्या मालकीची असे. (पाटील, देशमुख, ब्राह्मण आणि बलुतेदार[६] यांना इनाम म्हणून दिलेल्या जमिनी सोडून.)

वतनदारी किंवा जहागीरदारी पद्धतीतले दोष

सभासद[७] - यांनी सभासद बखरीमध्ये वतनदारी पद्धतीतले दोष आणि त्रुटी (विशेषत: कर गोळा करण्याच्या वंशपरंपरागत अधिकारासंबंधी) संक्षेपात सांगितल्या आहेत. आदिलशाही, निजामशाही आणि शिवाजी महाराजांनी जिंकून घेतलेल्या मोगल प्रदेशांमधली रयत ही त्या गावचे पाटील, देशमुख आणि कुलकर्णी ह्यांच्या अधिकारात राहत असे. तेच रयतेकडून कर गोळा करत आणि गोळा झालेल्या कराचा अनिश्चित हिस्सा राजाकडे पाठवत असत. उदाहरणार्थ- एखाद्या गावात

---

[६]महाराष्ट्रातले बारा बलुतेदार- सोनार (सोन्या-चांदीचं काम करणारा), गुरव (देवदेवतांच्या मूर्तींची देखभाल करणारा), न्हावी (गावातील लोकांचे केस कापणारा, दाढी करणारा), परीट (कपडे धुणारा), कुंभार (मातीची भांडी बनवणारा), सुतार (लाकूडकाम करणारा), लोहार (लोखंडकाम करणारा), चांभार (चपला तयार करणारा), ढोर (गुरांची कातडी कमावणारा), कोळी (मासेमारी करणारा), महार (गावचा पहारेकरी आणि जमीन मोजणी तज्ज्ञ) आणि मांग (दोरखंड तयार करणारा आणि गावाचं संरक्षण करणारा).

[७]कृष्णाजी अनंत सभासद हे शिवाजी महाराजांच्या प्रारंभीच्या चरित्र-ग्रंथ लेखकांमधले किंवा बखरकारांमधले एक लेखक होते. बखर किंवा कालवृत्तान्त हा मराठी साहित्यातला एक अर्वाचीन प्रकार आहे.

करापोटी जर २००० होन[८] जमा होत असतील, तर त्या गावचा वतनदार त्यातले फक्त २००-३०० होन सरकारजमा करत असे. त्यामुळे वतनदार धनाढ्य झाले. गढ्या-किल्ले बांधून राहू लागले. स्वत:चं सैन्यही बाळगू लागले. कर गोळा करण्याच्या कामासाठी ते सरकारी कर अधिकाऱ्याची (राजानं किंवा जहागिरदारानं आपला हिस्सा गोळा करण्यासाठी नेमलेले) वाट पाहत नसत तर उलट त्यांच्याकडून ज्यादा कराची मागणी झाल्यावर त्याला विरोध करत असत. ते अनिर्बंधपणे वागू लागले आणि जमिनींच्या व्यवहारांमध्ये अफरातफरही करू लागले. (संदर्भ : कृष्णा, १९४०, पृष्ठ ११२) शिवाजी महाराजांच्या अष्टप्रधान मंडळात १६७४पासून १६८०पर्यंत, अर्थमंत्री किंवा अमात्य म्हणून कार्यरत असलेले आणि नंतर चार महत्त्वाच्या मराठा सम्राटांचे प्रतिनिधी किंवा हुकमत-पनाह म्हणून काम पाहणारे, रामचंद्र निळकंठ बावडेकर यांनी या पद्धतीविषयी स्पष्टपणे म्हटलं आहे की, 'ते आपली निवासस्थानं तटबंदीनं मजबूत करतात, वाटमारी करतात, आसपासचे प्रदेश लुटतात आणि अविचारानं लढतात. आपली वतनदारी जपण्यासाठी परदेशी आक्रमकांशी शांततेनं व्यवहार करतात आणि त्यांना शक्य ती सर्व मदत करतात.'

जहागीरदारी पद्धतीतही दोष होते. बाळ कृष्णांनी डच नोंदींचा संदर्भ दिलेला आहे. त्यात आदिलशाही राजवटीत कार्यरत असलेल्या जुलमी जहागीरदारीचं सत्य दर्शवलेलं आहे. 'हे जमीनदार (जहागीरदार) नगरांवर, गावांवर आणि कसब्यांवर राज्य करतात. या सरकारनं (आदिलशाहीनं) त्यांना मोठाल्या जमिनी भाडेतत्त्वावर दिलेल्या आहेत. अदिलशाहाकडे भांडवल नसल्यानं पैसे मिळवण्यासाठी ते हे करतात. पण ही पद्धत काही व्यवस्थित चालत नाही. कारण यात अधिकाराचा दुरुपयोग होतो आणि जनतेची पिळवणूक केली जाते. राजा जमीनदारांच्या (जहागीरदारांच्या) बाजूने असतो. मोठ्या प्रदेशांतून गोळा केलेल्या कराचा काही

---

[८]शिवाजी महाराजांच्या काळातली नाणी ही केवळ मूल्याचं प्रतीक नसत (कागदी चलनाप्रमाणे) तर त्यांचं मूल्य हे त्या नाण्यामध्ये असलेल्या धातूच्या वास्तविक वजनाइतकं असायचं. नाण्यावर मुद्रित केलेल्या संदेशामध्ये ते नाणं कोणत्या विशिष्ट धातूचं (धातु-मिश्रणाचं) आणि किती वजनाचं आहे याची आणि त्याच्या शुद्धतेची हमी दिलेली असे. दर वेळी रोख पैशांचे व्यवहार करताना नाण्यांची ही वैशिष्ट्यं तपासून पाहायची गरज नसे. (मेहेंदळे, २०११, पृष्ठ-७१७) दक्षिणेला, शिया राजघराण्यामध्ये सर्वोच्च मूल्यासाठी होन नावाचं नाणं वापरलं जात असे. ते ३.३ ग्रॅमच्या शुद्ध सोन्यात घडवलेलं असे. उत्तरेकडे मोगल साम्राज्यामध्ये अश्रफी मोहोरा वापरात होत्या. त्या ११ ग्रॅम शुद्ध सोन्यात घडवलेल्या असत. तर इंग्रजांकडे ९ ग्रॅम शुद्ध सोन्याचे पौंड असत. साधारणपणे सोन्याचा प्रत्येक ग्रॅम हा १.५ रुपयाबरोबर असे. एक रुपयाचं नाणं हे ११ ग्रॅम शुद्ध चांदीचं असे. १७व्या शतकातले १००० रुपये हे ११ किलो चांदीच्या आणि ७६० किलो सोन्याच्या बरोबर असत. आजच्या १००० रुपये किमतीच्या नाण्यांमध्ये आपल्याला जेमतेम अर्धा ग्रॅम शुद्ध सोनं मिळू शकतं.

हिस्सा राजासाठी राखून ठेवला जातो आणि त्यासंबंधीचे फर्मान (कार्यालयीन अध्यादेश) जमीनदारांच्या बाजूनं असतात. राजासाठी दिलेल्या काही सेवांच्या (राजासाठी घोडदळ तयार करून त्याची देखभाल करणं) मोबदल्यात राजा त्यांच्या बाजूनं अध्यादेश काढत असतो. त्याचं (जहागीरदाराचं) कार्यालय हे वंशपरंपरागत अधिकारानं मिळत नाही तर ते केवळ राजाच्या कृपेनं मिळतं. काही जमीनदार (जहागीरदार) मात्र स्वत:ला स्वतंत्र संस्थान समजतात आणि राजासारखे वागतात. पण ते मनमानी कारभार करतात. लूटमार, खून, जाळपोळ यांसारखे गुन्हे करूनही उजळ माथ्यानं राजाच्या दरबारात हजर होतात (एखाद्या शूर वीरासारखे) तेव्हा दरबारात त्यांचं असं काही कौतुक होतं, जसं काही त्यांनी मोठा पराक्रमच गाजवला आहे. अर्थात ज्यांना लांगूलचालन करता येतं/ज्यांची वृत्ती राजाचे तळवे चाटण्याची आहे त्यांनाच असं दुष्कर्माचं सुफळ मिळतं. दिवसेंदिवस हे वाढत चाललं आहे आणि इतकं खोलवर रुजत चाललं आहे की आता राजासुद्धा (जो केवळ डोक्यावर मुकूट ठेवण्यापुरताच राजा आहे) ते थांबवायला असमर्थ आहे. कारण जर त्यानं अशा उन्मत्त जहागीरदारांना वेसण घालायचा प्रयत्न केला, तर ते तत्काल दुसऱ्या साम्राज्यात जाऊन तिथं शरण घेतील आणि देशद्रोह करतील.'

शहाजी भोसलेंचा संघर्ष

सम्राट अकबराला त्याचं साम्राज्य वाढवायची घाई झाली होती. त्यासाठी आधी त्यानं भारतातल्या लढवय्या जमातीशी म्हणजे राजपुतांशी मैत्रीपूर्ण संबंध प्रस्थापित केले. इतकंच नाही तर राजपुतांच्या कन्यांशी विवाहही केले. त्याचा मुलगा जहाँगीर (शहजादा सलीम) यानंही राजपुत राजकन्येशी विवाह केला होता. बऱ्याच राजपुतांनी त्याचं मांडलिकत्व पत्करलं होतं. मेवाडचा महाराणा प्रताप हा अनेक वर्षं त्याच्या विरोधात उभा ठाकलेला एकमेव राजपुत राजा होता. तिथेसुद्धा हिंदू राज्यांमध्ये फूट पडलेली दिसते.

महाराणा प्रतापाचं मोगलांविरुद्धचं गाजलेलं युद्ध मेवाडच्या टेकड्यांमधल्या हल्दीघाटीत झालं. या युद्धात मोगलांच्या घोडदळाचं नेतृत्व केलं होतं एका राजपुतानं, राजा मानसिंगानं. साल होतं १५७६. दिवस होते उन्हाळ्याचे. मेवाडचा तो सगळा प्रदेश जणू एखाद्या भट्टीसारखा तापलेला होता. कवटीच्या आत मेंदू वितळून जाईल इतकी आग सूर्य ओकत होता. त्या उष्णतेनं सैरावैरा झालेलं मोगल सैन्य, मेवाडच्या तापलेल्या वालूकामय टेकड्यांमध्ये रक्ताचे पाट वाहवणाऱ्या महाराणा प्रतापाच्या कराल आक्रमणाचा मुकाबला करू शकलं नाही. त्यानंतर १५९७ साली वार्धक्य आणि निराशा ह्या अवस्थेत महाराणा प्रतापचा मृत्यू झाला. पण त्यानं लढलेली हल्दीघाटीची लढाई अनेक शतकांनंतर आजही विसरली गेली नाही. राजपुतांवर विजय मिळवल्यावर आणि महाराणा प्रतापाच्या मृत्यूच्या केवळ

दोन वर्ष आधी, उत्तर भारत आपल्या अधिपत्याखाली आणल्यावर अकबराची नजर दख्खनकडे वळली. (संदर्भ : महाजन, १९९१, पृष्ठ ७८)

मोगल साम्राज्याच्या इतिहासात दख्खनला विशेष महत्त्व आहे. सम्राट अकबराच्या काळात मोगल साम्राज्य विस्तारत गेलं आणि त्यानं जवळजवळ सर्व उत्तर भारत व्यापला. अपवाद होता तो बंगालच्या काही प्रदेशांचा. अकबरी सत्तेच्या अखेरीस मोगलांनी नर्मदेच्या पलीकडचा प्रदेशही ताब्यात घ्यायला सुरुवात केली. तोपर्यंत नर्मदा ही त्या साम्राज्याची दक्षिण सीमा होती. १५९९ सालापर्यंत तापी खोऱ्याचा समृद्ध प्रदेश अर्थात खानदेश (दख्खनचा उत्तरी भाग) हा या साम्राज्याला जोडला गेला होता. मोगल साम्राज्याचं त्यापुढचं लक्ष्य होतं, निजामशाही आणि तिची राजधानी असलेलं अहमदनगर. त्या काळी तिथली रक्षणकर्ती होती, चाँद सुलताना ही धाडसी वीरांगना. निजामशाही खानदानात जन्मलेल्या चाँद सुलतानाचा विवाह आदिलशाहीतील एका सम्राटाशी झाला होता. अनेक लढाया झाल्या, कट-कारस्थानं रचली गेली पण चाँदनं अहमदनगर किल्ल्यावरचा ताबा सोडला नाही. शेवटी तिच्याच एका सरदारानं विश्वासघातानं तिचा खून केला आणि त्यामुळे १६०० साली अकबराला अहमदनगरवर कबजा करणं सोपं झालं. चाँद सुलतानाच्या पुतण्याला, तरुण शहजाद्याला हाकलून देण्यात आलं आणि अहमदनगर मोगलशाहीत सामील केलं गेलं. पण मोगलांसाठी ती केवळ एक कल्पनाच राहिली. जिंकलेला नवा प्रदेश इतका विस्तृत होता की त्याच्यावर लक्ष ठेवणं किंवा तो पूर्णपणे जिंकून घेणं शक्य नव्हतं. सगळीकडे, विशेषत: दक्षिणेला आणि पश्चिमेला तिथल्या स्थानिक अधिकाऱ्यांनी नवीन सत्ताधाऱ्याचे आदेश मानायला नकार दिला. काहींनी तर वरकरणी दाखवायला म्हणून तोतया शहजादे तयार केले आणि त्यांच्या आडून स्वत:च राज्य करू लागले. त्यामुळे अकबराला निजामशाही घेण्यात यश आलं नाही.

अकबराचा मृत्यू झाला आणि त्याचा मुलगा जहाँगीर (ज्याला सलीम म्हणूनही ओळखलं जात असे) मोगल सम्राट म्हणून गादीवर आला. तेव्हा म्हणजे १७व्या शतकात मोगलांनी दख्खनवर जोरदार स्वाऱ्या करायला पुन्हा सुरुवात केली. त्या वेळी निजामशाहीचा सम्राट बुऱ्हाण निजाम शाह निजामशाही चालवत होता आणि आदिलशाहीचा सम्राट होता इब्राहिम आदिल शाह. तर कुतुबशाहीचा सत्ताधीश होता, अब्दुल्लाह कुतुब शाह. त्यापुढे, दक्षिणेत अनेक हिंदू राजे एकत्र येऊन, मोडकळीला आलेलं विजयनगर साम्राज्य सांभाळत होते. अहमदनगरमधून राज्य चालवणारा बुऱ्हाण आदिल शाह, हा दारूच्या आहारी गेलेला कर्तृत्वहीन सत्ताधीश होता, पण त्याचा मुख्य वजीर असलेला मलिक अंबर हा दौलताबाद किल्ल्यातून निजामशाहीच्या उत्तर सीमांचं रक्षण करत होता.

या मलिक अंबरची जीवनकथा अतिशय सुरस आहे. १५५० साली त्याचा जन्म इथिओपियातील (आफ्रिका) हरार या एक छोट्याशा गावात झाला. त्याला त्याच्या लहानपणीच गुलाम म्हणून विकून टाकण्यात आलं. त्यानंतर त्याला बगदादच्या गुलामांच्या बाजारात पुन्हा विकलं गेलं. काझी मीर नावाच्या माणसानं त्याला खरेदी केलं. मीरनं त्याला प्रेमानं वागवलं. त्याला 'अंबर' हे नाव दिलं आणि गुलाम म्हणून घेतलं असलं तरी आपल्या मुलांबरोबर त्यालाही शिक्षण दिलं. बगदादमध्ये अंबरनं अरेबिक साहित्याचा अभ्यास केला. काही वर्षांनी मीरनं अंबरला महाराष्ट्रातल्या अहमदनगर इथल्या गुलाम बाजारात, मलिक डबीर या माणसाला विकलं. कल्पना करा, मलिक अंबर कुठून कुठे गेला. आफ्रिकेत असलेल्या इथिओपियातल्या हरार या छोट्या गावातून इराकच्या बगदादमध्ये आणि तिथून भारतातल्या अहमदनगरमध्ये! मलिक डबीर या अंबरच्या नव्या 'मालकाचा' मृत्यू झाल्यावर, अंबरनं स्वत:ला मलिक अंबर हे नाव घेतलं आणि निजामशाहीच्या सैन्यात शिपाई म्हणून दाखल झाला. सुरुवातीला त्यानं चाँद सुलतानाच्या नेतृत्वाखाली काम केलं. आपल्या असामान्य धाडसी स्वभावामुळे आणि नेतृत्वगुणांमुळे मलिक अंबर निजामशाहीच्या सर्वोच्च वजीरपदावर जाऊन पोचला. सतराव्या शतकाच्या पूर्वार्धात दख्खनमध्ये मलिक अंबर आणि शहाजी भोसले या दोन नावांचा दबदबा होता. दोघांनीही लढलेल्या काही लढाया आजही दंतकथेप्रमाणे स्मरल्या जातात. अहमदनगरच्या अग्नेयेला असलेल्या भटवाडीत, मोगल आणि आदिलशाहा ह्यांच्या फौजांना रोखण्यासाठी त्यांनी अशीच एक घनघोर लढाई केली होती. त्यासाठी त्यांनी वापरलेलं युद्धतंत्र त्यांच्या बुद्धिमत्तेची चमक दाखवणारं होतं. त्यांनी धरणच फोडलं. फुटलेल्या धरणातून घोंघावत बाहेर पडणाऱ्या पाण्याच्या लोटांनी, त्यांच्यावर चालून येणाऱ्या मोगल फौजा तर रोखल्या गेल्याच पण शत्रूचा तळही उध्वस्त झाला. या लढाईमध्ये शहाजी भोसलेंनी स्वत:ची ओळख निर्माण केली. त्या नंतर मोगलांना शहाजी राजे आणि मलिक अंबर हे दोघेही शत्रूसमान वाटू लागले. चाँद सुलतानाच्या हत्येनंतर तिच्या साम्राज्याचं रक्षण करण्याचं आणि विशेषत: सातत्यानं होणाऱ्या मोगलांच्या जोरदार आक्रमणांना रोखण्याचं श्रेय मलिक अंबर आणि शहाजी भोसले ह्यांना दिलं गेलं. त्याच सुमारास शहाजी भोसलेंना पुण्याची आणि सुप्याची जहागीर दिली गेली. मलिक अंबर युद्धात वापरत असलेला गनिमी कावा प्रसिद्ध होता. त्या वेळी तरुण आणि महत्त्वाकांक्षी असलेल्या शहाजी भोसलेंनी कदाचीत गनिमी काव्याची काही तंत्र कदाचीत मलिककडूनच घेतली असावीत आणि नंतर नेताजी पालकरांना शिकवली असावीत. नेताजी पालकर हे आधी आदिलशाही सैन्यात होते. पुढे ते शिवाजी महाराजांचे सरनौबत (सैन्याचा प्रमुख) झाले.

अकबराच्या काळात जेव्हा दख्खनचा उत्तर भाग (माळवा आणि खानदेश) मोगलांच्या ताब्यात गेला, तेव्हा कुतुबशाही आणि आदिलशाही या दोन बलाढ्य साम्राज्यांबरोबर दख्खनच्या दक्षिण भागातली छोटी-छोटी राज्यं मोगली सत्तेला विरोध करत स्वत:चं स्वतंत्र अस्तित्व टिकवून होती (संदर्भ : हानसेन, १९७२, पृष्ठ १६३). त्यामुळे जहाँगीरसारख्या मोठ्या सम्राटाची नजर दख्खनकडे वळणं साहजिकच होतं.

जहाँगीरचा जन्म ९ सप्टेंबर, १५६९ या दिवशी फतेहपूर सिक्री इथं झाला. त्याच्या वडिलांचं म्हणजे सम्राट अकबराचं त्याच्यावर खूप प्रेम होतं पण जहाँगीर तरुण झाल्यावर मात्र त्यांच्या संबंधांत कडवटपणा आला. कारण जहाँगीरनं आपल्या वडिलांच्याच विरोधात बंड केलं. पण नंतर त्यांच्यात समेटही झाला. सन १६०५च्या नोव्हेंबर महिन्यात अकबराचा मृत्यू झाला, तेव्हा जहाँगीर गादीवर येणं अपेक्षित होतं पण तेव्हा त्याच्या मुलानं, खुसरोनं त्याच्या विरोधात बंड पुकारलं आणि सैन्यही उभारलं. खुसरो तेव्हा केवळ १७ वर्षांचा होता. जहाँगीरनं खुसरोला, आपल्याच पहिल्या-वहिल्या मुलाला कैद केलं. त्याचे डोळे काढले आणि त्याला काळकोठडीत डांबलं. १६११ साली जहांगीर एका मोगल सरदाराच्या तरुण पत्नीच्या प्रेमात पडला. तिला मिळवण्यासाठी त्यानं त्या मोगल सरदाराची हत्या केली आणि तिला 'नूरजहाँ' (सर्व जगाला प्रकाशित करणारी) हे नाव देऊन आपलं सम्राज्ञीपद बहाल केलं. तिच्या वडिलांना, इतिमद-नुद-दुल्लाह यांना मुख्यमंत्रिपद दिलं आणि तिच्या भावाला, असफ खानाला दरबारात सरदाराचं स्थान दिलं गेलं. असफ खानाच्या मुलीचा, मुमताज महलचा[१] विवाह जहाँगीरच्या मुलाशी, खुर्रमशी (नंतर त्याला 'शहाजहान' म्हटलं जाऊ लागलं) झाला होता. ड्युरांटनं (१९४२, पृष्ठ ४७२) जहाँगीरचं वर्णन अतिशय स्पष्टवक्तेपणानं केलं आहे. 'जहाँगीर, तोंडात चांदीचा चमचा घेऊनच जन्मला होता आणि त्या वैभवातून येणाऱ्या सर्व सुखसुविधांचा पुरेपूर लाभ त्यानं घेतला. तो मद्याच्या आणि मदिराक्षींच्या इतका आहारी गेला की त्याच्या त्या विकृत आनंदानं क्रूर रूप धारण केलं. जिवंत माणसांची कातडी सोलून काढणं, त्यांना सुळावर चढवणं किंवा हत्तीच्या पायी देऊन त्यांचा चेंदामेंदा करणं अशा गोष्टी बघण्यात त्याला आनंद वाटू लागला. त्यानं स्वत:ची एक आठवण सांगितली आहे की, एकदा तो शिकारीला गेलेला असताना मोतद्दार अचानक तिथं आल्यामुळे सावज सावध झालं. त्यानं मोतद्दाराला ठार केलं आणि त्याच्या नोकराच्या गुडघ्यामागचे स्नायू कापले. त्यामुळे तो जन्मभराचा अपंग झाला. कमाल म्हणजे एवढं सगळं केल्यावर जहाँगीर पुन्हा शिकारीला गेला. जेव्हा जहाँगीरच्या मुलानं, खुसरोनं त्याच्याविरुद्ध कट रचला

---

[१]मुमताज महलच्या स्मरणार्थ ताजमहाल बांधला गेला.

होता, तेव्हा जहाँगीरनं खुसरोबरोबर बंड करणाऱ्या त्याच्या सातशे साथीदारांना लाहोरच्या रस्त्यावर एका ओळीत सुळावर चढवलं होतं. त्यांना किती वेळ यातना भोगायला लागल्या आणि जीव जायला किती वेळ लागला यावर त्यानं आनंदानं टिप्पणी केली आहे. त्याची कामवासना शमवण्यासाठी त्याच्या जनानखान्यात सहा हजार बायका होत्या. नंतर त्यात त्याच्या सर्वांत लाडक्या पत्नीची, नूरजहाँनची भर पडली. जहाँगीरनं तिच्या नवऱ्याला ठार करून तिला मिळवलं होतं. आणि 'मुगल-ए-आझम'सारख्या चित्रपटात याच जहांगीरची (सलीमची) महान प्रेमकथा आपल्याकडे दाखवली जाते.

सतराव्या शतकाच्या सुरुवातीलाच जहाँगीरचं सैन्य टप्प्याटप्प्यानं निजामशाहीत प्रवेश करू लागलं होतं, पण पुण्याच्या उत्तरेला, २५० किलोमीटरवर, पश्चिम दख्खनच्या उत्तर सीमेवर असलेला दौलताबादचा किल्ला निजामशाहीची राखण जणू काही पहारेकऱ्यासारखी करत खंबीरपणे उभा ठाकला होता. आठ किलोमीटरचा परीघ असलेला हा भव्य किल्ला मजबूत विशाल खडकावर बांधला होता. हा खडक इतका सरळसोट आणि कातीव होता की सापसुद्धा सरपटत वर जाऊ शकत नसे. या किल्ल्याला आणखी अभेद्य बनवण्यासाठी मलिकनं किल्ल्याभोवतीच्या भव्य खंदकात अनेक मगरी सोडल्या होत्या. किल्ल्याचं प्रवेशद्वार म्हणजे अंधार असलेला आणि चढायला अवघड असा मिनारासारखा बोळ होता. त्याच्या पायऱ्या दगड तासून बनवलेल्या होत्या. मलिकनं त्याच्या वास्तुशास्त्रज्ञांना या बोळात मध्यावर एक लोखंडी शेगडी बसवायला सांगितली होती. त्यात आग पेटवता येत असे आणि गरज पडेल तेव्हा सगळा प्रवेशमार्गच भट्टीसारखा तापवता येत असे. शत्रू जेव्हा प्रवेशद्वारातून किल्ल्यात यायचा प्रयत्न करत असे, तेव्हा भट्टीसारख्या तापलेल्या प्रवेशमार्गात त्याचा कोळसा होत असे. सम्राट जहाँगीर अनेक वर्षं दख्खन ताब्यात घ्यायचा प्रयत्न करत होता पण त्याला त्यात यश आलं नाही. या अपयशानं निराशाग्रस्त झालेल्या जहाँगीरनं मग मलिकला दूषणं देऊन त्याची मानहानी सुरू केली. जहाँगीर मलिकला 'काळा हरामखोर' म्हणत असे.

राजधानी अहमदनगर ही दौलताबादच्या दक्षिणेला १०० किलोमीटरवर होती. ऐतिहासिक नोंदींनुसार शहाजी भोसलेंनी जहाँगीरच्या आक्रमणांपासून अहमदनगरला वाचवलं. पुन्हा एकदा जहाँगीरला हार पत्करावी लागली. अफू आणि बायका ह्यांचं व्यसन वाढत्या वयात त्याच्यासाठी घातक ठरलं आणि त्याच्या अपयशाचंही महत्त्वाचं कारण ठरलं. दरम्यान, त्याच्या पळपुट्या सरदारांमुळे त्याच्या आक्रमणातला जोर ओसरला होता. एवढंच नाही तर निजामशाहीच्या उत्तर सीमेवर असलेला बराचसा मोगल प्रदेश त्यानं हातचा घालवलाही होता. हे शक्य झालं ते मलिक अंबरच्या आक्रमक युद्धनीतीमुळेच.

जहाँगीरला पाच मुलगे आणि दोन मुली होत्या. ऐतिहासिक नोंदीनुसार, फक्त त्याचा दुसरा मुलगा म्हणजे शहजादा खुर्रम नूरजहाँवर मात करू शकला आणि मोगल सल्तनतीचा सम्राट होऊ शकला. त्यासाठी त्यानं त्याचा सासरा आणि नूरजहाँचा भाऊ असलेल्या वजीर-ए-आझम असफ खानची मदत घेतली होती.

सन १६२८ मध्ये म्हणजे शिवाजी महाराजांच्या जन्माआधी दोन वर्षं, भारतीय इतिहासातले तीन धुरंधर हे जग सोडून गेले. मलिक अंबरच्या मृत्यूमुळे निजामशाहीवर जणू संकटांचे काळे मेघ दाटून आले आणि मलिकचा गर्विष्ठ धर्मवेडा, अक्षम, दुर्गुणी मुलगा फतेह खान सत्तेवर आल्यावर तर संकटांचा वर्षावच होऊ लागला.

इब्राहिम आदिल शाह अल्लाला प्यारा झाल्यामुळे आदिलशाहीसुद्धा वावटळीत सापडली होती. नवा सम्राट, इब्राहिम आदिल शाहचा मुलगा, मोहम्मद आदिल शाह हा तरुण होता. त्याला तख्तावर आरूढ होण्यासाठी दोन बलाढ्य लढवय्या सरदारांचं पाठबळ लाभलं होतं. ते सरदार म्हणजे मिर्झा मोहम्मद आमीन लारी (उपाधी- मुस्तफा खान) आणि दौलत यार (उपाधी- खवास खान).[१०] ज्यांचा उच्चारही करू नये अशी कटकारस्थानं केली गेली. मोहम्मद आदिल शहाच्या मोठ्या भावाला, शाहजादा दरवेशला कैद करून त्याचे डोळे काढले गेले. धाकट्या भावांना सम्राट पदासाठी नालायक ठरवण्याकरता त्यांच्या हातांच्या अनामिका (पहिलं बोट) कापून टाकल्या गेल्या.

उत्तरेकडे मोगल सम्राट जहाँगीर काळाच्या पडद्याआड गेला आणि २९ जानेवारी, १६२८ या दिवशी त्याचा मुलगा शाहजहान तख्तावर चढला. त्याला पहिलं काम करायचं होतं ते म्हणजे जहाँगीरनं गमावलेला आणि आता निजामशाहीत सामावलेला मोगल प्रदेश पुन्हा जिंकून घ्यायचा. तोही अत्यंत महत्त्वाकांक्षी होता. दख्खन गिळंकृत करून त्याला आपलं साम्राज्य वाढवायचं होतं.

मोगल शहजादे सम्राट कसे बनले, हे समजून घेणं फारच रोचक आहे. प्रत्येक सम्राटाला तख्त मिळवण्यासाठी स्वत:च्या भावांशी आणि सावत्र भावांशी लढावं लागलं किंवा त्यांना ठार करावं लागलं, तुरुंगात डांबावं लागलं किंवा अपंग करावं लागलं. हुमायूनला तीन भाऊ होते. त्यांपैकी दोन भाऊ त्याच्या मार्गात अडथळा ठरत होते. ते होते, कामरान आणि अस्कारी. त्यांतल्या अस्कारीला जबरदस्तीनं मक्केच्या यात्रेला पाठवलं गेलं पण तो वाटेतच मरण पावला. कामराननं काबूलमध्ये आपली सत्ता घोषित करण्यासाठी सत्तेचं प्रतीक असणारी नाणी पाडली होती. त्याला अत्यंत क्रूरपणे अंध केलं गेलं. त्याच्या डोळ्यांमधे अनेकदा छिद्र करून त्यात लिंबू पिळलं गेलं आणि त्यावर मीठ टाकलं गेलं. हुमायूनच्या मुलाला, अकबराला

---

[१०]यांना मिळालेल्या पदव्यांनीच त्यांना ओळखले जात असत आणि इथून पुढे त्यांचा उल्लेख त्यांच्या पदव्यांच्या नावांनीच केला जाणार आहे.

कोणी सख्खा भाऊ नव्हता पण अबूल कासीम (कामरानचा मुलगा) हा चुलत भाऊ होता. अबुल कासीमला ग्वाल्हेरच्या किल्ल्यात कैदेत ठेवलं गेलं आणि सन १५६५ मध्ये अकबराच्या आदेशानुसार ठार केलं गेलं. अकबराचा मुलगा जहाँगीर (याला 'सलीम' हे नावही होतं) याला दोन भावंडं होती पण अकबराच्या सुदैवानं दोघंही मद्याच्या अति आहारी गेल्यानं मरण पावले. पण तरीही जहाँगीरला सतत स्वत:वर चढाई होण्याची भीती होतीच आणि ती भीती होती, स्वत:च्या मुलाची, खुसरोची. त्याच्यावर जहाँगीरचं खूप प्रेम होतं. जहाँगीरच्या सत्ताग्रहणानंतर काही काळातच खुसरोनं त्याच्या विरुद्ध बंड पुकारलं, पण त्याचं बंड लगेचच मोडलं गेलं आणि त्याचे डोळे काढून त्याला अंध केलं गेलं. सर्व बलाढ्य मोगलांमधला त्यानंतरचा सम्राट, शहाजहान यानं तर क्रूरतेची परिसीमा गाठली होती. त्याचा पहिला बळी ठरला तो आधीच अंध केला गेलेला दुर्दैवी खुसरो.

त्यानं आपल्या वडिलांकडून, जहाँगीरकडून खुसरोचा ताबा मिळवला आणि त्याचा गळा दाबून त्याला ठार केलं. पण लोकांना सांगितलं की तो पोटशुळानं मरण पावला. जहाँगीरच्या मृत्यूनंतर शाहजहानला त्याच्या सावत्र आईनं, नूरजहाननं केलेल्या कट-कारस्थानांना तोंड द्यावं लागलं. पण तिला नमवण्यात त्याला यश मिळालं. शाहजहाननं त्याच्या पाच-सहा भावांचा आणि सावत्र भावांचा खून केला. फक्त एकालाच जिवंत ठेवलं. कारण तो उपदंश या असाध्य रोगानं तसाही मरणारच होता. मोगल इतिहासात सर्वांत जास्त कत्तली शहाजहाननंच केल्या. (संदर्भ : चीमा, २००२, पृष्ठ १८)

१६२८ साल उजाडलं. दखखनमध्ये इब्राहिम आदिलशहाच्या मृत्यूनंतर शहाजी भोसलेंनी आदिलशाहीची नोकरी सोडली आणि निजामशहाच्या दरबारात परत रुजू झाले. त्या वेळी निजामाचा दरबार हा गलिच्छ राजकारणाचा आखाडा झाला होता. शहाजी भोसलेंना विसरलेला निजामशाही दरबार लवकरच एका महाभयंकर कत्तलीचा साक्षी ठरणार होता आणि त्या क्रूर प्रसंगाची जखम भोसले घराण्यावर कायमचा व्रण ठेऊन जाणार होती.

शिवाजी महाराजांच्या जन्माच्या काही महिने आधीच ती दु:खद घटना घडली होती. तो जुलै महिना होता. वर्ष होतं १६२९. जिजाबाईंचे वडील, लखूजी जाधव, त्यांच्या तीन मुलांसह बुऱ्हाण आदिल शहाच्या दरबारात मुजरा करायला गेले होते. प्रथेप्रमाणे ते मुजरा करायला खाली झुकले खरे पण मुजऱ्यासाठी झुकलेल्या त्या चौघांचा विश्वासघातानं वध केला गेला. कारण काय तर त्यांचं सिंदखेड हे गाव मोगल साम्राज्याच्या सीमेवर होतं. त्यामुळे निजामशाहाला त्यांच्या स्वामिनिष्ठेची शंका आली.

त्याच सुमारास शहाजी भोसलेंच्या मनात पुण्यातून स्वतंत्र कारभार चालवण्याचा विचार येऊ लागला. पण तसं होणार नव्हतं. शाही सैन्यांनी भोसल्यांच्या

जहागिरीतला मुख्य सुभा असलेल्या पुण्यावर हल्ला केला. पुण्यावर चालून आलेल्या सैन्याचं नेतृत्व केलं होतं विजापूर दरबारातल्या दोन मोठ्या हिंदू सरदारांनी, मुरार जगदेव आणि रायाराव यांनी. जहागीर उद्ध्वस्त करताना त्यांनी आपल्याच एका सहकाऱ्याला जराही दयामाया दाखवली नाही. घरं जाळली, शेतांची नासधूस केली. पुणेकरांना दहशत बसवण्यासाठी मुरार जगदेवानं पुण्याच्या आसपासची जमीन, गाढवं लावून नांगरली. पुण्यातले लोक घाबरून आसपासच्या जंगलांत निघून गेले. निर्मनुष्य होत चाललेल्या पुण्यात हळूहळू कोल्ह्याकुत्र्यांची वस्ती होऊ लागली. पुण्यावर अचानक झालेल्या या हल्ल्यामुळे शहाजी राजांनी त्यांच्या गरोदर पत्नीला आणि सात वर्षांच्या मुलाला, संभाजीला सुरक्षित ठेवण्यासाठी, शिवनेरी गडावर हलवलं. यानंतर शहाजी भोसले मोगल सैन्यात दाखल झाले.

निजामशाहीमध्ये कपट–कारस्थानं चालूच होती. मलिक अंबरचा मुलगा, फतेह खान हा निजामशाहीचा मुख्य वजीर (मुख्यमंत्री) बनला होता. बुऱ्हाण निजाम शाह आणि फतेह खान या दोघांमध्ये सत्तेसाठी संघर्ष सुरू झाला. या संघर्षात फतेह खानाला दौलताबाद किल्ल्याच्या काळकोठडीत डांबलं गेलं. पण त्यानंतर काही काळातच अतिशय रहस्यमय रितीनं निजामशाहाचा खून झाला. त्याच वेळी दरबारात अनेक राजकीय घडामोडी घडत होत्या. फतेह खानाला मुक्त करण्यात आलं. मुक्त झाल्यावर लगेचच दौलताबाद किल्ला मोगलशाहीला देण्याची तयारी दाखवत फतेह खान मोगलशाहीला जाऊन मिळाला. दरम्यान, फतेह खान, नवं नेतृत्व तयार करण्याचा प्रयत्न करत होता. पैगंबरवासी झालेल्या बुऱ्हाण निजामशहाच्या एका अज्ञात नातेवाइकाला, हुसेनला त्यानं निजामशाहीचा राज्यकर्ता म्हणून घोषित केलं आणि दौलताबद किल्ल्यातून त्याच्या आडून राज्य कारभार चालवायला सुरुवात केली. सम्राट शाहजहाननं 'राजकीय क्षमता' असलेल्या फतेह खानाला आपल्या बाजूला वळवून त्याचा राजकीय उपयोग करून घ्यायचा ठरवलं आणि त्यासाठी भोसले घराण्याला दिलेली जहागीर फतेह खानाच्या नावावर केल्याची घोषणा केली.

याच सुमारास, नाशिकला भोसले घराण्यातल्या एका तरुण स्त्रीला मोगल सरदार महाबत खानानं पळवून नेल्याची घटना घडली. या दोन्ही घटनांनी शहाजी राजे अस्वस्थ झाले. अत्यंत स्वाभिमानी असलेले शहाजी राजे मोगलशाहीतून बाहेर पडले, पण त्यांनी जहागिरी सोडली नाही तर स्वत:ला त्यांनी स्वतंत्र अधिकारी म्हणून घोषित केलं. त्या काळच्या स्थानिक सैनिकांना तर आपण कुणाची चाकरी करायची हे स्वत: ठरवता येत नसेच. पण तथाकथित बलाढ्य हिंदू जहागीरदारांनाही उद्या आपल्यापुढे काय वाढून येणार आहे, याची खात्री नसे. आपल्या मुस्लीम राज्यकर्त्यासाठी मरणे, हाच त्यांच्या जगण्याचा सोपा मार्ग होता. त्यांच्यासाठी लढताना मरण आलं तर काही सन्माननीय उपाधी तरी मिळायची आणि मुलबाळं जिवंत राहायची आणि त्यांना थोडीफार संपत्तीही

लाभायची. त्याच्या उलट धर्मवेड्या मुस्लीम राज्यकर्त्यांना आणि माजलेल्या हिंदू वतनदारांना विरोध केला, तर तो विरोध मोडून काढला जायचा. विरोधकांना देशद्रोही मानून त्यांना कुत्र्याची मौत दिली जायची आणि त्यांचं शिरकाण करून त्यांची मुंडकी वेशीवर लटकवली जायची. त्यांच्या कुटुंबीयांना कैद केलं जायचं. त्यांच्या बायकांवर अत्याचार केले जायचे आणि त्यांच्या मुलांना गुलाम म्हणून विकलं जायचं.

१६३२ सालचा काळ. लहानगा शिवाजी नुकताच रांगायला लागला होता. शहाजी राजे आता स्वतंत्र अधिकारी म्हणून कारभार करत होते. त्यांनी अदिलशाहीच्या बलाढ्य राजकारण्याला, खवास खानाला[११] चिथवलं आणि निजामशाहीचा सर्वेसर्वा असलेल्या फतेह खानाचा पाडाव करून दौलताबाद किल्ला जिंकून घ्यायला प्रवृत्त केलं. त्या दरम्यान आदिलशाहीची राजकीय समीकरणंही बदलत होती. खवास खान आदिलशाही बळकावून स्वतःच गादीवर बसण्याच्या बेतात होता. फतेह खानानंही राजकारणाचे बदलते वारे ओळखून खवास खानावर चिडलेल्या मोहम्मद आदिलशाहशी हातमिळवणी केली. याविषयी हेन्री किसिंजरनं मांडलेलं मत प्रसिद्ध आहे, 'राजकारणात कोणीही शत्रू किंवा मित्र नसतात. असतात फक्त फायद्याची नाती.' हेन्री किसिंजरचे हे शब्द जणू शाश्वत सत्यच सांगतात.

कोणे एके काळी फतेह खानाला आपल्या कवेत घेऊ पाहणारा सम्राट शाहजहान, त्यानं केलेल्या विश्वासघातानं संतापला. त्यानं त्याच्या सैन्याला, दौलताबाद किल्ल्याला वेढा घालून विश्वासघातकी फतेह खानाला ताब्यात घ्यायचा हुकूम दिला. किल्ल्याला मोगलांचा वेढा पडल्यावर काही काळातच किल्ल्यात बंदी झालेल्यांची अवस्था बिकट झाली. फतेह खानासह किल्ल्यावरील शिबंदीतले अनेक सरदार, मेलेली जनावरं खाऊन जगू लागले. अखेरीस फतेह खानानं शरणागती पत्करली आणि दौलताबादचा अजिंक्य किल्ला मोगलांच्या ताब्यात गेला. हुसेन निजाम शहाला कैद करून ग्वाल्हेरच्या किल्ल्यात बंदी केलं गेलं. दौलताबादचा किल्ला मोगलांच्या ताब्यात गेल्यावर निजामशाहीच्या अन्य प्रदेशांत अनागोंदी माजली. त्या वेळी शहाजी राजे, निजामशाहीच्या मदतीला धावून गेले आणि त्यांनी निजामशाहीसाठी नवं नेतृत्व तयार केलं. त्या वेळी त्यांनी आदिलशाहीचा कारभार चालवणाऱ्या खवास खानाची मदत घेतली आणि बुऱ्हाण निजामशहाचा नातेवाईक असलेल्या दहा वर्षांच्या मुर्तझाला गादीवर बसवलं. राज्याभिषेकाचा हा सोहळा नाशिकजवळच्या एका किल्ल्यात पार पडला. या वेळी अनेक मराठा सरदार, शहाजी राजांना येऊन मिळाले आणि त्यांनी शहाजी राजांचं नेतृत्व मान्य केलं. १६३५ साली

---

[११]खवास खानानं मुहम्मद आदिलशहाला तख्त मिळवण्यासाठी मदत केली होती.

आदिलशाही दरबारातला शहाजी राजांचा मित्र असलेल्या आणि आदिलशहाविरुद्ध कट करून अनेक वर्षं आदिलशाहीवर हुकमत गाजवणाऱ्या खवास खानाला त्याचा प्रतिस्पर्धी असलेल्या मुस्तफा खाननं ठार केलं.

निजामशाहीमध्ये माजलेली अंदाधुंदी मिटवण्यासाठी आणि निजामशाहीचा मुलूख ताब्यात घेण्यासाठी शाहजहाननं स्वत: जातीनं दख्खनला यायची योजना आखली होती. त्यानुसार ४ जानेवारी १६३६ या दिवशी, एक लाख सैनिकांच्या फौजेसह त्यानं नर्मदा ओलांडली. सम्राट शाहजहानची युद्धनीती अशी होती– आदिलशाहीच्या नव्या सम्राटाशी, मोहम्मद आदिलशहाशी हातमिळवणी करायची आणि शहाजी भोसल्यांना धडा शिकवायचा. दौलताबादचा किल्ला हाताशी असल्यानं शहाजी भोसलेंना मात देता येईल याची त्याला खात्री होती. हा विजय तत्काळ मिळेल अशी त्याची कल्पना होती पण इतिहास घडवणाऱ्या या घटनांना वेगळंच वळण लागत गेलं.

१६३५ साली शिवाजी महाराज जेमतेम पाच वर्षांचे होते. तोपर्यंत बरंच काही घडून गेलं होतं आणि बरंच काही घडायचंही होतं. शहाजी राजांनी जणू वाघाच्या गुहेत जाऊन सापाच्या शेपटीवर पाय दिला होता. त्यांनी आदिलशाहीच्या काही सरदारांशी गुप्त संधान जोडल्याचा संशय शाहजहानला होता. म्हणून त्याला शहाजी राजांशी असलेले संबंध तोडायचे होते. त्यासाठी त्यानं एक चतुर खेळी खेळली. त्यानं शिया राज्यकर्त्यांची सत्ता असलेल्या दख्खनेत दहशत माजवायला सुरुवात केली. त्यामुळे हे प्रदेश नमतील असं त्याला वाटत होतं. त्याप्रमाणे कुतुबशाहीत नव्यानंच गादीवर आलेला अब्दुल्लाह कुतुबशहा त्याला शरण आला आणि त्यानं आपण मोगलशाहीचे मांडलिक असल्याचं घोषित केलं. पण आदिलशाहीच्या मोहम्मद आदिलशहानं मात्र मोगलांशी दोन हात करण्याचं ठरवलं. शहाजहाननं त्याच्याविरुद्ध युद्ध पुकारलं आणि एक लाखाच्या घोडदळासह त्यानं आदिलशाहीच्या प्रदेशात तीन वेगवेगळ्या मार्गांनी प्रवेश केला. मोगल सैन्य लूटमार करत आदिलशाही सल्तनतीत घुसलं. वाटेवरच्या गावांना आगी लावत, शेतांची नासाडी करत, युद्धातली लूट म्हणून तिथली गुरं ओढून नेत, म्हाताऱ्यांची कत्तल करत आणि तरुणांना गुलाम म्हणून बरोबर नेत, त्याचं सैन्य पुढंपुढं जात होतं. या विध्वंसामुळे हवालदिल झालेल्या मोहम्मद आदिलशहाला मोगल साम्राज्याचं मांडलिकत्व पत्करायला भाग पाडलं गेलं. मग मोगलांचं आणि आदिलशाहीचं सैन्य एकत्र आलं आणि त्यांनी एका गडावरून दुसऱ्या गडावर फिरत असलेल्या शहाजी राजांचा पाठलाग सुरू केला. अखेरीस ठाणे जिल्ह्यातल्या (आता मुंबईजवळ असलेल्या) माहुली गडावर असताना शहाजी राजांनी काही शर्तींवर मोगलांना शरण जाण्याची तयारी दर्शवली. निजामशाहीच्या वारसदाराला शहाजी राजांकडून ताब्यात घेऊन त्याला ग्वाल्हेरला कैदेत ठेवलं गेलं. निजामशाही मोगल साम्राज्यात विलीन

झाली आणि दखखनच्या नकाशावरून निजामशाहीचं नामोनिशाण मिटवण्याचा शाहजहानचा मनसुबा पूर्ण झाला. मोगल–आदिलशाहीमध्ये, इतिहास–प्रसिद्ध करार झाला. करारात ठरल्यानुसार आदिलशहानं मोगल सत्तेचा स्वीकार करून शांतता प्रस्थापित करण्यासाठी दोन दशलक्ष रुपये द्यायचे होते. शहाजहानचा तत्काळ मांडलिक झालेल्या कुतुबशहाच्या कुतुबशाहीशीही आदिलशहानं 'शांततापूर्ण' व्यवहार करायचा होता. आदिलशाहीच्या सीमाही मोगलच ठरवणार होते आणि निजामशाहीचा काही भाग त्यांच्यात सामील करणार होते. एकमेकांच्या लष्करी अधिकाऱ्यांवर आक्रमण न करण्याचा ठरावही दोन्ही पक्षांमध्ये केला गेला.

१६३६ सालच्या मोगल–आदिलशाही करारातील ठराव– निजामशाही विभाग

- आदिलशाही– भीमा आणि सीना नद्यांमधला दखखनचा प्रदेश, सोलापूर आणि परांडा किल्ल्यासह सोलापूर आणि वानगी परगणा, निजामशाहीच्या ताब्यातील कोकणाचा, तिथल्या किल्ल्यांसह असलेला (कल्याण, भिवंडी, ठाणे) संपूर्ण प्रदेश आणि पुणे आणि चाकण परगणा (भोसले जहागिरी)
- मोगल साम्राज्य– दौलताबाद, अहमदनगर, पैठण, बीड, जालना, जुन्नर, संगमनेर आणि फतेहाबाद (धारूर)
- आदिलशहाने मोगल सम्राटाला नजराणा म्हणून वीस लाख रुपये द्यावेत.

शहाजी भोसलेंनी आदिलशाही सल्तनतीत समाविष्ट होणं नाकारलं तर त्यांना कैद करून आदिलशाही प्रदेशातून निष्कासित करावं.

प्रकरण - २

स्वातंत्र्याहून श्रेष्ठ काहीच नाही

१६३६ सालानंतर शहाजी भोसले हे आदिलशाहीचे सरदार झाले. शहाजी भोसल्यांना आपल्या पंखाखाली घेण्याचा मोहम्मद आदिलशहाचा निर्णय हा एक राजकीय निर्णय होता. त्याच्याच दरबारातल्या काही डोईजड ठरणाऱ्या सरदारांमुळे तो निराश झाला होता आणि त्याला त्याच्याविरुद्ध पुन्हा काही कट शिजवला जाण्याचीही भीती होती. म्हणून त्याला दक्षिणेकडे त्याचं साम्राज्य विस्तारीत करण्यासाठी एखाद्या सक्षम व्यक्तीची गरज होती. त्या वेळी शहाजी राजे मोगलांशी एकहाती लढा देत होते. त्यांनी स्वत:चं सैन्यबळ वाढवलं होतं. त्यांच्याकडे उत्तम मुत्सद्दिगिरी होती. तसंच राजकीय डावपेच आणि आर्थिक व्यवस्थापन यांत त्यांचा हातखंडा होता. त्यांच्या संघर्ष काळात त्यांना साथ देणारे लढवय्ये वतनदार त्यांच्याबरोबर होते. शहाजी राजांना त्यांची जहागिरी सोडून, दक्षिणेकडे एक हजार किलोमीटरवर जाण्याचा आदेश दिला गेला. सम्राट शहाजहाननं, मोहम्मद आदिलशहाला संदेश पाठवला की, ज्या प्रदेशात डोंगर नसतील त्याच प्रदेशात शहाजी राजांची नियुक्ती केली जावी. डोंगरी किल्ल्यांविना शहाजी राजे म्हणजे जणू काही तीक्ष्ण नख्यांविना गरुड. त्यांना सपाट प्रदेश देण्याचं कारण म्हणजे अशा प्रदेशात ते त्यांच्या स्वामीचं साम्राज्य वाढवण्यासाठी लढाया लढू शकतील पण स्वामीविरुद्ध बंड पुकारू शकणार नाहीत.

काही महिन्यांतच, १६३६ सालच्या मोगल आदिलशाही करारानुसार, शिवनेरीचा किल्ला मोगलांना द्यावा लागला. तेव्हा शहाजी राजे बंगळुरूला राहत होते. त्यामुळे जिजाबाई आणि बाल शिवाजी बंगळुरूला गेले. पण काही काळातच ते त्यांच्या जहागिरीत असलेल्या पुण्याला परत आले. जिजाबाई आणि शहाजी राजा ह्यांचा मोठा मुलगा संभाजी, त्याच्या वडिलांबरोबर म्हणजे शहाजी राजे आणि सावत्र आई तुकाबाई ह्यांच्याबरोबर बंगळुरूलाच राहिला.

दख्खनेतल्या ग्रामीण भागाला 'गाव' म्हणतात. ज्या गावात बाजार नसेल, त्याला 'मौजे' म्हटलं जायचं; आणि ज्या गावाला बाजार असेल त्याला 'कसबा' म्हटलं जायचं. त्यानुसार पुणे हे कसबा होतं. जिजाबाईंना पुण्याला पाठवण्याचा शहाजी राजांचा निर्णय एक चतुर निर्णय होता. शहाजी राजांनी जिजाबाईंमधलं व्यवस्थापन-कौशल्य हेरलं असणार आणि म्हणूनच त्या पुण्याची जहागिरी सांभाळू शकतील अशी खात्री त्यांना वाटली असणार. अन्यथा योग्य देखभालीअभावी ही जहागीर हातची गेली असती. युद्धाच्या सुलतानी संकटामुळे आणि दुष्काळाच्या अस्मानी संकटामुळे या प्रदेशाची वाताहत झाली होती. त्यातल्या अस्मानी संकटानं मात्र या प्रदेशाला जोरदार तडाखा दिला होता. उपासमारीमुळे हजारो लोक मरायला टेकले होते आणि हजारो स्वत:ला संपवायचा विचार करत होते. गुजरात आणि गोवळकोंड्याच्या दरम्यानची भूमी, स्मशानभूमी होऊ पाहत होती. दरबारी लेखक असलेल्या अब्दुल हमीद लाहोरीनं केलेल्या वर्णनानुसार (एडवर्ड अॅन्ड गॅरेटमध्ये दिलेला दाखला, १९९५, पृष्ठ ७३) या दोन प्रदेशांमधली जनसंख्या कमालीची खालावत चालली होती. माणसं भाकरीच्या तुकड्यासाठी सर्वस्व विकायला तयार होती, पण त्यांना खरेदी करणारं कुणी नव्हतं. अन्नाच्या एका घासासाठी प्रतिष्ठा पणाला लावली जात होती, पण त्याचीही पर्वा कुणाला नव्हती. नेहमी दान देण्यासाठी सरसावले जाणारे हात आता भीक मागण्यासाठी पसरले जात होते. समृद्धीकडे वाटचाल करणारी पावलं आता केवळ अन्नाच्या शोधात भटकत होती. अशा या भुक्याकंगाल प्रदेशात बऱ्याच काळापर्यंत बकरीच्या मांसाऐवजी कुत्र्याचं मांस विकलं जात असे आणि पिठामध्ये मृतांच्या हाडाची भुकटी मिसळून ते विकलं जात असे. दारिद्र्यानं परिसीमा गाठली आणि माणसं माणसांचं मांस खाऊ लागली. पोटच्या मुलाचं मांसही त्यांना रूचकर लागू लागलं.

याच दरम्यान, भोसले जहागिरीचे दिवाण आणि व्यवस्थापक म्हणून नियुक्त केलेले दादोजी कोंडदेव हे शहाजी राजांचे एक ब्राह्मण सल्लागार, शिक्षक आणि मार्गदर्शक म्हणून शिवाजी महाराजांच्या आयुष्यात आले. ते शहाजीराजे भोसले ह्यांचे कर्मचारी होते. त्या काळात छोटा शिवाजी आणि जिजाबाई कसे राहत असतील याबद्दलची फारशी माहिती उपलब्ध नाही, पण खेडेबारेच्या देशकुलकर्णींनी लिहिलेल्या दस्तऐवजांनुसार असं लक्षात येतं की, दादोजी कोंडदेवांनी पुण्याजवळच्या खेड इथं जिजाबाई आणि शिवाजी महाराज ह्यांच्यासाठी एक घर बांधलं होतं. १६३६ साली बंगळुरूला जाण्यापूर्वी काही काळ ते तिथं राहिले असतील. दादोजींनी त्यांच्यासाठी पुण्यातही एक वाडा बांधला होता. त्याला लाल महाल (रेड फोर्ट) म्हटलं जायचं. बंगळुरूहून परतल्यावर १६४९ सालापर्यंत ते पुणे आणि खेड इथं अदलूनबदलून राहत असावेत. (संदर्भ : मेहेंदळे, २०११, पृष्ठ १३१)

दादोजींची न्यायप्रियता, प्रामाणिकपणा आणि दीर्घकालीन प्रयत्न ह्यांमुळे मोठा बदल घडवून आणला. त्यांनी अशक्य कामं शक्य करून दाखवली. त्यातलं पहिलं म्हणजे घाबरून पुण्याबाहेर पळून गेलेल्या शेतकऱ्यांना पुन्हा एकत्र केलं आणि दुसरं काम म्हणजे, जिथं धान्यानं लगडलेल्या कणसांनी डुलणारी शेतं असायला हवी होती तिथं उगवलेल्या हजारो बाभळी उपटून जमीन साफ केली. हे दुसरं काम नक्कीच कठीण झालं असणार कारण बाभळीचे काटे मोठे असतात आणि सहज तुटतही नाहीत. ते इतके अणकुचीदार असतात की जाड तळव्याच्या जोड्यातही घुसतात. बाभळीची झाडं तोडताना त्याचे काटे जमिनीवर पडले असणार आणि ते काटे झाडून जमीन साफ करणं हे आणखी एक मोठं काम झालं असणार. कारण ते काटे तसेच राहिले असते तर त्यातून आणखी बाभळी उगवल्या असत्या. दादोजींनी जेव्हा शेत जमिनी स्वच्छ करण्याचं, त्या मोजून घेण्याचं, शेतकऱ्यांचे तंटे सोडवण्याचं, पेरणीसाठी बियाणं निवडून, लक्ष देऊन पेरण्या-कापण्या करून घेण्याचं काम केलं असेल; तेव्हा लहानगा शिवाजी त्यांच्याबरोबर असणार आणि तिथंच त्यानं शेतीचे पहिले धडे घेतले असणार. शेतकऱ्यांची आणि त्यांच्या समस्यांची ओळखही त्याला तिथंच झाली असणार.

लहानगा शिवाजी कसा असेल? तो खट्याळ, धडपड्या असेल का? दिवसभर आपल्या तट्टावर बसून आपल्या मित्रांसह, आपल्या जहागिरीत दौडत असेल का? कदाचित तो त्याच्या साहसी वृत्तीमुळे आईला काळजीत पाडून तिची झोप उडवत असेल आणि जेव्हा त्याची आई त्याला रामायण-महाभारताच्या गोष्टी सांगत असेल, तेव्हा चौकसपणे तिला अनेक प्रश्न विचारत असेल. आपला राजा कोण आहे आणि तो राजा कसा झाला असंही त्यानं विचारलं असणार. आक्रमणकर्त्यांविषयी आईबरोबर त्याच्या चर्चा झाल्या असणार. शिवाय शिवाजी महाराज लहानाचे मोठे झाले ते संपूर्ण स्वातंत्र्याच्या वातावरणात. त्यांचे वडील त्यांच्यापासून लांब होते. भोसले जहागिरी डोंगराळ भागात होती. मोहम्मद आदिलशहानं तोपर्यंत त्या भागावर लक्ष ठेवण्यासाठी कोणी अधिकारी नेमला नव्हता. कारण त्या दरम्यान मोहम्मद आदिलशहा स्वतःच आजारी पडला होता.

भोसल्यांची जहागीर म्हणजे रक्तलांछित भूतकाळ असलेली आणि भविष्य अंधकारमय असलेली भूमी. दख्खनच्या त्या भूमीवर झाकोळून आलेल्या काळ्या गर्द आकाशाकडे उत्सुक नजरेनं पाहणाऱ्या लहानग्या शिवाजीच्या कानांत जिजाबाईंनी असा काय मंत्र फुंकला असेल? दुसरी एखादी स्त्री आपल्या मुलाच्या अनिश्चित भविष्यामुळे निराशेनं दुःखाचे कढ सोसत बसली असती. त्या काळाची शिकवण होती की, 'जर तुम्हांला शांततेनं राहायचं असेल आणि मुळात जिवंत राहायचं असेल तर तुमच्या सम्राटाच्या आणि राजाच्या आज्ञांचं पालन करा.' पण जिजाबाईंनी मात्र त्यांच्या मुलाला या शिकवणीपासून दूर ठेवलं होतं कारण

त्यांच्या वडिलांनी, भावांनी आणि पतीनं मुस्लीम सम्राटांची सेवा करताना किती सोसलं होतं, हे त्यांनी पाहिलं होतं. त्यांच्या माहितीतली अनेक घराणी एकमेकांशी लढताना काळाच्या उदरात गडप झाली होती. स्वत:चं अस्तित्व टिकवण्याच्या खोट्या कल्पनांपायी त्यांची आयुष्यं बरबाद झाली होती आणि त्यांचं क्षात्र तेज नष्ट झालं होतं. जिजाबाईंनी आपल्या मुलाला त्या काळच्या सामाजिक मानसिकतेच्या विरूद्ध शिकवण नक्कीच दिली असणार की, 'जेव्हा शांतीचा अर्थ म्हणजे अन्याय सहन करणे, अत्याचार सोसणे, शरण जाणे वा निमूटपणे मरणे; तेव्हा युद्ध हेच आहे माणुसकीचे सर्वांत मोठे देणे!'

१७व्या शतकात संपूर्ण दख्खनवर मोगली आक्रमणांची टांगती तलवार लटकत होती. त्या काळी दख्खनेतले शिया मुस्लीम सम्राट लढवय्या वतनदारांना आपल्या बाजूला वळवायचा प्रयत्न करत होते. 'त्या प्रदेशातली करव्यवस्था पूर्णपणे त्यांच्या (हिंदूंच्या) हाती होती. त्यांच्यातल्या सैन्यअधिकाऱ्यांनी स्वत:ला युद्धभूमीत सिद्ध केलं होतं आणि मंत्र्यांनी सल्लामसलतीत आपलं वर्चस्व प्रस्थापित केलं होतं. मुरारराव (जगदेव) आणि शहाजी भोसले (१९३६ नंतर) हे विजापूर सत्तेचे प्रमुख पाठीराखे बनले होते. मदन पंडितकडे (मकण्णा) गोवळकोंड्याची सत्ता होती. पश्चिम घाट, तिथले गड-किल्ले आणि मावळ प्रांत त्यांच्या मोठमोठ्या (हिंदू) सरदारांच्या ताब्यात होता. कृष्णा आणि वारणा नद्यांच्या खोऱ्यातला घाटमाथा हा भाग चंद्रराव मोऱ्यांकडे होता. कोकणचा दक्षिण भाग सावंतांच्या ताब्यात होता. फलटणची सत्ता निंबाळकरांकडे होती तर डफळे आणि माने ह्यांच्याकडे साताऱ्याचा पूर्व भाग होता. भोसल्यांकडे पुणे, मावळ आणि पूर्वेला दूरवर बारामती, इंदापूरपर्यंत पसरलेली जहागीर होती. घोरपडे, घाटगे, महाडिक, मोहिते आणि मामुलकर हे घोडदळ आणि पायदळाचे प्रमुख होते. (संदर्भ : रानडे, १९६१, पृष्ठ क्र. २०) त्यांतल्या काहींना कालपरत्वे जहागिरी दिल्या गेल्या आणि त्यांना सैन्यातली अधिकाराची पदं बहाल केली गेली. कल्पना अशी होती की, दख्खनेच्या मुस्लिम राज्यकर्त्यांनी आपल्या पदरी पगारी सैन्य ठेवण्याऐवजी, गरजेनुसार या सरदारांकडून सैन्य मागवून घ्यावं. यामुळे सरदार किंवा सरताप म्हणवल्या जाणाऱ्या अनेक हिंदू लढवय्यांना, मुस्लीम सत्ताधाऱ्यांना नेस्तनाबूद करण्याची संधी होती. पण तसं व्हायचं नव्हतं. वास्तवात झालं ते याच्या विरुद्धच. मुस्लीम राज्यकर्त्यांना त्यांची साम्राज्यं एकसंध करण्यात या सरदारांची मदत झाली. त्यांतले काही श्रीमंत सरदार तर आपसातच भीषण लढाया लढले. त्या लढायांनी त्यांच्या घराण्यात पिढ्यान्‌पिढ्या चालणारं वैर निर्माण केलं. याचं उदाहरण देणारा प्रसंग- कारीचे सरदार जेधे इतके सबळ होत चालले होते की त्यांच्यावर सत्ता चालवणं कठीण होऊन बसलं होतं. तरीही त्यांच्या मुस्लीम राज्यकर्त्यांनी त्यांना

आणखी एक वतन देऊ केलं. हा त्यांचा सन्मान नव्हता तर राज्यकर्त्यांनी कपटानं आणि चातुर्यानं केलेली द्वेषाच्या बीजांची पेरणी होती. त्याला काट्यानं काटा काढायचा होता. त्यामुळे चिडलेल्या, अपमानित झालेल्या श्रीमंत सरदार खोपडे यांनी या नव्या वतनदाराला खिंडीत गाठलं. जेधेंची आणि त्यांच्या सहकाऱ्यांची कत्तल केली. सुडाची ठिणगी पडली आणि आदिलशाहाची विषारी योजना सफळ झाली. खोपडे परिवाराच्या एका विवाह समारंभात, रंगीबेरंगी कनातींनी सजवलेल्या त्यांच्या वाड्यात, जेधे परिवारातले घोड्यांवर स्वार झालेले काही जण घोड्यांसह वाड्यात घुसले. त्यांनी वऱ्हाड्यांवर घोडे घातले आणि विवाह समारंभात मशगूल असणाऱ्या पुरुषांवर, स्त्रियांवर, मुलाबाळांवर वार करत सुटले. त्यातल्या काहींनी तिथेच प्राण सोडले तर काही जखमी होऊन रक्ताच्या थारोळ्यात विव्हळत पडले. काही जण वाड्याबाहेर पळून गेले. पण जेधेंच्या माणसांनी त्यांचा पाठलाग केला आणि त्यांना मेंढ्या-बकऱ्यांसारखं कापून काढलं.

हे केवळ एक उदाहरण आहे. अशा अनेक लढाया झाल्या. त्यात लढवय्या परिवारातले अनेक हिंदू सरताप मेले तर काहींनी इतरांना मारलं. द्वेषानं भारलेल्या या लढाया लढताना, त्यांच्यातला 'क्षत्रिय'च शरमेनं मरत होता. कोंडाजी काणवणे यांनी पाटिलकी मिळवण्यासाठी लुमाजीच्या परिवारातल्या सहा जणांना ठार केलं. मग लुमाजीनं बदला घेण्यासाठी कोंडाजीच्या परिवारातल्या दोघांना यमसदनी धाडलं. मावळातल्या कोण्या बळवंत देशमुखानं, आपल्याच चुलतभावांवर हल्ला केला आणि त्यांच्या गावाची राखरांगोळी केली. कोण्या रंगोजी कृष्णाजीनं आपल्या जावयाला मेजवानीसाठी बोलावलं आणि त्याला जेवणातून विष दिलं. का? तर त्याच्या मृत्यूनंतर त्याचं वतन त्याच्या विधवेला मिळेल आणि मग आपल्या विधवा मुलीचं वतन आपल्याला घशात घालता येईल म्हणून!

शिवाजी महाराजांचा परिवारही याला अपवाद नव्हता. एका लढाईनं त्यांचे वडील आणि आजोबा, म्हणजे आईचे वडील यांच्यातलं प्रेमाचं नातं संपुष्टात आलं. त्याचं असं झालं, शहाजी भोसलेंचे एक सरदार खंडागळे यांचा हत्ती मदमस्त होऊन दौलताबादच्या रस्त्यावर नासधूस करत फिरू लागला, तेव्हा जिजाबाईंचे भाऊ दत्ताजी जाधवराव हे त्या मदमस्त हत्तीला ठार करण्यासाठी पुढे सरसावले पण शहाजी भोसल्यांच्या चुलतभावाला, त्या हत्तीला सोडवायचं होतं. त्यावरून दोघांत घनघोर युद्ध जुंपलं. त्यात दत्ताजी मारले गेले. पोटचा मुलगा गमावल्यानं लखूजी जाधवराव रागानं आणि दुःखानं वेडेपिसे झाले. त्या भरातच त्यांनी शहाजी भोसल्यांवर वार करून त्यांना जायबंदी केलं. सासऱ्यानंच आपल्या जावयाला ठार करून आपल्या हातानं आपल्या मुलीचं कपाळ पांढरं करण्याचं पाप त्या दिवशी घडणार होतं. (संदर्भ : पुरंदरे, २०१६, पृष्ठ क्र. १५) दोन्ही घराण्यांसाठी लाजीरवाणं असणारं ते युद्ध अखेरीस निजामशहाच्या दरबारात

जाऊन पोहोचलं आणि या युद्धानं जिजाबाईंच्या सासर–माहेरात कायमची दरी निर्माण झाली.

त्या काळी अशा लाजीरवाण्या कृत्यांनी केवळ हिंदू सरदारांनी आपला क्षात्र धर्म बाटवला असं नाही तर पंडितांनीही आपल्या अस्मितेचा बळी दिला होता. जेव्हा इथले वतनदार एकमेकांच्या रक्तानं इथल्या भूमीला न्हाऊ घालत होते, तेव्हा इथल्या संपूर्ण प्रदेशाला जणू युद्धभूमीचं रूप आलं होतं. (जेव्हा मोगल मोठ्या संख्येनं उत्तरेकडून दखखनेत उतरू लागले तेव्हा) त्याच वेळी इथले तथाकथित पंडित, तथाकथित उच्च कुलीन लोकही एकमेकांशी झगडत होते. कशासाठी? तर नाशिकला येणाऱ्या यात्रेकरूचं यात्रेदरम्यान तिथंच प्राणोत्क्रमण झालं, तर वारसाहक्कानं त्याच्या अंत्यविधीचा अधिकार कोणाला मिळावा, यासारख्या कारणांसाठी. काही वेळा, अनेक पुजारी भक्तगणांकडून मंदिरांना होणाऱ्या आर्थिक उत्पन्नासाठी झगडत आणि मुस्लीम सम्राटांनासुद्धा त्या झगड्यात सामील करून घेत असत. आपल्या वैदिक ज्ञानाच्या बढाया मारणारे हे पंडित/पुजारी, वतनदारी मिळवण्यासाठी आपल्या स्वाभिमानाला तिलांजली देऊन मुस्लीम सम्राटापुढे नतमस्तक होत असत. वेदविद्येच्या काही अभ्यासकांची लालसा तर न संपणारी होती. त्यांनी त्यांची संपूर्ण आयुष्यं गोदावरीकाठी आणि कृष्णेकाठी त्यांच्या मुस्लीम सम्राटाच्या कल्याणासाठी कर्मकांडं करण्यात घालवली. त्यासाठी ते सम्राटाकडून वार्षिक बिदागीही घेत असत.

महाराष्ट्रात जेव्हा थोरामोठ्यांचं क्षात्रतेज लोप पावत होतं, तेव्हा महाराष्ट्राच्याच एका भागात तिथल्या हीन–दीन उपेक्षितांची अस्मिता जागवणाऱ्या, त्यांना एकत्र आणणाऱ्या काही महत्त्वाच्या घटना घडत होत्या. वारकरी पंथामध्ये (दरवर्षी नेमानं आषाढी–कार्तिकीला पंढरपूरच्या यात्रेला जाणारे भाविक) अनेक जाती–व्यवसायांचे लोक एकत्र येतात. वारकरी पंथातील संतांनी त्यांच्या ओव्या, अभंग आणि भारुडं[१२] यांसारख्या गेय रचनांमधून, देवाची भक्ती, त्याच्याविषयीचं प्रेम व्यक्त केलं आहे. या संतांना मानवी समता अपेक्षित होती. १३व्या शतकात जन्मलेल्या संत ज्ञानेश्वरांनी आपल्या ज्ञानेश्वरी या ग्रंथामध्ये श्रीमद्भगवतगीतेचं

---

[१२]'ओवी' म्हणजे ग्रामीण स्त्रियांचं गेय रूपातलं साहित्य. जात्यावर धान्य दळताना किंवा घरगुती कामं करताना त्या स्वत: काव्य रचत आणि ते गात. विविध घरेलू कार्यक्रमांमध्ये किंवा घरगुती समारंभांमध्ये या ओव्या गायल्या जात असत. 'भारूड' ही उपहासात्मक रचना असे. यामध्ये विनोदी ढंगानं समाजाला काही शिकवण दिली जात असे. तर 'पोवाडा' म्हणजे विविध राजांच्या शौर्याचं गुणगान करणारी स्फूर्तिगीतं. 'लावणी' ही तिच्या ठेक्यासाठी आणि शृंगारिक रचनांसाठी प्रसिद्ध आहे. 'तमाशा' म्हणजे गण, गवळण, लावणी यांसारखी गाणी असलेलं आणि वग म्हणजे संवाद असलेलं लोकनाट्य. तर 'ललित' म्हणजे कथाकथन.

प्राकृतात भाषांतर केलं. त्यांनी संस्कृतमध्ये असलेल्या मूळ श्रीमद्भगवतगीतेतले ७०० श्लोक, मराठीत ९,९९९ ओव्यांमध्ये भाषांतरित केलं.

प्रत्येक ओवीच्या पहिल्या दोन ओळींचं यमक, नंतरच्या दोन ओळींशी जुळणारं आणि ओवीचं काव्यात्मक सौंदर्य वाढवणारं असतं. संस्कृत शिकण्याची अनुमती नसणाऱ्या सामान्य मराठी माणसासाठी प्रथमच गीता उपलब्ध झाली. मुक्ताबाई (संत ज्ञानेश्वरांची बहीण), नामदेव, चोखामेळा, एकनाथ, भानुदास यांसारख्या वारकरी संतांचं आराध्य दैवत म्हणजे 'विठोबा'. आजही कष्टकरी समाजातल्या स्त्री-पुरुष सर्वांना तो आपलासा वाटतो. शेतकऱ्यांना आणि बलुतेदारांना विठोबा म्हणजे आपला सखा, गुरू, मार्गदर्शक वाटत असे. आपल्या काव्याच्या माध्यमातून, आपल्या सख्यासोबत्याशी बोलावं तसं ते विठोबाशी संवाद साधत असत. असं म्हणतात की, याच विठोबानं संत जनाबाईंना त्यांच्या घरकामांमध्येही मदत केली होती. या संतांनी आपल्या सहज समजणाऱ्या सोप्या काव्यरचनांच्या माध्यमातून मराठ्यांना आणि मराठी भाषकांना एकत्रित करण्याचं कार्य केलं.

'सोळाव्या शतकाची अखेर आणि सतराव्या शतकाचा आरंभ या संधिकालामध्ये, महाराष्ट्र ढवळून काढणारी क्रांती ही केवळ राजकीय क्रांती नव्हती. राजकीय क्रांती ही केवळ एक सुरुवात होती. खरं तर त्यासाठी कारण ठरलेल्या पण नंतर झालेल्या धार्मिक आणि सामाजिक क्रांतीनं महाराष्ट्रीय जनतेला हालवून सोडलं होतं. यातलं धार्मिक पुनरुत्थान हे ब्राह्मणी सनातनी विचारांविरुद्ध आणि मुख्यत्वे पुरोगामी विचारांचं होतं. ते कर्मकांड पद्धती आणि जन्मानुसार ठरणाऱ्या जातिव्यवस्थेच्या विरोधात होतं, नैतिकता आणि हृदयस्थ शुद्धतेवर आधारित होतं. त्यात कायदा होता, तो केवळ प्रेमाचा. या क्रांतीची धुरा ब्राह्मणांनी नाही तर शिंपी, सुतार, कुंभार, माळी, वाणी, न्हावी इतकंच नव्हे तर महार अशा समाजाच्या निम्न स्तरातून पुढे आलेल्या संतांनी, प्रवचनकारांनी, तत्त्वज्ञांनी आणि कवींनी सांभाळली होती (संदर्भ : रानडे, १९६१, पृष्ठ क्र. ४). शिवाजी महाराजांच्या काळात संत तुकाराम महाराजांचा उदय झाला. स्वत:वर व्यक्तिगत दु:खाचा डोंगर कोसळूनही समाजहितासाठी अभंग रचणारे संत तुकाराम महाराज पुण्याजवळ इंद्रायणी नदीकाठी असलेल्या देहू इथं राहत होते. जन्मानं ते वाणी होते पण त्यांचं मन मात्र नेहमी अभंग रचनेत रमलेलं असायचं. 'अभंग' म्हणजे मराठी बोली भाषेतलं काव्य, ज्यात सर्वसामान्यांना हिंदू धर्माचं गूढ तत्त्वज्ञान सोपं करून सांगितलं जायचं. त्यामुळे तोपर्यंत धर्माभ्यास करणं आणि साहित्य-रचना करणं ही केवळ ब्राह्मणांची मक्तेदारी आहे, असा जो समज पसरवला गेला होता आणि परिश्रमपूर्वक सांभाळला गेला होता, तो नष्ट झाला. समाजातला उच्च वर्ग संतापला होता पण संत तुकारामांनी त्यांच्या संतापाला धैर्यानं तोंड दिलं. संत तुकारामांना शिक्षा देण्यासाठी म्हणून त्यांची

अभंगगाथा इंद्रायणी नदीत बुडवण्यात आली. तरीही ते त्याच नदीकाठी बसून स्थिर चित्तानं अभंग रचत आणि गात असत. अनेक वर्षांनतर आजही गायल्या जाणाऱ्या आणि ऐकल्या जाणाऱ्या त्यांच्या अभंगांनी त्यांच्या विचारांना शाश्वत केलं आहे.

अनेक इतिहासकारांचं असं मत आहे की शिवाजी महाराजांवर संत तुकारामांच्या शिकवणुकीचा खूप प्रभाव होता. तिथे पडलेल्या दुष्काळात संत तुकारामांची पत्नी आणि मूल उपासमारीनं दगावले पण तरीही तुकाराम आपल्या अभंगांमधून समाजाला धीर देत राहिले. त्यांचा एक प्रसिद्ध अभंग–

जे का रंजले गांजले।
त्यांसी म्हणे जो आपुले।।
तोचि साधू ओळखावा।
देव तेथेची जाणावा।।

आता पुन्हा एकदा क्षत्रियांचा विचार करू या. एका व्यक्तीनं क्षत्रियांना पूर्णपणे नष्ट करून टाकण्याची घोषणा केली होती. काही हजार वर्षांपूर्वी द्वापार युगामध्ये रेणुका आणि जमदग्नी ऋषींच्या पोटी, भगवान विष्णूंचा सहावा अवतार असलेल्या परशुरामांनी जन्म घेतला. अनेक वर्षं ध्यानधारणा आणि घोर तपश्चर्या केल्यामुळे भगवान शंकरांनी प्रसन्न होऊन त्यांना एक कुऱ्हाड दिली होती. असं म्हणतात की, त्यांनी शंभर वेळा पृथ्वीप्रदक्षिणा करून पृथ्वी निःक्षत्रिय केली होती. एक प्रकारचं मानववंशीय शुद्धीकरणच म्हणाना. त्यानंतर अनेक हजार वर्षांनी सम्राट अकबराच्या दरबारातल्या कृष्णभट्ट शेष नामक एका पुराण अभ्यासकानं 'शूद्राचार शिरोमणी' नावाचा एक ग्रंथ लिहिला. त्यात त्यानं असं म्हटलं आहे की, सर्व क्षत्रियांना परशुरामानं मारून टाकलं आहे. त्यामुळे आता असलेले हिंदू हे एक तर ब्राह्मण आहेत किंवा शूद्र. याचा अर्थ असा की कोणीही हिंदू पुरुष हा राजा होण्यास लायक नव्हता. हिंदू हे केवळ मुस्लीम राज्यकर्त्यांचे सेनापती होण्यायोग्य होते.

आधीच्या प्रकरणात उल्लेखल्याप्रमाणे शहाजी भोसले आदिलशाहीमध्ये रणदुल्ला खान या सेनापतीच्या हाताखाली काम करत होते आणि हा सेनापती दख्खनेच्या हिंदू साम्राज्यांविरुद्ध लढाया करत होता. ही नोकरी म्हणजे शहाजी राजांसाठी एक नवं जीवन, नवा प्रदेश, नवी कामगिरी होती. त्यांच्यासाठी ते वातावरणही नवं होतं. १६३६ साली मोगल साम्राज्य आणि आदिलशाही ह्यांच्यामध्ये झालेल्या करारानुसार दख्खनेमध्ये शिया साम्राज्याच्या सीमा निश्चित केल्या गेल्या होत्या. ते त्यांचं साम्राज्य कधीही उत्तरेच्या दिशेनं वाढवू शकणार नव्हते. साम्राज्य वाढवण्यासाठी मोगलांबरोबर केलेलं युद्ध त्यांच्या विनाशाला कारण ठरलं असतं. त्यांना केवळ दख्खनेकडे आणि पूर्वेकडे तुंगभद्रा आणि कृष्णा नद्यांच्या पलीकडे मैसूर, मद्रास आणि कर्नाटकाच्या अंतर्भागात साम्राज्यविस्तार करता येणार होता.

त्यानंतर काही वर्षांनी म्हणजे सन १६३६ ते १६४५ दरम्यान इक्केरीचा राजा वीरभद्र आणि बसवपट्टणमचा राजा केंगा नायक यांना अपमानित करून मोठी खंडणी भरायला लावली गेली. त्यानंतरच्या काळात रणदुल्ला खानानं बंगळुरूचा किल्ला जिंकला आणि त्या किल्ल्याचं तसंच त्या जिल्ह्याचं संरक्षण करण्यासाठी शहाजी राजांची नियुक्ती केली. कालांतरानं शहाजी राजांना बंगळुरू हे जहागीर म्हणून देण्यात आलं.

अफझल खान हा आदिलशाहीचा आणखी एक सरदार. त्यानंही रणदुल्ला खानाच्या हाताखाली काम केलं होतं आणि तोसुद्धा काही मोहिमांचं नेतृत्व करत होता. तो 'सेरा' किल्ल्यावर आक्रमण करणार होता. हा किल्ला कस्तुरी रंगा नावाच्या राजाकडे होता. जेव्हा हा हिंदू राजा शरण यायला तयार झाला, तेव्हा अफझल खानानं त्याला ठार केलं. १६४१ साली सर्व हिंदू राजांनी आदिलशाहीविरुद्ध उठाव केला. रणदुल्ला खान, अफझल खान, शहाजी भोसले असे आदिलशाहीचे सर्व सेनापती आणि आदिलशाहीचा सर्वोच्च सेनापती वजीर मुस्तफा खान हे आदिलशाहीच्या दक्षिण आणि पूर्व सीमांवर गुंतले होते. आदिलशाही सैन्यदलामध्ये महत्त्वाचं स्थान मिळवणारे आणि प्रसिद्धी मिळवणारे शहाजी भोसले हे बहुधा एकमेव (बाजी घोरपडे व्यतिरिक्त) हिंदू सेनापती होते. त्यामुळे आदिलशाहीतल्या अनेक लढवय्यांना शहाजी भोसलेंविषयी द्वेष वाटू लागला. या द्वेषाचं आणखी एक कारण म्हणजे शहाजी भोसले हे पराजित झालेल्या हिंदू राजांना मदत करायचे आणि मोहम्मद आदिलशाहशी त्यांचा समेट घडवून आणायचे. त्यामुळे आदिलशाही सैन्यातले बरेच सरदार आणि सेनापती शहाजी भोसलेंवर मराठा विद्रोही गट तयार करण्याचा आरोप करायचे आणि त्यांना देशद्रोही समजायचे. शहाजी भोसलेंविरुद्ध एक गट तयार होत होता. त्यात दोन सरदार अग्रणी होते. एक होता अफझल खान आणि दुसरे होते स्वत: मराठा असलेले बाजी घोरपडे. काहीशी विचित्र स्थिती निर्माण झाली होती. शहाजी राजे आणि अफझल खान हे दोघंही शूर लढवय्ये होते. निडर होते. दोघांनीही रणदुल्ला खानाच्या हाताखाली काम केलं होतं. पण कालांतरानं रणदुल्ला खान शहाजी राजांच्या पराक्रमाची आणि त्यांच्या युद्ध कौशल्याची प्रशंसा करू लागला. त्यामुळे अफझल खान शहाजी राजांचा पराकोटीचा द्वेष करू लागला. म्हणूनच अपमानित, क्रोधित झालेल्या अफझलखानानं शहाजी राजांना आणि संभाजी, शिवाजी या त्यांच्या मुलांना कैद करण्याचा प्रयत्न केला असावा.

ही राजकीय उलथापालथ होत असताना, पुण्यात मात्र एक चमत्कार घडत होता. भोसल्यांची पुण्याची जहागिरी ही चाकण, इंदापूर, शिरवळ आणि वाईपर्यंत होती. ती पूर्व-पश्चिमेला १०० मैल आणि उत्तर-दक्षिणेला ५० मैल पसरली होती. तिच्या पश्चिमेला भीमा नदी आणि दक्षिणेला नीरा नदी होती. आपल्या आईचं जनसंपर्क प्रस्थापित करण्याचं कौशल्य आणि दादोजी कोंडदेवांकडे असलेलं स्थावर

मालमत्तेच्या व्यवस्थापनाचं ज्ञान पाहत शिवाजी राजे लहानाचे मोठे झाले होते. या प्रदेशातली माणसं दुष्काळाच्या अस्मानी संकटानं आणि युद्धाच्या सुलतानी संकटानं विखुरली होती. या दोघांनीही अतिशय तळमळीनं त्यांना पुन्हा एकत्र आणायला सुरुवात केली. त्यासाठी आधी त्यांनी उजाड जमिनी लागवडीखाली आणायला सुरुवात केली आणि भोसले जहागिरीतल्या पूर्णपणे पडीक झालेल्या जमिनींचीही मशागत सुरू केली. दादोजी हे एक उत्तम प्रकल्प प्रबंधक असले पाहिजेत. कारण त्यांनी त्या काळची राजकीय स्थिती समजून कार्यवाही सुरू केली होती. भोसले जहागिरीतला प्रदेश आदिलशाहीला नापसंत होता आणि म्हणून तो दुर्लक्षित राहिला होता. भोसल्यांचा द्वेष करणाऱ्या हिंदू लढवय्यांनी आणि आदिलशाहीतल्या सरदारांनी या भोसले जहागिरीतली घरंदारं जाळली, शेतं उद्ध्वस्त केली. एवढंच नव्हे तर तिथली जमीन शेतीसाठी अपवित्र ठरावी म्हणून त्यावर गाढवांचा नांगर फिरवला. (खरं तर नांगरणीचं काम बैलांकडून करून घेतात.) आर्थिक नुकसान ही इथली आणखी एक समस्या होती. शेती हा इथला मुख्य उद्योग होता. तो तर बंद पाडला गेला होता. त्यामुळे व्यापारउदीम ठप्प झाला होता. मजूर मिळेनासे झाले होते. त्यातच पडलेल्या दुष्काळानं जणू जखमेवर मीठ चोळण्याचं काम केलं होतं. त्या प्रदेशात सामाजिक जीवन असं काही उरलंच नव्हतं. शेतकरी आपली गावं सोडून निघून गेले होते आणि त्यांच्यामागे बलुतेदारही नाहीसे झाले होते. जे कोणी राहिले होते त्यांना भीक मागण्याशिवाय दुसरा पर्याय नव्हता. कारण ती माणसं अंधश्रद्ध झाली होती. त्यांना तिथली जमीन अपशकुनी वाटत होती. ती जमीन कसली तर आपल्यावर संकटं कोसळतील असा अंधविश्वास निर्माण झाला होता. त्यामुळे त्यांची शेतीची अवजारं कोपऱ्यात धूळ खात पडून होती. सगळ्या प्रदेशावरच अवकळा पसरली होती.

विजयाच्या दिशेनं...

'धान्याच्या कणसांनी लगडलेली, वाऱ्यावर डुलणारी शेतं' हे दादोजींचं स्वप्न होतं. आणि ते सत्यात उतरवण्यासाठी शेतीच्या कामांना वेग देणं आवश्यक होतं. त्यासाठी पहिलं काम करायचं होतं ते म्हणजे लोकांच्या मनातल्या अंधश्रद्धा दूर करून त्यांना जमीन कसायला लावणं. दादोजींना माहीत होतं की, शेती हा वाट पाहायला लावणारा उद्योग आहे. 'पेरलेलं उगवायला' वेळ लागतो. याचा फायदा भविष्यात होणार आहे. शिवाय हा व्यवसाय पावसावर अवलंबून आहे. (अजूनही तीच परिस्थिती आहे.) पाऊस आवश्यकतेपेक्षा जास्त नसावा, आवश्यकतेपेक्षा कमी नसावा आणि अकालही नसावा. जमीन कसायची तर बैलजोडी हवी. पण गुरंढोरं ठेवली तर ती लुटेऱ्यांकडून पळवून नेली जाण्याची भीती. असं झालंच तर शेतकऱ्याला त्याची जमीन न कसता तशीच सोडून द्यावी लागे आणि मग तिथे बाभळीची वनं माजत

असत. गाव सोडून रानावनात निघून गेलेल्या शेतकऱ्यांना शोधण्यासाठी दादोजी त्यांच्या मालकाच्या मुलाला, छोट्या शिवाजीला घेऊन तिथल्या दऱ्याखोऱ्यांत भटकले असणार. त्यानंतरचं काम म्हणजे या परत आणलेल्या शेतकऱ्यांना आसरा देणं आणि त्यांच्या पोटापाण्याची सोय करणं. जिजाबाईंनी केलेल्या आईच्या मायेनं, ते अभागी आणि दुःखी शेतकरी पुन्हा एकदा सुखी आणि समृद्ध जीवनाचं स्वप्न रंगवू लागले असणार. जमिनीत खोलवर रुजलेली बाभळीची झाडं उपटून जमीन स्वच्छ करणं आणि तिथं राज्य करणाऱ्या कोल्ह्याकुत्र्यांची शिकार करणं, हे एक मोठंच काम झालं असणार. हे समजल्यावर आता अनेकांच्या भुवया उंचावतील, पण त्या काळी जमीन स्वच्छ करून लागवडीखाली आणण्यासाठी आणि तिथं पुन्हा एकदा मानवी वसाहत स्थापित करण्यासाठी ते आवश्यक होतं. याबरोबरच दादोजींनी आणखी एक काम केलं. तिथून जिंकून निघून गेलेल्या आणि दुसऱ्या प्रदेशात स्थायिक झालेल्या वतनदारांशी त्यांनी पत्रव्यवहार सुरू केला. त्या वतनदारांनी आपल्या मूळच्या घरी परतावं आणि तिथली करव्यवस्था पाहावी यासाठी दादोजींचे प्रयत्न सुरू होते. तोपर्यंत तिथं कोणतीही करव्यवस्था लागू नव्हती. दादोजींनी चातुर्यानं गावकऱ्यांची अंधश्रद्धा दूर करण्यासाठी एक युक्ती केली. त्यांनी लहानग्या शिवाजीच्या हस्ते जमिनीचा एक तुकडा नांगरून घेतला. कसा? तर छोटा फाळ असलेल्या सोन्याच्या नांगरानं! हा समारंभ अगदी थाटात पार पडला. नगारे वाजवले गेले. तुताऱ्या फुंकल्या गेल्या. पोवाडे गायले गेले आणि आता ही जमीन शापमुक्त होऊन पुन्हा एकदा लागवडीसाठी पवित्र, सिद्ध झाली आहे असं घोषित केलं गेलं.

या 'भोसले जहागिरी प्रकल्पा'च्या खर्चासाठी लागणारा प्राथमिक निधी बहुधा शहाजी भोसलेंकडूनच आला असणार. तोपर्यंत त्यांना रणदुल्ला खानाकडून अनेक पुरस्कार मिळाले होते. सैन्यातील सर्वोत्तम कामगिरीमुळे शहाजी भोसल्यांवर आदिलशाहीचा सम्राट मोहम्मद आदिलशहाची मर्जी होती. आदिलशाही दरबारात तोपर्यंत कोणत्याही हिंदू राजाला न दिली गेलेली सर्वोच्च उपाधी शहाजी भोसलेंना बहाल केली गेली. ती उपाधी होती, 'महाराजा'. त्यामुळे अफझल खानासारखे मुस्लीम सरदार आणि बाजी घोरपडे यांसारखे हिंदू सरदार शहाजी भोसलेंना नेस्तनाबूद करायचा विचार करू लागले.

आदिलशाही दरबारात शहाजी राजांचं प्रस्थ मोठं होतं. त्या आधारे आदिलशाहीच्या विजापुरच्या राजदरबारात स्थान मिळवणं हे छोट्या शिवाजीसाठी खूपच सोपं झालं असतं. खरं तर ते निश्चितच होतं. छोट्या शिवाजीसाठी ते ताट आयतं वाढलेलं होतं. ते एका जहागीरदाराचे पुत्र होते. त्यांनी पूर्वजांच्या पावलावर पाऊल ठेवून चालणं अपेक्षित होतं. मुस्लीम सम्राटाच्या दरबारात सरदारकी मिळवून ऐशोआरामात राहायचं होतं, मोठमोठ्या उपाध्या मिळवायच्या होत्या आणि

वेळप्रसंगी आपल्या आदिलशाहाच्या साम्राज्याचं रक्षण करण्यासाठी लढायचं होतं. हो, पण त्यासाठी काही किंमत मोजावी लागणार होती. ती म्हणजे, त्यांना आयुष्यभर आपल्या मुस्लीम राज्यकर्त्यांचे पाय धरत, त्याचं गुणगान करत त्याचे नोकर बनून त्याच्या कृपेवर जगावं लागणार होतं. पण शिवाजी राजांनी वेगळा मार्ग निवडला. गुलामगिरी, धार्मिक विवाद, हरलेल्यांची पराभूत मनोवस्था, पिळवणूक आणि निर्दयी कत्तलीनं भरलेलं वातावरण यांपासून आपल्या लोकांना स्वातंत्र्य मिळवून देण्यासाठी संघर्ष करण्याचा! छोट्या शिवाजीनं, मावळ प्रांतातल्या काळ्या मातीत आपल्या या स्वप्नाची बीजं पेरली. त्याचे धुमारे तिथल्या मराठ्यांच्या, बलुतेदारांच्या, शेतकऱ्यांच्या, ब्राह्मणांच्या इतकंच नव्हे तर तिथल्या आदिवासींच्याही हृदयात फुटू लागले.

म्हणूनच तर रानात राहणाऱ्या आणि गावाची राखण करणाऱ्या रामोशी जमातीच्या लोकांनाही दादोजी विश्वासात घेऊ शकले. जेव्हा जहागिरी पुन्हा वसली आणि तिची व्यवस्था लागली, तेव्हा कुऱ्हाडी आणि तलवारी बनवणारे हे लोक शिवाजी राजांचे पक्के खबरी आणि सैनिक म्हणून काम करू लागले. हळूहळू शिवाजी राजांच्या सैन्यात दाखल होणाऱ्यांची संख्या वाढू लागली. त्यात बलुतेदारांची, विशेषत: धनगरांची आणि पारध्यांची संख्या लक्षणीय होती.

या सर्व कामांसाठी पैसा लागत होता. त्यासाठी मिळकतीचं प्रमुख आणि एकमेव साधन होतं ते म्हणजे शेती. दादोजींनी पुन्हा एकदा शेताच्या ठरावीक तुकड्यांत येणाऱ्या एकूण पिकाच्या सरासरीवरून त्या तुकड्यावर करआकारणी करण्याची पद्धत सुरू केली. त्यांनी आणखी एक अनोखी कल्पना राबवली. ही कल्पना परंपरेला छेद देणारी होती. दादोजींनी शेतकऱ्यांना विनंती केली की, त्यांनी जी जमीन स्वच्छ केली आहे तिथं त्यांनी स्थायिक व्हावं. त्यांच्यासाठी दादोजींनी फायदेशीर अटी मांडल्या. त्यांना तिथं कायम वास्तव्यासाठी आवश्यक कागदपत्रं देण्याची हमी दिली. नव्यानं स्थायिक होणाऱ्यांनी पहिल्या वर्षी एक रुका, (रुपयाचा सर्वांत छोटा हिस्सा) दुसऱ्या वर्षी तीन रुके, तिसऱ्या वर्षी सहा रुके, चौथ्या वर्षी नऊ रुके, पाचव्या वर्षी बारा रुके, सहाव्या वर्षी अर्धा रुपया आणि सातव्या वर्षी पूर्ण रुपया इतका कर द्यावा. त्यानंतर त्यांनी रोख रकमेत किंवा अन्य प्रकारे अंबर पद्धतीप्रमाणे ठरलेल्या दरानं कर भरावा. या फायदेशीर अटींमुळे अनेक लोक आकर्षित झाले आणि काही काळातच जहागिरीतली सगळी शेतजमीन लागवडीखाली आली. याचा पुढचा टप्पा म्हणून दादोजी कोंडदेवांनी बाजार उभा केला, उद्यानं तयार केली, फळबागा आणि आमरायाही केल्या (संदर्भ : कुलकर्णी, २००८, पृष्ठ क्र. ७९).

शेतातलं पीक काढल्यानंतर ते बाजारात नेऊन विकणं, हे तेव्हाच्या काळातच नाही तर आत्ताही शेतकऱ्यासाठीचं एक कठीण काम असतं. कारण

बाजारात असलेल्या मालाच्या उपलब्धतेनुसार मालाचा भाव कमी-जास्त होत असतो. म्हणूनच दादोजींनी ठरवलेली करपद्धत शेतकऱ्यांच्या फायद्याची ठरली. ओला आणि सुका दुष्काळ लक्षात घेऊन, त्याला तोंड देण्यासाठी शेतीमाल साठवणुकीची गोदामं बांधली गेली. जेव्हा जमिनीतून मिळकत होऊ लागली, तेव्हा दादोजींनी शेतकऱ्यांना छोट्या रकमेची कर्जं, शेतीची अवजारं, दुभती जनावरं आणि उत्तम दर्जाचं बियाणं द्यायला सुरुवात केली. पेरणीच्या काळात उत्तम दर्जाच्या बियाणाचं महत्त्व काय असतं ते एक शेतकरीच जाणू शकतो.

पुणं वेगानं बदलत होतं. शेतकऱ्यांकडून शेतसारा येऊ लागल्यावर शेतीसंबंधी व्यवसायही नव्या जोमानं सुरू झाले. शेतीच्या अवजारांबरोबरच तलवारी, भाले, खंजीर यांसारखी शस्त्रं लोहार बनवू लागले. चांगल्या मजुरीच्या आशेनं आदिलशाहीच्या सीमेवरच्या प्रदेशातून बांधकाम मजूर येऊ लागले. जवळपासचे वतनदार सल्लामसलतीसाठी जिजाबाईंची आणि शिवाजी राजांची भेट घेऊ लागले. देवळांमध्ये नियमित पूजाअर्चना होऊ लागली. शेतकऱ्यांना डाकूंशी आणि घुसखोरांशी दोन हात करता यावेत म्हणून, दादोजी त्यांना तलवारबाजीचं प्रशिक्षण देण्यासाठी शिबिरं भरवू लागले. त्यांची तयारी पाहून शिवाजी राजांना एक कल्पना सुचली. 'त्यांनाही सैन्यात भरती करून घेतलं तर?' पेरणीच्या, कापणीच्या मोसमात ते शेतात काम करतील आणि उरलेल्या काळात सैन्यात राहतील.

याच काळात शिवाजी राजांची त्यांच्या रयतेशी जवळीक झाली आणि तेव्हा त्यांच्यात निर्माण झालेले प्रेमाचे बंध आयुष्यभर भक्कम राहिले. शिवाजी राजांना वडिलांच्या जहागिरीत तानाजी, सूर्याजी, येसाजी कंक, बाजी पासलकर यांसारखे अनेक जिवलग मित्र मिळाले. तोपर्यंत त्यांना मावळ प्रांतातल्या काही देशमुखांचंही पाठबळ लाभलं होतं. त्या सर्वांपुढे स्वराज्याची संकल्पना मांडताना त्यांना आपल्या अनुयायांना प्रेरित करणाऱ्या नेत्याचं रूप धारण करावं लागलं. ते जर लोकांना समजावू शकले नसते, प्रेरणा देऊ शकले नसते; तर त्यांना कोणाचीच साथ लाभली नसती. त्यांच्याबरोबर काम करणारे लोक त्यांच्या स्वप्नानं हळूहळू इतके भारावले गेले की, आपल्या राजाचं स्वप्न पुरं करायला प्राणांची बाजी लावू लागले. प्रश्न होता त्यांना यश लाभण्याचा. जुनी परंपरा मोडून नव्याची सुरुवात करण्याचा. तसं झालं असेल का? परिस्थिती बदलणार होती का? काय होतं नियतीच्या मनात?

याच दरम्यान शिवाजी राजांना एक मुलगा भेटला. तो मुलगा रस्त्यावर बहुरूप्याचे खेळ करणाऱ्या एका परिवारातला होता. तो कोणताही वेश धारण करू शकत असे आणि कोणाच्याही आवाजाची हुबेहूब नक्कल करू शकत असे. शिवाजी राजांनी त्याचे गुण हेरले आणि त्याला आपल्या सैन्यात तर दाखल करून घेतलंच पण त्याला खास हेरगिरीसाठी तयार केलं. त्या मुलाचं नाव होतं, बहिर्जी

नाईक-जाधव. शिवाजी राजांच्या हेरपथकात २०००-३००० हेर सैनिक होते. बहिर्जीला त्यांचं प्रमुख केलं गेलं. बहिर्जीनं आपल्या पथकासाठी एक सांकेतिक भाषा तयार केली होती. त्यात पक्ष्यांनी दिलेल्या इशाऱ्यांसारखे भेदक आवाज आणि हिंस्र श्वापदांच्या गुरगुरण्याचे आवाज होते. बहिर्जीच्या माणसांना विविध भाषा ज्ञात होत्या आणि त्या काळची सर्व प्रकारची शस्त्रं चालवण्यात ते तरबेज होते. ती माणसं घनदाट वनं सहज पार करायची, सरळसोट उभे कडे लीलया चढून जायची, खोल पाण्यात पोहायची. त्यांना सर्व प्रकारच्या प्रतिकूल परिस्थितीशी जुळवून घेण्याचं कठीण प्रशिक्षण दिलं गेलं होतं. आपल्या हेरगिरी पथकाला इतकं महत्त्व देणारे शिवाजी राजे हे एकमेव हिंदू राजे होते. बहिर्जी वेगवेगळ्या वेशभूषांमध्ये शिवाजी राजांची भेट घेत असे आणि कोणाला त्याचा पत्ताही लागत नसे. इतर कोणासाठी जणू काही तो अस्तित्वातच नसे.

शिवाजी राजांनी त्यांच्या सख्यासोबत्यांसह मावळातल्या रोहिडेश्वरावर, रायरेश्वराच्या मंदिरात शंकराच्या पिंडीवर आपली करंगळी कापून रक्ताभिषेक केला आणि स्वराज्याची शपथ घेतली, ही कथा तर प्रसिद्धच आहे. त्या वेळी शिवाजी राजे जेमतेम पंधरा वर्षांचे होते. त्यांचे मित्रही साधारण त्याच वयाचे होते. ताना (तानाजी मालुसरे), येसा (येसाजी कंक), सूर्या मालुसरे, भीमा, भैरू, त्र्यंबक, संभाजी कावजी, चिमण आणि साठी ओलांडलेले पण मनानं तरुण असलेले बाजी पासलकर. यांतल्या बऱ्याच जणांनी शिवाजी राजांचं स्वराज्याचं स्वप्न साकारताना झालेल्या लढायांमध्ये आपले प्राण अर्पण केले. आपण ही कथा अनेकदा ऐकलेली आहे. आधी सांगितल्याप्रमाणे शिवाजी राजे, त्यांचे वडील दूर दक्षिणेत असताना पुण्यात राहत होते. तिथेच त्यांनी स्वातंत्र्याची चव चाखली होती. तो प्रदेश डोंगरी होता. दुष्काळामुळे आणि युद्धांमुळे उजाड झाला होता. अली आदिल शहाला तिथं सुभेदार नेमायची गरज भासत नव्हती. त्यामुळे शिवाजी राजांच्या जहागिरीत हळूहळू कर गोळा केला जाऊ लागला तरीही विजापूरच्या मुख्य अधिकाऱ्यांनी शिवाजी राजांच्या जहागिरीत काहीच लक्ष दिलं नाही. दादोजींचे प्रयत्न फळाला येत होते. तोपर्यंत तिथले गावकरी, विशेषत: शेतकरी त्यांच्या जहागीरदाराच्या मुलाच्या प्रेमात पडले असणार ज्यानं त्या प्रदेशाला नवं जीवन दिलं. अनेक वर्ष पडीक आणि नापीक असलेल्या त्यांच्या जमिनी कसायला त्यांना प्रोत्साहन दिलं. सुतार, न्हावी, कुंभार, लोहार आणि चांभार यांसारख्या बलुतेदारांनाही जमिनींतून मिळणाऱ्या करांचा फायदा होऊ लागला. त्यांना तर शिवाजी राजे 'देवा'समान वाटत असतील. कारण तिथल्या लोकांना प्रथमच कोणाच्या तरी नजरेत स्वत:साठी प्रेम आणि आदर दिसत होता. शिवाजी राजांनी निर्धार केला होता की, कोणत्याही स्थितीत आपल्या स्वातंत्र्याचं आणि आपल्या माणसांना नव्यानं गवसलेल्या आनंदाचं रक्षण करायचं. त्यांना कोणत्याही सम्राटापुढे झुकायचं नव्हतं. तेव्हा त्यांच्या मनात एकच इच्छा

बळावलेली असणार– ती म्हणजे, आक्रमणकर्त्यांच्या भयानक जुलमापासून आपल्या माणसांचं रक्षण करणं. त्याच वेळी ते आपल्या माणसांना सत्ता मिळवून द्यायचे मनसुबेही रचत असणार.

शिवाजी राजांच्या लक्षात आलं होतं की, आधी निजामशाहीत असलेल्या आणि आता आदिलशाहीत गेलेल्या आसपासच्या गडकिल्ल्यांकडे कोणाचंच लक्ष नव्हतं. त्या कोवळ्या वयात त्यांना समजावलं गेलं होतं की, जर त्यांनी ते गडकिल्ले घेतले आणि आपल्या ताब्यात ठेवले, तरच ते आदिलशाही सल्तनतीच्या येणाऱ्या सैन्याला शह देऊ शकतील. त्यांचं स्वातंत्र्य आणि त्यांच्या माणसांचं सुख हिरावून घेण्यासाठी पुढे येणाऱ्यांना रोखू शकतील. रायरेश्वराच्या देवळात जेव्हा त्यांनी स्वत:ची तलवार उसपली आणि आपल्या करंगळीला चीर देऊन रायरेश्वराच्या पिंडीवर स्वत:च्या रक्ताचे थेंब वाहिले तेव्हा त्यांचे मित्र अचंबित झाले होते. रायरेश्वराला रक्ताचा अभिषेक करताना शिवाजी राजे म्हणाले होते, 'रायरेश्वराला साक्षी ठेवून मी शपथ घेतो की मी माझ्या लोकांसाठी स्वराज्याची स्थापना करेन आणि त्याची सुरुवात माझ्या जहागिरीत असलेला मोडकळीला आलेला किल्ला घेऊन मी करेन.' अखंड खडकात कोरलेल्या, दगडी खांबांचा आधार असलेल्या प्राचीन गुहेतल्या त्या देवळात शिवाजी राजांच्या घुमणाऱ्या निर्धारयुक्त शब्दांचा, त्यांच्या मित्रांच्या मनावर कसा परिणाम झाला असेल याची कल्पना येऊ शकते. कथेत असंही सांगितलं गेलं आहे की, शिवाजी राजांप्रमाणेच त्यांच्या मित्रांनीही आपली निष्ठा व्यक्त करण्यासाठी आपापल्या तलवारींनी आपल्या करंगळ्यांना चीर दिली आणि रायरेश्वराच्या पिंडीला रक्तानं न्हाऊ घातलं.

शिवाजी राजे आणि त्यांनी केलेला महत्त्वाचा न्यायनिवाडा

शिवाजी राजे लहानपणी दादोजींबरोबर आपल्या जहागिरीत फिरले होते. तेव्हा काही गोष्टी नक्कीच त्यांच्या लक्षात आल्या असतील. त्या म्हणजे, वंशपरंपरेनं शेतसारा/कर गोळा करणाऱ्या वतनदारांना त्यांच्या प्रदेशातल्या शेतकऱ्यांकडून राजाचा मान मिळत असे. त्या लोकांची सत्ता गावांमध्ये इतकी खोलवर रुजलेली होती की, अशा वतनदारांना म्हणजेच पाटील आणि देशमुख ह्यांना डावलून गावात किंवा त्यांच्या प्रदेशात पोचणं केवळ अशक्य होतं. देशाचं प्रशासन व्यवस्थित चालावं यासाठी सत्तेचं विकेंद्रीकरण करून समस्या जागच्या जागी तत्काळ सोडवता याव्यात म्हणून वतन पद्धत अस्तित्वात आणली गेली होती. पण सत्य काही वेगळंच होतं. बरेचदा वतनदार शेतकऱ्यांना लुबाडत आणि आवश्यकतेपेक्षा जास्त शेतसारा गोळा करत. त्यामुळे काही वतनदार इतके श्रीमंत झाले होते की, गावकऱ्यांना धाक दाखवून ताब्यात ठेवण्यासाठी ते स्वत:च्या मालकीच्या काही सैन्यतुकड्या ठेवत असत. आदिलशाहीचे राज्यस्तरीय अधिकारी अशा डोंगराळ

प्रदेशात वर्षोनवर्षं फिरकतही नसत. त्यामुळे तिथं कायदा आणि सुव्यवस्था ह्यांचा अभाव असे. वतनदारांना त्यांच्या कार्यालयाची काही फिकीर उरली नव्हती. ते त्यांच्या प्रदेशातल्या शेतकऱ्यांना, त्यांच्या परिवाराला आणि गाईगुरांसह त्यांच्या सर्व मालमत्तेला स्वत:ची खासगी मालमत्ता समजू लागले होते.

शिवाजी राजे साधारण पंधरा वर्षांचे असताना त्यांच्या जहागिरीतल्या रांझे गावच्या पाटलानं एका स्त्रीशी दुर्वतन केलं. ते समजताच पाटलाला हुकूम देऊन बोलावलं गेलं. आपण जे काही केलं, तो गुन्हा आहे हे त्याला मान्यच नव्हतं. कारण तो तर त्याचा अधिकारच होता, नाही का? त्याला मुसक्या बांधून लाल महालात भरलेल्या दरबारात आणल्यावर आधी तो शिवाजी राजांना दूषणं देऊ लागला आणि नंतर दयेची भीक मागायला लागला. दरबाराचं कामकाज पाहायला दूरवरून आलेल्या लोकांनी दरबार गच्च भरला होता. शिवाजी महाराजांनी न्यायनिवाडा केला, तेव्हा त्यांच्या शेजारी त्यांच्या मासाहेब बसल्या होत्या आणि दादोजी त्यांच्या मागे उभे होते. शिवाजी राजांनी रांझ्याच्या पाटलाला दोषी घोषित केलं आणि शिक्षा सुनावली– 'रांझ्याचे पाटील, तरफ– खेडेबारे, बाबाजी भिकाजी गुजर यांनी त्यांच्या कार्यालयात पाटील म्हणून काम करत असताना गुन्हा केला आहे. त्यांच्या कृत्याची नोंद आमच्याकडे झाली आहे आणि त्यांचा गुन्ह नि:संशय साबित झालेला आहे. म्हणून आमच्या आज्ञेवरून त्यांचे दोन्ही हात आणि दोन्ही पाय कलम करावेत.'

शिवाजी राजांनी दिलेला हा न्याय म्हणजे, प्रजेच्या मनात सुरक्षिततेची भावना निर्माण करणारा मैलाचा दगड ठरला. त्यापूर्वी त्या प्रदेशातल्या कोणत्याही गरीब स्त्रीच्या किंवा पुरुषाच्या मनात सुरक्षिततेची आणि आनंदाची भावना निर्माण झाली नसेल. त्या दिवशी जणू काही साऱ्या मावळ प्रांतानंच शिवाजी महाराजांवर जीव ओवाळून टाकला असेल.

मोठमोठ्या सम्राटांनी आणि सत्ताधाऱ्यांनीच अशी दुष्कृत्यांची उदाहरणं पुढे ठेवलेली असल्यावर दोष तरी कुणाला द्यायचा? मुस्लीम आक्रमणकर्ते ज्या प्रदेशावर आक्रमण करत तिथल्या स्त्रियांना आणि मुलांना युद्धातली लूट समजत असत. बरंचसं नुकसान एकट्या मोगलांनी केलं होतं. बाबरानं हजारो माणसांची कत्तल करून त्यांच्या बायकांना बंदी केलं होतं. अकबरानंही त्याच्या जनानखान्यात हजारो गुलाम स्त्रियांना डांबून ठेवलं होतं. काही काळासाठी त्याचा सेनापती असलेल्या उझबेगला आपल्या कर्तृत्वाचा अभिमान होता. त्यानं अर्धलक्ष माणसांचं विशेषत: बायकांचं धर्मपरिवर्तन करून त्यांना विकलं होतं. अकबराचा मुलगा जहाँगीर ह्यानं (शहजादा सलीम) पर्शियन सम्राटाला एका वर्षात दोन लाख मुलं विकली होती. एखाद्या शेतकऱ्यानं शेतसारा दिला नाही तर त्याचा मुलगा जप्त करायचे आदेश त्यानं त्याच्या सुभेदाराला दिले होते अशी त्याची आठवण सांगितली जाते. सय्यद चुगताई

या त्याच्या एका सरदारानं केवळ मनोरंजन म्हणून मारण्यासाठी १२०० मुलगे ठेवले होते. शाहजहाननं त्याच्या जनानखान्यात अगणित स्त्रिया ठेवल्या होत्या आणि शिपाई म्हणून किंवा लैंगिक सुख देणाऱ्या गुलाम म्हणून हजारो तार्तार स्त्रियाही ठेवल्या होत्या. ही सगळी उदाहरणं देताना औरंगजेबाच्या वेगळेपणाचा उल्लेख केला नाही तर तो त्याच्यावर अन्याय ठरेल. तो त्याच्या वडिलांपेक्षा आणि पूर्वजांपेक्षा वेगळा होता. इतिहासात कुठेही त्याच्या लैंगिक दुष्कृत्यांचे दाखले आढळत नाहीत. त्याउलट स्वच्छ चारित्र्याचा पवित्र माणूस असाच त्याचा उल्लेख दिसून येतो. पण दुःखाची गोष्ट म्हणजे शत्रूच्या बायका-मुलांना युद्धात मिळालेल्या लूट म्हणून वापरणाऱ्या त्याच्या सैनिकांना मात्र तो रोखू शकला नाही.

१६४८ साल उजाडलं. शिवाजी राजांना पुण्यात स्थायिक होऊन बारा वर्षं लोटली होती. वयोवृद्ध दादोजी अशक्त होत चालले होते. पण त्यांनी करून ठेवलेल्या कामाची फळं मिळू लागली होती. 'भोसले जहागिरी प्रकल्प' यशस्वी ठरला होता. वर्षाला २,५०,००० रुपयांचा कर मिळू लागला होता. म्हणजेच जहागिरीतल्या १००० गावांमधून, प्रत्येकी २५० रुपये मिळत होते. हे मूल्य (त्या काळच्या भावाप्रमाणे) १८० किलो सोन्याच्या बरोबर होतं.

आदिलशाही सावध झाली

सतराव्या शतकातल्या भारतात तटबंदी आणि बुरुजांनी बळकट केलेले किल्ले हे साम्राज्यांचे आणि राजघराण्यांचे सैनिकी सुरक्षातळ समजले जायचे. ज्याच्या आत पोचणं अवघड आहे असे गडकिल्ले (दौलताबादसारखे) हे आक्रमण करून येणाऱ्या शत्रू सैन्याच्या मार्गावरचे मोठे अडसर ठरायचे, मग ते सैन्य कितीही मोठं असलं तरीही. अशा गडाला शत्रू केवळ वेढा घालू शकत असे किंवा किल्ल्यातल्या शिबंदीचं सैन्य बाहेर येऊन आपल्यावर हल्ला करत नाही ना हे पाहण्यासाठी आपलं काही सैन्य मागे ठेवत असे. पुण्याच्या आसपासच्या अनेक उभ्या डोंगरकड्यांवर किल्ले बांधलेले आहेत. हे सर्व गडकिल्ले निजामशाहीच्या मालकीचे होते. हा प्रदेश दोन भागांमध्ये विभागला गेल्यावर पुणे आणि मावळसह आसपासचा भाग आदिलशाही प्रदेशामध्ये सामावला गेला. भोसले जहागिरीचा काही भाग मोगल साम्राज्यात गेला तर पुणे, सुपे, इंदापूर आणि चाकण इत्यादी भाग आदिलशाही सल्तनतीत सामील झाला. कायद्यानुसार आणि औपचारिकतेनुसार पुण्याच्या आसपासचे किल्ले सम्राट मोहम्मद आदिलशहाच्या मालकीचे होते. पण त्याला गड किल्ल्यांचं महत्त्व समजलं नाही. त्या डोंगरी सैन्यतळांची देखभाल करण्यासाठी आदिलशाहानं नेमलेल्या काही किल्लेदारांनी तर त्यांचे अनैतिक कामांचे आणि जुगाराचे अड्डे करून टाकले होते. काही किल्ले मोडकळीला आले होते तर काही उद्ध्वस्त व्हायच्या मार्गावर होते. आपली शपथ खरी करण्यासाठी हे किल्ले जिंकून

घ्यायची ऊर्जा शिवाजी राजांकडे कुठून आली हे केवळ ऐतिहासिक दस्तऐवजातून समजणार नाही. त्यांना माहीत होतं की, युद्धाच्या काळात मोगलांच्या आणि आदिलशाहीच्या प्रचंड सैन्याला एकाच वेळी अनेक किल्ल्यांना वेढा देणं शक्य होणार नाही कारण त्यासाठी त्यांना आपलं सैन्य छोट्या-छोट्या तुकड्यांमध्ये विभागावं लागेल आणि त्यामुळे सैन्याची ताकद कमी होईल.

उभ्या आणि भक्कम कड्यावर असलेला मुरुंबदेवाचा जुना गड आणि त्याबरोबर मावळात असलेल्या जहागिरीचा भाग शिवाजी राजांच्या ताब्यात आला. तो गड आदिलशाहीचा होता. त्यामुळे त्या गडाची डागडुजी करणं आणि देखभालीसाठी तिथं शिबंदी ठेवणं हे आदिलशहाचं काम होतं. पण त्यानं यातलं काहीच केलं नाही. हाच तो प्रसिद्ध 'राजगड'!

हा गड पुण्याच्या नैर्ऋत्येला १४२ किलोमीटरवर आहे. शिवाजी राजांनी जहागिरीतून आलेल्या कराचा पैसा वापरून आणि वास्तुविशारद मोरोपंत पिंगळे यांच्या सहकार्यानं या गडाला माची, तटबंदी आणि बुरूज बांधून नवं रूप दिलं आणि 'राजगड' असं त्याचं नामकरण केलं. हा गड समुद्रसपाटीपासून १,३१८ मीटर उंचीवर आहे. शिवाजी राजांनी या गडावर २५ वर्षं वास्तव्य केलं. महाराजांनी घेतलेला पहिला गड म्हणजे- तोरणा. (समुद्रसपाटीपासून उंची- १,४०३ मीटर) राजगडपासून ३४ किलोमीटरवर असलेला तोरणा त्यांच्या वडिलांच्या जहागिरीत होता. शिवाजी राजांनी हा गड कसा घेतला हे इतिहासाच्या पुस्तकांमध्ये स्पष्टपणे दिलेलं नाही पण पटण्यासारखं कारण म्हणजे हा गड मोडकळीला आलेला होता आणि पूर्णपणे दुर्लक्षित होता. त्यांनी दादोजींच्या आणि इतरांच्या मदतीनं गडावरची झाडंझुडपं काढून जमीन साफ केली आणि तट, बुरूज बांधून त्याला गडाचं नवं रूप दिलं. तिथली पाण्याची टाकी दुरुस्त केली, गडाच्या आत सदर बांधली आणि निवासी इमारती बांधल्या, बुरुजांवर नव्या तोफा लावल्या आणि या सगळ्याची देखभाल करण्यासाठी शिबंदी ठेवली. तोरण्याच्या पुनर्बांधणीसंबंधी एक गोष्ट सांगितली जाते. तिथल्या मैदानात खोदकाम चालू असताना सोन्याच्या मोहोरांनी भरलेले हंडे सापडले होते. त्या संपत्तीचा वापर करून शिवाजी राजांनी इतरही गड घेतले आणि त्यांची पुनर्बांधणी केली.

बाकी असे बरेच किल्ले होते जे शिवाजी महाराजांना आपल्या स्वराज्यात सामील करून घ्यायचे होते. त्यातलाच एक किल्ला होता, कोंढाणा. (समुद्रसपाटीपासून उंची- १,३१२ मीटर) कोंढाणा पुण्याच्या नैर्ऋत्येला २८ किलोमीटरवर आहे आणि पुरंदर (समुद्रसपाटीपासून उंची- १,३६३ मीटर) पुण्याच्या अग्नेयेला ४८ किलोमीटरवर आहे. शिवाजी राजांनी या किल्ल्यांना जहागिरीतून मिळालेला पैसान्‌पैसा खर्चून या किल्ल्यांचे डोंगरी सैनिकी तळ बनवले.

१६४८ साल उजाडेपर्यंत शिवाजी राजांकडे किती सैन्य होतं याची माहिती नाही, पण ते दोन हजार ते तीन हजारच्या आसपास असावं. त्यात जास्त करून पायदळ असावं आणि एखादी छोटी तुकडी घोडदळाची असावी. (संदर्भ : मेहेंदळे, २०११) अशा छोट्याशा सैन्याच्या मदतीनं शिवाजी राजे मोगल आणि आदिलशाहा ह्यांच्या साम्राज्याच्या सीमारेषांमध्ये प्रवेश करून त्यांच्या बलाढ्य सैन्याशी मुकाबला करायला निघाले होते.

शिवाजी राजांच्या मार्गदर्शनाखाली होणारा भोसले जहागिरीचा विकास, विशेषत: गडकिल्ल्यांची दुरुस्ती, पुनर्बांधणी आणि शिबंदी ठेवणं हा आदिलशाही साम्राज्याच्या मोहम्मद आदिलशहाच्या वादासाठी कळीचा मुद्दा ठरला होता.

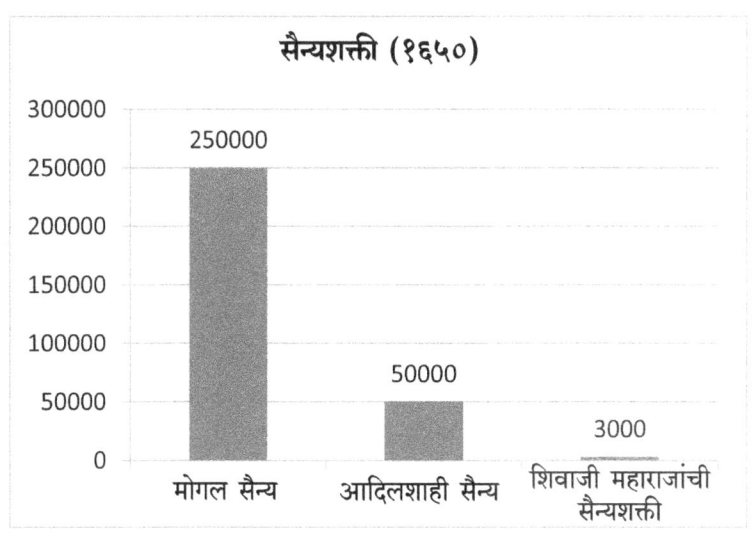

आकृती क्र.-२- सन १६५० मधल्या तीन सत्तांच्या सैन्यशक्तीची तुलना

त्यानं शहाजी भोसल्यांना त्याचं स्पष्टीकरण मागितलं. शहाजी भोसल्यांनी तर्कसंगत कारण दिलं की, ते गडकिल्ले मोडकळीला आले होते. त्यांचं आणखी नुकसान होऊ नये आणि त्यांची व्यवस्था ठेवता यावी म्हणून माझ्या मुलानं केवळ त्यांची पुनर्बांधणी केली आहे. नंतर शहाजी भोसल्यांनी दादोजी कोंडदेवांकडे आणि शिवाजी राजांकडे याचं स्पष्टीकरण मागितलं. तेव्हा दादोजींनी उत्तर पाठवलं की, 'शिवाजी राजे माझं अजिबात ऐकत नाहीत. आहे हे असं आहे.' शिवाजी राजांच्या मनात अनेक नव्या कल्पना आकार घेत होत्या. आपल्या स्वप्नांविषयी ते त्यांच्या मित्रांशी, मावळ्यांशी चर्चा करत होते. शहाजींनी आदिलशाहीशी मुकाबला करण्याकरता घोडदळ बाळगण्यासाठी त्यांच्या जहागिरीतून येणाऱ्या

कराचा काही हिस्सा मागितला होता. पण शिवाजी राजांनी सांगून टाकलं की जे काही उत्पन्न येतं आहे ते पुरेसं नाही.

भोसले जहागिरीच्या अग्नेयेला जावळीच्या खोऱ्यात काही वेगळंच घडत होतं. हे खोरं आदिलशाहीच्या वाई सुभ्यात येत होतं आणि सोळाव्या शतकात ते 'मोरे' या मराठा परिवाराला जहागीर म्हणून दिलं गेलं होतं. त्या वेळचा आदिलशाहीचा सम्राट इब्राहिम आदिलशहाने मोऱ्यांच्या परिवार-प्रमुखाला 'चंद्रराव' अर्थात चंद्रावर राज्य करणारा, अशी उपाधी दिली होती. मोरे परिवारात होणाऱ्या प्रत्येक प्रमुखाला वंशपरंपरागत पद्धतीनं एखाद्या संपत्तीप्रमाणे ती उपाधी मिळत असे. त्यांच्यातल्या पहिल्या चंद्रराावानं खोऱ्यातल्या आदिवासींची कत्तल करून त्यांच्या वस्त्या उद्ध्वस्त केल्या आणि तिथली जमीन साफसूफ करून तिथं शेती करायला सुरुवात केली. जावळी फारच महत्त्वाची होती. कोकण किनारपट्टीवर दाभोळ बंदर होतं. ते आदिलशाहीचं एक महत्त्वाचं व्यापारी केंद्र होतं. मीठ, मसाले, कापड आणि लाकूड अशा महत्त्वाच्या गोष्टी दाभोळला येत असत. मेडिटेरीयन, लाल समुद्र आणि पर्शियन गल्फ इथल्या बंदरांबरोबर व्यापार करणारं दाभोळ हे दक्षिण कोकणातलं प्रमुख बंदर होतं. पंधराव्या आणि सोळाव्या शतकात हे बंदर बहामनी साम्राज्याचा भाग होतं आणि बहामनी साम्राज्य विखुरल्यावर ते आदिलशाही साम्राज्याचा भाग बनलं. दाभोळ बंदरावर येणारा माल खुश्कीच्या मार्गानं विजापूरला पोचवला जात असे. त्या प्रदेशात अनेक घाट होते. हे घाटमार्ग डोंगराना खेटून जाणारे होते. त्यांतले काहीच मार्ग व्यापाऱ्यांचं सैन्य आणि बैलगाड्या जाण्याइतके रुंद होते. ते मार्ग जावळीच्या खोऱ्यातून जात होते. त्यामुळे मोरे परिवारानं तिथून जाणाऱ्या-येणाऱ्या व्यापाऱ्यांकडून पथकर गोळा करून भरपूर पैसा कमावला होता. दरम्यान आदिलशाहीच्या अनेक पिढ्या आल्या आणि गेल्या. मोऱ्यांनी त्यांच्या सम्राटाला कर देणं थांबवलं होतं. सन १६४४मध्ये शेवटच्या मोऱ्यांचा अपत्यहीन अवस्थेत मृत्यू झाला. त्यांची विधवा पत्नी मानकाई हिला एक मुलगा (एक ३५ वर्षांचा माणूस) दत्तक घेऊन जहागिरीचा कारभार चालवायची इच्छा होती. अनेकांनी या कल्पनेला विरोध केला पण त्या वेळी जेमतेम युवावस्थेत पदार्पण करणारे शिवाजी राजे आपल्या जहागिरीतल्या सर्व वतनदारांसह मानकाईच्या बाजूनं उभे राहिले. त्यामुळे योग्य दस्तऐवजांसह दत्तकविधान पूर्ण झालं आणि त्या दस्तऐवजांवर मानकाईच्या हातांचे आणि अंगठ्याचे ठसे घेतले गेले. जावळीच्या मामल्यात शिवाजी राजांनी केलेल्या मध्यस्थीमुळे आदिलशाहीच्या वाई सुभ्याचा सुभेदार अफझल खान संतापला. तो भोसले घराण्यावर हल्ला करायची संधीच शोधत होता. जावळीचे अधिकृत मालक असलेला त्या वेळचा मोहम्मद आदिलशहा आणि त्याचा मुख्य वजीर मुस्तफा खान यांच्याशी सल्लामसलत न केल्यानं तेही नाराज झालेले होते. मोहम्मद आदिलशहाला नाराज करण्यासाठी आणखीही काही गोष्टी कारणीभूत ठरल्या होत्या. आदिलशाही

सल्तनतीच्या दक्षिण सीमेवरची अनेक हिंदू साम्राज्यं शहाजी भोसलेंच्या अधिकारात होती. दक्षिण सीमांवर आपल्या साम्राज्याचा विस्तार करण्यासाठी सम्राटानं पाठवलेले सर्व मुस्लीम लढवय्ये शहाजी राजांना आपला मित्र, सल्लागार आणि मार्गदर्शक मानत असत. आधी शहाजीच्या कर्तृत्वाचं गुणगान करणारा मोहम्मद आदिलशहा आता मात्र आपल्या या मराठा सरतापाची वाढती लोकप्रियता पाहून अस्वस्थ झाला होता. त्याला असुरक्षित वाटू लागलं आणि त्यानं आपल्या मुख्य वजीराला, मुस्तफा खानाला त्या 'कपटी' मराठ्याला कैद करायचा हुकूम दिला. मुस्तफा खानाच्या सूचनेबरहुकूम त्याचा उजवा हात असलेल्या बाजी घोरपडेनं दगाबाजी केली आणि शहाजी राजे त्यांच्या तळावर झोपलेले असताना त्यांना कैद केलं. इतिहासाच्या काही पुस्तकांनुसार बाजी घोरपडेनं आणि काही पुस्तकांनुसार अफझल खानानं कैद केलेल्या शहाजी राजांना आदिलशाही साम्राज्याची राजधानी असलेल्या विजापूरला नेलं गेलं. नंतर त्यांना कैदखान्यात डांबलं गेलं. रानड्यांच्या मतानुसार (संदर्भ : १९६१, पृष्ठ क्र. ३१) 'मुधोळचा बाजी घोरपडे हा मोहम्मद आदिलशहाची मर्जी मिळवण्यासाठी शहाजी राजांना जाळ्यात अडकवण्याइतका नीच नक्कीच होता. कालांतरानं शिवाजी राजांनी त्याचा पूरेपूर बदला घेऊन त्याचं दमन केलं.' वाडीचे सावंत, कोकणातले दळवी, शृंगारपूरचे शिर्के आणि सुर्वे हेसुद्धा भोसल्यांच्या विरोधात होते. त्यांनी स्वराज्याच्या नव्या आंदोलनात सहभागी व्हायला नकार दिला होता म्हणून शिवाजी राजांना त्यांनाही मागे रेटून पुढे जावं लागलं. विजापूरच्या सेवेत असणारे फलटणचे निंबाळकर, म्हसवडचे माने आणि झुंजारराव घाटगे हे सगळेच शिवाजी राजांच्या स्वराज्य आंदोलनाच्या विरोधात लढत होते. यावरून लक्षात येतं की स्वराज्याचं आंदोलन हे सर्वस्वी मध्यमवर्गीय जनतेच्या जोरावर चाललं होती. जुने मराठा जहागीरदार थोडीफार मदत केली तर करत, नाही तर नाही.'

शिवाजी भोसले नावाच्या बंडखोर मुलाला धडा शिकवण्याची हीच वेळ होती. कारण त्याचे वडील शहाजी भोसले हे त्या वेळी कैदेत होते. मोहम्मद आदिलशहानं ५००० घोडदळासह फतेह खान नावाच्या सैनिकी अधिकाऱ्याला आपली आज्ञा न मानणाऱ्या त्या मुलाला पकडण्यासाठी आणि त्याचे गडकिल्ले ताब्यात घेण्यासाठी पाठवलं. मोहम्मद आदिलशहानं भोसले जहागिरीतल्या वतनदारांनाही फतेह खानाच्या या चढाईत सामील होण्याचा हुकूम केला.

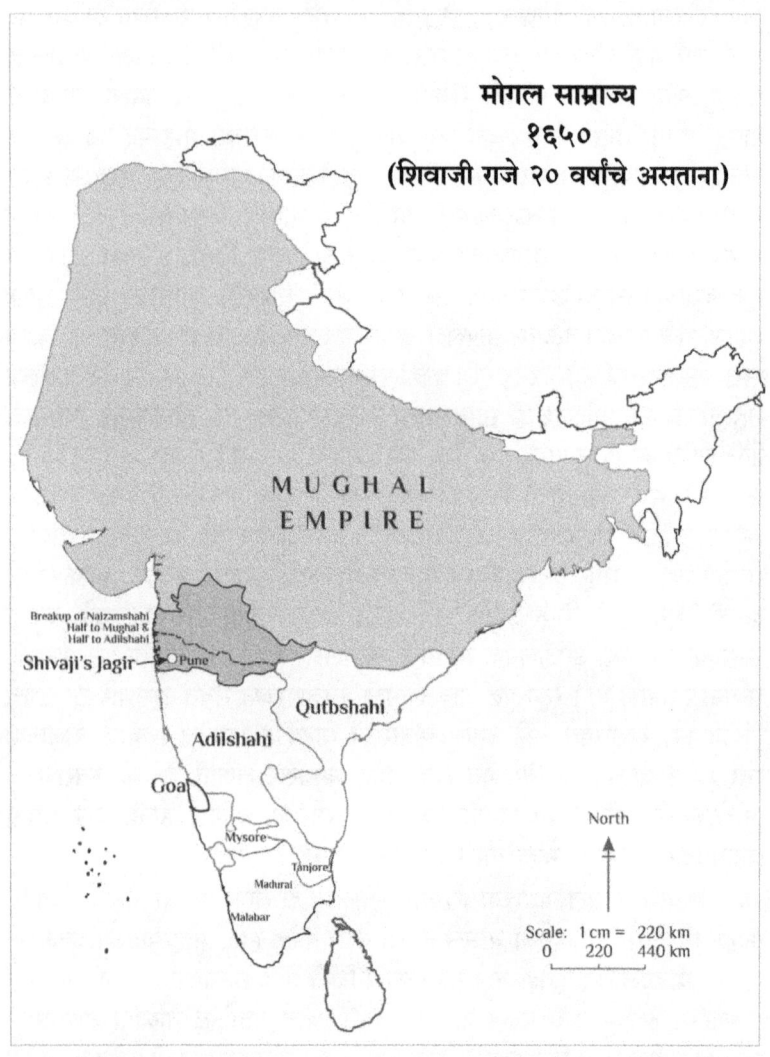

मोगल साम्राज्य
१६५०
(शिवाजी राजे २० वर्षांचे असताना)

नकाशा– १– सन १८५० मधील मोगल साम्राज्य, पुणे हे शहाजी राजांच्या जहागिरीचा हिस्सा होता.

प्रकरण - ३

पहिला विजय

जेव्हा फतेह खान विजापूराहून पश्चिमेकडे, शिवाजी राजांच्या जहागिरीकडे यायला निघाला, तेव्हा शिवाजी राजांनी त्यांचा तळ पुण्याहून हालवला आणि पुण्याच्या अग्नेयेला ४६ किलोमीटरवर असलेल्या पुरंदर गडावर नेला. पुरंदरचे किल्लेदार महादजी निळकंठराव, हेसुद्धा पुणे परगण्यात होते. आपल्या जहागीरदाराचा मुलगा म्हणून त्यांना शिवाजी राजांबद्दल आदर होता. त्यांनी पुरंदरचा किल्ला शिवाजी राजांना अर्पण केला. फतेह खान आणि त्याचं घोडदळ पुण्याच्या वाटेवर असताना शिवाजी राजांच्या माणसांनी पुरंदराहून कूच केलं आणि पुण्याच्या दक्षिणेला ३ किलोमीटरवरचा टेहळणीनाका असलेला आदिलशाहीतला शिरवळ किल्ला जिंकून घेतला. शिरवळचा किल्ला केवळ माती आणि विटा ह्यांनी बांधलेला होता. त्यामुळे तो केवळ पहारींनी फोडला गेला. त्याचा दरवाजाही सहज मोडला गेला. किल्लेदार आणि शिबंदीचे शिपाई मारले गेले. फतेह खानाला त्या कत्तलीची बातमी समजली तेव्हा त्यानं समुद्रसपाटीपासून १,३०० मीटर उंच असलेल्या पुरंदराच्या दिशेनं त्याचं घोडदळ वळवलं. पुरंदरचा गड चढणं त्याच्या घोड्यांसाठी अशक्य होतं. त्यामुळे फतेह खानाच्या सैनिकांनी त्यांचे घोडे गडाच्या पायथ्याशी बांधले असतील आणि भोसल्यांच्या हट्टी आणि वाया गेलेल्या मुलाला पकडण्यासाठी गड चढायला लागले असतील. त्यांनी गड चढायला सुरुवात करताच गडाच्या बेचक्यांमधून त्यांच्यावर मोठमोठे दगड, गोटे, बाण, आगीचे गोळे यांचा वर्षाव होऊ लागला. त्यात सरसेनापती मुसे खानासह फतेह खानाचे अनेक सैनिक गारद झाले. तरीही काही जण गड चढतच राहिले, तेव्हा शिवाजी राजांच्या सैन्याचे नायक कावजी आणि त्यांचे साथीदार कड्यावर आले आणि तिथून कोसळत्या विजेसारखे खाली उतरत फतेह खानाच्या माणसांना कापत सुटले. हरलेला, निराश झालेला फतेह खान विजापूरला परत गेला. या लढाईत शिवाजी राजांच्या मित्रमंडळींमधले साठीच्या वयाचे बाजी पासलकर कामी आले.

आदिलशाही सैन्यानं शिवाजी भोसल्यांची ताकद ओळखली नव्हती. शिवाजी राजांनी मात्र हा विजय साजरा करण्यात वेळ दवडला नाही. त्यांनी विजापूरच्या बंदीवासातून आपल्या वडिलांची सुटका करण्यासाठी मुराद बक्षशी संवाद साधायला सुरुवात केली, हा मुराद बक्ष म्हणजे मोगल शहजादा होता आणि त्या वेळी तो गुजरातचा सुभेदार होता. मुराद बक्षनं शिवाजी राजांच्या मुत्सद्दीगिरीच्या पत्रांना उत्तरं दिली असे दाखले इतिहासात आहेत, पण शहाजीराजे भोसले ह्यांच्या सुटकेसाठी या मोगल शहजाद्याची म्हणजेच शहाजहानच्या या चौथ्या मुलाची काही मदत झाली का हे मात्र स्पष्ट केलं गेलेलं नाही.

मोहम्मद आदिलशहानं स्वत:च कैदेत टाकलेल्या शहाजीराजे भोसल्यांवर रहम का दाखवला हे कोडं अजूनही उलगडलेलं नाही. खरं तर शहाजीराजे भोसल्यांना ठार करावं अशी आदिलशहाच्या दरबारातल्या अनेक सरदारांची इच्छा होती. कारण त्यांना मुक्त केलं तर ते पुन्हा त्यांच्या कारवाया सुरू करतील असं त्यांना वाटत होतं. त्यांच्या मतानुसार शहाजी राजांना मुक्त करणं म्हणजे, 'जाणूनबुजून सापाच्या शेपटावर पाय देण्यासारखं किंवा विंचवाची नांगी सरळ करण्यासारखं होतं. काट्यांच्या ढिगाला पुष्पवाटिका समजण्यासारखं किंवा मधमाश्यांचं पोळं उशाला घेऊन झोपण्यासारखं होतं.' (संदर्भ : मेहेंदळे, २०११, पृष्ठ क्र. १४४)

पण मोहम्मद आदिलशहानं तसा विचार केला नाही. त्यानं त्याच्या एका सैन्य अधिकाऱ्याला, अहमद खानाला सांगितलं की; जर शहाजी भोसल्यांच्या मुलानं कोंढाणा किल्ला आदिलशाहीला दिला, तर शहाजी भोसल्यांना मुक्त केलं जाईल.' शिवाजी राजांनी त्यांचे ज्येष्ठ सल्लागार सोनोजी डबीर[१३] यांच्याशी बराच विचारविनिमय केल्यानंतर जड अंत:करणानं कोंढाणा आदिलशाहीला सुपूर्द केला. आदिलशाहानं कबूल केल्याप्रमाणे शहाजी भोसल्यांना मुक्त केलं आणि त्यांना सैनिकी कामगिरीवर पाठवलं.

१६४९ सालच्या उन्हाळ्याचे दिवस होते. शिवाजी राजांना पुरंदरच्या लढाईत साहाय्य करणारे आणि शहाजी भोसल्यांबरोबर कैदेत असणारे वतनदार कान्होजी जेधे यांनाही कैदेतून मुक्त करण्यात आलं होतं. शहाजी राजांनी त्यांना पुणे जहागिरीची देखभाल करण्यासाठी आपल्या मुलाला मदत करण्याची विनंती केली.

---

[१३]सभासदांच्या म्हणण्यानुसार १६४२च्या आसपास जेव्हा शिवाजी राजांनी पुणे जहागिरीचा ताबा घेतला, तेव्हा सोनोजींनी डबीर म्हणून त्यांच्याबरोबर काम करायला सुरुवात केली. २५ जानेवारी १६६५ रोजी त्यांचा मृत्यू झाला. त्यांच्यानंतर त्यांच्या जागी त्यांचा मुलगा त्र्यंबकपंत याची नियुक्ती झाली. १८ एप्रिल १६७७ रोजी त्र्यंबकपंतांचा मृत्यू झाला. त्यांच्या जागी त्यांचा मुलगा रामचंद्र पंत यांची नियुक्ती केली गेली. सभासदांनी शिवाजी महाराजांच्या राज्याभिषेक सोहळ्याचं वर्णन करताना ज्यांचा उल्लेख 'डबीर' म्हणून केलेला आहे ते हेच. शिवाजी राजांच्या मृत्यूपर्यंत त्यांनी हा पदभार सांभाळला. (संदर्भ : मेहेंदळे, २०११)

पुढच्या एक-दोन वर्षांत विशेष काही घडलं नाही. पण त्याच काळात दादोजी कोंडदेवांचं वृद्धापकाळानं निधन झालं.

आदिलशाहीचा प्रमुख वजीर मुस्तफा खान याचं दीर्घ आजारानं निधन झालं. तर मोहम्मद आदिलशहाला अर्धांगवायूचा झटका आला, तेव्हा खान मोहम्मद आदिलशाहीचा प्रमुख वजीर म्हणून नियुक्त केला गेला. याच खान मोहम्मदानं १६३५ साली मोहम्मद आदिलशहाला कटकारस्थानातून वाचवण्यासाठी खवास खानाचा खून करण्याकरता मुस्तफा खानाला मदत केली होती. नवरा अंथरुणाला खिळलेला आणि दत्तक घेतलेला मुलगा अली, वयानं अगदी लहान अशा परिस्थितीत आदिलशाहीची सम्राज्ञी, बडी साहिबा हिनं राज्यकारभार आपल्या हातात घेतला, पण काही काळातच औरंगजेबाच्या सत्तेच्या लालसेनं तिच्या साम्राज्याचा घास घेतला.

शिवाजी राजांना मिळालेल्या पहिल्या विजयामुळे प्रबळ सैनिकी तळ म्हणून गडकिल्ल्यांवरचा त्यांचा विश्वास आणखी दृढ झाला. गडांची बांधणी, पुनर्बांधणी, डागडुजी करण्याकरता, गड शस्त्रसज्ज करण्याकरता, तिथं शिबंदी ठेवण्याकरता आणि त्यांची व्यवस्था लावण्याकरता शिवाजी राजांनी अमाप पैसा खर्च केला. किल्ल्याची राखण करणाऱ्याला हवालदार किंवा किल्लेदार म्हटलं जात असे. त्याला मदत करण्यासाठी दोन अधिकारी नियुक्त केले जात असत. त्यांना सबनीस (कारकून किंवा लेखनिक) आणि कारखानीस (भंडारगृह रक्षक) म्हटलं जात असे. त्यांची बदली होत असे. किल्लेदाराबरोबर एक सरनौबतही असे. (हे घोडदळाच्या किंवा पायदळाच्या सरनौबतासारखं मोठं पद नसे) त्याच्यावर किल्ल्यातील शिबंदीची जबाबदारी असे. हे तिन्ही अधिकारी एकाच स्तरावरचे असत. ते एकत्र मिळून काम करत आणि एकमेकांवर लक्षही ठेवत असत. एखाद्या अधिकाऱ्यानं शत्रूशी हातमिळवणी करून किल्ला त्याच्या हवाली करू नये यासाठी ही सोय केलेली असे.

दरवाजावर प्रवेशपत्र देणे, टेहळणी बुरुजांवर सैनिक नियुक्त करणे, गडावरील गस्त तसंच दारूगोळा आणि शस्त्र ह्यांचा साठा पाहणे ह्या जबाबदाऱ्या सांभाळण्यासाठी अन्य अधिकारी असत. या सर्व नियुक्त्या त्या लोकांची तोपर्यंतची कामगिरी विचारात घेऊन, त्यांचं शौर्य, धाडस, प्रामाणिकपणा, प्रसंगावधान, चपळता लक्षात घेऊन आणि महत्त्वाचं म्हणजे स्वराज्याचा अमूल्य खजिना असलेल्या गडांवर असलेलं त्यांचं प्रेम बघून शिवाजी राजे स्वत: करत असत. प्रत्येक गडावर लहानशी वस्ती असे. तिथं झाडं लावली जात असत. त्यांचं संवर्धन केलं जात असे. मानवनिर्मित टाक्यांमध्ये पावसाचे पाणी साठवले जात असे. काही गडांवर तर शेतीही केली जात असे. शिवाजी राजांच्या सर्व मोठ्या गडांवर, ब्राह्मण पुजारी, जखमांवर उपचार करणारे वैद्य, लोहार, सुतार, पाथरवट आणि चांभार त्यांच्या परिवारांसह वस्ती करून राहायचे. म्हणूनच अनेक गड अनेक महिने, बाहेरून काहीही मदत न घेता लढवले गेले होते. गडाच्या किल्ल्या हवालदाराकडे सोपावलेल्या असत आणि

संध्याकाळच्या वेळी गडाचे दरवाजे बंद केले जात असत. रात्रीच्या वेळी गडाचे दरवाजे उघडायचे नाहीत अशी सक्त ताकीद होती. मग अगदी शिवाजी राजे स्वत: गडाच्या दारात असले तरीही! गडावर निवास करणाऱ्यांनी, गडालाच आपली मातृभूमी समजावी अशी शिकवण दिली गेली होती. परकीय आक्रमणाच्या वेळी गडाच्या आसपासच्या लोकांसाठी हे गड म्हणजेच आसऱ्याचं ठिकाण असत.

गडाच्या पायथ्याशी असलेल्या जंगलाकडे शिवाजी राजे विशेष लक्ष देत असत. रामोशी, पारधी आणि बेरड यांसारखे आदिवासी आणि महार, मांग अशा बलुतेदारांना गडाच्या पायथ्याशी चौकीदार म्हणून नियुक्त केलं जात असे. शिवाजी राजे बरेचदा त्यांच्याबरोबर भाकरी खायला बसत. त्यामुळे शिवाजी राजांनी त्यांचं मन जिंकलं होतं. म्हणून राजांबद्दल त्यांच्या मनात आदराबरोबर प्रेमही होतं. त्यांचं जीवन सुखाचं व्हावं यासाठी शिवाजी राजांनी त्यांना तिथल्या टेकड्यांमध्ये शेतीसाठी मोफत जमीन दिली होती.

१६५४ साली भोसले परिवारावर दु:खाचा डोंगर कोसळला. शिवाजी राजांचा भाऊ संभाजी हा एका लढाईत मारला गेला. आजच्या कर्नाटकात असलेल्या कनकगिरी या देवळांच्या शहरात, आदिलशाही सैन्यानं दक्षिण भारतातल्या हिंदू राजाविरुद्ध केलेल्या मोहिमेत ही घटना घडली. त्या वेळी तिशीच्या वयात असलेले संभाजी राजे तरणेबांड आणि मजबूत बांध्याचे असावेत. शिवाजी राजे त्यांच्या आईबरोबर महाराष्ट्रात राहत असत आणि संभाजी राजे वडिलांसह कर्नाटकात राहत असत. ते आदिलशाही सैन्यात अधिकारी म्हणून काम करत होते. त्यांच्यावर गडाला घातलेल्या वेढ्याचं नेतृत्व सोपवलं गेलं होतं. ऐतिहासिक दाखल्यांनुसार, भोसले परिवाराला मिळणाऱ्या यशामुळे त्यांचा द्वेष करणाऱ्या अफझल खानानं कनकगिरीच्या राजाला लाच दिली होती आणि संभाजी राजे वेढ्यात आहेत अशी खबरही पुरवली होती. संभाजी राजे गडाला घातलेल्या वेढ्यात, तिथल्या खंदकांमध्ये रात्रीचा जागता पहारा देत होते. अफझल खानानं त्यांना ज्यादा कुमक पाठवायचं कबूल केलं होतं. संभाजी राजे ती कुमक येण्याची वाट पाहत होते. पण ती कधी आलीच नाही. मात्र गडाच्या बुरुजावर लावलेल्या तोफांमधली एक तोफ धडाडली आणि तिच्यातून सुटलेल्या तोफगोळ्यानं संभाजी राजांचा प्राण घेतला. ४ एप्रिल १६५४ ते २० मार्च १६५५ ह्या दरम्यान संभाजी राजांचा मृत्यू झाला.

या दगाफटक्यातून अफझल खानाला एक तर आदिलशाहीचे, पुण्याच्या आसपासचे अनेक किल्ले घेतलेल्या शिवाजी राजांना नमवायचं होतं किंवा पुरंदरच्या लढाईत त्यांनी आदिलशाही सैन्याच्या केलेल्या वाताहतीचा सूड घ्यायचा होता किंवा या दोन्ही गोष्टी साध्य करायच्या होत्या. कारण काहीही असो पण जिजाबाईंसाठी हा मोठाच दु:खद आघात होता. आधीच त्यांनी त्यांच्या वडिलांना आणि भावांना गमावलं होतं. निजामशहाच्या दरबारात मुजऱ्यासाठी खाली झुकले

असताना त्यांची कत्तल केली गेली होती. त्या घटनेमुळे जिजाबाईंच्या हृदयावर कायमची जखम झाली असणारच. पण तिकडे पोटच्या मुलाच्या मृत्यूनं त्यांचं हृदय छिन्नविछिन्न झालं असणार. तर इकडे त्यांचा दुसरा मुलगा, स्वराज्याचं स्वप्न साकार करण्यासाठी धडपडत होता. शिवाजी राजांना स्वराज्याचं स्वप्न त्यांनीच दाखवलं होतं आणि त्यामुळे शिवाजी राजे सम्राटांच्या नजरेत खलनायक ठरले होते. आदिलशाही सम्राटांसाठी शिवाजी राजे म्हणजे राष्ट्रीय आपत्ती बनले होते, त्यांच्या साम्राज्याचे शत्रू झाले होते. त्यामुळे पुण्यात राहणं त्यांच्यासाठी दिवसेंदिवस अधिक धोकादायक होत होतं. तेव्हा शिवाजी राजांनी त्यांचं निवास स्थान त्यांच्या आई, सर्व पत्नी आणि मुली ह्यांच्यासह पुरंदर गडावर हलवलं.

पुण्याच्या नैर्ऋत्येला, पंचवीस किलोमीटरवर, कोंढाणा किल्ल्यापासून सह्याद्री पर्वरांगांमधला एक लांब पट्टा पूर्वेकडे जातो. त्याला 'भूलेश्वर डोंगररांग' असं म्हणतात. भगवान शंकराच्या भोळ्याभाबड्या रूपावरून दिलेलं हे नाव. याच डोंगररांगांमधला मोठा भाग म्हणजे पुरंदर. या डोंगररांगेच्या समुद्रसपाटीपासून १,३०० मीटर आणि पायथ्यापासून ७०० मीटर उंचीच्या भागावर पुरंदर गड बांधला गेला आहे. शिवाजी राजांचा परिवार पुण्यापासून ६० किलोमीटरवर नैर्ऋत्येला असलेल्या राजगडावर जाण्यापूर्वी काही काळ पुरंदर हेच त्यांचं निवास स्थान होतं. त्यानंतर २५ वर्षं कोंढाणा, तोरणा आणि लोहगड अशा प्रबळ किल्ल्यांनी वेढलेला राजगड हे शिवाजी राजांचं निवासस्थान होतं. त्यांच्या अधिकारतल्या प्रदेशातला किंवा त्यांच्या वडिलांच्या जहागिरीतला हा केंद्रबिंदू होता. प्रथम त्यांची जहागीर ही सर्व सैनिकी कारवायांसाठी 'ग्राउंड झिरो' होती. या ग्राउंड झिरोमध्ये होता पुणे परगणा (२९० गावं असलेला जहागिरीचा मध्य भाग), सुपे परगणा (पुण्याच्या पूर्वेला असलेला ६३ गावांचा भाग), इंदापूर परगणा (पुण्याच्या अग्नेयेला असलेला ८५ गावांचा भाग), चाकण परगणा (पुण्याच्या उत्तरेला असलेला ६४ गावांचा भाग) आणि मावळ परगणा (पुण्याच्या पश्चिमेला असलेला ६०० हून अधिक गावांचा भाग). या आकडेवारीवरून लक्षात येतं की, भोसले जहागिरीचा अर्ध्याहून अधिक भाग हा मावळच्या डोंगराळ प्रदेशानं व्यापलेला होता. नंतर शिवाजी राजांच्या सैन्याचा कणा ठरलेले मावळे म्हणजेच मावळातले लोक अतिशय निष्ठावान, काटक, जिद्दी आणि कडेकपारी चढण्यात पटाईत होते.

सह्याद्री पर्वतरांगा या दख्खनच्या पश्चिम सीमांलगत उत्तर-दक्षिण अशा पसरलेल्या आहेत. या पर्वतरांगांनी कोकण-किनारपट्टीचा प्रदेश 'देशा'पासून म्हणजेच घाटमाथ्यावरच्या पठारी प्रदेशांपासून वेगळा केला आहे. मावळातले (पठाराच्या पश्चिम सीमांलगतचा प्रदेश) डोंगर हे खडकाळ आणि सरळसोट उभे कडे असलेले आहेत. त्यांच्या शिखरांवर बसॉल्टच्या मोठमोठ्या शिळा आहेत. हत्तीच्या सोंडेसारख्या दिसणाऱ्या प्रचंड अशा उभ्या वळ्यांनी बनलेल्या या डोंगरांच्या

उतरणींवर खोल सर्पाकृती दऱ्या आहेत. शिवाजी राजांसाठी जणू काही युद्धातल्या हत्तींसारखी कामगिरी बजावणाऱ्या या डोंगरांनी मावळाला अनेक भागात विभाजित केलं होतं. त्या भागांची नावं तिथल्या दऱ्यांमधून वाहणाऱ्या नद्यांवरून दिली गेली होती. शिवाजी राजांच्या सैनिकी प्रदेशातलं पुणं हे जर 'म्यान' मानलं तर मावळ ही त्यांची 'तलवार' होती. त्यांना एका ढालीचीही गरज होती. ही ढाल म्हणजे आजच्या सातारा जिल्ह्याच्या वायव्येच्या अगदी टोकाला आणि कोपऱ्यात असलेलं, पुण्याच्या दक्षिणेला असलेलं, जावळीचं खोरं.

मावळातल्या डोंगररांगांच्या दक्षिणेला काही किलोमीटरवर असलेल्या या प्रदेशानं अधिक आक्रमक अवतार धारण केलेला होता. मावळातले डोंगर जर युद्धखोर हत्ती असतील तर जावळीचं खोरं म्हणजे त्यांचं चवताळलेलं रूप होतं. तिथले कडे अधिक उभे होते, दऱ्या जास्त खोल होत्या आणि पायथ्याला असणारी वनं अतिशय घनदाट होती. त्या काळी, जावळीचं खोरं पार करणं हे मावळचा डोंगरी प्रांत ओलांडण्यापेक्षा अवघड होतं. या खोऱ्याच्या पश्चिम सीमेला १०० किलोमीटरपर्यंत एका पाठोपाठ एक असलेल्या डोंगररांगांनी सुरक्षित केलं आहे. त्यांतले काही तर समुद्रसपाटीपासून १२०० मीटर उंच आहेत आणि खोऱ्याच्या पूर्वेला समुद्रसपाटीपासून १३०० मीटर उंच असलेला महाबळेश्वरचा डोंगर आहे. अशा दोन प्रचंड डोंगरांच्या मध्ये वसलेलं हे खोरं म्हणजे त्या काळी, सर्व साम्राज्यांपासून आणि सल्तनतींच्या जगापासून दूर एकान्तातलं गूढ भयप्रद स्थान होतं. महाबळेश्वरच्या डोंगरातून उगम पावलेली कोयना (कृष्णेचा त्रिभूज प्रदेश) या खोऱ्यात उत्तर-दक्षिण वाहत जाते. पायथ्याशी असलेल्या वनांमध्ये टीक, ऐना, करंजा आणि जांभळं ह्यांची झाडं आणि त्यांच्या आधारानं वाढणाऱ्या अनेक प्रकारच्या वेलींची दाट जाळी तयार झाली होती. डोंगराचे उतार बांबूच्या बनांनी झाकले गेले होते. हे खोरं म्हणजे जणू काही लुटारूंनी वेढलेलं एक चक्रव्यूह होतं. या डोंगरांवरून महाराष्ट्राच्या सागर किनाऱ्यावर उतरण्यासाठी अनेक घाट-रस्ते तयार केले गेले. त्यांतले दोन रस्ते पुरेसे रुंद केले होते. त्यावरून बैलगाड्यांमधून सामानाची ने-आण करता येत असे. तसंच पायदळाची आणि घोडदळाची जा-ये होत असे. जावळीचं खोरं ताब्यात घेतल्यावर शिवाजी राजांसाठी कोकणात प्रवेश करण्याचा आणि तिथं आपलं साम्राज्य विस्तारित करण्याचा मार्ग मोकळा होणार होता. 'जहागीरदाराचा मुलगा' ही आपली जुनी ओळख पुसून स्वराज्याचं स्वप्न अधिक स्पष्ट करण्यासाठी जावळीला स्वराज्यात सामील करून घेणं, ही पहिली पायरी होती.

औरंगजेब

इतिहासाचे अभ्यासक श्री. नरहर कुरुंदकरांनी लिहिल्याप्रमाणे- औरंगजेब हा केवळ धर्मवेडा नव्हता. तो क्रूर होता पण युद्धाचे डावपेच जाणणारा उत्तम युद्धनीतिज्ञ होता

आणि बुद्धिमान मुत्सद्दीही होता. तो कोणी वेडा जुलमी सत्ताधीश किंवा जिहादी नव्हता. तर तो इस्लामी आक्रमणकर्त्यांचा प्रतिनिधी होता. त्याची हार ही त्यांची हार होती हे गझनीच्या मोहम्मदापासून दिसून आलं आहे. आपण औरंगजेबाला समजून घेण्याचा प्रयत्न कधीच केला नाही आणि म्हणून आपण कधी शिवाजी राजांनाही समजून घेऊ शकलो नाही. (संदर्भ : कुरुंदकर, २००३)

शिवाजी राजे जेव्हा दादोजींच्या मदतीनं पुणे जहागिरीची डागडुजी करण्यात व्यग्र होते, तेव्हा मोगल सम्राट शहाजहान हा दिल्लीमध्ये शहाजहानाबाद नगराची (किला-ए-मुबारक किंवा लाल किल्ला) निर्मिती करण्यात आणि आग्र्यामध्ये ताज महालाची निर्मिती करण्यात व्यग्र होता. त्याचं साम्राज्य तेव्हा कळसाध्यायावर पोचलं होतं, ऐन भरात होतं आणि आर्थिक स्थैर्याच्या दृष्टीनंही तोपर्यंतच्या सर्वांत चांगल्या अवस्थेत होतं. त्यामुळे आजही जागतिक स्तरावर मान्यता पावलेल्या अलंकृत वास्तूंमध्ये समाविष्ट होणारा, विशाल पटांगणांनी, भव्य छतांनी आणि संगमरवरी कलाकारीनं सजलेला लाल किल्ला बांधणं शहाजहानला परवडणारं होतं. ताजमहालाचं सौंदर्य आणि भव्यता तर आपण जाणतोच.

मोई-उद-दीन मोहम्मद औरंगजेब याचा जन्म २४ ऑक्टोबर १६१८ रोजी झाला. शहाजहान आणि मुमताज महल ह्यांचा हा तिसरा मुलगा. आपण आपल्या भावांपेक्षा शूर आहोत, हे त्यानं अगदी लहानपणीच दाखवून दिलं होतं.

१६३३ साली, औरंगजेब जेमतेम १५ वर्षांचा असताना त्याच्या आयुष्यातलं त्याचं अतुलनीय शौर्य दाखवणारी अत्यंत महत्त्वाची घटना घडली. असा पराक्रम क्वचितच दिसून येतो. उन्मत्त हत्ती अंगावर चालून आला असताना औरंगजेब त्याच्यासमोर ठाम उभा राहिला होता. आग्रा किल्ल्याच्या बाहेर यमुना नदीच्या काठी हत्तींची झुंज चालली होती तेव्हा ही घटना घडली. या झुंजीत पराभूत झालेला जखमी हत्ती जेव्हा पळून जायला लागला, तेव्हा जिंकणारा हत्ती आणखी चेकाळला आणि उधळला. त्यानं त्याचा मोहरा मोगल शहाजाद्यांकडे वळवला आणि तो त्यांच्या दिशेनं धावून गेला. औरंगजेबाचे सगळे भाऊ घाबरून पळून गेले, पण औरंगजेबानं मात्र आपल्या बिथरलेल्या घोड्यावर नियंत्रण मिळवलं आणि हत्तीला सामोरा जाऊन आपल्या भाल्यानं त्याच्या गंडस्थळाचा वेध घेतला. संतापलेल्या हत्तीनं औरंगजेबाच्या घोड्यावर त्याच्या दाताचा आघात केला. घोडा मैदानात कोसळला पण औरंगजेब प्रसंगावधान राखून घोड्यावरून झेप घेऊन उतरला आणि त्यानं हत्तीशी सामना केला. तोपर्यंत बाकीचे लोक औरंगजेबाच्या मदतीला सरसावले आणि त्या उन्मत्त हत्तीला बाजूला केलं गेलं. पण त्या धुमश्चक्रीमध्ये खरा शूरवीर औरंगजेबच आहे, हे समजलं होतं. तेव्हापासून आग्र्यामध्ये औरंगजेबाला खूप चाहते लाभले. शहाजहाननं आपल्या धाडसी मुलाची तुला करून त्याच्या वजनाइतकं सोनं त्याला भेट म्हणून दिलं.

शहाजहानला त्याचा मोठा मुलगा दारा शुकोह अधिक प्रिय होता आणि त्यालाच शाहजहाननंतर गादीचा वारसदार मानलं जात होतं. चारही शहाजाद्यांना मोगल साम्राज्यातल्या वेगवेगळ्या परगण्यांचे सुभेदार म्हणून नेमलं होतं. दारा शुकोहला उत्तरेतल्या भरपूर कर मिळवून देणाऱ्या अनेक परगण्यांची सुभेदारी दिली गेली होती. तो त्याच्या वडिलांच्या अगदी जवळ आग्रा किल्ल्यामध्ये राहत असे. त्याच्या दरबारात विविध धर्मांविषयी सूफी तत्त्वज्ञ, शिख गुरू आणि हिंदू पंडित ह्यांच्या तात्त्विक चर्चा होत असत. त्याची काम करण्याची पद्धत आश्चर्यकारक होती. त्यानं संस्कृतमधली उपनिषदं पारशी भाषेत अनुवादित केली होती आणि 'मज्मा-उल-बाब्राईन' (दोन समुद्रांचा संगम) हे पुस्तक लिहिलं होतं. त्यात त्यानं सूफी पंथ आणि हिंदू धर्म ह्यांतली साम्यस्थळं स्पष्ट करण्याचा प्रयत्न केला होता. दरम्यान त्याच्या तिन्ही भावांना साम्राज्य-विस्ताराच्या उद्देशानं वेगवेगळ्या मोहिमांवर पाठवलं गेलं होतं. त्यात औरंगजेबाच्या वाट्याला सर्वांत कठीण मोहीम आली होती. तिन्ही भावांमध्ये प्रेमाचे संबंध उरले नव्हते. औरंगजेबाला मोगल साम्राज्यातल्या दख्खनेची सुभेदारी मिळाली, तेव्हा तो जेमतेम अठरा वर्षांचा होता. त्या सुमारास त्यानं दारा शुकोहचा आपल्या कामातील हस्तक्षेप आणि शाहजहानचा पक्षपातीपणा यांविरुद्ध त्वेषानं निषेध नोंदवला. त्यामुळे शाहजहान संतापला. त्यानं औरंगजेबकडून त्याची सुभेदारी काढून घेतली आणि त्याचे सर्व भत्ते बंद केले. अनेक महिने त्याला आग्र्याच्या किल्ल्यात एखाद्या अपमानित निलंबित सैनिकी अधिकाऱ्याप्रमाणे राहायला भाग पाडलं.

त्याच दरम्यान जिला पादीशाह बेगम मानलं जात असे ती (शहजादी बेगम) औरंगजेबाची बहीण, जहाँआरा बेगम हिनं मध्यस्थी केली आणि औरंगजेबाला गुजरातचा सुभेदार म्हणून नियुक्त केलं. त्यानंतर औरंगजेबानं कधीच मागे वळून पाहिलं नाही. त्या परगण्यातल्या बेकायदेशीर गोष्टी थांबवण्यासाठी त्यानं खूप मेहनत घेतली आणि त्यासाठी शाहजहानकडून अनेक बक्षीसं मिळवली. गुजरातमधल्या यशस्वी कामगिरीनंतर त्याला काबूलच्या उत्तरेला सुपीक प्रदेश असलेला बल्ख प्रांत आणि दऱ्याखोऱ्यांनी समृद्ध असलेला बदक्षीन प्रांत काबीज करायला पाठवलं गेलं. हा प्रांत म्हणजे तैमूरच्या राजघराण्याचा बालेकिल्ला होता.

औरंगजेबनं ७ एप्रिल १६४७ रोजी काबूल सोडलं आणि २५ मे रोजी तो बाल्ख नगरात पोचला. तिथल्या आक्रमक सैन्याशी त्यानं निकरानं झुंज दिली. तिथं मोगलांसाठी लढणाऱ्या हजारो राजपुतांचं रक्त सांडलं. या लढाईसाठी मोठा खर्च केला गेला पण सर्व काही व्यर्थ गेलं. मोगल साम्राज्याचं लक्षावधी रुपयांचं नुकसान झालं. पण त्या मोहिमेमध्ये औरंगजेबानं असं कृत्य केलं ज्यानं त्याला इस्लामी जगतामध्ये प्रसिद्धी आणि मानमरातब मिळवून दिला. मोगल सेना बुखाराचा सम्राट अब्दुल अझीझ खाना याच्या प्रचंड सेनेशी प्राणपणानं लढत होती. संध्याकाळच्या

नमाजची (जुहार) वेळ झाली. तेव्हा आपल्या अधिकाऱ्यांनी दिलेल्या सावधानीच्या इशाऱ्यांकडे दुर्लक्ष करून औरंगजेब त्याच्या हत्तीवरून पायउतार झाला. जमिनीवर ओणवा झाला आणि त्या युद्धभूमीवरही त्यानं अतिशय शांततेनं, सर्व सोपस्कारांसह नमाज पठण केलं. लढणारं सैन्य स्तब्ध होऊन त्याच्याकडे आदरानं पाहत उभं राहिलं. एवढंच काय पण शत्रू पक्षाचे सैनिकही रक्तानं निथळत्या तलवारी हातात तशाच धरून काही काळ युद्ध विसरून त्याच्याकडे पाहत राहिले. तो प्रसंग ऐकून प्रभावित झालेला अब्दुल अझीझ म्हणाला, 'अशा माणसाशी लढणं म्हणजे स्वत:चा विनाश स्वत:च ओढवून घेणं आहे.' त्यानं तत्काळ युद्ध थांबवलं. त्यानंतर औरंगजेबाला काबूलला पाठवलं गेलं. तिथून मुलतानला आणि मग पुन्हा दख्खनेत पाठवलं गेलं.

१६५२मध्ये पस्तिशीच्या आसपासच्या परिपक्व औरंगजेबला मोगलांच्या ताब्यात असलेल्या दख्खनेत सुभेदार म्हणून नियुक्त केलं गेलं आणि दौलताबाद किल्ल्याच्या पायथ्याशी असलेलं खडकी त्याची राजधानी केलं गेलं. हे नगर म्हणजे जणू दख्खनेकडे पाहण्याची खिडकी होतं म्हणून त्याला खिडकी किंवा खडकी हे नाव दिलं गेलं. आधी ते एक छोटंस खेडं होतं. निजामशाहीचा आधीचा प्रमुख वजीर असलेल्या मलिक अंबरनं मोक्याच्या जागी असलेल्या त्या खेड्याचं एका सुंदर नगरात रूपांतर केलं. औरंगजेबानं त्या नगराचं नाव बदललं आणि त्याला 'औरंगाबाद' हे नाव दिलं. दख्खनेतला औरंगजेबाचा हा दुसरा कार्यकाल त्याच्या आयुष्यातला महत्त्वाचा टप्पा ठरला. हमीद-उद-दिन खान बहादूरनं लिहिल्याप्रमाणे- 'सम्राटपदाचं प्रशिक्षण घेण्यासाठी ज्यूलिअस सीझरला जसं गॉल महत्त्वाचं ठरलं, तसं औरंगजेबासाठी दख्खन महत्त्वाचं होतं. (संदर्भ : बहादूर, १९२५, पृष्ठ क्र. २)

या दरम्यान, औरंगजेबाला अनेक समस्यांना तोंड द्यावं लागलं. त्यात पडीक जमिनी लागवडीखाली आणून शेतसारा सुरू करण्यासारख्या काही समस्या शिवाजी राजांना आलेल्या समस्यांसारख्याच होत्या. शिवाजी राजांबाबत बोलायचं तर मुरार जगदेवानं पुण्याच्या आसपासची जमीन अपशकुनी ठरवण्यासाठी ती गाढवांनी नांगरली होती. त्यामुळे लोकांमध्ये अंधश्रद्धा पसरली होती की, त्या जमिनीवर शेती केली तर त्यांना शाप लागेल. युद्ध आणि दुष्काळ या दोन्हींनी तिथल्या बळीराजांना पळवून लावलं होतं. युद्धानं केलेल्या जखमांवर दुष्काळाचं मीठ लागलं होतं. दख्खनेच्या मोगलव्याप्त प्रदेशातला आधीचा सुभेदार खान-ए-दुरान यानं काही ती जमीन गाढवांनी नांगरली नव्हती, पण तिथल्या वतनदारांवर आणि शेतकऱ्यांवर जुलूमजबरदस्ती करून तो त्यांच्याकडून निर्दयीपणे जास्तीत जास्त कर मात्र गोळा करत होता. जास्तीत जास्त कर मिळवून दाखवण्याची आपली क्षमता त्याला सम्राट शहजहानपुढे सिद्ध करायची होती. सम्राटाला तत्काळ फायदा मिळवून देण्यासाठी त्यानं केलेल्या अशा जुलुमांमुळे शेतकरी पळून गेले आणि अनेक वर्षं लागवडीअभावी पडून राहिलेल्या तिथल्या शेतजमीनींवर बाभळीचं रान माजलं.

शहाजहाननं औरंगजेबवर सर्वांत कठीण कामगिरी सोपवली होती. ती म्हणजे दखखनच्या सुभ्यांमधल्या शेतकऱ्यांकडे लक्ष देऊन तिथल्या जमिनींमधून चांगला कर मिळेल अशा पद्धतीनं तिथं शेती व्यवसाय सुरू करणं. औरंगजेबासाठी ही एक परीक्षाच होती आणि आपल्या तिसऱ्या मुलानं अनुत्तीर्ण व्हावं असंच बहुधा शहाजहानला वाटत होतं. औरंगजेबाला आधी त्या परिस्थितीचा अभ्यास करावा लागणार होता. उत्तरेचे मोगल सुभे गंगा-यमुनेच्या पाण्यानं सुपीक झाले होते. त्या तुलनेत बेरार (विदर्भ), खानदेश आणि अहमदनगर (दौलताबाद आणि औरंगाबादसह) हे दखखनेचे मोगल सुभे सुपीक नव्हते. दखखनचा सुभेदार म्हणून कार्यभार स्वीकारण्यापूर्वी औरंगजेबाला सांगण्यात आलं होतं की, त्या प्रदेशात दर वर्षी ३ कोटी रुपये इतका कर मिळतो. पण वास्तव काही वेगळंच होतं. तिथं त्याला सांगितल्या गेलेल्या रकमेच्या केवळ एक तृतीयांश रक्कम करापोटी मिळत होती. मोगल साम्राज्याच्या दक्षिणेकडून चाल करून येण्याची शक्यता असणाऱ्या आदिलशाही आणि कुतुबशाही या शिया साम्राज्यांना तोंड देण्यासाठी मोठं सैन्य असणं आवश्यक होतं. औरंगजेबाला इतक्या कमी मिळकतीमध्ये मोठं सैन्य पदरी बाळगणं शक्य नव्हतं. कराची अपेक्षित रक्कम (जमा) आणि वास्तवात मिळणारी रक्कम (हासिल) यांतील मोठ्या फरकाबद्दल तो वारंवार तक्रार करू लागला.

शिवाय दखखनेतला सुपीक प्रदेश हा खालसा होता, म्हणजे त्यावर सम्राटाचा अधिकार होता. तिथून मिळणारा कर राजकीय अधिकारी गोळा करत आणि थेट शहजहानला पाठवून देत. औरंगजेब हा एक उत्तम प्रबंधक होता. त्यानं गावागावात जाऊन तिथली खरी परिस्थिती जाणून घेण्यासाठी काही माणसं नेमली. त्यावरून त्याच्या लक्षात आलं की शेतीशास्त्र समजून घेऊन त्याचा अभ्यास करण्यासाठी माणसांची नियुक्ती केली नाही, तर काहीच शक्य होणार नाही आणि इथली जमीन जर उचित कर देण्यायोग्य केली गेली नाही तर सैन्य राखणं शक्य होणार नाही.

औरंगजेबाला माहीत होतं की, जर त्याच्या मनसबदारांना केवळ त्यांच्या जहागिरीवर अवलंबून राहायचं असेल आणि जर इथली जमीन सुपीक नसेल, तर ते शक्य होणार नाही. त्याच्या मनसबदारांनीही स्पष्टपणे सांगितलं की, जर त्यांना पुरेसा निधी उपलब्ध झाला नाही तर त्यांनी जितकं घोडदळ बाळगणं अपेक्षित आहे तितकं त्यांना बाळगता येणार नाही. मनसबदारी पद्धत अकबरानं सुरू केली होती. हे सरदारांच्या सेनेचं संघटन मानलं जायचं. त्यामुळे यातील प्रत्येक सरदार/मनसबदार सम्राटाशी वैयक्तिक निष्ठा राखत असे. प्रत्येक मनसबदाराला दुहेरी श्रेण्या दिल्या जात. 'धात' ही त्याची वैयक्तिक श्रेणी असे आणि 'सवार'मध्ये त्यानं किती घोडेस्वार राखले पाहिजेत याची संख्या दिलेली असे. आपल्या 'धात' आणि 'सवार' या श्रेण्या राखण्यासाठी त्यांना कशा पद्धतीनं पगार दिले जात, हे जाणणं अतिशय रोचक आहे. त्यातल्या काहींना रोख रक्कम दिली जात असे पण बऱ्याच जणांना जहागीर म्हणून

जमीन दिली जात असे. तिथं वतनदारांकडून गोळा केला जाणारा कर हाच त्यांचा पगार असे. दुसऱ्या शब्दांत सांगायचं तर बरेचसे मनसबदार हे जहागीरदारही असत.

मनसबदारांची मोठी संख्या लक्षात घेऊन[१४] सम्राटाच्या अधिकारात असलेली ८०% जमीन जहागीर म्हणून घोषित केली जात असे आणि उरलेली २०% जमीन खालसा म्हणून ठेवली जात असे, ज्यातून मिळणारा कर थेट सम्राटाकडे पाठवला जाई तो त्याच्या सुविधांसाठी असे.

आता आपण पुन्हा एकदा औरंगजेबाच्या राजवटीत काम करणाऱ्या मनसबदारांकडे येऊ.

दख्खनेतल्या सर्व मनसबदारांनी अपेक्षित संख्येचं घोडदळ राखलं पाहिजे आणि प्रत्येक मनसबदाराकडे नक्की किती घोडे आहेत, हे समजण्यासाठी सर्व घोड्यांना चिन्हांकित केलं पाहिजे. (मनसबदाराच्या नावानं) असा फतवा काढून शहाजहाननं पुन्हा एकदा औरंगजेबाच्या जखमेवर मीठ चोळलं. तो तिथंच थांबला नाही तर त्यानं या सगळ्याची तपासणी करण्याचाही आदेश दिला. औरंगजेबानं आपल्या वडिलांना दख्खनेतली दयनीय स्थिती समजून घेण्याची विनंती केली. खरं तर तो ती समजून घेईल अशी आशा नव्हतीच. ज्याप्रमाणे पुण्याजवळच्या जमिनीची व्यवस्था लावण्यासाठी भोसले जहागिरीचे व्यवस्थापक दादोजी कोंडदेव यांनी शिवाजी राजांना मदत केली होती, त्याप्रमाणे बेरार परगण्याचा दिवाण मोहम्मद कुली खान यानं औरंगजेबाला मदत केली. दोघांनीही राजा तोडरमलच्या सिद्धान्तावर आधारित असलेली मलिक अंबरची शेती पद्धत अवलंबायचा प्रयत्न केला. तोडरमल हा अकबराचा अर्थमंत्री होता. त्यानं कर गोळा करण्याची एक नवी पद्धत सुरू केली. तिला 'जब्ती' आणि 'दहशाला' असं म्हटलं जाई. अबुल

---

[१४]उच्च श्रेणीच्या काही मनसबदारांकडे मोठ्या संख्येचं घोडदळ होतं. मनसबदारांना श्रेण्या दिल्या जात. २८ 'धात' श्रेण्या होत्या- १०पासून ७०००पर्यंत. ज्या मनसबदारांकडे १००० पेक्षा जास्त धात असत त्यांना उमराव किंवा अमीर ही उपाधी दिली जाई. मोगल शहजाद्यांसह त्या काळातील उच्च व्यक्ती या श्रेणीत येत असत. त्यानंतर 'सवार' किंवा घोडेस्वारांची संख्या असे. पण या संख्या केवळ कार्यालयीन कागदपत्रांवर असत. उदाहरणार्थ- जर एखाद्या मनसबदाराकडे १००० धात/१००० सवार दाखवले गेले असतील, तर वास्तवात त्याच्याकडे दाखवल्या गेलेल्या संख्येच्या अर्धे किंवा त्याहूनही कमी घोडेस्वार असत. (वास्तविक संख्या दू अस्पा सिह अस्पा अशी दाखवली जात असे.) सैनिकी मनसबदार आणि नागरी मनसबदार यांच्यामध्ये फरक केला जात नसे. फक्त नागरी मनसबदारांकडे (वैद्य, हिशोब ठेवणारे, राजवाड्याचे व्यवस्थापक) धात जास्त आणि घोडेस्वारांची संख्या कमी असे. त्यांची श्रेष्ठता ही त्यांच्याकडे असलेल्या धातवर ठरत असे. ज्या हिशोब ठेवणाऱ्याकडे १००० धात आणि १० घोडेस्वार असतील, तो १००० धात आणि १००० घोडेस्वार असलेल्या सैनिकी मनसबदाराच्या बरोबरीचा समजला जात असे. मनसबदारांना धात आणि सवार यांच्यासाठी वेगळे पगार दिले जात असत. धातसाठी दिली जाणारी रक्कम हा त्यांचा वैयक्तिक पगार असे आणि सवारसाठी दिली जाणारी रक्कम ही त्याच्या ताब्यातील घोडे आणि घोडेस्वार यांच्यासाठी असे.

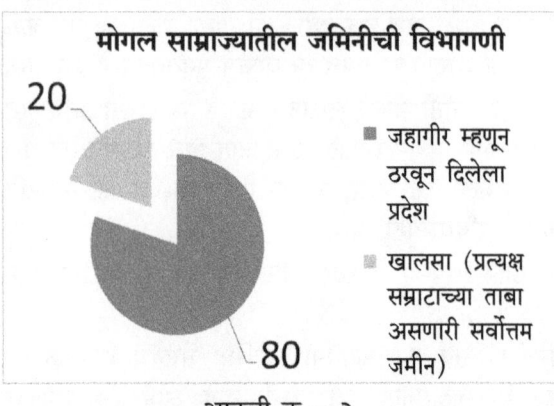

आकृती क्र.- ३

फजलनं लिहिलेल्या 'अकबरनामा'मध्ये त्याचं नाव प्रामुख्यानं आलेलं दिसतं. या ग्रंथानुसार तोडरमलनं अकबराच्या प्रजेवर अतिशय कौशल्यानं कर लादला होता आणि त्याची करमांडणी स्पष्ट आणि शास्त्रशुद्ध होती. त्यानं संख्याशास्त्राचा खूप विचार केला होता. भारतीय इतिहासात असा विचार पहिल्यांदाच दिसून येतो.'

दादोजींना अपेक्षित परिणाम दिसून यायला काही वर्षं जावी लागली, पण शहाजहानकडे तेवढा धीर नव्हता. मोहम्मद कुली खान कठोरतेनं काम करत होता. शेतजमिनींचे आकार ठरवण्यासाठी स्वत:च्या हातांनी मोजणी करत होता. शेतकऱ्यांना बियाणं, गुरं आणि शेतीची अवजारं ह्यांची खरेदी करण्यासाठी कर्जं दिली जात होती. त्यांना दिलेलं कर्जं सुगी झाल्यावर आणि तेही हप्त्या-हप्त्यानं वसूल केली जाणार होती. पण या सगळ्याला काही काळ जावा लागणार होता. जसे हप्ते थकत गेले आणि औरंगजेबाला सैन्य सांभाळणं कठीण होत गेलं, तसे त्यानं निराशेच्या भरात समस्या सोडवण्यासाठी काही गणितं मांडली असणारच. कारण शेवटी तो त्याच्या सैन्याच्या अस्तित्वाचा प्रश्न होता. जर त्यानं त्याचं सैन्य बरखास्त केलं असतं, तर स्वत:च्या भावांबरोबर, सत्ता काबीज करण्याच्या संघर्षात मरण पावून इतिहासाच्या पानांवरून तो गायब झाला असता. निधी जमवण्यासाठी एक तर त्याला 'खालसा' जमीन आपल्या ताब्यात घ्यावी लागली असती किंवा दख्खनच्या राजघराण्यांकडून जबरदस्तीनं नजराणा म्हणून रक्कम वसूल करावी लागली असती. माळवा आणि सुरत यांसारख्या भरपूर कर देणाऱ्या परगण्यांकडून त्याला मदतही मिळवता आली असती किंवा थेट सम्राटाच्या तिजोरीतूनही निधी मिळवता आला असता.

शहाजहाननं औरंगजेबाला केवळ एकच पर्याय वापरायची अनुमती दिली- खालसा जमिनीतला काही भाग त्याच्या ताब्यात घेणे आणि त्यातून मिळणाऱ्या कराचा उपयोग व्यवस्थापनासाठी करणे. वडील आणि मुलगा ह्यांच्यामधला आर्थिक

बाबतीतला हा संघर्ष अनेक वर्षं चालू राहिला आणि शहाजहाननं औरंगजेबावर भ्रष्टाचाराचा आरोप केला. एका पत्रात त्यानं लिहिलं आहे, 'आपल्या परगण्यातली चांगलं उत्पन्न देणारी सर्व गावं आपल्या ताब्यात ठेवायची आणि कमी उत्पन्न देणारी गावं दुसऱ्याला द्यायची हे एका मुस्लिमाची अप्रतिष्ठा करणारं आहे.' (संदर्भ : सरकार, १९१२, पृष्ठ क्र. १८६)

शहाजहाननं धर्माचा संदर्भ देत औरंगजेबावर ठपका ठेवला होता आणि त्याच्या मनावर खोल आघात केला होता. त्याचबरोबर त्यानं दखखनच्या घोडेस्वारांचे पगार कमी करण्याचे आदेशही दिले. औरंगजेब कोंडीत सापडला होता. मोहम्मद कुली खानाला शेतकऱ्यांविषयी सहानुभूती होती. त्यामुळे कर्ज आणि कर हे अन्य रूपांत वसूल केले जात होते. काही मनसबदारही आपल्या घोडेस्वारांना रोख रकमेऐवजी अशा काही अन्य रूपात पगार देत होते, जे घोडेस्वार साठवून ठेवू शकतील आणि गरजेनुसार विकून पैसे मिळवू शकतील. या प्रक्रियेला वेळ आणि खर्च दोन्ही आवश्यक होतं. अशा परिस्थितीत जर त्यांचे पगार कमी केले असते, तर त्यांनी नोकरी सोडली असती.

औरंगजेबानं आपल्या वडिलांना लिहिलेल्या पत्रात तो म्हणतो, 'आलमपन्हा, आपण तर जाणताच की मी कधीच अनावश्यक खर्च करत नाही. तुमच्याकडून मला जे काही मिळतं ते मी सैन्याच्या देखभालीसाठी खर्च करतो. जर त्यांचे पगार कमी केले गेले तर माझं सैन्य कमी होईल. मला थोडा वेळ द्या. अनेकविध संकटांनी ध्वस्त झालेल्या प्रदेशाची पुनर्रचना करणं हे कठीण काम आहे. अनेक वर्षं पडीक असलेली जमीन एका मोसमात शेताभातानं हिरवीगार करणं कसं शक्य आहे?' (सरकार, १९१२, पृष्ठ- २०२)

शहाजहान अनेक छोट्यामोठ्या कारणांवरून आपल्या या तिसऱ्या मुलाचा अपमान करत राहिला. उदाहरणार्थ, तोफखान्याच्या प्रमुखाची नियुक्ती, हत्तींना पकडणे, दरबारात आंबे पाठवणे, राजघराण्यातील वस्त्रोद्योगासाठी विणकरांना नियुक्त करणे, दक्षिणेकडच्या शिया राजघराण्यांमधून नजराणे गोळा करणे इत्यादी अनेक. औरंगजेबाच्या कारकिर्दीच्या सुरुवातीपासूनच (दख्खनचा सुभेदार असल्यापासून) त्याला समजून घेतलं गेलं नाही, त्याच्याविषयी शंका घेतल्या गेल्या आणि त्याच्यावर विनाकारण आरोप केले गेले. यातून त्याच्या मनात वाढत गेलेला कडवटपणा हे सत्ता काबीज करण्यासाठी त्यानं केलेल्या निर्दयी संघर्षामागचं एक कारण होतं. (संदर्भ : सरकार, १९१२, पृष्ठ क्र. २०२)

शहाजहानला आपल्या रक्तामांसाचा भाग असलेल्या, आपल्या पोटच्या मुलाबद्दल असलेला इतका तिरस्कार पाहून आश्चर्य वाटल्याशिवाय राहत नाही. शहाजहानचा लाडका असलेला त्याचा मोठा मुलगा औरंगजेबाविरुद्ध त्याचे कान फुंकत असेल का? सत्य हे होतं की, सम्राट होऊ घातलेल्या प्रत्येक मोगल

शहाजाद्याचं त्याच्या पुरुष नातेवाइकांशी, विशेषत: भावांशी आणि सावत्र/ चुलतभावांशी वाकडं असायचं. पण दारा शुकोह आणि औरंगजेब ह्यांच्यातलं तिरस्काराचं नातं मात्र अगदी टोकाला गेलं. अखेरच्या स्फोटाची वाट पाहत तो तिरस्कार त्यांच्या मनात अनेक वर्षं धुमसत राहिला.

प्रश्न हा होता की, सम्राटपदाच्या तख्तावर आरूढ होण्याची आणि दारा शुकोहचा तिरस्कार झेलण्याची ताकद औरंगजेबमध्ये होती का? याचं उत्तर येणारा काळच देऊ शकणार होता.

१६५६ साल– शिवाजी राजे सव्वीस वर्षांचे होते आणि औरंगजेब एकोणचाळीस वर्षांचा होता. हे साल दोघांसाठीही खूप महत्त्वाचं साल होतं. शिवाजी राजे आणि औरंगजेब ही दोन प्रमुख पात्र असलेल्या, एका मोठ्या ऐतिहासिक नाटकासाठी नियतीचा रंगमंज सज्ज झाला होता. या नाटकातली अन्य पात्रं होती, शहाजहान, त्याचा मोठा मुलगा दारा शुकोह (भावी सम्राट), दुसरा मुलगा शाह शुजा (बंगालचा सुभेदार) आणि चौथा मुलगा मुराद बक्ष (गुजरातचा सुभेदार). या नाटकात आदिलशाहीतल्या मोहम्मद आदिल शहाची विधवा बडी साहिबा, तिचा दत्तक पुत्र अली आदिल शहा आणि त्यांनी नुकताच नियुक्त केलेला त्यांचा नवा सेनापती अफझल खान यांच्याही छोट्या भूमिका होत्या. कुतुबशाहीचा सम्राट अब्दुल्लाह कुतुब शहा आणि त्याचा प्रमुख वजीर मीर जुमला हेसुद्धा आपल्या इतिहासाच्या या सर्वांत रोचक काळात प्रकाशझोतामध्ये येणार होते. पण शिवाजी राजे या कथेला आणखी एक पैलू देणार होते. त्या काळच्या एका बलाढ्य साम्राज्याविरुद्ध ते आपली तलवार उसपणार होते. जणू काही ते त्यांच्या दैवालाच आव्हान देणार होते.

'बादशाहनामा'मध्ये सांगितलं गेलं आहे की, शाहजहानच्या साम्राज्याच्या विसाव्या वर्षी (१६४७– औरंगजेबानं दख्खनचा सुभेदार म्हणून आपली दुसरी कारकिर्द सुरू करायच्या नुकतंच आधी) मोगलांच्या घोडदळामध्ये ८,००० मनसबदारांच्या पदरी असलेले २०,००० घोडेस्वार होते. राजघराण्याच्या सैन्यातसुद्धा ७,००० 'अहादी' (सम्राटाच्या अधिपत्याखाली असलेले घोडेस्वार) होते. पायदळामध्ये तुफांगची (बंदुकधारी सैनिक), तोप अंदाज (तोफ उडवणारे), बानदार (अग्निबाण सोडणारे) मिळून ४०,००० सैनिक होते. त्यांतले १०,००० सैनिक थेट सम्राटाच्या अधिपत्याखाली होते तर उरलेले ३०,००० हे वेगवेगळ्या मोगल परगण्यांमध्ये नियुक्त केले गेले होते. या आकडेवारीमध्ये दूरच्या स्थानांवर नियुक्त केलेल्या शिबंदीच्या सैनिकांचा समावेश केलेला नाही आणि त्यांची गणना करण्यासाठी काही मार्गही उपलब्ध नाही. मदतनीस, पाणके, मजूर आणि स्वयंपाकी यांचीही संख्या अज्ञात आहे पण इतका अंदाज नक्कीच येतो की १६४८ सालच्या दरम्यान मोगल सैन्यामध्ये साधारणपणे पाच लाख माणसं काम करत असणार.

आणखी एक रोचक विचार म्हणजे सन १६४८मध्ये शिवाजी राजांच्या जहागिरीमध्ये १८० किलो ग्रॅम सोन्याच्या मूल्याइतका कर गोळा केला जात असताना महाशक्तीशाली मोगल साम्राज्यात किती कर गोळा केला जात असेल? जर दख्खनेला आपले असे जहागीरदार आणि वतनदार होते तर मग मोगल साम्राज्यासाठी कोण शेती करत होतं आणि कोण शेतसारा भरत होतं? त्यांचा मिळकतीचा प्रमुख मार्ग होता तरी कोणता?

१६५० ते १६८० दरम्यान मोगल साम्राज्याचा वार्षिक 'जमा' साधारण २२० दशलक्ष रुपये होता. प्रत्यक्षात गोळा होणारा कर किंवा 'हासिल' किती होता याची माहिती उपलब्ध नाही, पण तो साधारण १२० दशलक्ष असावा असा अंदाज आहे. (संदर्भ : मेहेंदळे, २०११, पृष्ठ क्र. ४२)

त्या काळात १२० दशलक्ष रुपयांमध्ये तो सम्राट ९०,००० किलो ग्रॅम सोनं खरेदी करू शकला असता. ते सोनं आजच्या काळात विकलं असतं तर दर वर्षी त्याला २३,००० करोड रुपये किंवा ३.५ सहस्र लक्ष अमेरिकन डॉलर्स अगदी सहज मिळाले असते.

एकूण मोगल साम्राज्यातली ८०% पेक्षा जास्त जमीन ही जहागीर म्हणून दिली गेली होती. याचा अर्थ एकूण निधीच्या केवळ २०% (अंदाजे ७०० दशलक्ष USD किंवा ४,५०० करोड INR) रक्कम थेट सम्राटाच्या तिजोरीत जात असे.

मोगल सम्राट दर वर्षी तेवढी रक्कम मिळवत असे. हे अनेक वर्षं चालत आलं होतं. त्यामुळे तो श्रीमंत झाला होता. इतकी आर्थिक सुबत्ता होती की, आजची महागाई लक्षात घेता आणि त्या वेळच्या रुपयाची किंमत ध्यानात घेता, तो आजच्या काळातल्या, जगातल्या पहिल्या तीन श्रीमंत व्यक्तींना विकत घेऊ शकला असता. त्यामुळे शहाजहाननं शहाजहानाबाद नगर उभं केलं किंवा ताज महालासारख्या भव्य आणि सुंदर वास्तूची निर्मिती केली याचं आश्चर्य वाटायला नको.

जमिनीतून मिळणारा कर हाच मोगल साम्राज्याचा मिळकतीचा मुख्य स्रोत होता, पण बाकी काही टक्के रक्कम ही सम्राटाच्या मनसबदारांच्या[१५] पगारातून कापून घेतली जात असे. हे मनसबदार सम्राटाला नजराणेही पेश करत असत. अन्य कर आणि अन्य कारणांनी येणारी रक्कम हा सम्राटाच्या मिळकतीचा दुसरा मार्ग होता. अनेक कुशल कारागीर व्यवसाय कर भरत असत. १६७९ साली औरंगजेबानं कराची पुनरर्चना केल्यावर हिंदूंना (व्यापारी आणि व्यावसायिक) 'जिझिया' कर भरावा लागत असे. आयात निर्यात कर लावला जात असे आणि एका परगण्यातून दुसऱ्या परगण्यात वाहतूक केल्या जाणाऱ्या मालावर कर भरावा लागत असे. तर मोठ्या नगरांमध्ये जकात लावली जात असे. प्रत्येक राज्यातल्या खाणी या त्या राज्यांच्या मालकीच्या असत. त्यामुळे त्या भाडेपट्टीनं दिल्या जात असत. कोणीही आपल्याकडच्या सोन्याची चलनी नाणी पाडून घेऊ शकत असे पण त्यासाठी त्याला टांकसाळीला काही रक्कम सूट म्हणून द्यावी लागत असे. त्यामुळे सम्राटाला टांकसाळीतूनही थोडीफार मिळकत होत असे.

---

[१५]मोगल प्रशासनातील मनसबदार आणि अन्य अधिकारी– मोठ्या प्रदेशाला 'सुबा' किंवा 'सुभा' म्हणत असत आणि तिथल्या मुख्य प्रशासकाला 'सुभेदार' म्हणत असत. बरेचदा त्याला साहिब–ए–सुबा असंही म्हटलं जात असे. मराठीमध्ये अशा प्रदेशाला 'सुभा' आणि तिथल्या मुख्य प्रशासकाला सुभेदार म्हणत असत. हा राज्यकर्त्याच्या प्रतिनिधीसमान असे. सरकारच्या (राज्यकर्त्याच्या) मुख्य अधिकाऱ्याला फौजदार (राज्यपाल) म्हणत असत. परगण्याच्या (सुभ्यातील छोट्या विभागाच्या) मुख्य अधिकाऱ्याला ठाणेदार म्हणत असत. मोगल प्रशासनामध्ये साधारणपणे या सर्व अधिकाऱ्यांना मनसबदार म्हटलं जात असे आणि त्यांच्या 'मनसब' श्रेणीनुसार त्यांची नियुक्ती केली जात असे. सुभेदार आणि फौजदार हे उच्च श्रेणीचे मनसबदार असत तर ठाणेदार आणि त्याच्या हाताखालच्या अधिकाऱ्यांकडे खालच्या श्रेणीची मनसब असे. सम्राट कधीही या मनसबी आणि जहागिऱ्या बदलू शकत असे किंवा त्या पूर्णपणे रद्दही करू शकत असे. तरीही ही पद्धत मनसबदारांसाठी खूपच सोयीची होती. एका अर्थानं ते त्यांना दिलेल्या विशिष्ट प्रदेशाचे मालक समजले जात असत आणि सत्ताधाऱ्याच्या रूपानं त्या प्रदेशाचा उपभोगही घेत असत. पण ते मिळकतीचं कायमचं साधन नसून केवळ एक पद असे. त्यामुळे वारसाहक्कानं ते कोणाला दिलं जाऊ शकत नसे. एखादा शूर प्रतिष्ठित मनसबदार युद्धात मारला गेला किंवा वयोवृद्ध होऊन वारला तर त्याची मनसब त्याच्या मुलाला देण्याची प्रथा मोगल दरबारात होती पण मनसब म्हणून त्याला वडिलांना दिला गेलेला प्रदेशच मिळेल याची खात्री नसे. त्याला त्याच्या वडिलांना दिल्या गेलेल्या मनसबीच्याच तोडीचा, त्याच साम्राज्याचा पण अन्य एखादा प्रदेशही दिला जात असे. अशा वारसाहक्कानं दिल्या गेलेल्या मनसबींची उदाहरणं क्वचितच आढळतात. केवळ राजपूत राजांनाच हा मान दिला जात असे. काही प्रदेश आणि परगणे त्यांना (विशेषत: जिथे त्यांचे पूर्वज राज्य करत असत अशा त्यांच्याच राज्याचे भाग) जहागिरी म्हणून दिले गेले होते. त्यांतल्या काहींना राजा, महाराजा आणि मिर्झा अशा मानाच्या पदव्या दिल्या गेल्या होत्या.

आधीच्या सर्व मोगलांप्रमाणे शहाजहाननंही त्याच्या मागे या भूतलावर त्याची आठवण राहावी म्हणून काही वास्तूंची, त्याला अमरत्व बहाल करणाऱ्या वास्तूंची निर्मिती केली. ज्याप्रमाणे आपण स्मार्ट सिटी बद्दल बोलतो, त्या प्रमाणे मोगल, त्यांच्या शहरांतील स्मार्ट किल्ल्यांबद्दल बोलत असत. आपल्याला वाटतं की, त्या काळी आग्रा आणि दिल्ली ही जगातली सर्वांत सुंदर शहर असली पाहिजेत पण त्यात अंशत: तथ्य आहे. किल्ले सोडले तर ही शहरं म्हणजे बकाल वस्त्या, भव्य हवेल्या, मोठमोठे राजमार्ग आणि अंधाऱ्या वळणदार गल्ल्या असलेली, सुखाचा आभास निर्माण करणारी आणि मोगल समाजातली भयंकर असमानता दर्शवणारी जणू गजबजलेली जंगलं होती. मौर्य काळापासून किंवा कदाचित सिंधू संस्कृतीपासूनच भारतातील शहरांच्या रचना फारशा विकसित झालेल्या नाहीत. उंच उंच मिनार आणि सुंदर इमारतींनी नटवलेली ही मोगल शहरं, लांबून फारच सुंदर दिसत असत; पण त्यांच्या आत प्रवेश केल्यावर मात्र शहराचं सौंदर्य हिरावून घेणाऱ्या तिथल्या अरुंद गल्ल्या आणि वाकडेतिकडे कसेही बांधलेले रस्ते दिसत असत. (संदर्भ : इरली, २००७)

प्रकरण - ४

राजकीय गोंधळ

मोगल सम्राट श्रीमंत असले, तरीही दख्खनचा मोगल सुभेदार असलेल्या औरंगजेबाला मात्र निधीची गरज होती. त्या काळात शिवाजी राजे आणि औरंगजेब या दोघांनाही आपलं सैन्यबळ वाढवण्याची इच्छा होती. शिवाजी राजांना मुस्लीम सुलतानांपुढे झुकण्याचा तिरस्कार होता आणि त्यांना त्यांच्या माणसांना वतनदारांच्या जुलुमातून मुक्त करायचं होतं. हे स्वप्न सत्यात उतरवण्यासाठी त्यांना कराची मिळकत वाढवायला हवी होती आणि त्यासाठी आपलं साम्राज्य विस्तारित करायला हवं होतं. दुसरीकडे आपलेच वडील आपल्याला देत असलेल्या वाईट वागणुकीमुळे औरंगजेब वैतागला होता. शाहजहान तेव्हा वृद्धत्वाकडे झुकला होता. कधी-ना-कधी तो मरणारच होता आणि सत्ता काबीज करण्यासाठी भावांच्या बरोबर केव्हा-ना-केव्हा युद्ध होणारच होतं आणि त्यासाठीच औरंगजेबाला आपलं सैन्यबळ वाढवायचं होतं.

जावळीचं खोरं हे शिवाजी राजांचं पुढचं लक्ष्य होतं. सभासदांच्या बखरीत दिलेला तपशील असा आहे- जावळीवर सत्ता असणाऱ्या चंद्रावाला, मानकाईच्या दत्तक पुत्राला, शिवाजी राजांनी केलेल्या मदतीचा विसर पडला होता. तो गुंजण मावळातल्या देशमुखीवर हक्क सांगू लागला होता. चंद्रावानं खोडसाळपणा सुरू केला. तो गुन्हेगारांना आश्रय देऊ लागला आणि शिवाजी राजांच्या जहागिरीतला कर गोळा करणाऱ्यांना त्रास देऊ लागला. सुरुवातीला शिवाजी राजांनी पत्रांद्वारे चंद्रावाशी संवाद साधण्याचा आणि त्याची वागणूक सुधारण्याचा प्रयत्न केला. पण त्यानं शिवाजी राजांच्या अधिकारावरच प्रश्न उपस्थित केला. त्यानंतर काही संदेशांची देवाणघेवाण झाली. अखेरीस चंद्रावानं उर्मटपणानं पत्र लिहिलं की, 'मी जावळीचा राजा आहे आणि जर तुम्ही तुमच्या सैन्यासह जावळीत शिरलात तर लक्षात ठेवा, तुमच्यातला एकही माणूस जिवंत परत जाणार नाही.' त्यावर शिवाजी राजांनी उत्तर पाठवलं, 'मोरे, जावळी सोडा आणि हात पाठीमागे बांधून मला शरण या. जर असं केलं नाहीत, तर आम्ही तुमचा खात्मा करू.' चंद्रावानं उत्तर धाडलं, 'मग वाट कसली पाहताय? यावे. माझ्या तोफा तुमच्या समाचाराला सज्ज आहेत.' (संदर्भ : सरदेसाई, १९८८, पृष्ठ क्र. ११६)

संघर्ष अटळ होता. शिवाजी राजांची साम्राज्यविस्तारासाठीची ही पहिलीच लढाई होती. शिवाजी राजांनी अखेरचा प्रयत्न म्हणून बोलणी करण्यासाठी सशस्त्र सैनिक दलासह त्यांचे वकील रघुनाथ बल्लाळ कोरडे यांना पाठवलं. बोलणी चालू असतानाच रघुनाथानं चंद्ररावावर हल्ला केला. चंद्रराव तिथून पळाला आणि नाहीसा झाला, तेव्हा रघुनाथाबरोबर गेलेल्या सैनिकांनी चंद्ररावाच्या किल्ल्यावर पहारा देणाऱ्या पहारेकऱ्यांना ठार केलं. दरम्यान, शिवाजी राजे त्यांच्या ५००० सहकाऱ्यांसह पुरंदराहून महाबळेश्वरच्या डोंगराकडे निघाले होते. घाटरस्त्यानं ते जावळीच्या खोऱ्यात उतरले. चंद्ररावाच्या काही शिपायांनी त्यांना अटकाव केला, तेव्हा जावळीचं खोरं रक्तानं न्हालं. त्याच रात्री जावळीचं खोरं शिवाजी राजांच्या हातात आलं.

त्यानंतर शिवाजी राजे आणि त्यांच्या मावळी सेनेनं मोऱ्यांचा जावळीतला किल्ला ताब्यात घेतला. चंद्ररावाचे जे काही लोक जिवंत राहिले होते, ते आसपासच्या जंगलात आणि गुहांमध्ये लपून राहिले होते. लूटमार करण्यासाठी ते किल्ल्यावर हल्ले करू लागले. ते जंगल मार्गानं लपतछपत येत होते. त्यांचा तो मार्ग बंद करण्यासाठी आणि त्यांना डोंगरातच रोखण्यासाठी शिवाजी राजांनी आज्ञा दिली की, किल्ल्याच्या भोवती दीड किलोमीटरपर्यंतचं जंगल तोडून तिथली जमीन साफ करावी. अशा प्रकारे किल्ला सुरक्षित केल्यावर त्यांनी सैनिक पाठवून जंगलात लपलेले शत्रू शोधले आणि त्यांना ठार केलं. त्याच वेळी चंद्ररावाचा सेनापती आणि दिवाण (प्रशासकीय व्यवस्थापक) अशी दुहेरी जबाबदारी सांभाळणारे मुरारबाजी देशपांडे शिवाजी राजांना सामील झाले आणि पुढे पुरंदरचे किल्लेदार बनले. जावळीच्या खोऱ्यातच शिवाजी राजांनी जिवा महाला याला हेरलं. त्याची तलवारबाजी पाहून ते खूश झाले. पुढे हाच जिवा महाला शिवाजी राजांचा अंगरक्षक झाला आणि त्यानं अफझल खानाबरोबरच्या भेटीदरम्यान शिवाजी राजांचे प्राण वाचवले. तेव्हापासून मराठीत म्हण प्रचलित झाली, 'होता जिवा म्हणून वाचला शिवा.'

चंद्रराव जावळीतून पळून गेला आणि जावळीच्या खोऱ्याच्या उत्तर सीमेला लागून असलेल्या रायरीच्या किल्ल्यात लपून बसला. पण शिवाजी राजांच्या माणसांनी त्याला पकडला आणि ठार केला. नंतर त्याचे हजारो सैनिक शिवाजी राजांना येऊन मिळाले. चंद्ररावाचा भाऊ, प्रतापरावही पळून गेला होता. तो विजापूरला जाऊन पोचला. जावळीचं खोरं ताब्यात घेतल्यावर लगेचच शिवाजी राजांनी त्यांचे मुख्य सल्लागार मोरो त्र्यंबक पिंगळे[१६] (हे नंतर पेशवा किंवा पंतप्रधान

[१६]मोरोपंत त्र्यंबक पिंगळ्यांचे वडील शहाजी राजे भोसल्यांसाठी कर्नाटकात काम करत होते. १६५३ साली शिवाजी राजांच्या सेवेत रुजू होण्यासाठी मोरोपंत पिंगळे पुण्याला आले. एक उत्तम युद्धशास्त्र तज्ज्ञ, भाषा तज्ज्ञ आणि मुत्सद्दी असलेल्या पिंगळ्यांचा गडकिल्ल्यांच्या बांधणीचाही सखोल अभ्यास होता. (संदर्भ : सरदेसाई, १९८८)

झाले) यांच्यासह खोऱ्याचा दौरा केला. या दौऱ्यात शिवाजी राजांना पुण्याच्या दक्षिणेला १४५ किलोमीटरवर भोरप्या नावाचा डोंगर आढळला. तो त्यांना गड बांधण्यासाठी योग्य वाटला. समुद्रसपाटीपासून हजार मीटरपेक्षा जास्त उंची असलेला, कोयनेच्या खोऱ्याच्या टोकावरचा आणि माथ्यावर सपाटी असलेला तो एक खडकाळ डोंगर होता. शिवाजी राजांनी गडाचं बांधकाम मोरोपंतांवर सोपवलं. दोघांनीही त्या गडासाठी दुहेरी तटबंदीची योजना आखली. गडाच्या सर्व बाजूंना भिंती बांधायचं ठरलं. दुहेरी तटबंदीमागे योजना अशी होती की, आक्रमण करणाऱ्या शत्रूंना तटबंदीच्या आत तटबंदी असेल अशी कल्पना नसणार. त्यांनी पहिली तटबंदी फोडली आणि नि:शंकतेनं आत प्रवेश केला, तर आतल्या तटबंदीच्या बुरुजांवर दबा धरून बसलेले मावळे आत घुसलेल्या शत्रूवर तुटून पडतील आणि त्यांचा खात्मा करू शकतील. आश्चर्याची गोष्ट म्हणजे बुरुजांवर स्वच्छतागृहांची सोय केलेली होती. त्यामुळे रात्रीचा पहारा देणाऱ्या सैनिकांना फार वेळ त्यांची जागा सोडून जायला लागत नसे. वरचा किल्ला किंवा किल्ल्याचा मुख्य भाग हा डोंगराच्या माथ्यावर वायव्य दिशेत, २००० स्केअर फूट जागेत बांधायचं योजलं गेलं. अग्नेय भागात बालेकिल्ला बांधायचं ठरलं. त्याला तटबंदी करून, माचीसारख्या पुढे आलेल्या भागात, कोपऱ्यांवर बुरूजही बांधायचे होते. किल्ल्याच्या आराखड्यात पावसाचं पाणी साठवण्यासाठी एक तळंही करायचं आखलेलं होतं. शिवाजी राजांनी बांधलेला हा पहिला किल्ला होता. त्याला नाव दिलं गेलं, 'प्रतापगड,' अर्थात पराक्रमाचा गड! मोऱ्यांच्या खजिन्यात मिळालेलं धन या कामासाठी उपयोगात आणलं गेलं. आता प्रश्न असा येतो की, आधीच दुर्गम असलेल्या या भागात शिवाजी राजांनी गड बांधायचं कारण काय? त्यांना कोणत्या गोष्टीला संरक्षण द्यायचं होतं? या गडात केलेल्या गुंतवणुकीचा परतावा काय मिळणार होता? पण खरंच, गडानं त्याच्या बांधणीचा हेतू सार्थ केला आणि त्यावर केलेल्या खर्चाच्या कित्येक पट अधिक काही दिलं. प्रतापगडानं आपलं 'नाव' राखलं.

जावळीच्या विजयानंतर आणि मोऱ्यांच्या सैन्यात लोकांची भरती झाल्यामुळे शिवाजी राजांचं सैन्य नक्कीच वाढलं असणार. कारण त्यांच्या घोडदळात १०,०००ची आणि पायदळात साधारण तितकीच भर पडली होती. त्यांच्या ताब्यात असलेल्या शेतजमिनीतही भर पडली होती. आता शेतकऱ्यांसाठी जुलमी ठरणारे नियम बदलण्यासाठी ते सरसावले होते. शिवाजी राजांनी केलेला पहिला बदल म्हणजे त्यांनी वतनदारांची (विशेषत: देशमुखांची आणि देशकुलकर्ण्यांची) सत्ता कमी केली. या पद्धतीमध्ये वतनदार आणि शेतकरी या दोघांनाही प्रशासकीय व्यवस्थापकाकडे (याची नियुक्ती त्याच्या गुणांवरून केली जात असे.) नोंद करावी लागत असे. त्यांनी वतनदारांची किल्ल्यासारखी तटबंदी असलेली निवासस्थानंही पाडून टाकली आणि पुन्हा तशी घरं बांधायला मनाई केली आणि त्यांची लढाऊ शक्ती कमी केली. शिवाजी राजांच्या अधिकाऱ्यांनी सत्ता आपल्या हातात घेतल्यावरही वतनदार त्यांच्या

प्रदेशावरचा हक्क सोडायला तयार नव्हते. पण शिवाजी राजे जसजशी जमीन आपल्या ताब्यात घेत गेले तसतश्या जहागीरदारांना त्यांच्या जमिनी सोडाव्या लागल्या. हळूहळू जहागीरदारी पद्धत बंद केली गेली. प्रत्येक नोकरदाराला (मग तो नागरी असो किंवा सैनिकी) थेट शिवाजी राजांच्या तिजोरीतून पगार दिला जाऊ लागला. अशा प्रकारे केंद्रीय सत्तेला आव्हान देणाऱ्या जुन्या रिवाजांच्या बेड्या तोडून टाकून शिवाजी राजांनी केलेला बदल हा सर्वांत मोठा क्रांतिकारी बदल होता. तरीही प्रशासनाची पद्धत काहीशी जुन्या वळणाचीच होती. परगण्याचा (आदिलशाहीतील सर्वांत मोठा प्रशासकीय भाग) प्रमुख हा प्रशासकीय अधिकाऱ्याच्या म्हणजे हवालदाराच्या हाताखाली असे आणि त्याचे हिशोब ठेवणाऱ्या अधिकाऱ्याला मुजूमदार म्हणत असत. महाराष्ट्राच्या उत्तरेकडचा काही मोगल प्रदेश आपल्या ताब्यात घेतल्यावर काही वर्षांतच, शिवाजी राजांनी मोगलांच्या काही पद्धती अवलंबायला सुरुवात केली. त्यांनी आपल्या ताब्यातल्या जमिनींचे मोठे विभाग पाडले. त्याला 'सुभा' म्हटलं जाऊ लागलं. एका सुभ्यामध्ये अनेक परगणे असत. मराठ्यांचे सुभे हे मोगलांच्या सुभ्यांसारखे खूप मोठे नव्हते पण मोगल 'सरकार'च्या आकाराचे होते. मोगलांचे सुभे हे सरकारांमध्ये विभागले गेले होते. शिवाजी राजांनी सुभ्यांचं व्यवस्थापन आणि संरक्षण बघण्यासाठी प्रत्येक सुभ्यासाठी सुभेदाराची नेमणूक केली. या सर्व अधिकाऱ्यांना आवश्यकता भासल्यास सैनिकी मोहिमांमध्ये सहभागी व्हावं लागत असे.

जुन्या पद्धतीनुसार कापणीपूर्वी शेतातल्या पिकाचं मूल्यांकन करून त्यावर शेतसारा ठरवला जात असे. बरेचदा मूल्यांकन करणारे अधिकारी त्यांच्या लहरीनुसार किंवा कल्पनांप्रमाणे मूल्यांकन करत असत. ते शेतकऱ्यांच्या समस्या लक्षात घेत नसत. गुराढोरांची कमतरता आणि लागवडीसाठी उत्तम दर्जाच्या बियाणांचा अभाव या मुख्य समस्या होत्या. गुरांमुळे खत मिळायचं शिवाय शेत नांगरायला, विहिरीतून पाणी काढायला आणि धान्य तुडवून साळीतून दाणे वेगळे करायला त्यांची मदत होत असे. बैलजोडीशिवाय शेती करणं केवळ अशक्य काम होतं. शेतकऱ्यांना त्यांनी पिकवलेल्या पिकाच्या अर्धा भाग किंवा कधीकधी तर अर्ध्याहून अधिक भाग शेतसारा म्हणून द्यावा लागत असे. बरेचदा त्यांना रोख रकमेत शेतसारा भरावा लागत असे. पावसानं पाठ फिरवली, अतिवृष्टी झाली किंवा गाईगुरं आजारानं मेली किंवा चोरीला गेली; तर शेतकऱ्यांची अवस्था दयनीय होत असे. वेळ पडल्यास, शेतकऱ्यांना बैलजोडी मोठं भाडं देऊन घ्यावी लागत असे. जेव्हा त्यांना रोख रकमेत शेतसारा भरावा लागत असे, तेव्हा त्यांच्यासाठी तो मोठाच धक्का असे. कारण नुकतीच सुगी झाल्यामुळे बाजारात भरपूर प्रमाणात धान्य आलेलं असे त्यामुळे त्यांच्या पिकाला फारसा भाव मिळत नसे.

शेतकऱ्यांना मदत करण्यासाठी शिवाजी राजांनी या समस्यांचा मूळापर्यंत विचार केला. त्यांनी आदेश दिला की शेतसारा हा रोख रकमेत नाही तर पिकाच्या रूपातच घेतला जावा. त्यांनी शेतमालाची साठवण करण्यासाठी कोठारं बांधली. त्या कोठारांमध्ये शेतसारा म्हणून गोळा केलेलं धान्य साठवलं जाऊ लागलं. त्या शेतमालाला बाजारात चांगला भाव यावा यासाठी त्यांनी सुचवलेल्या शेतमालाची विक्री वेळीच केली जावी यासाठी ते अधिकाऱ्यांना प्रोत्साहन देत असत. त्यामुळे शेतमालाला चांगला भाव येत असे आणि शेतमालाचं नुकसानही होत नसे. त्यांनी त्यांच्या अधिकाऱ्यांना असंही सांगितलेलं होतं की, त्यांनी पेरणीच्या आधी गावागावांत भेट द्यावी. शेतकऱ्यांना लागणारी गुरं, बियाणं आणि शेतीची अवजारं कर्जानं द्यावीत आणि नंतर ते कर्ज हळूहळू वसूल केलं जावं.

शिवाजी राजांनी त्यांच्या सैनिकांनाही शेतकऱ्यांची काळजी घ्यायला सांगितलं होतं. सैनिकांनी अन्नधान्यासाठी आणि चाऱ्यासाठी शेतकऱ्यांवर दबाव आणू नये म्हणून सैनिकांना वेळच्या वेळी योग्य पगार दिला जात असे. प्रत्येक घोड्याला खायला दिवसाला ५ ते ७ किलो चारा लागत असे. कल्पना करा, १०,००० घोड्यांना पोसायला किती खर्च लागत असेल? घोड्यांना आवश्यकतेपेक्षा जास्त आहार देणंही घातक होतं. कारण मग चाऱ्यासाठीचं गवत लवकर संपलं असतं. शिवाजी राजांनी अशी व्यवस्था केली होती की सैन्यातल्या प्रत्येक प्राण्यासाठी लागणाऱ्या चारापाण्याची व्यवस्था त्याच्या सरदारानं करावी आणि चारा मोजूनमापून प्रमाणात घेतला जावा. नागरिकांकडून अन्नधान्य आणि चारा लुबाडण्याचा मोह सैनिकांना होऊ शकतो. म्हणून आपले सैनिक नागरिकांशी कसे वागतात यावर त्यांची बारीक नजर असे. सन १६७१ च्या उन्हाळ्यात त्यांनी त्यांच्या सैन्य अधिकाऱ्याला लिहिलेल्या एका पत्रात याचा दाखला मिळतो. ते पत्र असं होतं[१७]– (संदर्भ : अशी होती शिवशाही, अ. रा. कुलकर्णी, प्रथमावृत्ती : १९९९, पृष्ठ क्र. ४७–४९)

''याउपरी, तुम्ही मनात येईल तसा दाणा, रोजचा खुराक, गवत मागाल, असेल तोपर्यंत धुंदी करून कशाची पर्वा न करता चाराल आणि सर्व सामग्री नाहीशी झाली, म्हणजे मग काही पडत्या पावसात मिळणार नाही, उपास पडतील, घोडी मरावयास लागतील. याचा अर्थ घोडी तुम्हीच मारली असा होईल आणि दाणा–वैरणीसाठी आजूबाजूच्या प्रदेशाला त्रास देऊ लागाल. असे झाले म्हणजे सैन्यातले लोक गावात जातील, कोणी कुणब्याचे येथील दाणे, कोणी भाकर, कोणी गवत, कोणी लाकूडफाटे, कोणी भाजी, कोणी पाले इत्यादी ऐवज घेऊन येतील आणि असा त्रास कुणबी लोकांना होऊ लागला, म्हणजे जे काही कुणबी घर धरून आणि केवळ आपला जीव मात्र घेऊन राहिले आहेत तेही जाऊ लागतील.

---

[१७] मूळ पत्र

कित्येक लोक उपाशी मरू लागतील. म्हणजे त्या लोकांना असे वाटू लागेल की मोगलांच्या धाडीपेक्षा तुमची धाड अधिक झाली. असा लोकांचा तळतळाट होईल. तेव्हा रयतेचे व घोड्यांचे जे नुकसान होईल त्याची सारी बदनामी तुम्हावरी येईल. हे तुम्ही बरे जाणून, सिपाही (घोडेस्वार) असो अथवा पावखलक (पायदळातील लोक) असोत अत्यंत सावधगिरीने वर्तन करावे. जे कोणी सैनिक लोक पागेत अथवा या प्रदेशात गावोगाव राहिले असतील त्यांना येथील रयतेला काडीचाही त्रास देण्याची गरज नाही. जेथे तुम्ही राहिला आहात तेथून बाहेर पडावयास तुम्हांस गरज नाही. साहेबांच्या खजिन्यातून प्रत्येकाच्या पदरी त्याची वाटणी घातली आहे. तेव्हा अशा परिस्थितीत ज्याला जे हवे असेल ते म्हणजे दाणा. अगर त्याच्याजवळ गुरेढोरे असतील त्यास गवत हवे असेल, अगर लाकूडफाटा हवा असेल, अथवा भाजीपाला आणि इतर वरकड जिन्नस हवे असतील त्याने बाजारास जावे आणि तेथे जे विकावयास येईल ते रास्त भावाने विकत आणावे. कोणावर जुलूम जबरदस्ती करू नये. कोणाशी भांडणतंटा करू नये. पागेसाठी जी सामग्री साठविली आहे ती सारा पावसाळा पुरविली पाहिजे; अशा पद्धतीने कारकून मंडळी दाण्याचा रोजचा खुराक देतील त्याचप्रमाणे घेत जावे. असे झाले म्हणजे उपास पडणार नाहीत आणि दररोज खावयास मिळत जाईल आणि असे करीत असताना घोडी ताजीतवानी, सशक्त होतील असे करावे.''

''कारकुनाशी सैनिकांनी नसतीच धसफस करू नये; आपल्याला अमुकच द्या, तमुकच द्या अशी मागणी करीत पुंडाईने मोतद्दाराने अथवा नोकराने कोठीत, कोठारात शिरून लुटालूट करू नये.''

''हाली उन्हाळ्याचे दिवस आहेत. पागेचे लोक तिथे जागा धरून राहिले असतील किंवा राहतील. या लोकांपैकी कोणी आगट्या पेटवतील, कोणी भलत्याच जागी चुली मांडतील, अन्न शिजवण्यासाठी चरी खणतील, कोणी तंबाखू पेटविण्यासाठी आगी घेतील, या वेळी बाजूला गवत पडले आहे याचा विचार ते करणार नाहीत. वारा लागेल आणि नकळत एकाएकी आग लागेल व काही दगा फटका होईल असे त्यांच्या मनातही येणार नाही. एका खणास अथवा जागेस आग लागली म्हणजे तिचा फैलाव होऊन सारे खण जळून जातील. गवताच्या रासीत अथवा बडमीत कोणीकडून तरी विस्तव जाऊन पडला, सारे गवत आणि जितके म्हणून गवताचे ढीग असतील ते एकामागून एक जळू लागतील. तेव्हा तुम्ही कुणब्यांच्या गर्दना मारल्या आणि कारकुनास कितीही ताकीद दिली तरी काही खण बांधण्यास लाकूड फाटा मिळणार नाही, एक खणसुद्धा बांधता येणार नाही हे तुम्हां सर्वांना माहीत आहे.''

''तेव्हा वरील कारणास्तव सर्वांना बरी ताकद द्यावी, आणि तुम्ही स्वतः सर्व अधिकाऱ्यांनी नेहमी फिरत जाऊन गस्त घालून, कोठे इंधने केली आहेत,

कोठे आगट्या जळताहेत, अथवा कोणाच्या घरी रात्री दिवा जळत आहे आणि अविस्राच (अचानक) एखादा उंदीर येऊन पेटती वात पळवून नेईल अशा गोष्टी होणार नाहीत याची खबरदारी घ्यावी. आगीमुळे दगा फटका होणार नाही आणि खण आणि गवत वाचेल ते करावे, म्हणजे पावसाळ्यात घोडी बांधावी लागणार नाहीत, त्यांना खावयास घालावे लागणार नाही. कारण सगळी पागाच नष्ट झालेली असेल आणि तुम्ही निष्काळजी राहिलात असा तुमच्यावर ठपका येईल.''

''या कारणासाठी येवढ्या तपशीलावर तुम्हांस पत्र लिहिले आहे. छावणीत जितके म्हणून खास खास जुमलेदार, हवालदार, कारकून हजर असतील त्यांनी या आज्ञापत्रातील तपशील काळजीपूर्वक ऐकणे, आणि सर्वांनी हुशार राहणे. वरचेवर, रोजच्या रोज खबर घेऊन, लोकांना ताकीद करून या आज्ञाप्रमाणे ज्यांच्या हातून वर्तन घडणार नाही, त्यात अंतर पडेल, ज्याच्या हातून गुन्हा घडेल, अथवा बदनामीचा आरोप ज्याच्यावर येईल, त्यामुळे मराठ्यांची इज्जत वाचणार नाही, आणि असे झाले म्हणजे मग रोजगार तरी कुठून मिळणार? अशा प्रकारचे गैरवर्तन करणाऱ्यांना दुर्जन समजले जाईल, आणि त्यांना शिक्षा केल्याशिवाय सोडले जाणार नाही. हे सर्व ठीक जाणून सर्वांनी वर्तणूक करावी.'' (१३ मे, १६७१)

औरंगजेबाची खेळी

फेब्रुवारी १६५६ मध्ये, दखखनच्या पश्चिमेला जावळीचं नाट्य रंगात आलेलं असताना दखखनच्या पूर्वेलाही तशीच रोचक घटना घडत होती. औरंगजेबाला त्याचं सैन्यबळ वाढवण्यासाठी मोठ्या निधीची गरज होती आणि म्हणून बऱ्याच काळापासून कुतुबशाहीचा घास घेण्याची योजना आखत होता, त्यासाठी संधीच्या शोधात होता आणि मीर जुमलाच्या रूपात ती संधी चालून आली.

कुतुबशाही सल्तनतीचा प्रमुख वजीर मीर जुमला यानं औरंगजेबाशी हातमिळवणी केली. तो कुतुबशाहीचा पंतप्रधान तर होताच पण मुळात तो एक अतिश्रीमंत जहागीरदारही होता. त्याला त्याच्या जहागिरीतून दर वर्षी ४० लाख रुपये कर मिळत असे. (शिवाजी राजांच्या जहागिरीतून केवळ दोन लक्ष पन्नास हजार रुपये मिळकत होत असे.) तेवढंच नाही तर मीर जुमला हा स्वत: तोफखाना तज्ज्ञ होता आणि आंध्र प्रदेशातल्या कोलूर इथं त्याच्या मालकीच्या हिऱ्यांच्या खाणी होत्या. तो हिऱ्यांच्या व्यापारात जगप्रसिद्ध होता. त्याचं उत्तम दर्जाचं पाच हजार घोडेस्वारांचं खासगी घोडदळ होतं. त्याच्या मदतीनं त्यानं आपल्या राज्याच्या दक्षिण सीमा रुंदावून मंदिरांनी समृद्ध अशी अनेक शहरं आपल्या राज्याला जोडून घेतली होती. कुतुबशाहीचा सम्राट अब्दुल्लाह कुतुब शहा याला मीर जुमलाच्या संपत्तीची आणि सैन्यबळाची दहशत वाटत होती. मीर जुमला एकदा

काही कामानिमित्त बंगालला गेलेला होता. तेव्हा मीर जुमलाचा मुलगा अमीर हा मद्याच्या नशेत पूर्णपणे गुंगून कुतुबशहाच्या दरबारात गेला आणि तिथं त्यानं गालिचावर लघवी केली. कुतुबशहानं त्याला तत्काळ कैद केलं आणि त्याच्या राजधानी हैद्राबादच्या जवळ असलेल्या गोलकोंडा किल्ल्याच्या अंधारकोठडीत डांबलं. मीर जुमलालाही त्यानं नोकरीवरून काढून टाकलं.

मीर जुमला लगेचच त्याच्या सैन्यासह औरंगजेबाला जाऊन मिळाला. हैद्राबादवर हल्ला झाला. कुतुबशाहीच्या १७००० सैनिकांना कंठस्नान घातलं गेलं. शहर ताब्यात घेतलं गेलं, लुटलं गेलं. औरंगजेब आणि माळव्याचा सुभेदार असलेला त्याचा मामा शाईस्ता खान, नवी कुमक घेऊन हैद्राबादला गेले. त्यांना किल्ल्याला वेढा द्यायचा होता. हिऱ्यांची निर्यात करणारा, उच्च दर्जाच्या लोखंडाच्या खाणी असलेला, रंगीत छापील कापड आणि गालिचे यांसाठी जगभरात प्रसिद्ध असलेला मुलूख औरंगजेबाच्या ताब्यात येणार होता. पण तेवढ्यात त्याला शाहजहानचा आदेश मिळाला की, 'मोगल सम्राटाला नजराणा देणाऱ्या सर्व प्रदेशांना सम्राटाचं संरक्षण लाभलेलं असल्यानं औरंगजेबानं मागे फिरावं.' औरंगजेबासाठी हा आघात खूप मोठा होता पण हैद्राबादमधून माघार घेण्यापूर्वी त्यानं एक गोष्ट केली. आपल्या मुलासाठी, मोहम्मद सुलतानसाठी अब्दुल्लाह कुतुबशहाच्या मुलीला मागणी घातली. या नातेसंबंधामुळे त्याला मोठा नजराणा तर मिळालाच, पण रामगीरचा किल्ला आणि दर वर्षी ६ लाख रुपये कर मिळवून देणारी किल्ल्याच्या आसपासची जमीनही भेट म्हणून मिळाली. दक्षिणेकडच्या राजघराण्यांशी लढणं आणि त्यांना जिंकणं अगदी सोपं आहे हे आता औरंगजेबाच्या लक्षात आलं.

सन १६५६ मध्ये मोहम्मद आदिलशहा मरण पावला. अजिबात वेळ न दवडता औरंगजेबाला ती संधी साधायची होती पण आदिलशाही ताब्यात घेण्यासाठी त्याला त्याच्या वडिलांची, सम्राट शाहजहानची परवानगी हवी होती. त्यासाठी त्यानं एक मुत्सद्दी राजकीय खेळी खेळली. त्यानं मीर जुमलाला दहा लाख रुपये आणि हिऱ्यांचे पेटारे घेऊन आग्र्याला शाहजहानकडे पाठवलं. मीर जुमलानं सम्राटाचं हृदय जिंकलं आणि त्याला मोगल सैन्यात 'मीर आतिश' या पदावर तोफखाना प्रमुख म्हणून नेमलं गेलं. औरंगजेबाला आदिलशाहीविरुद्ध मोहीम उघडू द्यावी म्हणून मीर जुमलानंही शहाजहानचं मन वळवण्याचा प्रयत्न केला. काही महिन्यांतच २०,००० सैनिकांची नवी कुमक घेऊन मीर जुमला पुन्हा औरंगाबादला आला. त्या वेळी औरंगजेबानं मोहम्मद आदिलशहच्या दत्तक पुत्राच्या म्हणजे अलीच्या आणि त्याच्या पूर्वजांच्या वांशिक पावित्र्याबद्दल शंका घेत ओरड सुरू केली. अली हा गुलाम स्त्रीचा मुलगा आहे की कोणी हलक्या जातीचा आहे? इस्लाममध्ये दत्तक विधानाला अनुमती नसताना बेगमनी त्याला दत्तक घेतलंच कसं? हे अयोग्य आहे आणि त्यामुळेच आपल्याला आदिलशाही

समाप्त करायची आहे, असं कारण त्यानं सांगितलं. इस्लामचा उपयोग तो एखाद्या शस्त्रासारखा करत होता. त्याला युद्धाचं कारण बनवत होता. नंतरच्या आयुष्यात सुन्नी पंथाचं श्रेष्ठत्व व्यक्त करण्यासाठी औरंगजेब त्याच्या पत्रव्यवहारामध्ये न विसरता शिया पंथीयांचा उल्लेख करताना 'गुल-ई-बयाबानी (सैतान भक्ष्यक) आणि 'बातिल मझाबान' (इस्लामवर विश्वास न ठेवणारे) अशी वाईट विशेषणं वापरत असे. (बहादूर, १९२५)

'सम्राटानं औरंगजेबाला मोहिमेसाठी दोन पर्याय दिले होते- शक्य झाल्यास संपूर्ण आदिलशाही सल्तनत आपल्या साम्राज्यात सामावून घेणं किंवा सन १६३६च्या करारानुसार आदिलशाहीत सामावला गेलेला निजामशाही मुलूख, सम्राटासाठी १० दशलक्ष रुपयांचा नजराणा आणि औरंगजेबासाठी ५ दशलक्ष रुपयांचा नजराणा घेऊन येणे.' (मेहेंदळे, २०११, पृष्ठ क्र. १६२)

त्यानंतर औरंगजेबानं आदिलशाहीच्या इशान्येला असलेल्या किल्ल्यावर, बीदरवर आक्रमण करण्याची योजना आखली. शाईस्ता खान आणि मीर जुमला यांच्यासह औरंगजेब आदिलशाहीची राजधानी विजापूरपासून ३०० किलोमीटरवर असलेल्या बीदरकडे निघाला. महिन्याच्या आतच त्यांनी बीदर नगराचा विध्वंस केला आणि बीदर किल्ला ताब्यात घेतला. बीदर शहर समुद्रसपाटीपासून ६०० मीटर उंचीवरच्या पठारावर वसलेलं होतं. त्याच्याभोवती ४० फूट उंचीची ४ किलोमीटरची भिंत होती. मशिदी, राजमहाल, तुर्की हमामखाने आणि शस्त्रागारं असलेल्या बीदरच्या किल्ल्याचं रक्षण करत होते सत्तर फुटांपेक्षा जास्त रुंद आणि ५० फुटांपेक्षा जास्त खोल आकाराचे तीन खंदक. किल्ल्यात प्रवेश करण्यासाठी एकच मार्ग होता आणि तोही वळणावळणांचा होता. त्या मार्गावर अनेक दरवाजे होते. तो मार्ग तिथल्या बुरुजांनी आणि बुरुजांवर लावलेल्या प्रचंड तोफांनी अभेद्य केलेला होता. आदिलशाहीच्या शूर सरदारांपैकी एक सिद्दी मरजान यानं तीस वर्षं इतक्या दीर्घ कालावधीपर्यंत त्या किल्ल्याला सुरक्षित ठेवलं होतं. त्याच्याकडे १००० घोडदळ, ४००० पायदळ तसंच शेकडो बंदुकधारी आणि तोफखाना चालवणारे सैनिक होते. पण मीर जुमलाच्या आधुनिक आणि हलक्या वजनाच्या तोफखान्यानं बीदरचे तट आणि बुरूज धुळीला मिळवले. सिद्दी मरजान आणि त्याची मुलं, मीर जुमलाच्या हल्ल्याला तोंड देण्यासाठी एका बुरुजाच्या आड तयारीत उभे होते. तेवढ्यात मोगलांनी सोडलेला एक अग्नीबाण, नेमका दारूगोळ्याच्या कोठारावर जाऊन पडला. मोठा स्फोट झाला. त्यात सिद्दी मरजानला अनेक जखमा झाल्या. त्यानं प्राण सोडला तेव्हा मोगल सैनिक बीदरच्या नागरिकांची कत्तल करत किल्ल्यात प्रवेश करत होते. मरजानचे धीर खचलेले सैनिक पळून गेले. अशा प्रकारे, २७ दिवसांच्या वेढ्यानंतर, भारतभरात अजिंक्य मानला गेलेला बीदरचा किल्ला औरंगजेबाच्या हातात गेला. 'ह्या विजयात औरंगजेबाला युद्धलुटीत १२ लाख रुपये रोख, आठ लाखांचा

दारुगोळा, २३० तोफा आणि अन्य अनेक गोष्टी मिळाल्या.' (सरकार, १९१२, पृष्ठ क्र. २६७-२६८)

ही घटना म्हणजे शिवाजी राजांसाठी धक्का होता की संधी? की दोन्हीही? अशा अस्थिर परिस्थितीत त्यांनी कोणती राजकीय खेळी खेळली आणि आपल्या स्वराज्याच्या स्वप्नाच्या दिशेनं आणखी एक पाऊल कसं टाकलं, हे जाणून घेणं खूपच रोचक आहे. तोपर्यंत शिवाजी राजांना एक कुप्रसिद्ध गुन्हेगार मानलं जाऊ लागलं होतं आणि त्यांचं जावळी ताब्यात घेणं तर बेकायदेशीर कृत्य समजलं गेलं होतं. ज्येष्ठ इतिहास अभ्यासक आणि शिवाजी राजांचे निस्सीम चाहते यदुनाथ सरकार यांनीही त्यांच्या पुस्तकात लिहिलं आहे की, 'जावळीचा विजय म्हणजे शिवाजी राजांनी बुद्धिपूर्वक घडवून आणलेला खून आणि ठरवून केलेला विश्वासघात होता.' (सरकार, २००७, पृष्ठ क्र. ३३) पण एक साधा प्रश्न आहे की, जर शिवाजी राजांचा जावळीचा विजय बेकायदेशीर होता तर औरंगजेबानं केलेला हैद्राबादचा विध्वंस आणि बीदरची धूळधाण कायदेशीर होती का?

राजकीय हालचाली

आणि आता इतिहासातलं एक महत्त्वाचं वळण- औरंगजेब जेव्हा बीदरच्या किल्ल्याभोवतीच्या खंदकाजवळ वेढा घालून बसला होता, तेव्हा त्याला भेटण्यासाठी शिवाजी राजांच्या सल्लागार मंडळातले सोनोपंत डबीर शेकडो मैलांचा प्रवास करून त्याला भेटायला गेले होते. त्यांनी एक प्रस्ताव आणला होता. त्यात म्हटलं होतं की, शिवाजी राजांना औरंगजेबाकडून त्यांच्या जहागिरीवर असलेल्या त्यांच्या अधिकारांसाठी औपचारिक मान्यता हवी होती आणि आदिलशाहीचे सर्व गडकिल्ले त्यांच्या ताब्यात असायला हवे होते. आदिलशाहीची कोकणातली बंदरंही आपल्या स्वराज्यात सामील करून घेण्यासाठी शिवाजी राजांनी औरंगजेबाची कायदेशीर परवानगी मागितली होती. असं झालं तर ते एक स्वतंत्र अधिकारी म्हणून आदिलशाहीला नमवण्यासाठी औरंगजेबाला मदत करतील.' औरंगजेब आणि सोनोपंत डबीर यांच्या भेटीच्या आधीच बीदर पडलेलं होतं. बीदर शहराचं रक्षण करणारी कित्येक मैलांची लांबरुंद भिंत जमीनदोस्त झाली होती आणि अनेक इमारती कोसळायला आल्या होत्या. औरंगजेबानं सोनोपंत डबिरांनी आणलेला प्रस्ताव ऐकून घेतला आणि उडवाउडवीची उत्तरं दिली. त्यानंतर त्यानं शिवाजी राजांना एक उर्मट पत्र पाठवलं. औरंगजेब या विजयानं हर्षभरीत झाला आणि शिवाजी राजांना बढाया मारू लागला. इतर कोणाला वर्षभर झगडूनही घेता आला नसता असा, आत्तापर्यंत अजिंक्य समजला जाणारा, कर्नाटकात आणि दख्खनवर सत्ता काबीज करण्याची पहिली पायरी असणारा बीदरचा किल्ला आणि बीदर शहर हे दोन्ही मी एका दिवसात जिंकून घेतलं आहे.' (सरकार, १९१२, पृष्ठ- २६८)

१६५७ साली, बीदर जिंकून घेतल्यावर लगेचच औरंगजेब त्याच्या सैन्यासह गावांमागून गावं धुळीला मिळवत, तिथल्या घरादारांना आणि शेतांना आगी लावत आणि वस्तीची कोणतीही खूण मागे राहू न देत आदिलशाहीच्या दक्षिण प्रदेशात आतवर घुसला. आदिलशाहीचा मुख्य वजीर खान मोहम्मद आणि त्याचे सैन्य अधिकारीसुद्धा (अफझल खानासह) औरंगजेबाच्या कडव्या सैन्यासमोर टिकाव धरू शकले नाहीत. आदिलशाही सैन्याला आपली शस्त्रास्त्रं, घोडे, तोफखान्याचं सामान, दारूगोळा, गुरंढोरं आणि इतर सामान तसंच सोडून युद्धभूमीतून पळ काढावा लागला. त्यांनी सोडून दिलेलं सामान युद्धातली लूट म्हणून मोगलांनी तत्काळ ताब्यात घेतलं. त्याच दरम्यान दोन्ही बाजूंच्या सैन्याधिकाऱ्यांच्या नकळत आदिलशाही तळावर सत्तेसाठी एक धक्कादायक डाव रचला जात होता. अफझल खान आणि त्याची माणसं युद्धभूमीवरून निसटले आणि अली आदिल शहाला भेटायला विजापूरला निघाले. अली आदिल शहाच्या सात मजली 'गगन महालात' झालेल्या भेटीदरम्यान अफझल खानानं त्याच्या सम्राटाला सांगितलं की, खान मोहम्मद राष्ट्रद्रोही आहे. आम्ही कैद केलेल्या औरंगजेबाला त्यानं सोडलं आणि पळून जाऊ दिलं. हे ऐकल्यावर खरंखोटं जाणून न घेता अली आदिलशहानं युद्धनीतीवर चर्चा करण्याचं कारण सांगून खान मोहम्मदला परत बोलवून घेतलं. रात्री उशिरा जेव्हा खान मोहम्मद आणि त्याच्या अधिकाऱ्यांनी विजापूरमध्ये प्रवेश केला, तेव्हा प्रशिक्षित मारेकऱ्यांनी त्यांच्यावर हल्ला केला. खान मोहम्मदला मारलं गेलं. त्याच्या शरीराची खांडोळी-खांडोळी केली गेली आणि त्या निष्ठावान आफ्रिकी योद्ध्याच्या रक्ताचा पाट वाहिला, अगदी अली आदिलशाहाच्या महालापर्यंत.

त्या काळी विजापूरच्या भोवती पाण्यानं भरलेला खंदक होता आणि त्यात मगरी सोडलेल्या होत्या. शिवाय ३०-४० फूट उंच आणि २० फूट रुंद अशी भक्कम भिंत होती. सलग बांधलेली भक्कम तटबंदी आणि ९६ बुरुज ह्यांनी विजापूरला मजबूत केलं होतं. तटबंदीच्या आतून बाहेर मारा करण्यासाठी झरोखे केलेले होते. त्यांची रचना तोफगोळ्यांसाठी आणि लहान शस्त्रांसाठी योग्य अशी होती. सर्व प्रवेशमार्गांवर झरोखे असलेल्या भिंतींना लागून सपाट जागा बांधलेल्या होत्या. त्यावर नेहमी धनुष्यबाण घेतलेले सैनिक सज्ज असत. सर्व प्रवेशमार्गांचे दरवाजे लोखंडी पकडींमध्ये बसवलेल्या जाड लाकडी फळ्यांनी बनवलेले होते. भक्कम शिगांनी त्यांना मजबूत केलं होतं आणि त्यांच्यावर मोठमोठे अणकुचीदार खिळे बसवले होते. शहराच्या पूर्वेच्या सीमेवर आकाशाला भिडणाऱ्या उंचच्या उंच लाकडी पराती उभारलेल्या होत्या. तिथं पंधरा वर्षांपासून कबरीच्या घुमटाचं बांधकाम चालू होतं. हा घुमट जगातला सर्वांत मोठा घुमट असणार होता. कबर होती मोहम्मद आदिलशहाची आणि त्याच्या मृत्यूनंतरही ती तयार झालेली नव्हती.

भल्या मोठ्या शिळेवर उभारलेली, मलिक-ए-मैदान नावाची, ५०,००० किलोंची प्रचंड मोठी तोफ म्हणजे विजापूरची शान होती. तिच्या तोंडावर आपल्या उघड्या जबड्यात हत्तीचं मस्तक दाबून त्याला ठार करणाऱ्या सिंहाचं चित्र होतं. या तोफेतून उडवले जाणारे १०० किलोंहून जास्त वजनाचे तोफगोळे, काही मैलांवर असणाऱ्या शत्रूंवरही नेम साधत असत. विजापुरात अनेक मशिदी, मंदिरं, उद्यानं, सुंदर बांधलेल्या विहिरी, अनेक मजली इमारती, आकाशात झेपावणारे मिनार आणि घुमट होते. पुढ्यात प्रचंड मोठी कमान असलेल्या अली आदिलशाहाच्या सातमजली भव्य राजवाड्याचं नाव होतं, गगन महल. राजवाड्याचा नवा मालक, अली आदिल शहा हा विशीचा नवयुवक होता. त्यांचं साम्राज्य उद्ध्वस्त करत त्यांच्या प्रिय विजापूरच्या दिशेनं येणाऱ्या मोगल सैन्यामुळे तो आणि त्याची आई बडी साहिबा हे भयभीत झाले होते.

पण दख्खनच्या पश्चिम भागात त्याहूनही अतर्क्य काही घडणार होतं. सोनोपंत डबीर औरंगजेबाची भेट घेऊन बीदरहून परत आले, तेव्हा शिवाजी राजांनी असं काही करायची योजना आखली, जे तोपर्यंतच्या भारतीय इतिहासात कधीच घडलं नव्हतं. मोगल सैन्य जेव्हा विजापूरच्या दिशेनं आगेकूच करत होतं, तेव्हा शिवाजी राजे आणि त्यांच्या मावळ्यांनी मोगल साम्राज्याच्या नैर्ऋत्य सीमेवर आक्रमण केलं. त्यांनी त्यांच्या हजारो मावळ्यांसह भीमा नदी ओलांडून मोगल साम्राज्यात प्रवेश करून उत्तरेला जुन्नरकडे घोडदौड सुरू केली. त्या काळी जुन्नर हे बाजारपेठ आणि व्यापारी केंद्र म्हणून प्रसिद्ध होतं. तिथला शिवनेरी गड म्हणजे तर शिवाजी राजांचं जन्मस्थान. त्याच्या पायथ्याशी असलेली जंगलं तुडवत त्यांचे घोडे वाऱ्याच्या वेगानं पुढे जात होते. त्यांच्या घोड्यांच्या टापांनी जागा झालेला शिवनेरी गड कदाचित विचारात पडला असेल की, माझ्या या लेकराच्या मनात आहे तरी काय?

आपण अजिंक्य आहोत अशा समजुतीत असणारे मोगल गाफील होते. त्यामुळे जुन्नरच्या किल्ल्याच्या रक्षणासाठी त्याच्या तटबंदीवर साधा धनुष्यबाण घेतलेला सैनिकही नव्हता. ३० एप्रिल १६५७च्या मध्यरात्री, मराठ्यांची फौज आकडे, दोर आणि शिड्या ह्यांच्या साहाय्यानं किल्ल्याची तटबंदी अगदी सहज चढून गेली आणि तिथं दारूच्या नशेत असलेल्या, घोरत पडलेल्या सैनिकांना त्यांनी ठार केलं. रात्रीच्या शेवटच्या प्रहरी, शिवाजी राजांनी आणि त्यांच्या माणसांनी जुन्नरच्या गडावरून १.३ दशलक्ष रुपयांच्या मूल्याचे (प्रत्येकी ११ ग्रॅम शुद्ध चांदीच्या बरोबरचे) ३००,००० होन (प्रत्येकी ३.३ ग्रॅम शुद्ध सोन्याची नाणी) बरोबर घेतली. त्याबरोबरच २०० अरबी घोडे, ढीगभर दागदागिने, कापडाचे तागेही बरोबर घेतले. ही सगळी कमाई फक्त एका रात्रीतली होती. त्यानंतरही मराठा फौज मोगल साम्राज्यातच ठिय्या देऊन राहिली आणि औरंगजेबाच्या

सैन्यानं आदिलशाहीत जशी प्रचंड नासधूस केली अगदी तशीच नासधूस करत मोगल साम्राज्यातली गावंच्या गावं उद्ध्वस्त करत गेली. फरक इतकाच होता की, मराठ्यांनी पळवापळवी आणि जाळपोळ केली नाही– एकाही स्त्रीला उचलून नेलं नाही की हात लावला नाही.

मीनाजी आणि काशीराव या सेनापतींच्या हाताखाली असणाऱ्या मराठा फौजेच्या तुकडीनं मोगल साम्राज्याच्या गाभ्यात घुसून आधी निजामशाहीची राजधानी असणाऱ्या अहमदनगरच्या किल्ल्यापर्यंत धडक मारली. तिथल्या किल्लेदाराला, मुल्तफात खानाला मराठ्यांच्या हल्ल्याची बातमी मिळाली होती त्यामुळे तो सज्ज झाला होता. त्यानं किल्ल्यातल्या शिबंदीच्या शिपायांच्या मदतीनं किल्ल्याला वेढा दिलेल्या मराठा सैन्यावर तत्काळ जोरदार हल्ला केला आणि मराठा सैन्याला दूर पिटाळलं. पण शिवाजी राजांच्या माणसांनी तिथला व्यापारउदीम ठप्प करण्यासाठी, तिथल्या बाजारात नेहमी येणाऱ्या व्यापाऱ्यांच्या मनात दहशत निर्माण करायला सुरुवात केली. शिवाजी राजांनी असं का केलं असेल? मोगलांना असं आव्हान देणं म्हणजे जणू आत्मघात करून घेणं. मग तो आत्मघात राजकीय किंवा इतर कोणत्याही पद्धतीचा असो. दख्खनेतल्या शिया राजघराण्यांनीही त्याआधी असं काही केलं नव्हतं.

शिवाजी राजे मुत्सद्दी होते. मोगल साम्राज्याविरुद्ध तलवार उचलण्यामागचा धोका त्यांना चांगलाच माहीत होता. कधीही कोणतेही निर्णय भावनेच्या आहारी जाऊन किंवा क्षुल्लक सूडापोटी न घेणाऱ्या शिवाजी राजांच्या मनात, औरंगजेबाच्या संदिग्ध उत्तरांनी आणि उर्मट पत्रानं शंका निर्माण झाली. त्यांना त्यांच्या खबऱ्यांकडून नक्कीच समजलं असणार की औरंगजेब बीदरकडे कूच करण्यापूर्वी, शहाजहाननं त्याच्यापुढे दोन पर्याय ठेवले होते– एक तर आदिलशाही आपल्या साम्राज्याला जोडून घे किंवा नवीन करार करून १६३६ साली झालेल्या करारात आदिलशाहीनं बळकावलेला निजामशाहीचा सर्व प्रदेश आणि त्याबरोबर लक्षावधी रुपयांचा नजराणाही मिळवणं. शहाजीराजांची पुणे प्रांतातली जहागिरी ही आदिलशाहीला मिळालेल्या निजामशाही प्रांतात होती. शिवाजी महाराज ती जहागिरी सांभाळत होते आणि त्याबद्दल आदिलशाहीला अहवाल सादर करणं त्यांनी कधीच सोडून दिलं होतं. एवढंच नाही तर त्यांनी आदिलशाहीविरुद्ध तलवार उसपली होती.

आदिलशाहीचा सम्राट अली आदिलशहा आणि त्याची आई बडी साहिबा या दोघांनाही औरंगजेब आपल्यावर हल्ला करेल असं भय सतत वाटत होतं. मोगल सैन्य दक्षिणेत गुलबर्गा परगण्यापर्यंत आत घुसलं होतं आणि विजापूरच्या दाराशी येऊन ठेपलं होतं. दुसऱ्या सीमांवरही समस्या उद्भवत होत्यात. जहागीरदार पुत्र शिवाजी राजांनी जावळीचे सरदार मोऱ्यांना घातपातानं मारून, खोरं जिंकून घेतलं होतं. खोऱ्याच्या मध्यात त्यांनी एक किल्लाही बांधायला काढला होता. आता ते

वाई परगण्यावर आक्रमण करून पश्चिम सीमांपर्यंत आपलं साम्राज्य वाढवायचा प्रयत्न करतील अशी शंका तिथल्या सत्ताधाऱ्यांना येत होती.

अशा अडचणीच्या परिस्थितीत अली आदिलशहा मोगलांशी नवा करार करण्याची दाट शक्यता होती. असं बोललं जात होतं की, भोसले जहागिरी आणि निजामशाहीतलं कोकण किंवा उत्तर कोकण यांसह त्याच्या ताब्यातला निजामशाही प्रदेश आणि त्याबरोबर १५ दशलक्ष रुपये मोगलांना द्यायला आदिलशहा तयार झाला होता. अशा परिस्थितीत, शिवाजी राजांना वगळलं गेलं असतं; १९३६ साली केलेल्या करारात त्यांच्या वडिलांना वगळलं गेलं होतं तसं. आता शिवाजी राजे अली आदिलशहाला दाखवून देऊ इच्छित होते की, मोगल साम्राज्य हे काही अजिंक्य नाही. मोगल प्रदेशावरही आक्रमण करता येऊ शकतं. मेहेंदळेंनी लिहिल्याप्रमाणे (२०११) 'शांतता राखण्यासाठीचे आदिलशाहीचे प्रयत्न आणि ज्या अटींवर आदिलशहाला समझोता करायला लावला जात होता त्याबद्दल चतुराईनं विचार करूनच शिवाजी राजांनी मोगल साम्राज्याच्या प्रदेशांवर हल्ले केले असणार. शिवाजी राजांनी मोगलांवर केलेल्या हल्ल्यांमुळे आदिलशाहीच्या सरदारांना धैर्य आणि प्रोत्साहन मिळून, त्यांनी मोगलांविरुद्ध युद्ध चालू ठेवलं असतं तरी त्यामुळे शिवाजी राजांचं काहीच नुकसान होणार नव्हतं. खरं तर आदिलशहा आणि मोगल यांच्यातलं युद्ध हे शिवाजी राजांसाठी फायद्याचंच ठरणार होतं. वरील अटींनुसार करार केला गेला असता, तरीही आपलं स्वातंत्र्य अबाधित राखण्यासाठी आदिलशहाला मोगलांशी संघर्ष करणं अटळ होतं.'

अशा परिस्थितीत जेव्हा भोसले जहागिरी समाविष्ट असलेली आदिलशाही गिळंकृत करायचा प्रयत्न मोगल करत होते, तेव्हा शिवाजी राजांपुढे त्यांची जहागिरी वाचवण्यासाठी अगदी कमी पर्याय होते. त्यांतला एक पर्याय म्हणजे आपल्या स्वाभिमानाला मुरड घालून मोगलांचं अधिराज्य मान्य करणं. पण शिवाजी राजांना हा पर्याय मान्य नव्हता आणि औरंगजेब, स्वतंत्र अधिकारी/राज्यकर्ता म्हणून त्यांचा स्वीकार करायला तयार नव्हता. शिवाजी राजे जर मोगलांचे मनसबदार झाले असते तर त्यांची जुनी जहागिरी काढून घेतली गेली असती आणि उत्तरेत कुठेतरी त्यांना नवी जहागिरी दिली गेली असती. तसं झालं असतं तर त्यांनी अनेक वर्ष अथक कष्टांनी बांधून काढलेले त्यांचे सगळे गडकिल्ले सोडून द्यावे लागले असते. पूर्वघटनांचा विचार करता, शिवाजी राजे जरी मोगलांचे मनसबदार झाले असते, तरी ते मोगलांना धोकादायक वाटले असते आणि त्यांना साम्राज्याच्या वायव्येच्या किंवा ईशान्येच्या सीमांवर, बोलन प्रांताच्या डोंगराळ भागात आणि खैबर खिंडीत किंवा आसामपलीकडे, नरभक्षक आदिवासींची वस्ती असलेल्या जंगलांमध्ये मोगल साम्राज्य विस्तारण्याच्या लढाईत पाठवलं गेलं असतं. कारण त्यांना डोईजड ठरू पाहणाऱ्या मनसबदारांना ताब्यात ठेवण्यासाठी ते असंच करत

असत. अशा गोंधळाच्या स्थितीमध्ये आदिलशहानं मोगलांशी करार करण्याऐवजी त्यांच्याशी लढत राहणंच शिवाजी राजांसाठी फायद्याचं होतं. प्राचीन चिनी योद्धे असलेल्या आणि 'युद्धाची कला' या विषयावर पुस्तक लिहिलेल्या सून झू यांनी लिहिल्याप्रमाणे, 'गोंधळाच्या स्थितीमध्ये संधीसुद्धा असते.'

नक्की काय होणार होतं, ते येणारा काळच सांगू शकला असता. पण आता शिवाजी राजांना रोखणारं मात्र कोणीही नव्हतं. एवढंच काय पण शहाजी राजांनी सुपे परगण्याची व्यवस्था बघण्यासाठी तुकाबाईंच्या भावाची, मोहित्यांची नियुक्ती केली तेव्हा ते वडिलांच्याही विरोधात उभे राहिले. सन १६५७च्या आसपास त्यांनी त्यांच्या मावळ्यांसह सुप्यावर हल्ला केला आणि मोहित्यांना कैद केलं. नंतर मोहित्यांना बंगळुरू इथं शहाजी राजांकडे पाठवण्यात आलं. आपल्या मुलानं आपल्यालाच उघडउघड दिलेल्या आव्हानाबद्दल शहाजी राजांना काय वाटलं, याचा दाखला इतिहासात दिलेला नाही.

दोन राजपुत्र जन्माला आले

दख्खनेत युद्ध आणि लुटालूट चालू असताना, सन १६५७च्या मध्यावर दोन घटना घडल्या. पुरंदरावर शिवाजी राजांची पत्नी सईबाई ह्यांच्या पोटी राजांच्या पहिल्या मुलानं जन्म घेतला आणि औरंगाबादला, औरंगजेबाची पत्नी दिलरस बानू हिनंही एका मुलाला जन्म दिला. शिवाजी राजांच्या मुलाचं नाव ठेवलं गेलं संभाजी आणि औरंगजेबाच्या मुलाचं नाव त्याच्या खापर पणजोबांच्या स्मरणार्थ सम्राट अकबराच्या नावावरून, 'अकबर' असंच ठेवलं गेलं.

शिवाजी राजांना आठ पत्नी होत्या. त्यांची काही लग्नं ते अगदी लहान असतानाच झाली होती. त्यांच्या सर्व पत्नी या प्रतिष्ठित मराठा वतनदार घराण्यातल्या होत्या आणि त्यांची नावं होती सईबाई, सोयराबाई, सगुणाबाई, पुतळाबाई, लक्ष्मीबाई, सकवारबाई, काशीबाई आणि गुणवतीबाई. राजांना दोन मुलगे आणि सहा मुली होत्या. औरंगजेबाच्या चार पत्नी होत्या. दिलरस बानू (पर्शियन शिया मुस्लीम), नवाब बाई (कश्मिरी हिंदू, नंतर मुस्लिम धर्म स्वीकारला), औरंगाबादी महल (मुस्लीम), उदेपुरी महल (ही दारा शुकोहची रखेल होती. काही जणांच्या मते ती जॉर्जीअन गुलाम स्त्री होती.) औरंगजेबाला चार मुलगे आणि पाच मुली होत्या.

मराठ्यांनी केलेल्या हल्ल्याची बातमी समजल्यामुळे औरंगजेब चांगलाच वैतागला होता. भारतीय लोकांना राजघराण्यांच्या अधिपत्याखाली असलेला प्रदेश पवित्र वाटत असे. म्हणूनच शिवाजी राजे भोसले त्या सर्वांना, विशेषतः लढवय्ये राजपूत, बुंदेले, शिख आणि जाट यांना त्यातले संभाव्य धोकेही दाखवून देत होते. मराठ्यांनी हल्ला केलेला समजताच औरंगजेबानं तत्काळ राव कर्णा, होशार,

नासिरी खान, करतलब खान आणि इराज खान या त्याच्या मनसबदारांना ५,००० घोडदळासह अहमदनगरकडे कूच करून मराठ्यांना तिथून हुसकावून लावण्याचा आदेश दिला. त्यानं त्याच्या माणसांना शिवाजी राजांच्या जहागिरीत घुसून तिथली सर्व गावं नष्ट करण्याचा आणि तिथल्या नागरिकांना ठार करण्याचा किंवा गुलाम म्हणून पकडून आणण्याचाही आदेश दिला. त्याची आज्ञा होती की; शत्रूला असं ठोका की तो फक्त आपल्या जखमा चाटत बसला पाहिजे आणि त्याला असा धडा शिकवा की तो आयुष्यात परत कधी आपल्या साम्राज्यात पाऊल टाकण्याचा विचारही करणार नाही. औरंगजेबाच्या आदेशानुसार त्याच्या सैनिकांनी मराठ्यांना ठार करत, जखमी करत त्यांच्या प्रदेशातून हुसकवून लावलं पण डोंगराळ प्रदेशात असलेल्या शिवाजी राजांच्या जहागिरीत प्रवेश करणं त्यांना शक्य झालं नाही कारण पावसाळा सुरू झाला होता. पावसानं डोंगर झोडपले जात होते आणि दऱ्यांमध्ये असणाऱ्या नद्या दुथडी भरून वाहत होत्या. अशा हवामानात शिवाजी राजांविरुद्ध मोठी मोहीम उघडणं मोगलांसाठी अशक्य होतं. त्यांना पावसाळा संपायची वाट पाहणं भाग होतं.

पण पावसाळा संपताना, अशी एक बातमी येणार होती की जिच्यामुळे दख्खनच्या राजकारणाला वेगळंच वळण मिळणार होतं.

सम्राट शहाजहानचा आजार

मोगलांना जिंकणं अशक्य नाही हे शिवाजी राजे सिद्ध करत होते. तरीही पावसाळ्याच्या अखेरीस, सन १६५७मध्ये अली आदिलशहानं मोगलांबरोबर करार केला आणि शांतता प्रस्थापित केली. शिवाजी राजांचा मोगल साम्राज्यावर आक्रमण करण्याचा उद्देश साध्य झाला नाही, तेव्हा त्यांनीसुद्धा मोगलांच्या नासिरी खान आणि अन्य सैन्याधिकाऱ्यांबरोबर पत्रव्यवहार सुरू केला. शिवाजी राजांना नामशेष करून शरण आणण्यासाठी औरंगजेबानं या अधिकाऱ्यांना मोकाट सोडलं होतं.

त्याच दरम्यान औरंगजेबाच्या जीवनात आणखी काही घडत होतं. मोगल आणि आदिलशाही ह्यांच्यामध्ये करार घडवून आणल्यावर लगेचच शहाजहान आजारी पडला. तो दिल्लीत होता. तेव्हा सत्ता काबीज करण्याच्या दृष्टीनं दोन घटना तत्काळ घडल्या. दारा शुकोहनं अली आदिलशहा आणि त्याच्या आईशी थेट संपर्क साधला आणि त्यांच्याकडून येणार असलेला १५ दशलक्ष रुपयांचा नजराणा थेट आग्र्याला पाठवायचा आदेश दिला. (त्यातले ५ दशलक्ष रुपये औरंगजेबासाठी होते) तर सम्राट शहाजहाननं औरंगजेबाठी फर्मान काढलं की त्यानं बीदरमध्येच राहावं आणि सर्व सैन्य परत पाठवावं. औरंगजेबाच्या आग्र्यातील राजदूतांकडून शहजहानच्या तब्येतीबद्दलच्या उलटसुलट बातम्या येत होत्या. सम्राट

शहाजहानला आग्र्याहून दिल्लीला परत आणण्यात आलं होतं आणि एकान्तवासात ठेवलं गेलं होतं. केवळ दारा शुकोह, जहाँआरा आणि काही वैद्यांनाच आजारी सम्राटाच्या दालनात जायची परवानगी होती. अशीही एक नवी बातमी आली होती की, दारा शुकोह त्याचं सैन्य एकत्रित करत होता. त्यासाठी तो विविध मोगल परगण्यांतून तिथल्या मनसबदारांना त्यांच्या सैन्यासह आग्र्याला बोलावून घेत होता. मीर जुमलासह औरंगजेबाच्याही बऱ्याच माणसांना बोलावणं धाडलं गेलं होतं. आपले वडील पैगंबरवासी झाले आहेत की अंथरुणाला खिळून आहेत, याची औरंगजेबाला खात्री नव्हती. प्रश्न असा होता की जर शहाजहान मरण पावला असेल, तर त्याच्या नावानं येणारी फर्मानं कोण पाठवत होतं? त्याला आग्र्यापासून दूर ठेवण्यामागे काही कपटी उद्देश होता का? आग्र्याला जाऊन बघावं का? पण जर शहाजहान जिवंत असता आणि चांगल्या अवस्थेत असता, तर औरंगजेबाचं हे कृत्य त्याच्या स्वतःसाठीच धोकादायक ठरलं असतं. भावनेच्या आहारी जाऊन घेतलेल्या अशा निर्णयासाठी औरंगजेबाला दोषी मानलं गेलं असत. त्यामुळे पुरोगामी व सहिष्णु विचारांच्या दारा शुकोहचा तिरस्कार करणाऱ्या आपल्याच कर्मठ मनसबदारांचा विश्वास त्यानं गमावला असता.

औरंगजेबानं आग्र्याला नियुक्त केलेल्या त्याच्या एका माणसाकडून १८ ऑक्टोबर १६५७ या दिवशी एक गुप्त संदेश आला. त्या संदेशात म्हटलं होतं की, सम्राट शहाजहान हा मरणासन्न अवस्थेत आहे आणि सर्व कारभार हा सम्राटपदाचा वारसदार असणारा दारा शुकोहच्या हातात आहे. एका क्षणात सर्व परिस्थिती औरंगजेबाच्या ध्यानात आली. औरंगजेबाशी लढण्यासाठी आवश्यक ते सैन्यबळ आणि पैसा जमा होईपर्यंत औरंगजेबाला आग्र्यापासून दूर ठेवायचं अशी दारा शुकोहची योजना होती. औरंगजेबानं लगेचच त्याच्या अन्य भावांशी संपर्क साधला पण बहुधा केवळ मुराद बक्षनं त्याच्या पत्रव्यवहाराचा गांभीर्यानं विचार केला. त्या निमित्तानं अनेक वर्षांनी सर्व भाऊ पुन्हा एकदा एकमेकांच्या संपर्कात आले. दारा शुकोहबद्दल त्यांना असणारा तिरस्कार हाच त्यांना एकत्र आणणारा धागा होता. आणि सम्राट शहाजहानवर असणाऱ्या मत्यूच्या सावटातच दारा शुकोहला आपल्या वाटेतून दूर करण्याच्या योजना आकार घेत होत्या. आश्चर्य म्हणजे त्याच दिवशी (१८ ऑक्टोबर १६५७) दोन्ही भावांना जाणवलं की गेल्या अनेक वर्षांत त्यांनी एकमेकांशी काही संपर्कच साधलेला नाही. त्यांचं बंधुप्रेम उफाळून आलं आणि दोघांनीही एकमेकांना पत्राद्वारे अगदी सहज म्हणून शहाजहानच्या आजाराची बातमी कळवली पण ही पत्रं एकमेकांकडे गुप्त संदेशवाहकांकरवी पोचवली गेली. काही संदेश त्या संदेशवाहकांना तोंडी सांगितला गेला होता कारण तो संदेश कागदावर लिहून पाठवणं धोक्याचं होतं. दोन्ही पत्रधारक एकमेकांना रस्त्यातच भेटले. मुरादनं शुजालाही पत्र लिहिलं आणि त्याच्याकडे मदत मागितली आणि ती मदत औरंगजेबाच्या परगण्यातून पाठवायला

सांगितलं. औरंगजेबानंही हे पत्र त्याच्या प्रदेशातून बंगालकडे जाऊ देण्याची परवानगी दिली आणि तशाच आशयाचं आपलं स्वत:चंही एक पत्र त्यात घातलं. (संदर्भ : सरकार, १९२५, पृष्ठ क्र. ३२७)

औरंगजेबाला बीदर सोडण्यासाठी काहीतरी निमित्त हवं होतं आणि एका दु:खद बातमीनं ते निमित्त त्याला मिळालं. पाचव्या अपत्याला[१८] जन्म देताना त्याच्या पत्नीचं दिलरस बानूचं औरंगाबादेत निधन झालं. आता सम्राटाचं फर्मान मोडण्यासाठी त्याला एक सबळ कारण मिळालं होतं. ११ नोव्हेंबर १६५७ या दिवशी तो मुक्कामी पोचला आणि त्यानं आपल्या शोकग्रस्त मुलामुलींची भेट घेतली पण त्याचं सगळं लक्ष मात्र आग्र्याहून येणाऱ्या बातमीकडे होतं. पण तोपर्यंत काय करायचं हे न कळल्यामुळे त्यानं आपल्या निष्ठावान सरदारांना आणि कर्मठ मनसबदारांना दाराच्या विरोधात पत्रं पाठवायला सुरुवात केली.

आणखीही बातमी होती. औरंगजेबाचा चौथा आणि सर्वांत लहान भाऊ मुराद बक्ष (गुजरातचा सुभेदार) आणि दुसरा भाऊ शाह शुजा (बंगालचा सुभेदार) यांनी आपापल्या परगण्यांमध्ये उघडपणे स्वत:ला राज्याभिषेक करवून घेतला होता. हे समजल्यावर औरंगजेब अतिशय चिंतित झाला आणि निराशेनं घेरला गेला, पण त्यानं स्वत:ला सावरलं आणि एक असाधारण अशी मुत्सद्दी राजकीय खेळी खेळायचं ठरवलं. लवकरात लवकर सैन्य गोळा करून आपल्या मुलहिद (मूर्तिपूजक) भावाला, दाराला ठार करून मोगल साम्राज्याला इस्लामी शत्रूच्या सत्तेपासून वाचवण्यासाठी औरंगजेबानं तत्काळ कारवाई करावी यासाठी मुराद त्याची पत्रांद्वारे खुशामत करत होताच. तरीही मुराद हा भावनाशील आणि दारूडा असल्यानं औरंगजेबाला त्याच्याबद्दल खात्री वाटत नव्हती. पण काही कारणानं औरंगजेबाचं मन बदललं. २४ नोव्हेंबर १६५७ या दिवशी, औरंगजेबाला बातमी मिळाली की बंगालहून निघालेल्या शुजाला अडवण्यासाठी दारानं राजकीय सैन्य पाठवण्याची योजना आखलेली आहे. त्याचा अर्थ, दारा त्याच्या भावांशी लढण्यासाठी सज्ज होत होता. औरंगजेबानं तत्काळ मुरादला पत्र लिहिलं आणि त्याच्याशी हातमिळवणी करायला तयार असल्याचं कळवलं.

औरंगजेबानं मुरादला लिहिलेल्या एका पत्राचा अंश- ‘इस्लामी प्रांतातून धर्माविषयी फाजील विचार, धर्मावरचा अविश्वास आणि हे दोन्ही असणारा दाराभाई

[१८]औरंगजेबाला अनेक मुलं होती. त्याची मुख्य बेगम दिलरस बानू हिला पाच मुलं झाली, झेब-उन-निसा, झीनत-उन-निसा, जब्दत-उन-निसा, मोहम्मद आझम आणि मोहम्मद अकबर. औरंगजेबाच्या हिंदू पत्नीला, नवाबबाईला मोहम्मद सुलतान, मोहम्मद मुअझ्झम आणि बदर-उन-निसा ही मुलं होती. औरंगाबादी महलला मेहर-उन-निसा आणि उदेपुरी महला मोहम्मद कम बक्ष ही मुलं होती.

नाहीसा करणं हाच माझा पवित्र हेतू आहे. मला तुझ्या मदतीची गरज आहे आणि मला माझ्या हृदयाइतकाच प्रिय असलेला माझा बंधू या पवित्र कार्यासाठी माझ्याबरोबर आहे त्यामुळे माझा विश्वास वाढला आहे. याविषयीची दिली गेलेली वचनं आणि घेतलेल्या शपथा यांमुळे तो आणखी मजबूत झाला आहे. इस्लामच्या शत्रूला आणि त्याच्या साम्राज्याला नष्ट केल्यावर, हे बंधू, तुला गरज भासेल तेव्हा कुठल्याही प्रकारची, कोणत्याही वेळी आणि कोणत्याही ठिकाणी, तुझ्या कोणत्याही कामासाठी माझी मदत मिळू शकेल. तू माझा सहकारी आणि भागीदार असशील, माझ्या मित्रांचा मित्र असशील, माझ्या शत्रूंचा शत्रू असशील आणि तुझ्या विनंतीनुसार तुला दिलेल्या राजकीय प्रदेशांव्यतिरिक्त कोणत्याही अन्य प्रदेशाची मागणी करणार नाहीस. मी घोषित करतो की, जोपर्यंत तू आपल्या कारवाईच्या एकमेव उद्देशाच्या, भावनिक साहचर्याच्या सत्यतेच्या विरोधात काही कृती करत नाहीस; तोपर्यंत तुझ्यावर असलेलं माझं प्रेम आणि कृपा दिवसेंदिवस वाढतच राहील. माझा उद्देश पूर्ण झाल्यावर आणि मूर्तिपूजकाला नष्ट केल्यावर त्या कारवाईत झालेलं नुकसान आणि फायदे हे आपल्या सर्वांचे असतील आणि सर्व वेळी, सर्व परिस्थितींमध्ये मी तुला आत्तापेक्षा जास्त मदत करेन आणि तुझ्यावर माझं कृपाछत्र धरेन.'

दरम्यान शिवाजी राजांनी त्यांचे वकील रघुनाथ यांना औरंगजेबाची भेट घेण्याच्या राजकीय कामगिरीवर पाठवलं.

शिवाजी राजांनाही त्यांच्या गुप्तहेरांकडून सम्राट शहाजहानच्या आजाराची बातमी समजली होती. राजांना माहीत होतं की उत्तरेत अनेक महत्त्वाच्या राजकीय घटना घडत असताना, कोणत्याही स्थितीत आदिलशाहीत पडून राहण्यात औरंगजेबाला काहीही रुची नव्हती. दख्खनेत पुन्हा एकदा शांतता नांदू पाहत होती, पण आदिलशाहीच्या उत्तर-पूर्वेकडच्या सीमांवरच्या युद्धाच्या वातावरणामुळे दख्खनेच्या पश्चिमेवरची शांतता ढवळून निघणार होती. आदिलशाहीचा सम्राट, अली आदिलशहाला शिवाजी राजांविरुद्ध मोहीम उघडण्यासाठी अजून काही वेळ हवा होता. शिवाजी राजांकडे आपलं छोटं राज्य आणि अस्तित्त्व टिकवण्याचा केवळ एकच मार्ग उरला होता. तो म्हणजे, शक्य झाल्यास औरंगजेबावर दबाव आणून स्वतःला मोगलांचा स्वतंत्र सरदार म्हणून मान्यता मिळवणे.

इकडे औरंगजेबानं रघुनाथपंत कोरडे यांना त्याला भेटायची परवानगी दिली, पण भेटीदरम्यान त्यांना उडवाउडवीची उत्तरं देऊन वाटेला लावलं आणि अली आदिलशहाला पत्र लिहून शिवाजी राजांना ताब्यात घ्यायचा हुकूम दिला. औरंगजेबानं अलीला असंही वचन दिलं की, जर त्यानं मोगल साम्राज्याला १०,००० घोडदळाची मदत केली तर त्यानं मोगलांना द्यायचा नजराणा थोडाफार कमी केला जाईल. त्याच पत्रात औरंगजेबानं अलीला त्यांच्यातल्या कराराची

आणि त्याचं पालन करण्याची आठवण करून दिली. तरीही मोगल साम्राज्यातला तणाव जाणवल्यामुळे आदिलशाही सैन्यानं मोगलशाहीशी केलेल्या कराराकडे दुर्लक्ष केलं आणि परत जाणाऱ्या मोगल सैन्यावर हल्ले करत आपला प्रदेश त्यांच्या तावडीतून सोडवून घ्यायला सुरुवात केली. ती खरोखरीच अत्यंत गोंधळाची स्थिती होती.

औरंगजेबाला आता दखखनेची काहीही फिकीर उरली नव्हती. त्याचं लक्ष्य होतं ते म्हणजे 'हिंदुस्थान' आणि त्यावरची मोगल सत्ता. त्यासाठी त्यानं पत्करलेले धोके मोठे होते. त्याला माहीत होतं की, त्याच्या वडिलांच्या मृत्यूनंतर, त्या चार भावांपैकी (दारा, शुजा, औरंगजेब आणि मुराद) कोणीतरी एक जणच मोगलशाहीचा सम्राट होऊ शकला असता. अन्य भावांची मस्तकं कोणत्या तरी खालच्या दर्जाच्या गुलामाकडून छाटली गेली असती, नव्या सम्राटापुढे सादर केली गेली असती आणि सम्राटानं ती मस्तकं मेणाची नाहीत ना याची खात्री करून घेण्यासाठी त्या मस्तकांमध्ये शस्त्र खुपसून त्यातून मांस आणि रक्त बाहेर निघतं का हे पाहिलं असतं आणि ती खरी असल्याची खात्री पटल्यावर त्यांना दरबारातल्या गालिचावर लाथेनं उडवलं असतं. त्या अभागी शहजाद्यांच्या बायकामुलांना एकतर मारून तरी टाकलं गेलं असतं किंवा विषारी सर्पांनी भरलेल्या अंधार कोठडीत डांबून तरी ठेवलं असतं. काही जणांचा अंत तर ग्वाल्हेरच्या किल्ल्यात निश्चित झालेला होता. दुर्गम कड्यावर बांधलेला हा किल्ला, राजकीय कैद्यांना अफू देऊन मारण्यासाठीच प्रसिद्ध होता. अफूच्या बिया कशा घोटल्या जातात, नंतर रात्रभर त्या पाण्यात कशा भिजत ठेवल्या जातात आणि भल्या पहाटे त्या नशेच्या द्रावणानं भरलेला मोठा प्याला बंदिवासातल्या कैद्याला कसा दिला जातो, तो जबरदस्तीनं कैद्याच्या घशात कसा ओतला जातो, आणि त्या द्रावणाचा थेंब न थेंब संपेपर्यंत कैद्याला कसं काहीच खायला दिलं जात नाही हे सर्व औरंगजेबाला चांगल्या प्रकारे माहीत होतं. मग काही दिवसांतच तगडा, मजबूत माणूस कसा दुर्बळ होत जातो आणि त्याचा स्वत:वरचा ताबा कसा सुटत जातो; हे औरंगजेबानं पाहिलेलं होतं. काही आठवड्यांतच अफुने झिंगलेल्या बंदिवानांचे स्नायू आकुंचन पावू लागत. ते उलट्या करत आणि त्यातच लोळत पडत. नंतर त्यांना झटके येऊ लागत. ते बेशुद्ध होत आणि त्यातच त्यांचा मृत्यू होई. आपल्या सावत्र आणि चुलत भावांना ठार करून, पंगू करून, आंधळं करून किंवा त्यांना विष देऊन सत्ता काबीज करण्याचं दिव्य जो शहजादा पार पाडेल तोच शहजादा झहीर-उद-दीन मोहम्मद बाबरानं शतकापूर्वी स्थापन केलेल्या सर्वांत बलशाली अशा मोगल साम्राज्याचा सम्राट होत असे आणि आपल्या संपत्तीचं, लष्करी बळाचं प्रदर्शन करत आपला राज्यारोहण सोहळा अतिशय दिमाखात साजरा करत असे. अशा दिमाखदार सोहळ्यामुळे प्रजाजन इतके भारावून जात असत की त्यांची तर्कशक्ती

गोठून जात असे, स्वतःच्या फायद्यासाठी त्यांची मती गुंग केली जात असे. त्यामुळे बाकीच्या शहजाद्यांची नुकतीच झालेली कत्तल ते विसरून जात असत. सैन्याचा आणि नागरी सेनेचा तसंच दरबाराचा आणि नागरी प्रशासनाचा सर्वोच्च अधिकारी सम्राटाला आपली निष्ठा अर्पण करत असे. सर्व सत्ता ही सम्राटाच्या हाती असे आणि त्याला आव्हान देणाऱ्याला राजद्रोही मानून देहदंडाची शिक्षा फर्मावण्यात येत असे. मोगल सम्राट मयूर सिंहासनावर आरूढ होत असे. सोन्याची छत्री (छत्र), सोन्याचा मुलामा दिलेले गोल (कवाकाबा), पंखे (सयाबान), पताका (अलाम), सूर्याची प्रतिमा (शामसाब) अशी अनेक राजेशाही प्रतीकं धारण करणं हा केवळ सम्राटाचा अधिकार असे. संपूर्ण जगात केवळ त्यालाच 'झरोका-ए-दर्शन' हा समारंभ करता येत असे. हा समारंभ म्हणजे सम्राटानं त्याच्या महालाच्या सज्जात उभं राहणं आणि स्वतःच्या डोळ्यांनी सैनिकांची कवायत पाहत त्यांचा सलाम घेणं, प्रजेला दर्शन देणं आणि त्यांचा कुर्निसात[११] स्वीकारणं. साम्राज्यातल्या हजारो मशिदींमध्ये त्याच्याच नावाचा 'कुत्बा' इस्लामी धार्मिक वचनं वाचली जात असत. त्यामुळे जोपर्यंत तो साम्राज्याच्या सर्वोच्च पदावर विराजमान असे, तोपर्यंत अल्लाहशी त्याचं खास असं नातं असे आणि तेच त्याला अन्य लोकांपेक्षा श्रेष्ठ ठरायला कारणीभूत होत असे.

[११]ज्या व्यक्तींना दरबारात जाण्याची परवानगी असे त्या व्यक्ती सम्राटाला कुर्निसात करून वंदन करत असत. कुर्निसात करणे म्हणजे आपलं मस्तक पुढे झुकवून आपल्या उजव्या हाताचा तळवा आपल्या कपाळाला लावणे. कुर्निसातचा प्रतीकात्मक अर्थ असा असे की, कुर्निसात करणाऱ्यानं आपलं मस्तक (मन आणि बुद्धी ह्यांचं स्थान) हे राजसभेच्या स्वाधीन केलेलं आहे आणि आता ती व्यक्ती राजकीय सभेला तिच्याकडून अपेक्षित असलेली कोणतीही कामगिरी करण्यासाठी सज्ज झालेली आहे. दरबारात येणाऱ्या अधिकाऱ्यांव्यतिरिक्त, दरबारी काम पाहणारे काही प्रेक्षकही तिथं उपस्थित असत. त्या सर्वांसमोर विविध प्रसंगी अधिकाऱ्यांना पदोन्नती, नियुक्ती घोषित केली जात असे, अधिकाऱ्यांना भेटी दिल्या जात असत, त्यांच्याकडून नजराणे स्वीकारले जात असत. त्या काळच्या इतिहासकारांनी, इतिहास अभ्यासकांनी आणि साहित्यिकांनी मोगल सम्राटांचं वर्णन हे देवाचा भूतलावरील अंश असं केलेलं आहे. ज्यांना पहिल्या चार खलिफांपासून आमीर तैमूरपर्यंत वंशपरंपरागत चालत आलेला सत्ता चालवण्याचा दैवी अधिकार प्राप्त झालेला होता (संदर्भ : शिवराम, २०१२).

प्रकरण - ५

असंभव स्वप्न

जावळी काबीज केल्यानंतर शिवाजी राजांचं पुढचं उद्दिष्ट होतं कोकणपट्टी. महाराष्ट्राचं नैसर्गिक विभाजन करणाऱ्या सागरी किनारपट्टीला 'कोकण' असं म्हणतात. पर्वतांच्या पठारी प्रदेशाला 'देश' म्हणतात आणि कोकणाला देशाशी जोडणाऱ्या पर्वतरांगेला 'पश्चिम घाट' म्हणतात. महाराष्ट्राची सागरी किनारपट्टी (याला तळ कोकण किंवा खालचं कोकण असंही म्हणतात) ही अरबी समुद्राच्या पाचूसारख्या हिरव्याकंच पाण्याला लागून, ५०० किलोमीटर लांब आणि ५० ते ८० किलोमीटर रुंद पसरली आहे.

१९९६ मध्ये अ. रा. कुलकर्णींनी कोकणाचं वर्णन अतिशय तपशिलानं केलेलं आहे. सागरी किनारपट्टीपासूनच सह्याद्री पर्वतरांगांचे हजारो मीटर उंचीचे उभे कडे सुरू होतात. ते हळूहळू पूर्वेच्या दिशेनं गेलेले दिसतात. या प्रदेशातल्या काही पर्वतरांगा आणि घाट (नकाशा- २) ह्यांमार्गे कोकणातली महत्त्वाची बंदरं आणि देशावरची विकसित होणारी शहरं यांमध्ये संपर्क साधला जात असे. या घाटांमुळे ठाणे, कुलाबा (रायगड) आणि रत्नागिरी (उत्तरेकडे रत्नागिरी आणि दक्षिणेकडे सिंधुदुर्ग)[२०] अशा विविध जिल्ह्यांमध्ये कोकणाचं विभाजन झालेलं आहे.

---

[२०]काही महत्त्वाचे घाट- ठाण्यामध्ये, तळघाट हा सोपारा आणि वसई बंदर नाशिकला जोडतो. तर नाणेघाटानं कल्याण आणि ठाण्याची बाजारपेठ जुन्नरला जोडली गेली आहे. कुलाब्यामध्ये चौल प्रदेशात पुण्यातल्या भोरघाटानं पोचता येतं आणि साताऱ्यातल्या पारघाटानं महाडला जाता येतं. रत्नागिरीमध्ये, दाभोळ आणि चिपळूण बंदरं, साताऱ्याजवळच्या कऱ्हाडपासून कुंभार्ली घाटानं जोडलेली आहेत. राजापूर आणि खारेपाटण बंदरं, फोंडाघाट आणि बावडाघाटाच्या मार्गावर येतात. तर मालवण आणि वेंगुर्ला हे आंबोलीघाटानं बेळगावला (कर्नाटक) जोडलेले आहेत.

१७व्या शतकातलं कोकण आणि घाट (पर्वतरांगा)

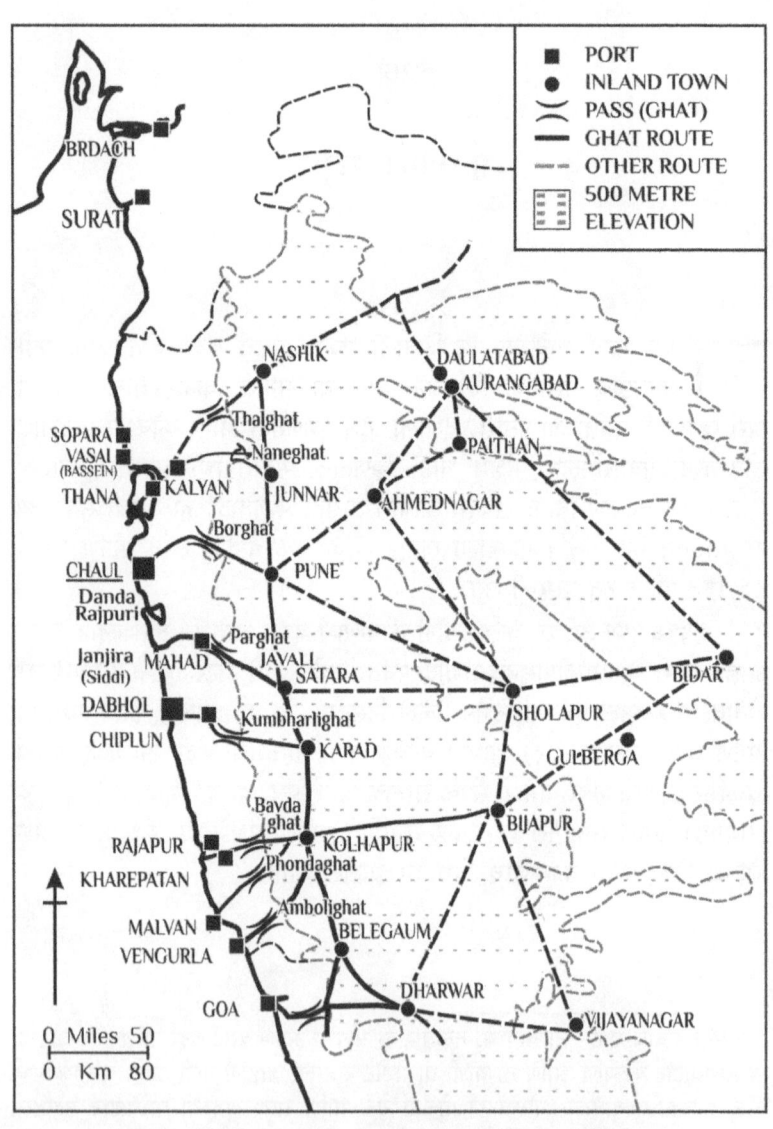

नकाशा–२– १७व्या शतकातली मुख्य शहरं, बंदरं आणि घाट.

कोकणातली बंदरं[२१] ही आयात-निर्यात व्यापाराचा कणा होती. ही बंदरं समुद्राला मिळणाऱ्या नद्यांच्या किनारी होती आणि ती नेहमीच कॅलिको, रेशीम, धान्य आणि कमी दर्जाच्या लाखेच्या व्यापारामुळे गजबजलेली असत पण तिथे मुख्य व्यापार चाले तो मिरीचा. वेंगुर्ला हे खाडीचं मुख होतं. तिथल्या बंदराच्या एका बाजूनं जपानहून आणि सिलोनहून येणारी जहाजं असत आणि दुसऱ्या बाजूला होते पर्शियन आखात आणि लाल समुद्र. पुढे दक्षिणेकडे मांडवी नदीजवळच्या बेटाच्या उत्तर सीमेला लागून गोव्याचं बंदर होतं. कोकणात तीन प्रकारचे व्यापार चालत असत- कोकणात चालणारा स्थानिक व्यापार, गुजरात आणि मलबार बंदरांबरोबर चालणारा आंतरराज्य व्यापार तसंच लाल समुद्र आणि पर्शियन आखातातून पश्चिम आणि अग्नेय आशियाशी चालणारा अंतर्देशीय व्यापार. त्या व्यापारात निर्यात होणारा मुख्य माल म्हणजे चौलचं प्रसिद्ध रेशीम, ठाण्याचं वेलवेट, जहाज बांधणीसाठी सागवानी लाकूड, स्थानिक मसाल्याचे पदार्थ आणि मूल्यवान रत्नं. आयात होणाऱ्या मालामध्ये प्रामुख्यानं लाल समुद्रातून येणारे घोडे असत. घोडदळांवर अवलंबून असणाऱ्या दख्खनच्या सल्तनतीतून त्या घोड्यांना मोठी मागणी असे.

ही परिस्थिती लक्षात घेता, शिवाजी राजांना कोकण हवंसं वाटण्यात आश्चर्य काहीच नाही. पण कोकण मिळवण्यासाठी त्यांना तिथं आधीपासून राज्य प्रस्थपित केलेल्या सत्ताधीशांशी भिडावं लागणार होतं.

कोकणावर सत्ता करणाऱ्यांमध्ये प्रमुख होते मुरूड-जंजिऱ्याचे सिद्दी. त्यांनी राजापुरी खाडीच्या किनाऱ्यापलीकडे असलेल्या खडकाळ बेटावर अजिंक्य असा समुद्री किल्ला बांधला होता. त्याला मुरूड-जंजिरा (अरेबिक भाषेत 'जंजिरा' म्हणजे बेट) म्हटलं जात असे. हे ठिकाण मुंबईच्या दक्षिणेला १७० किलोमीटरवर (४६ समुद्री किलोमीटर) आहे. मुख्य भूभागापासून किलोमीटरपेक्षा जास्त अंतरावर, २० एकर जागेत, समुद्रातल्या तुफानी लाटा झेलणाऱ्या अंडाकृती बेटावर हा किल्ला बांधलेला आहे. त्या काळी अनेक मीटर उंची असलेल्या आणि १९ गोलाकार बुरूज असलेल्या तटबंदीनं किल्ला भक्कम केलेला होता. प्रत्येक बुरुजावर प्रचंड

[२१]कोकणातली बरीचशी बंदरं समुद्रापासून लांब होती. त्यामुळे ती समुद्री चाच्यांपासून आणि समुद्री तुफानापासून सुरक्षित होती. कुलाब्यामध्ये, पनवेलच्या खाडीमध्ये पनवेल बंदर होतं. तर अनेक शतकांपासून प्रमुख मानलं गेलेलं चौल बंदर, कुंडलिनी नदीच्या किंवा रोहा खाडीच्या किनाऱ्यावर होतं. रत्नागिरी जिल्ह्यात, समुद्रापासून काही किलोमीटर लांबीवर बांधलं गेलेलं दाभोळ बंदर, वसिष्ठी नदीच्या किनाऱ्यावर होतं. राजापूरचं छोटंसं बंदर, समुद्रापासून २० किलोमीटर लांबीवर, भरती येणाऱ्या खाडीच्या तोंडाशी होतं. तर खारेपाटणचं बंदर हे सिंधुदुर्ग नदीपासून ३० किलोमीटरवरचं, समुद्रापासून खूप लांब असलेलं बंदर होतं.

तोफा लावलेल्या होत्या. किल्ल्याजवळ येऊ पाहणारी शत्रूची जहाजं त्या तोफांमधून उडवलेल्या तोफगोळ्यांमुळे उद्ध्वस्त केली जात असत.

हा किल्ला म्हणजे आफ्रिकन सिद्दींचा लष्करी तळ होता. हे लोक स्थानिक लोकांपेक्षा वेगळे दिसत आणि वेगळे राहत असत. ते सतत जंजिऱ्यातच राहत असत. तिथे राजवाड्यांसारख्या भव्य इमारती, सैनिकांसाठी निवासस्थानं आणि गोड्या पाण्याची दोन तळी होती. राजापुरी शहर, दांड्यासह जवळपासचे काही किल्ले आणि जंजिऱ्याजवळचा कोकणचा प्रमुख भाग सिद्दींच्या हातात होता. ते आपल्या उपजीविकेसाठी या प्रदेशांमधून कर गोळा करत असत. (आता या भागाला रायगड जिल्हा म्हणतात) जंजिऱ्याचे सिद्दी आणि मराठे ह्यांच्यामधलं युद्ध अनेक वर्षं चालू राहिलं. 'खरं म्हणजे दांडा किल्ला घेणं, ही शिवाजी राजांची तीव्र इच्छा तर होतीच पण राजकीय दृष्टीनं ती मोठी गरजही होती. आयुष्याच्या अखेरीपर्यंत आणि त्यांच्यानंतर त्यांचा मुलगा संभाजी राजांच्या राज्यातही मराठे आणि सिद्दी ह्यांच्यामधलं वैर चालू राहिलं आणि जास्त कडवं होत गेलं.' (संदर्भ : सरदेसाई, २००२, पृष्ठ क्र. ६३८)

हे सर्वमान्य सत्य आहे की, अनेक शतकांपासून जहाजं भरभरून आफ्रिकन गुलाम आशियामध्ये आणले जात असत. ही जहाजं मुख्यत्वे ज्या प्रदेशातून येत असत, त्याला आज टांझानिया म्हणून ओळखलं जातं. मोझांबिक, गोवा आणि दीव हे प्रांत गुलामांची बंदरं म्हणून विकसित झाली. भारताच्या पश्चिम किनाऱ्यावर मोठ्या संख्येनं आफ्रिकन उतरले होते. आफ्रिकेच्या विशिष्ट भागातून आलेल्या आफ्रिकींना सिद्दी म्हणून संबोधलं जात असे. तर काहींच्या म्हणण्यानुसार 'सिद्दी' ही एक सन्मानवाचक उपाधी ('साहेब' किंवा 'सर' यांसारखी) होती. शतकाहून अधिक काळ, जंजिऱ्याचे सिद्दी, आदिलशाहाशी बांधील होते आणि त्यांना समुद्री किनाऱ्याच्या संरक्षणाची जबाबदारी दिलेली होती. हे सिद्दी, आदिलशाही राजघराण्यातील व्यक्तींना मक्केला जाण्यासाठी जहाजं पुरवत असत आणि समुद्रात होणाऱ्या पोर्तुगीज हल्ल्यांपासून त्यांचं रक्षण करत असत. जंजिऱ्याच्या सिद्दींनी केलेली कृष्णकृत्यं केवळ कोकणातली जनताच जाणत होती. ते कोकणातली गावं उद्ध्वस्त करत, वेळोवेळी तिथल्या बायकांना, मुलांना पळवून नेत आणि त्यांचा व्यापार करत. तसंच लहान व्यापाऱ्यांना गुलामांच्या व्यापारासाठी जहाजं पुरवत असत.

सिद्दी हा काही कुठला राजवंश नव्हता. जंजिऱ्यावर राज्य करणारा मुख्य सिद्दी मरण पावला, तेव्हा त्यांच्या जमातीतून सर्वश्रेष्ठ योद्ध्याला प्रमुख म्हणून निवडलं गेलं. मराठ्यांसह अनेक स्थानिक लोकांना सिद्दींनी त्यांच्या पदरी नेमलं होतं, पण नाविक आणि योद्धे मात्र त्यांच्याच जमातीतले असत. कालांतरानं सिद्दींनी समुद्री किनाऱ्याचा बराचसा भाग व्यापला आणि जवळपासचे किल्ले

आपल्या ताब्यात घेतले. त्यांना मजबूत समुद्री ताकद मानलं जात असे.

मुळात मासेमारी व्यवसाय करणारे स्थानिक रहिवासी असलेल्या कोळ्यांच्या मालकीचं जंजिरा बेट सिद्दींनी धोकेबाजीनं कसं काबीज केलं, हे सांगणारी एक मनोरंजक गोष्ट तपशिलानं लिहिली गेली आहे. सुरतेच्या बंदरातून दारू आणि रेशीम ह्यानं भरलेले लाकडी पेटारे असलेली जहाजं घेऊन निघालेल्या सिद्दींनी त्यांची जहाजं या बेटाजवळ नांगरली आणि त्या बेटावर आपलं सामान साठवण्याची परवानगी तिथल्या कोळ्यांकडे मागितली. काही रोख मोबदल्यात कोळ्यांनी त्यांना परवानगी दिली आणि ही व्यावसायिक भागीदारी साजरी करण्यासाठी मेजवानीचं आयोजन केलं. त्या रात्री सर्वांनी जेवणाचा आणि मदिरेचा आस्वाद घेत नृत्यगायनाचा आनंद घेतला. कोळी जेव्हा नशेत होते, तेव्हा ट्रोजन हॉर्सप्रमाणे सिद्दींनी बेटावर उतरवलेले लाकडी पेटारे फटकन उघडले आणि पेटाऱ्यात लपून बसलेले सिद्दी सैनिक बाहेर आले. त्यांनी कोळी पुरुषांची, स्त्रियांची, मुलांची कत्तल केली आणि बेट आपल्या ताब्यात घेतलं. नंतर त्यांनी तिथं किल्ला बांधला. (संदर्भ : सादिया अली, पृष्ठ क्र. १५८)

कोकणावर ताबा मिळवण्यासाठी शिवाजी राजांना एक तर सिद्दींशी हात मिळवणी करावी लागली असती किंवा त्यांच्यावर विजय मिळवून मुरूड जंजिरा ताब्यात घ्यावा लागला असता किंवा सबळ असं आरमार उभारावं लागलं असतं. १६५७ साली, औरंगजेब जेव्हा बीदर घेण्याच्या प्रयत्नात होता तेव्हा शिवाजी राजांच्या ६,००० पायदळानं रघुनाथपंत कोरडे यांच्या मार्गदर्शनाखाली कोकणात कूच केलं होतं. त्या वेळी कोकणाला मुसळधार पावसानं झोडपून काढलं होतं. तेवढ्या पावसातही रघुनाथरावांनी सिद्दींचा कोकणातला काही भाग आणि राजापुरीचे तळ आणि घोसाळ किल्ले घेतले. रोहा शहराजवळ असलेले तळ आणि घोसाळ किल्ले हे व्यापाऱ्यांवर आणि त्यांच्या व्यापारी हालचालींवर नजर ठेवण्यासाठी बांधले गेले असावेत. रघुनाथरावांनी त्यांच्या सैनिकांसह छोट्या होड्यांमधून जंजिऱ्यावर हल्ला करायचा प्रयत्न केला पण त्यांना त्यात घोर अपयश आलं. त्याच वेळी मराठ्यांनी सिद्दींच्या तावडीतून बाळाजी आवजी नावाच्या एका तरुण लेखनिकाला सोडवलं. नंतर हाच बाळाजी आवजी शिवाजी राजांचा अधिकृत लेखनिक झाला.

भारतामध्ये व्यापारी म्हणून येणाऱ्या युरोपियनांमध्ये, पोर्तुगीज हे पहिले युरोपियन होते. त्यांच्या वसाहती, केप ऑफ गुड होप (आता दक्षिण आफ्रिकेत असलेलं) पासून चीनमधल्या मकाऊपर्यंत पसरलेल्या होत्या आणि त्यांच्या 'इस्ताडो दा इंडिया' या साम्राज्याचा भाग होत्या. गोवा ही त्यांची आशियातली राजधानी आणि त्यांच्या व्हॉईसरॉयची गादी होती. हळूहळू गोवा त्याच्या सौंदर्यासाठी प्रसिद्ध होत होतं आणि थेट लिस्बनशी स्पर्धा करू लागलं होतं. पोर्तुगीज साम्राज्य त्याच्या परमसीमेवर

असताना गोव्याला, 'Rome of the Orient' (पूर्वेकडचं रोम) म्हटलं जायचं. गोवा हे अन्य युरोपियन वसाहतींसाठी नमुना ठरलं होतं. सौंदर्यामध्ये गोव्यानंतर पोर्तुगिजांच्या ताब्यात असलेल्या कोकणातल्या वसईचा क्रमांक होता. भोवती कित्येक किलोमीटरच्या लांब भिंतींची तटबंदी आणि बुरूज ह्यांनी भक्कम केलेला, सुरचित राजमार्ग आणि छोटे-छोटे रस्ते असलेलं योजनाबद्ध रितीनं वसवलेलं शहर होतं. पोर्तुगिजांकडे अनेक जहाजं होती. त्यांना ते अर्माडाज म्हणत. त्यांच्याकडे विविध प्रकारची आणि आकारांची लढाऊ जहाजं होती. त्यांच्या अर्माडामध्ये उंच शिडांची आणि बुटक्या शिडाची छोटी शंभराहून अधिक जहाजं होती. त्या जहाजांवर ३० नाविक आणि तेवढेच सैनिक मावतील इतकी जागा असे. बुटक्या शिडांची जहाजं शिडांनी पुढे जात किंवा ती वल्हवूनही चालवली जात असत. त्यांच्यावर छोट्या तोफा बसवलेल्या असत. उंच शिडाची प्रत्येकी १,००० टन वजनाची मोठी जहाजं मात्र केवळ शिडांवरच चालवली जात असत. त्या प्रचंड जहाजांवर २०० नाविक आणि तितकेच सैनिक राहू शकत असत आणि ६० तोफा बसवल्या जात असत. अशा प्रबळ आरमारामुळे ते स्वतःला समुद्राचे देव समजत असत. त्यांनी मक्तेदारीची संकल्पना सुरू केली. ठरावीक व्यापारी मार्गांवर आणि काही मसाल्याचे पदार्थ, मीठ आणि घोडे यांसारख्या काही मालावर मक्तेदारी सांगू लागले. अन्य कोणत्याही जहाजांना त्या पदार्थांचा व्यापार करण्याची परवानगी दिली जात नसे. आशियाई जहाजांना ते स्वतःचं संरक्षण घेण्याची सक्ती करत असत. त्यासाठी त्यांनी सुरू केलेल्या पद्धतीला ते 'करताज-काफिल-अर्माडा' असं म्हणत असत. त्याचा अर्थ जहाजांसाठीचं पारपत्र असा होता. आशियाई जहाजांना पारपत्र (शुल्क भरून) घ्यावं लागत असे. त्यानंतरच पोर्तुगीज जहाजं त्यांना त्यांच्या मुक्कामाकडे जाताना आणि तिथून येताना संरक्षण पुरवत असत. त्याबदल्यात आशियाई जहाजांनी केलेल्या मिळकतीचा मोठा हिस्सा घेत असत. त्यांनी गुजरातमधील दीव-दमणपासून कोकणातल्या चौल, वसई आणि गोवा इथपर्यंत अनेक बंदरं ताब्यात घेतली होती. अन्य बंदरं नष्ट करण्यासाठी ते त्या बंदरांवर वारंवार हल्ले करत असत. दाभोळ हे असंच एक बंदर होतं. दमण, गोवा आणि वसई इथं त्यांच्या जहाजबांधणीच्या कार्यशाळा होत्या. तिथं पोर्तुगालमधून आलेल्या अनेक अभियांत्रिकी तज्ज्ञांना नियुक्त केलं गेलं होतं. सिद्दी आणि पोर्तुगीज एकमेकांशी साहचर्यानं आणि समजूतदारपणे राहत होते.

१५ व्या शतकाच्या सुरुवातीला, व्यवसायात चांगला जम बसल्यावर पोर्तुगीज व्यापाऱ्यांपाठोपाठ पोर्तुगालमधून जेझुइट इव्हंजेलिस्ट (Jesuit Evangelists) आला. त्यानं इथल्या ख्रिश्चन नसलेल्या लोकांना जोरजबरदस्तीनं ख्रिश्चन धर्म स्वीकारायला भाग पाडलं. त्यामुळे स्थानिक गरीब हिंदू आणि मुस्लीम ह्यांचा भयंकर छळ होऊ लागला. पोर्तुगीज वसाहतींच्या प्रशासनात पाद्र्यांना महत्त्वाचं स्थान होतं.

त्यांना त्यांच्या राजांकडून मोठमोठी अनुदानं मिळत असत. त्यामुळे त्यांच्याकडे मोठी स्थावर संपत्ती असे. त्यांना आणखी श्रीमंत करण्यासाठी पोर्तुगालच्या राजानं त्यांना त्यांच्या भारतातील वसाहतींना दारूगोळा पुरवण्याचा एकाधिकार दिला. त्यांना जेसुएटचा समाज म्हणून ओळखलं जात असे. धर्मांतराचा प्रश्न आला की हे लोक अत्यंत क्रूरपणे वागत असत. ख्रिश्चन नसलेल्यांना चर्चमध्ये चालणाऱ्या प्रवचनांना जायची सक्ती केली जात असे आणि अनाथांना ताब्यात घेऊन ख्रिश्चन केलं जात असे. नव्यानं धर्मांतरण केलेल्यांना विशेष आर्थिक मदत दिली जात असे. त्याबदल्यात मग धर्मांतरण केलेले लोक जेसुएटशी आपली निष्ठा दाखवण्यासाठी धर्मांधळेपणानं वेडाचार करू लागत. चर्च बांधण्यासाठी हिंदूंची देवळं पाडत आणि त्यांच्या स्थावर मालमत्तेचं नुकसान करत. ख्रिश्चन नसलेल्यांबद्दल जेसूनं इतका द्वेष पसरवला होता की, हिंदूंना किंवा मुस्लिमांना तिथे अंत्यविधीसाठीही परवानगी दिली जात नसे. त्यासाठी त्यांना जवळपासच्या आदिलशाही प्रांतात जाऊन आपल्या मृत नातेवाइकांच्या आत्म्यांसाठी अंत्यविधी करावे लागत असत. १६ व्या शतकाच्या मध्यावर, एक नवा कायदा अमलात आणला गेला. त्यानुसार ख्रिश्चन धर्म न मानणाऱ्यांची धार्मिक न्यायासनामार्फत 'चौकशी' केली जाऊ लागली. दोन शतकं चाललेल्या या चौकशीमध्ये पाखंडीपणाच्या (ख्रिश्चन धर्माच्या विरोधात असण्याच्या) पुसटशा शंकेवरूनही हजारो जणांचा छळ केला गेला किंवा त्यांना ठार केलं गेलं. घरात एखादी हिंदू देवतेची छोटीशी मूर्ती सापडली किंवा ख्रिश्चन धर्माची नसलेली प्रार्थना पुसटशी जरी कानावर आली, तरी त्या व्यक्तीला पकडून चौकशीसाठी असलेल्या विशिष्ट दालनात डांबून तिचा छळ केला जात असे.

'प्रवचनांनी ज्यांचं मतपरिवर्तन होत नाही त्यांचा छळ केला जात असे. धर्मांतर केलेल्या लोकांना केवळ त्यांच्या पूर्वापार चालत आलेल्या धर्मापासूनच नाही तर त्यांच्या भाषेपासून, रितीरिवाजांपासून, पेहरावापासून, इतकंच काय पण नावांपासूनही हळूहळू तोडलं.' (संदर्भ : मेहेंदळे, २०११, पृष्ठ क्र. ९८)

इथले अन्य युरोपिय सत्ताधीश होते; इंग्रज, डच, फ्रेंच आणि डॅनिश इस्ट इंडिया कंपन्या. त्यांनी भारतातील गुजरात, बंगाल आणि सागरी किनाऱ्यावर मलबार आणि चोलामंडलम ह्यांसारख्या ठिकाणी व्यवसाय करत येथे थेट व्यापार सुरू केला. त्या ठिकाणी युरोपियांना बाजारपेठ, जहाजांची व्यवस्था, बेटावरील व्यापाऱ्यांशी आणि समुद्रातील व्यापारी जहाजांशी संपर्क साधण्याची सुविधा उपलब्ध होती. कोकणात, राजापूर (इंग्रजांची आणि फ्रेंचांची), मालवण (इंग्रजांची) आणि वेंगुर्ला (डचांची) इत्यादी ठिकाणी काही युरोपिय गोदामं बांधली गेली. नंतरच्या काळात सुरतेचं महत्त्व कमी झाल्यावर मुंबई हे आपोआपच महत्त्वाचं बंदर ठरलं.

त्या वेळी शिवाजी राजांनी गंभीर विचार केला असेल: कोकणातल्या मराठ्यांना आपली संपत्ती वाढवण्यासाठी वैध मार्गानं निधी मिळवायची आणि

गुजरात आणि कोकण किनाऱ्यावरील पोर्तुगीज किल्ले आणि अन्य युरोपिय कारखाने

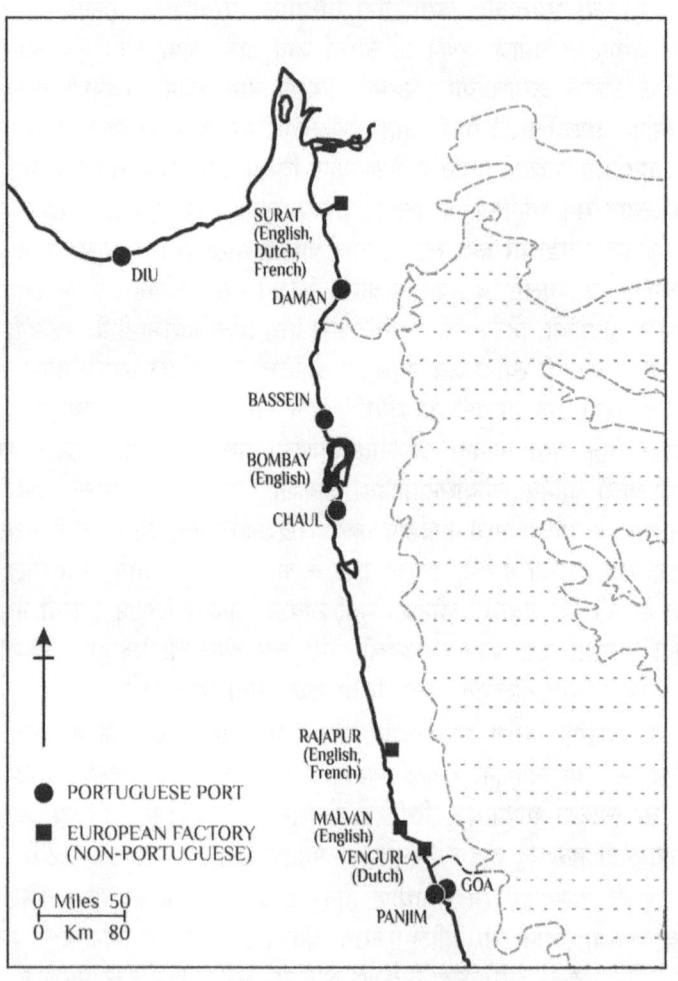

नकाशा- ३- गुजरात आणि कोकण किनाऱ्यांवरील असलेले पोर्तुगीज किल्ले आणि अन्य युरोपिय कारखाने

अन्य मदत मिळवायची संधी होती. परदेशी लोक आयात-निर्यातीच्या व्यापारात मध्यस्थी करून घसघशीत कमाई करत असताना आपण केवळ जमिनीच्या करातून होणाऱ्या मिळकतीवर समाधान का मानावं? स्थानिक व्यापाऱ्यांनी आपल्याच समुद्रात प्रवास करण्यासाठी परदेशी लोकांकडून पारपत्र का घ्यावं?

शिवाजी राजांनी समुद्री, डोंगरी आणि भुईकोट असे शंभरावर किल्ले कशा पद्धतीनं बांधले, मिळवले, दुरुस्त केले, पुन्हा बांधून काढले त्याची कल्पना करणंही अवघड आहे. शिवाजी राजे २७ वर्षांचे होते तेव्हा त्यांनी आरमाराच्या कामाला सुरुवात केली. त्या वेळी मोगलांनी आणि अन्य सल्तनतींनीही त्या आव्हानात्मक क्षेत्रात पाऊल टाकलेलं नव्हतं. प्रश्न असा होता की, प्रचंड मोठी जहाजं बांधण्यासाठी लागणारं लाकूड खरेदी करणं त्यांना परवडणार होतं का? तोफा बसवण्यासाठी भक्कम छत असलेली जहाजं बांधून देणाऱ्या युरोपिय अभियांत्रिकी तज्ज्ञांचे गलेलठ्ठ पगार त्यांना देता आले असते का? ती जहाजं नांगरून ठेवण्यासाठी त्यांना बंदरं ताब्यात घेता आली असती का? त्यांच्या आरमाराला संरक्षण देण्यासाठी त्यांच्याकडे समुद्री किल्ले होते का? युद्धाच्या काळात जहाजांची देखभाल करण्यासाठी आणि वारंवार कराव्या लागणाऱ्या डागडुजीसाठी त्यांच्याकडे पैसे होते का? अशा प्रतिकूल परिस्थितीत एखाद्या माणसानं धीर खचून पुढे पाऊल टाकण्याआधीच माघार घेतली असती.

सर यदुनाथ सरकारांनी म्हटल्याप्रमाणे (संदर्भ : सरदेसाई, २००२, पृष्ठ क्र. ६१४), 'शिवाजी राजे हे जन्मजात बुद्धिमान राजकारणी होते हे त्यांनी निर्माण केलेलं आरमार आणि समुद्री तळ यांवरून अधिक स्पष्ट होतं.' तर अमात्य रामचंद्रपंत म्हणतात, 'आरमार हा राज्याचा स्वतंत्र हिस्सा असतो. जसं राजाला जमिनीवर मिळणारं यश हे त्याच्या पायदळाच्या ताकदीवर अवलंबून असतं, तसंच समुद्रावर अधिकार स्थापित करायचा तर समुद्री तळ ताब्यात असायला हवेत. म्हणून आरमार तयार करणं आवश्यक असतं.'

इतिहास हा काल्पनिक कथेहून अधिक वैचित्र्यानं भरलेला असतो. सन १६३६मध्ये मोगल आणि आदिलशाही ह्यांच्यात झालेल्या शांतता करारानुसार कल्याण, भिवंडी आणि ठाणे ह्यांचा समावेश असलेलं उत्तर कोकण, ज्याला निजामशाही कोकण म्हटलं जात असे. ते आदिलशाहीत समाविष्ट केलं गेलं. पण १६५७च्या नव्या करारानुसार, ते मोगल साम्राज्याच्या मालकीचं होतं. औरंगजेबानं अली आदिलशहाला आदेश दिला होता की, त्यानं त्याच्या कल्याणला नियुक्त केलेल्या सुभेदाराला, मुल्ला अहमदाला, या नव्या कराराची आठवण करून द्यावी. १७व्या शतकात कल्याण हे एक महत्त्वाचं शहर होतं. कारण ते व्यापारीमार्गावर येत होतं. कल्याण हे एक सर्वधर्मी शहर होतं. तिथं मंदिरं, मशिदी, मिनार, चर्च, अग्यारी, राजवाडे असं सर्वकाही होतं. तिथं दुर्गाडी नावाचा भुईकोट किल्लासुद्धा होता. मोगल सुभेदार कल्याणचा ताबा घ्यायला येणार असल्यानं आदिलशाहीचा सुभेदार मुल्ला अहमद त्याच्या परिवारासह कल्याण सोडून विजापूरला जायच्या तयारीत होता. एक मोठं परिवर्तन होणार होतं. परिवर्तन झालंही पण जे अपेक्षित होतं त्याहून अगदी वेगळं. वेगानं घडणाऱ्या घटनांनी इतिहास बदलणार होता

आणि आदिलशाहीला मुळापासून हादरवणार होता.

१६५७ सालचा तो ऑक्टोबर महिना होता. शिवाजी राजे त्यांच्या मावळी सैन्यासह कोकणात उतरले आणि चौल जिंकून ते कल्याणकडे निघाले. त्यांनी कल्याण ताब्यात घेतलं तेव्हा आदिलशाही सुभेदार मुल्ला अहमद विजापूरला निघून गेला होता आणि मोगल सुभेदार अजून कल्याणचा ताबा घेण्यासाठी तिथं पोचला नव्हता. कल्याण आणि त्याच्या आसपासचे आधी निजामशाहीच्या मालकीचे असलेले किल्ले ताब्यात घेतल्यावर शिवाजी राजांनी मोगलांच्या ताब्यात असलेल्या माहुलीच्या किल्ल्यावर आक्रमण करून तोही जिंकून घेतला. या मोहिमेत शिवाजी राजांनी घेतलेले किल्ले म्हणजे माहुली, लोहगड, तुंग, तिकोना, विसापूर, सोनगड, कर्नाळा, तळा आणि घोसाळा.

कल्याणच्या सुभेदाराच्या सुनेसंदर्भात एक लोकप्रिय कथा आहे. मुल्ला अहमद जेव्हा विजापूरच्या मार्गावर होता, तेव्हा शिवाजी राजांच्या सैन्यानं तिथल्या डोंगरी भागातच त्याच्या घोडदळाला पकडलं आणि मुल्ला अहमद घेऊन जात असलेला खजिना लुटला. त्याच्या परिवारालाही कैद केलं. सुभेदाराच्या सुंदर सुनेला या युद्धातली लूट म्हणून शिवाजी राजांसमोर दाखल केलं गेलं. पण शिवाजी राजांनी तिला सन्मानानं वागवलं आणि आदरानं तिची पाठवणी केली. विजापूरपर्यंतचा तिचा आणि तिच्या परिवाराचा प्रवास सुरक्षित व्हावा म्हणून त्यांनी आपले सैनिक त्यांच्याबरोबर पाठवले. ही घटना प्रत्यक्षात घडली की नाही हे निश्चित सांगता येत नाही, पण कल्याणच्या किल्ल्यात शिवाजी राजांना मुल्ला अहमदचा खजिना सापडला हे नक्की. त्यात मिळालेल्या पैशांनी त्यांनी अतिशय उत्साहानं ठाणे प्रांतात जहाज बांधणीच्या कार्याला सुरुवात केली. त्यासाठी त्यांनी पोर्तुगीज तज्ज्ञाला नियुक्त केलं होतं. आता त्यांना त्याचा पगार देणं शक्य होतं. त्याबरोबरच 'समुद्री व्यापारातून आणि माल उतरवण्याच्या बंदरांवर घेतल्या जाणाऱ्या जकातीतून होणारी कमाई वाढवण्यासाठी, व्यापारी जहाजं आणि बंदरांना सुरक्षित ठेवणं गरजेचं होतं आणि त्यासाठी भक्कम असं आरमार तयार करणं (शिवाजी राजांना) आवश्यक होतं.' (संदर्भ : मेहेंदळे, २०११, पृष्ठ क्र. १९०)

आता १०० किलोमीटरहून जास्त मोठी किनारपट्टी शिवाजी राजांच्या ताब्यात आली होती. त्यामध्ये सह्याद्रीच्या पायथ्याशी असलेला जंगलभाग होता. तिथे जहाजांसाठी लागणारं सागवान लाकूड भरपूर प्रमाणात उपलब्ध होतं. ठाणे आणि भिवंडी हा भाग मुख्य समुद्रापासून साधारण १०० किलोमीटरवर खाडीला लागून आहे, हे लक्षात घेऊन राजांनी त्याच परिसरात जहाजबांधणीच्या कार्यशाळा सुरू केल्या. कल्याणजवळच्या उल्हास नदीतूनही जहाजं वाहून समुद्रात नेणं त्यांना अवघड गेलं असतं. या नदीला सालसेटी बेटाच्या (आत्ताचं मुंबई मेट्रोपोलिटीन) वायव्य कोपऱ्याजवळ दोन फाटे फुटतात. उल्हास नदीचा एक फाटा वसईच्या

खाडीला जोडला जातो आणि पुढे अरबी समुद्राला जाऊन मिळतो. तिचा दुसरा फाटा नैर्ऋत्येला बॉम्बे हार्बरला जाऊन मिळतो. वसईचा किल्ला आणि बॉम्बे हार्बर हे पोर्तुगिजांच्या हातात होतं. समुद्राला मिळणाऱ्या बाकीच्या लहानलहान खाड्यांचीही तीच गत होती. शिवाजी राजांना माहीत होतं की, पोर्तुगीज आपल्या जहाजांना समुद्रात येण्याची परवानगी कधीच देणार नाहीत. तो अधिकार मिळवण्यासाठी आपल्याला संघर्षच करावा लागणार आहे. दुसरी समस्या अशी होती की जहाज-बांधणीसाठी राजांना पोर्तुगीज अभियांत्रिकी तज्ज्ञांवर अवलंबून राहावं लागत होतं आणि हे तज्ज्ञ कोणत्याही क्षणी राजांचं काम सोडून जाऊ शकत होते. यावर उपाय म्हणून शिवाजी राजांना एक संधी हवी होती... आणि त्यांनी ती घेतली. महाराजांसमोर एक वेगळीच परिस्थिती उभी होती. 'मिळाला तर मोक्ष अन्यथा कपाळमोक्ष' अशीच काहीशी ती स्थिती होती. पण महाराजांनी हे धाडस केलं. शेवटी त्यांनी या कामी पोर्तुगीज अभियांत्रिकी तज्ज्ञांची मदत घेतली.

१६५८ साल उजाडलं तेच अनेकविध घटनांचे पडसाद उमटवत. शिवाजी राजांनी निजामशाहीतलं कोकण आणि त्याच्या आसपासचे किल्ले घेतले. त्या किल्ल्यांमध्ये एक मोगलांचा माहुली किल्लाही होता. औरंगजेब आणि अली आदिलशहा या दोघांसाठी ती बातमी वाईट होती. दोघांनाही धक्का बसला. कारण १६३६ सालच्या करारानुसार तो प्रदेश आदिलशाहीला मिळालेला होता आणि १६५७ सालच्या करारानुसार तोच प्रांत मोगलशाहीच्या ताब्यात आला होता आणि आता 'शिवाजी' नावाचा तिसराच कोणी त्या प्रांतावर हक्क सांगू लागला होता. शिवाजी राजांनी तिथं कुशल पोर्तुगीज कारागिरांची नेमणूक केली. त्या कारागिरांनी राजांच्या सूचनांप्रमाणे शिडांची २० जहाजं बांधली होती. हे म्हणजे मोगलशाही आणि आदिलशाही ह्यांच्या जखमेवर मीठ चोळण्यासारखंच होतं. राजांनी बांधून घेतलेली जहाजं हलक्या वजनाची होती. त्यांचं वजन १५० टनांपेक्षा जास्त नव्हतं. त्यामुळे ती छोट्या किंवा मोठ्या कोणत्याही बंदरात नांगरता येणार होती. उथळ, खोल अशा समुद्राच्या कोणत्याही भागात, शिडांनी किंवा वल्ह्यांनी दोन्ही प्रकारांनी चालवली जाणार होती. इथं एक आरमार प्रमुख म्हणून शिवाजी राजांच्या दूरदृष्टीचं खरंच कौतुक केलं पाहिजे. त्यांनी त्यांच्या कारागिरांबरोबर डोलकाठी, वल्ही, समुद्री लाटा, जहाजासाठी लागणारी उपकरणं, दिशा दर्शन आणि जहाजाची रचना या सर्व गोष्टी मुळापासून जाणून घेण्यासाठी आणि आपल्याला त्यातलं काय हवं आहे हे समजून घेण्यासाठी जहाज तज्ज्ञ, कोळी आणि नाविक ह्यांच्याशी चर्चा केली असणार. उदाहरणार्थ- जहाजावर शत्रू चालून आला तर त्याच्याशी तलवारींनी युद्ध करता यावं यासाठी तिथं डोलकाठ्यांची संख्या कमी असायला हवी. डोलकाठ्या खूप असतील तर त्या मध्येमध्ये येतील आणि तलवारींचे वार करता येणार नाहीत.

शिवाजी राजांना त्यांचं आरमारही त्यांच्या पायदळासारखंच हवं होतं, हलकं आणि चपळ. जहाजं वेगवान असणं तर आवश्यक होतंच पण ती डावपेचानं वापरता येतील अशीही हवी होती. प्रत्येक जहाजाला एक किंवा दोन छतं होती. ज्यांच्यावर नाविक आणि सैनिक ह्यांच्यासह तोफा लादलेले तोफगाडेही चढवता येतील. नंतर ते व्यापाऱ्यांसाठी मोठी जहाजं बांधून घेणार होते, पण आता मात्र त्यांना तातडीनं गरज होती ती लढाऊ जहाजांची. २० जहाजांची किंमत होती १,२०,००० रुपये. त्या काळी ती किंमत, १०० किलो सोन्याच्या बरोबरीची होती. वसईमधले पोर्तुगीज जाणून होते की शिवाजी राजे आता लवकरच त्यांच्या आरमाराला समुद्रात उतरवण्याचा मार्ग शोधू लागतील. पोर्तुगिजांना या गोष्टीची खूप चिंता होती आणि शिवाजी राजांबद्दल अनेक तक्रारीही होत्या. आपल्या गोव्याच्या गव्हर्नरला लिहिलेल्या पत्रांत त्यांनी नमूद केलेलं आहे की शिवाजीनं नियमित पगारावर नाविक नियुक्त केलेले आहेत. त्यामुळे आम्हांला कामासाठी माणसं मिळत नाहीत आणि जर शिवाजीचं आरमार वाढत गेलं तर संपूर्ण किनारपट्टीवर मराठ्यांची दहशत निर्माण होईल.' पोर्तुगिजांनी असा आग्रह धरला होता की, शिवाजी राजांचं आरमार समुद्रात उतरण्यापासून रोखलं पाहिजे आणि त्यासाठी वरिष्ठ पोर्तुगीज अधिकाऱ्यांनी मराठ्यांना आवश्यक असलेली कागदपत्रं देऊ नयेत.

शक्य असतं तर शिवाजी राजांनी पोर्तुगिजांशी आयुष्यभर संघर्ष केला असता, पण जहाज बांधणीसाठी ते पोर्तुगीज तज्ज्ञ आणि कारागिर ह्यांच्यावर अवलंबून होते. त्यांच्याशिवाय राजांना त्यांचं आरमाराचं स्वप्न साकार करता आलं नसतं. तरीही थोडीफार आशा होती, कारण त्या वेळी गोव्यावर पूर्णपणे पोर्तुगीज अंमल नव्हता. त्या आधी तीन वर्षांपूर्वीच, अंतर्गत क्रांतीमध्ये गोव्याच्या गव्हर्नरला हाकलून देण्यात आलं होतं आणि सत्ता बळकावू पाहणाऱ्याला, आधीच्या गव्हर्नरचा वारस म्हणवणाऱ्या कोणा दुसऱ्याच एकानं कैद केलं होतं. त्या तथाकथित वारसाचाही गूढ रितीनं मृत्यू झाला होता. त्यानंतर गोव्याची व्यवस्था पाहणारी तीन जणांची समिती काही कामाची नव्हती कारण त्यांच्यामुळे गोव्यात अनागोंदी माजलेली होती.

मीठ तयार करणं हा कोकणातला आणखी एक मोठा व्यवसाय होता. ठाणे, कुलाबा आणि रत्नागिरी जिल्ह्यांमध्ये मोठी मिठागरं होती. स्थानिक शेतकरी वेळेची विभागणी करून शेती बरोबरच मिठाचं उत्पादनही करत असत. गोव्यातले पोर्तुगीज मस्कत, इराण, इडन, मोचा आणि बसरा इथं मोठ्या प्रमाणावर उत्तम दर्जाच्या मिठाची निर्यात करत असत. मराठ्यांच्या ताब्यात असलेल्या कोकणातही मिठागरं होती, पण तिथं होणारं मीठ हे गोव्याजवळ बरदेशमध्ये (पोर्तुगिजांकडे असणारं) तयार होणाऱ्या मिठाची गुणवत्ता आणि त्याला मिळणारी किंमत यांच्याशी बरोबरी करू शकत नव्हतं. त्यात आणखी एक समस्या म्हणजे जंजिऱ्याचे सिद्दी. मराठ्यांच्या

मीठ घेऊन जाणाऱ्या जहाजांवर ते वारंवार हल्ला करत असत. बरदेशमधून मीठ घेऊन ते आपल्या प्रदेशात विकण्यासाठी दूरदूरचे अगदी शिवाजी राजांच्या मुलखातले व्यापारीही बरदेशला भेट देत असत. या सर्व स्थितीचा विचार करून शिवाजी राजांनी त्यांच्या प्रदेशातल्या मीठ उत्पादकांना संरक्षण देण्यासाठी 'संरक्षक नीती' सुरू केली. त्यानुसार बाहेरच्या प्रदेशातून, विशेषत: बरदेशमधून आपल्या प्रदेशात येणाऱ्या मिठावर त्यांनी मोठा कर बसवला आणि पोर्तुगिजांचं मीठ आळणी केलं. शिवाजी राजांनी नंतर एका बंदरातून दुसऱ्या बंदरात मिठाची वाहतूक करणाऱ्या जहाजांचा तांडा तयार केला. (संदर्भ : कुलकर्णी, १९९७, पृष्ठ क्र. ८७-८८) अशा प्रकारे मिठाची पहिली यात्रा शिवाजी राजांनी घडवून आणली, असंच म्हणायला हवं.

अखेरीस कोकणावर मराठ्यांची, मराठी बोलणाऱ्या सत्ताधीशाची[२२] सत्ता प्रस्थापित होणार असं दिसत होतं.

शिवाजी राजे आणि औरंगजेब

१६५८ सालच्या मध्यावर, जावळीच्या खोऱ्यात चाललेलं प्रतापगडाचं बांधकाम पूर्ण झालं. शिवाजी राजांनी त्यांचा प्रदेश वाढवला होता. आता त्यांच्याकडे त्यांच्या वडिलांची जहागिरी, जावळीचं खोरं आणि निजामशाहीतलं कोकण होतं. त्यानंतर काही काळानं राजांनी लोहगड (समुद्र सपाटीपासून १,०३३ मीटर उंच) आणि त्याला सामोरा असणारा विसापूर किल्लाही घेतला. शिवाजी राजांनी कृष्णाजी बांदल या उद्धट आणि जुलुमी देशमुखाचा पाडाव करून त्याच्याकडे असलेला रोहिडा हा छोटा किल्लाही घेतला. पण कृष्णाजीच्या मुलाला वतन सांभाळण्याची परवानगी दिली. नंतर लगेचच बांदलांचे दिवाण असणारे आणि दांडपट्टा चालवण्यात निपुण असणारे बाजी प्रभू देशपांडे हे मराठा सेनेत युद्धकालीन सेनापती म्हणून दाखल झाले.

जावळीचं खोरं घेतल्यावर शिवाजी राजांनी मोरोपंत पिंगळ्यांसह जावळीच्या वायव्य दिशेला असणाऱ्या कोकणातल्या एका डोंगराची पाहणी केली. त्या गडाचा परीघ प्रचंड मोठा होता. तो रायरीचा डोंगर होता. जावळीचा चंद्रराव मोरे तिथंच लपून

---

[२२]पूर्वी ज्याला 'दक्षिणपथ' किंवा दक्षिणेचं प्रवेशद्वार म्हटलं जायचं तो महाराष्ट्र म्हणजे उत्तर आणि दक्षिणेतला भौगोलिक, सांस्कृतिक आणि भाषिक दुवा समजला जात असे. सुरुवातीपासूनच मराठीमध्ये उच्च साहित्य निर्मिती होत राहिली आहे. मोगलांच्या आणि ब्रिटीशांच्या काळात तिला अस्तित्वासाठी संघर्ष करावा लागला. शिवाजी महाराजांच्या काळात राज्यव्यवहार कोश नावाचा शब्दकोश तयार केला गेला. हा भारताच्या इतिहासात भाषेची भाषाशास्त्रीय ओळख करून देण्याचा पहिला प्रयत्न मानला जातो (कार्डोना आणि जैन, २००३ पृष्ठ-७००). सामान्य माणसाला जर प्रशासकीय भाषा समजली नाही तर त्याला योग्य मार्गदर्शन न मिळण्याची किंवा तो फसवला जाण्याची शक्यता असते, असं शिवाजी महाराजांचं मत होतं.

बसला होता आणि तिथंच मारला गेला होता. सिंहांच्या कळपात बसलेल्या एखाद्या दिमाखदार सिंहासारखा रायरीचा डोंगर होता. त्याच्या माथ्यावर समुद्रसपाटीपासून साधारणपणे एक किलोमीटर उंचीवर नजर जाणार नाही असं विशाल पठार होतं. तिथून सागरी किनारपट्टीवर लक्ष ठेवता येणार होतं. त्याचे सरळसोट कडे खाली कोकणात झेपावत होते. राजांनी आत्तापर्यंत त्याच्यासारखा देखणा डोंगर पाहिलेलाच नव्हता. त्यानंतर १५ वर्षांनी तोच डोंगर राजांची राजधानी होणार होता. तिथंच त्यांचा राज्याभिषेक होणार होता.

इकडे औरंगजेबानं त्याच्या सैन्यासह नर्मदा ओलांडली होती आणि तो आग्र्याकडे निघाला होता. त्याचा लहान भाऊ मुराद बक्ष हासुद्धा त्याच्या सैन्यासह औरंगजेबाला येऊन मिळाला होता. उज्जैन शहराजवळ एक नाट्यमय प्रसंग घडणार होता. कारण तिथंच दारा शुकोहनं आग्र्याकडे निघालेल्या आपल्या भावांना, मोगल शहजाद्यांना रोखण्यासाठी महाराजा जसवंत सिंग राठोडला पाठवलं होतं. त्यांच्यात झालेल्या लढाईला धर्मतपूरची लढाई असं म्हटलं जातं. महाराजा जसवंत सिंग राठोड हा मारवाडचा राजा होता. आजच्या काळात हा भाग भारतातल्या राजस्थान राज्यात येतो. औरंगजेबानं सत्तेसाठी केलेली कारवाई आणि शिवाजी राजांची आग्रा भेट यांमध्ये त्याची भूमिका महत्त्वाची होती. महाराजा जसवंत सिंग राठोडला आलेला भयानक मृत्यू आणि त्यानंतर औरंगजेबाची वागणूक हे औरंगजेबाच्या क्रूरतेचं आणि धर्मवेडेपणाचं धक्कादायक उदाहरण आहे.

१५ एप्रिल १६५८ रोजी धर्मतपूरची लढाई झाली. जसवंतसिंग औरंगजेबावर सहज हल्ला करू शकला असता पण त्यानं विचार केला की आधी आपल्या राजकीय सैन्यबळाचं प्रदर्शन करून औरंगजेबाला घाबरवावं आणि पिटाळावं. तोपर्यंत गुजरातहून निघालेला मुराद बक्ष त्याच्या सेनेसह औरंगजेबाला येऊन मिळाला. तसंही सम्राट शहाजहाननं जसवंत सिंगाला 'आपल्या मुलांना इजा करू नये' असा संदेश दिला होता. 'आपल्या ३०,००० घोडदळाचं प्रदर्शन कर आणि आपल्या साम्राज्याचं प्रतीक असणाऱ्या हजारो पताका आकाशात फडकवत ठेव. औरंगजेबाला आणि मुरादला घाबरवायला तेवढं पुरेसं आहे.'

वृद्ध सम्राटानं अजूनही स्वतःच्या मुलाला, औरंगजेबाला पुरतं ओळखलं नव्हतं. दखखनेत अनेक लढाया लढलेलं औरंगजेबाचं युद्धखोर घोडदळ खूपच आक्रमक झालं होतं आणि मीर जुमलानं प्रशिक्षित केलेलं तोफखाना पथक चपळ होतं. एकही गोळा वाया न घालवता, हवेत बार न उडवता किंवा इतरत्र जाऊ न देता लक्ष्यावर अचूक नेम साधणारं होतं. उंचावलेल्या तोफांमधून योग्य दिशा साधून त्यांनी उडवलेला तोफगोळा बरोबर जसवंत सिंगाच्या आघाडीच्या सैनिकांमध्ये येऊन पडला. त्यामुळे, जसवंत सिंगाच्या सेनेचं खूप नुकसान झालं. तोफांच्या भडिमाराच्या आडून औरंगजेबाचे तीरंदाज आणि बंदुकधारी सैनिक पुढे सरसावले.

उत्तरेचा वेध घेणाऱ्या तीरांनी आकाश कसं झाकोळून गेलं असेल आणि त्यांनी जसवंत सिंगाच्या घोडेस्वारांना घायाळ करून त्यांची फळी कशी मोडून काढली असेल, याची आपण केवळ कल्पनाच करू शकतो. राजपूत लढवय्ये पराक्रमाची पराकाष्ठा करत शत्रूला कापून काढण्यासाठी पुढे झेपावले, पण त्यांचीच कत्तल झाली. त्यांच्या सैन्यातले मुस्लिम सैनिक युद्धभूमी सोडून पळून जाऊ लागले. औरंगजेबाच्या सैन्याला अडवण्यासाठी खणलेल्या आणि त्यात पाणी साठवलेल्या अशा खड्ड्यात अडकून जसवंतचेच घोडे धडपडू लागले. औरंगजेबाच्या आधुनिक तोफखान्याची ताकद जसवंत सिंग ओळखू शकला नाही आणि म्हणून त्या लढाईत त्यानं मात खाल्ली. दोन्ही शहजाद्यांचं एकत्रित झालेलं सैन्य इतकं मोठं असेल याचीही त्याला कल्पना नसणार. जसवंत सिंगाच्या हाताखालचे मनसबदार त्याला सोडून औरंगजेबाला जाऊन मिळाले. पराभूत झालेला जसवंत सिंग जबर जखमी झाला होता. त्यानं त्याचे ६,००० राजपूत सैनिकही गमावले होते.

औरंगजेब आणि मुराद बक्ष तिथून पुढे निघाले. ग्वाल्हेरमध्ये त्यांचा मामा शाईस्ता खान आणि अन्य काही मनसबदार त्यांच्यात सामील झाले. चंबळ नदी पार करून ते आग्र्याच्या दिशेनं जात राहिले. आपले दोन्ही भाऊ सैन्यासह आग्र्याकडे येत आहेत ही बातमी ऐकल्यावर दारा शुकोहचा नक्कीच थरकाप उडाला असेल. त्यानं मोगल साम्राज्याच्या दूर-दूरच्या प्रांतांमधून सैन्य बोलावून घेऊन ५०,००० घोडदळ आणि पायदळ जमवून प्रचंड मोठं सैन्य उभं केलं होतं आणि तो आग्र्याच्या दक्षिणेला सामुगढ इथं वाट पाहत थांबला होता.

१६५९ सालचे उन्हाळ्याचे दिवस होते. तळपता सूर्य, भाजणारी वाळू, गरम वाफांसारखी हवा, सतत येणारा घाम आणि पाण्याची कमतरता यांमुळे औरंगजेब आणि त्याचं सैन्य थकलं होतं. तोपर्यंत त्यांनी औरंगाबाद ते आग्रा असा जवळजवळ १००० किलोमीटरचा प्रवास केला होता. त्यांच्यातले ५००० सैनिक उष्माघातानं मृत्युमुखी पडले. उष्म्यामुळे मेटाकुटीला आलेल्या औरंगजेबाच्या सैन्यावर हल्ला करून त्यांना नामोहरम करण्याची योग्य वेळ दारा शुकोहसाठी होती, पण तो वाट का पाहत राहिला, ते कोणालाच माहीत नाही. सैन्याच्या श्रेणी ठरवून देण्याचं त्याचं काम आधीच झालं होतं. युद्धासाठी सैन्याची रचनाही ठरलेली होती. त्याच्या एका आरोळीवर, त्याच्या सैन्यातल्या मुस्लीम खानांनी आणि राजपूत राजांनी शत्रूवर हल्लाबोल केला असता; पण दारा शुकोह आख्खे तीन दिवस युद्ध पुकारण्याची केवळ वाट पाहत राहिला आणि लोखंडी जड चिलखतं घातलेले त्याचे सैनिक आणि हत्ती-घोड्यांसारखे प्राणी घामानं निथळत युद्धाच्या घोषणेची वाट पाहत ताटकळत राहिले. त्या काळात औरंगजेबाच्या सैन्याला यमुनेच्या काठी विसावा घ्यायची आणि पुन्हा ताजंतवानं व्हायची संधी मिळाली.

अखेरीस, औरंगजेबाचं ताजंतवानं झालेलं सैन्य आणि दारा शुकोहचं थकलेलं सैन्य २९ मे, १६५८ या दिवशी आमनेसामने उभं राहिलं. दारा शुकोहनं निर्णय घ्यायला केलेला विलंब औरंगजेबाला फायद्याचा ठरला. दाराला सुनियोजित युद्धांचा अनुभव नव्हता. त्यानं त्याचा तोफखाना, पायदळाच्या आघाडीच्या सैनिकांपुढे, एका सरळ रेषेत उभा केला.

औरंगजेबाचा मुलगा, मोहम्मद सुलतान त्याच्या १०,००० उमद्या घोडेस्वारांसह, त्यांच्या सैन्यातील पायदळाच्या आघाडीचं नेतृत्व करत होता. औरंगजेबाच्या सैन्याच्या मध्यभागी, ५००० घोडेस्वार होते आणि त्यांच्या मध्यभागी चिलखत घातलेल्या हत्तीवर, स्वत: औरंगजेब होता. दाराकडे सैन्याची संख्या जास्त होती पण त्याचं सैन्य संघटित नव्हतं. अशा विस्कळीत शत्रूशी लढण्यासाठी औरंगजेबानं त्याचा तोफखाना दोन भागांत विभागला आणि त्याच्या उजव्या आणि डाव्या बाजूच्या सैन्य तुकड्यांच्या पुढे उभा केला. युद्धाचं योग्य प्रशिक्षण न मिळालेले दाराचे सैनिक आवेगानं चाल करून आले की दोन्ही बाजूंचे तोफखाने त्यांचा समाचार घेतील आणि दरम्यान औरंगजेब स्वत: शत्रू सैन्याच्या गाभ्यात शिरू शकेल अशी ती योजना होती. औरंगजेबानं मुराद बक्ष आणि त्याच्या सैन्याला डाव्या बाजूच्या तोफखान्याच्या मागे उभं केलं होतं.

दुपार झाल्यावर युद्धाचे नगारे वाजले आणि युद्धाला तोंड फुटलं. संपूर्ण दक्षिण क्षितीज औरंगजेबाच्या सैन्यामुळे जिवंत झाल्याचा भास होत असणार. त्यांच्या पताका हवेत जोरात फडफडत होत्या. दारानं वेळेच्या आधीच त्याच्या तोफखान्याला इशारा दिला यावर विश्वास बसत नाही. त्याचा मीर आतिश (तोफखाना प्रमुख) मीर जुमला हा औरंगजेबाला गुप्तपणे मदत करत होता. शत्रू आवाक्यात यायच्या आतच त्यानं तोफा उडवल्या आणि सगळा दारू गोळा संपवून टाकला. त्याच्या तोफांचे गोळे दोन सैन्यांच्या मध्ये असलेल्या मोकळ्या जमिनीवर जाऊन पडले.

दारानं केलेली दुसरी चूक म्हणजे, त्यानं त्याच्या सैन्याला पुढे जायची सूचना करण्यासाठी रणवाद्यं वाजवायचा आदेश दिला. पण औरंगजेबाच्या डाव्या बाजूच्या सैन्य-तुकडीचं नेतृत्व करणारा मुराद बक्ष, त्या रणवाद्यांचा आवाज ऐकून उत्तेजित झाला आणि मागचापुढचा विचार न करता दाराच्या डाव्या बाजूच्या तुकडीवर चाल करून गेला. उझबेकिस्तानचा खलीलुल्ला खान हा दाराच्या डाव्या बाजूच्या तुकडीचं नेतृत्व करत होता. या खलीलुल्ला खानाला औरंगजेबानं आधीच लाच देऊन विकत घेतलेलं होतं. पण दाराच्या आघाडीच्या पायदळ सैन्यामध्ये असलेल्या राजपुतांनी मुरादवर जोरदार हल्ला चढवला. त्यांनी मुरादच्या हत्तीला घेरलं आणि त्याच्यावर तीरांचा वर्षाव करत भाल्यांनी टोचायला सुरुवात केली. शरीरात घुसलेल्या अगणित तीरांमुळे मुरादचा हत्ती एखाद्या साळींदरासारखा दिसू

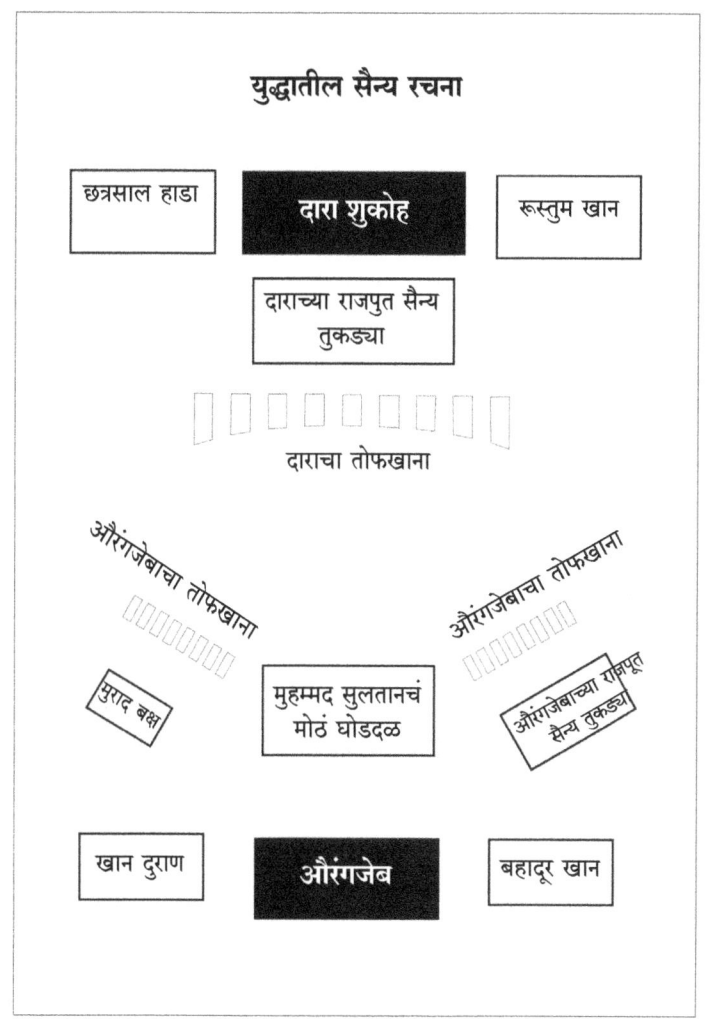

युद्धातील सैन्य रचना
छत्रसाल हाडा
दारा शुकोह
रूस्तुम खान
दाराच्या राजपुत सैन्य तुकड्या
दाराचा तोफखाना
औरंगजेबाचा तोफखाना
औरंगजेबाचा तोफखाना
मुराद बक्ष
मुहम्मद सुलतानचं मोठं घोडदळ
औरंगजेबाच्या राजपूत सैन्य तुकड्या
खान दुराण
औरंगजेब
बहादूर खान

आकृती क्र.-४ औरंगजेब आणि दारा शुकोहची सैन्य रचना

लागला. मुराद तर कोणत्याही क्षणी मृत्यूच्या दाढेत ओढला गेला असता. त्याच क्षणी मुरादची सुटका करण्यासाठी दाराच्या राजपूत सैन्याची कत्तल करत औरंगजेब धावून आला.

दाराच्या सैन्याच्या उजव्या बाजूचं नेतृत्व छत्रसाला हाडा नावाचा शूर राजपूत करत होता आणि डाव्या बाजूचं नेतृत्व खलीलुल्ला खानव्यतिरिक्त आणखी एका योद्ध्यावर, रुस्तुम खानवर सोपवलं होतं. औरंगजेबाचा दोन भागांत विभागलेला

तोफखाना, दाराच्या डाव्याउजव्या बाजूच्या सैन्यावर आग ओकू लागला आणि मोठ्या प्रमाणात त्याचं सैन्य मारू लागला. दारा शुकोह हा काही चांगला सेनानी नव्हता. त्यानं आणखी एक घातक चूक केली. आपली जागा सोडून आणि आपली विशेष सैन्यतुकडी, शहजाद्याच्या रक्षणासाठी राखीव असलेली तुकडी घेऊन तो त्याच्या डाव्या बाजूच्या तुकडीला मदत करायला गेला. पण त्यासाठी दाराला त्याच्या सैन्यतुकडीसह त्यांच्याच तोफखान्यापुढून जावं लागलं. ते तिथून जाईपर्यंत त्यांच्या तोफखान्याला थांबून राहावं लागलं. औरंगजेब आणि त्याच्या सैन्यानं ती संधी साधली. दारा आणि त्याचं सैन्य जागा बदलत असताना, ते औरंगजेबाच्या तोफखान्यासमोर आले आणि अर्थातच तोफगोळ्यांच्या आगीत भाजून मरू लागले. त्या भयंकर दृश्याची आपण केवळ कल्पनाच करू शकतो. दाराचा हत्ती त्याच्या डाव्या बाजूला आणि औरंगजेबाच्या उजव्या तुकडीच्या दिशेनं वळत असताना युद्धभूमीवर पडलेला सैनिकांच्या मृतदेहांचा खच, तुटलेल्या तलवारी, मोडलेल्या ढाली असं भयंकर दृश्य पाहून दारा थिजला असणार. तोपर्यंत औरंगजेबाच्या घोडदळानं दाराच्या तोफखान्याची सीमा ओलांडली असणार. आसपास वेडेपिसे होऊन लढणाऱ्या सैनिकांमधून त्याच्या माहुतानं त्याच्या प्रचंड हत्तीला घुसवलं असणार आणि औरंगजेबाचे अगणित सैनिक त्याच्या हत्तीच्या भोवती निकराची झुंज देत असणार.

दारा आणि त्याची माणसं ह्यांच्यामध्ये कानाचे पडदे फाटतील इतका भयंकर आवाज करत पडलेल्या तोफगोळ्यामुळे दारा गोंधळला आणि मागे वळून उजव्या तुकडीकडे जायला निघाला. वरून पडणारे पेटते गोळे तो नुसते बघत राहिला असणार. जळत्या मेणबत्तीतून गळणाऱ्या मेणाच्या थेंबांसारख्या तोफगोळ्यांच्या ठिणग्या त्याच्या हौद्यातही पडत असणार. त्याला अनेक ठिकाणी भाजल्याच्या रक्ताळलेल्या जखमा झालेल्या असणार, फोड आले असणार. त्या हिंसाचारात दाराचे राजपूत सैनिक औरंगजेबाच्या हत्तीजवळ पोचले. काही जण त्याचा हौदा खाली खेचायचा प्रयत्न करू लागले. तर काही जण त्याच्या हत्तीचे पाय कापायचा प्रयत्न करू लागले. पण औरंगजेबाच्या विशेष सैन्यतुकडीनं राजपुतांवर हल्ला केला आणि त्यांची कत्तल सुरू केली. हे सर्व घडत असताना, मोहम्मद सुलतान त्याच्या सैन्यासह दाराच्या सैन्यात घुसला आणि त्यांनी दाराच्या हत्तीला वेढा घातला. दाराला मृत्यूची चाहूल लागली. त्यानं आपला जीव वाचवायच्या प्रयत्नात हत्तीवरून खाली उडी मारली आणि तो नाहीसा झाला. तिथून तो आधी आग्ऱ्याच्या किल्ल्यात गेला आणि नंतर दिल्लीला गेला. त्यानंतर जीव वाचवण्यासाठी तो इकडून तिकडे अनेक महिने पळत होता. (संदर्भ : गोडबोले, २०१०, पृष्ठ क्र. ३३-३५)

या लढाईनंतर लगेचच शहाजहाननं आग्रा किल्ल्याचे दरवाजे बंद केले, तेव्हा औरंगजेबानं भर उन्हाळ्यात किल्ल्याचा पाणीपुरवठा तोडला आणि शाहजहानला किल्ल्याचे दरवाजे उघडायला भाग पाडलं. त्यानंतर औरंगजेबानं त्याच्या वडिलांना नजरकैदेत ठेवलं. मग त्यानं मुराद बक्षला लढाईतला विजय साजरा करण्यासाठी आमंत्रण दिलं. त्याला भरपूर मद्य प्राशन करायला लावलं आणि तो नशेत असतानाच त्याला कैद केलं. मुरादला ग्वाल्हेरच्या किल्ल्यात राजकीय कैदी म्हणून पाठवण्यात आलं.

अफझल खानाचा प्रवेश

दख्खनेत अली आदिल शहा आणि त्याची आई बडी साहिबा ह्यांच्या मनात नुकतंच झालेलं मोगली आक्रमण सलत होतं. त्यांचा इशान्येला असणारा बीदरचा तळ आणि त्याच्या आसपासचा भाग औरंगजेबाकडे गेला होता. तर पुण्याच्या आसपासचे अनेक किल्ले, निजामशाहीतलं कोकण, तिथले सर्व किल्ले आणि अनेक बंदरं शिवाजी राजांच्या ताब्यात गेली होती. जणू काही त्यांचं दैवच त्यांच्या साम्राज्याचे तुकडे करून त्यांच्याकडून हिरावून घेत होतं.

नेमकं त्याच वेळी औरंगजेबाला दख्खन सोडावं लागलं आणि अलीला आणि त्याच्या आईला जरा श्वास घ्यायला फुरसत मिळाली. त्यांच्यासाठी हे जणू भाग्याचं लक्षण होतं. त्या वेळी त्यांच्यासाठी सगळ्यांत महत्त्वाचं होतं ते म्हणजे शिवाजी राजांना नष्ट करणं. १६४९ साली अली आदिलशहाच्या वडिलांनी, पैगंबरवासी मोहम्मद आदिलशहानं, फतेह खान आणि मुसे खान या दोघांना शिवाजी राजांना नामोहरम करायला पाठवलं होतं. पण फतेह खान पराजित होऊन परत आला आणि मुसे खान पुरंदर गडाच्या उतारावर मारला गेला. या वेळी मात्र काही चूक होऊ द्यायची नव्हती. त्यांना ती परवडलीच नसती. त्यांना भोसले जहागिरीसह, कोकण आणि तिथले सर्व किल्ले हवे होते. कारण १६५७ सालच्या करारानुसार त्यांना ते औरंगजेबाला द्यायचे होते. आणि औरंगजेबाला दिलेलं वचन पूर्ण करायलाच हवं होतं. कारण आता तर औरंगजेबानं मोगल साम्राज्याच्या भावी सम्राटाला, दारा शुकोहला पराजित केलं होतं. शिवाजी राजांना परास्त करण्यासाठी अली आदिलशहा आणि त्याची आई अशा एका योद्ध्याच्या शोधात होते ज्यानं युद्धात कधीच हार मानली नसेल. त्याला ते त्यांच्याकडचं सर्व सैन्यबळही देणार होते.

१६५९ सालचा तो मे महिना होता. अलीनं आणि त्याच्या आईनं शिवाजी राजांविरुद्ध लढण्यासाठी युद्धसेनानी निवडला होता. तो होता, अफझल खान. ४० वर्षांचा अफझल खान जावळी खोऱ्याजवळ असलेल्या आदिलशाहीतल्या वाई परगण्याचा सुभेदार होता.

अफझल खान उंचापुरा, तगडा आणि मजबूत होता. अली आदिलशहाच्या दरबारात त्याला मानाचं स्थान होतं. त्यानं अनेकदा स्वत:ला सिद्ध केलं होतं आणि साम्राज्य विस्ताराच्या लढायांमध्ये पराक्रम गाजवून दक्षिणेकडची श्रीरंगपट्टणम, कर्नूल, बदनूर आणि मदुराई यांसारखी बरीचशी हिंदू साम्राज्यं आदिलशाहीत ओढून आणली होती. औरंगजेबाला दखखनेत मोगल सुभेदार म्हणून नियुक्त केलं गेल्यावर, अफझल खानानं अतिशय धैर्यानं मोगल सैन्याशी सामना केला होता. एका लढाईत तर त्यानं औरंगजेबालाच कोंडीत पकडलं होतं. अलीचा आणि त्याच्या आईचा यावर विश्वास बसला कारण पुढे अफझल खानानं सांगितलं की, त्यांच्या सल्तनतीतल्या मुख्य वजिरानं केलेल्या करारामुळे त्याला औरंगजेबाला सोडून द्यावं लागलं. विजापुरात खान मोहम्मदाला मारलं तेही अफझल खानाच्या सांगण्यावरूनच.

अफझल खानाच्या मुद्रेवर लिहिलेला मजकूर असा होता- 'कातिले मुतमर्रिदान व काफिरान सिकंदर बिनियादे बुतान.' याचा अर्थ- बंडखोरांचा आणि इस्लाम विरोधकांचा विनाशक आणि मूर्तिभंजक. काही वेळा हिंदू वतनदारांना लिहिलेल्या पत्रांमध्ये तो खालील ओळी लिहीत असे- 'स्वर्गस्थ देवतांनी जर सर्वोत्तम माणूस आणि अफझल खान यांची तुलना करायचं ठरवलं तर जपमाळेतून अल्ला अल्ला अल्ला याऐवजी अफझल, अफझल, अफझल असाच आवाज येईल.'

अफझल खानाच्या वंशाबद्दल अधिकृत माहिती उपलब्ध नाही. पण तो काही कुणा श्रीमंत, प्रतिष्ठित खानदानात जन्मलेला नव्हता. (अन्यथा इतिहासात त्याच्या घराण्याच्या नावाची नोंद आढळली असती.) अभ्यासकांचं असं मत आहे की, त्याची आई एक दखखनी मुस्लीम होती आणि ती बडी साहिबाच्या राजवाड्यात मुदपाकखान्यात काम करणाऱ्यांपैकी एक होती. आईबरोबर मुदपाकखान्यात आलेल्या अफझल खानाला मोहम्मद आदिलशहानं हेरलं आणि आपल्या बेगमला विनंती करून त्याला मुदपाकखान्यातून बाहेर काढून सैनिकी प्रशिक्षण द्यायला सुरुवात केली. काहींचं असं मत आहे की अफझल खान हा मोहम्मद आदिलशहाला त्याच्या स्वयंपाकिणीपासून झालेला अनौरस मुलगा होता. पण ही गोष्ट ओढूनताणून बनवल्यासारखी वाटते. त्याचं सैनिकी प्रशिक्षण सुरू झाल्यावर कायकाय झालं असेल, याची आपण कल्पनाच करू शकतो. त्याच्या सैनिकी शाळेत असलेली श्रीमंत घराण्यातली पर्शियन आणि तुर्कीश मुलं, वयाच्या मानानं जास्त उंच आणि मजबूत असलेल्या आणि दखखनी भाषेत[२३] बोलणाऱ्या छोट्या अफझलला चिडवत असतील. इतर मुलांचे वडील आपल्या मुलांची प्रगती बघण्यासाठी येत असतील, तेव्हा त्यालाही त्याचं तलवारबाजीतलं आणि तिरंदाजीतलं कसब दाखवावंसं वाटत

[२३]ही भाषा म्हणजे हिंदीमध्ये पर्शियन, तुर्कीश, मराठी, तेलगू, कन्नड आणि तमीळ भाषांमधल्या शब्दांचं झालेलं मिश्रण होतं. (संदर्भ : इटॉन, २००५)

असेल. बालपण अशा कठीण परिस्थितीत गेल्यामुळे त्याच्या व्यक्तिमत्त्वाला धार
आली असेल आणि तो अधिक मजबूत झाला असेल. त्यानं आदिलशाही दरबारात[२४]
बोलली जाणारी प्रतिष्ठित भाषा शिकायचा प्रयत्न केला असेल.

लहानपणापासून केलेल्या संघर्षामुळे अफझल खान एक कडक शिस्त
असणारा मल्ल, योद्धा आणि कुशल प्रशासक झाला. त्यानं एका मराठी वतनदाराला
लिहिलेल्या पत्रातून त्याच्या व्यक्तिमत्त्वाची कल्पना आपण करू शकतो. तो
लिहितो- 'लक्षात ठेवा; तुम्ही कुठेही गेलात, तरी आम्ही तुम्हांला शोधून काढू
आणि तुम्हांला आश्रय देणाऱ्याचे आणि त्याच्या परिवाराचे तुकडेतुकडे करू आणि
तेलाच्या घाण्यात घालून पिळून काढू.' (संदर्भ : मेहेंदळे, २०११, पृष्ठ क्र. २०१)

पण शिवाजी राजांचा निःपात करण्यासाठी अफझल खानाची निवड होण्यामागे
आणखी एक कारण होतं- अफझल खान भोसले परिवाराचा तिरस्कार करत असे.

---

[२४]दरबारात होणाऱ्या विविध समारंभांची जबाबदारी वेगवेगळ्या लोकांवर सोपवलेली असे
आणि ते लोक समारंभानुसार विशिष्ट भाषा वापरत असत. पूर्ण सल्तनतीमध्ये वापरली जाणारी
अधिकृत भाषा होती पर्शियन. तरीही, स्थानिक लोकांमुळे आणि दरबारात काम करणाऱ्या
लोकांमुळेही आदिलशाही दरबारात विविध भाषा बोलल्या जाऊ लागल्या. उदाहरणार्थ;
राजकीय अधिकाराचा हिस्सा असणारे दरबारी अधिकारी अरेबिक आणि पर्शियन भाषा
वापरत असत. दरबारातील पंडित त्यांच्या साहित्यामध्ये तेलगू, दख्खनी आणि पर्शियन
भाषा वापरत असत. कर गोळा करणारे कायदा सांभाळणारे अधिकारी तेलगू, मराठी, कन्नड
आणि पर्शियन ह्या भाषा वापरत असत आणि संतांची भाषा ही मराठी आणि दख्खनी होती.

प्रकरण - ६

अफझल खानाचा मृत्यू आणि त्याचे परिणाम

अली आदिलशहानं अफझल खानाला दरबारात कसं बोलावलं आणि 'हा शिवा आहे तरी कोण? त्याला पकडायला मला घोड्यावरून उतरण्याचीही गरज भासणार नाही.' अशी त्यानं मारलेली बढाई, याविषयी अनेक कथा प्रसिद्ध आहेत. पण शिवाजी राजे किती धोकादायक आहेत आणि सर्व गडकिल्ले त्यांच्या ताब्यात आहेत याची अली आदिलशहाला कल्पना होती. त्याला भीती होती की युद्ध झालं, तर शिवाजी राजे मागच्या वेळसारखे एखाद्या गडावर आश्रय घेतील आणि गडाकडे येणाऱ्या सर्वांना ठार करतील. गडावरची दहा माणसं, गडावर चढणाऱ्या शंभरांना बुरुजांच्या फटींमधून तीर सोडून मारू शकतात. शिवाजी राजांच्या गडावरच्या शिबंदीमध्ये गरज पडल्यास गलोरीनं मारण्यासाठी, माती कोळशाचे गोळे, मोठे दगड आणि छोटे गोटे साठवलेले असत. शिवाजी राजांना गडावरच अडकवून ठेवणं, गडाला वेढा घालणं अशक्य नसलं तरी ते वेळ वाया घालवण्यासारखं होतं आणि खर्चिकही होतं. कारण त्यासाठी मोठं सैन्य लागणार होतं. अली आदिलशहाकडे त्या वेळी तेवढं सैन्य नव्हतं. शिवाजी राजे नक्की कोणत्या किल्ल्यावर आहेत, आणि जिथे असतील त्या गडाला वेढा घालता येणार आहे की नाही याचीही कल्पना त्याला नव्हती. आदिलशहा ज्यांना डोंगरातला उंदीर म्हणून हिणवत असे त्या शिवाजी राजांना पकडण्यासाठी त्यांच्या गडाला वेढा घालायचा प्रयत्न केला तरी शिवाजी राजे चोरमार्गानं निसटून गेले असते आणि वेढा घालून बसलेल्या सैन्याला अक्षरशः हात चोळत बसावं लागलं असतं.

कर्नल पळसोकरांनी लिहिल्याप्रमाणे (२००४, पृष्ठ क्र. ८४) 'अफझल खानानं शिवाजी राजांना जिवंत पकडून आणणं किंवा त्यांना मारून पुरावा म्हणून सम्राटापुढे त्यांचं मस्तक हजर करणं, ही कामगिरी स्वीकारली होती. पण शिवाजी राजांचे गड घेताना जेवढी मोठी फौज लागली असती, तेवढी त्यांना नामशेष करण्याच्या या

कामगिरीसाठी (जी त्यांना फसवूनही करता येणार होती) वापरायचं ठरलं नव्हतं. शिवाजी राजांना सापळ्यात पकडण्यासाठी त्यांना फसवून, लबाडीनं, कपटीपणे, दुटप्पीपणे आणि युक्तीनं करायचीच ही कामगिरी होती.'

तरीही अफझल खानानं हे आव्हान स्वीकारलं आणि अली आदिलशहानं त्याच्या बरोबर १०,००० घोडदळ, काही हत्ती आणि काही तोफा दिल्या. आत्तापर्यंत निम्न वंशाचा असल्यानं, दरबारातल्या अन्य सरदारांच्या तिरस्कृत नजरा झेलणाऱ्या अफझल खानाला, त्यांच्या बरोबरीचं मानाचं स्थान मिळवण्याची हीच खरी संधी होती. पैगंबरवासी सेनानी रणदुल्ला खानाचा दुसरा मुलगा, स्वाभिमानी तुराणी सरदार वाहीद खान, याकुत खान आणि अंकुश खान, आफ्रिकी योद्धा सिद्दी हिलाल, अफगाण योद्धा हसन खान पठाण, बलाढ्य मराठा सरदार बाळाजी घोरपडे, मंबाजी भोसले, कल्याणजी यादव आणि राजाजी घाडगे हे सर्व त्यांच्या अधिकाऱ्यांसह अफझल खानाच्या आदेशानुसार काम करत होते. अफझल खानाकडे सर्व मिळून २०,००० सैनिक होते. बडी साहिबानं, शिवाजी राजांच्या जहागिरीतल्या वतनदारांना लाच देऊन त्यांना आपल्याकडे वळवून घेण्यासाठी आणि त्यांचं सैन्य शिवाजी राजांविरुद्ध वापरण्यासाठी अफझल खानाच्या बरोबर मोठी रक्कम दिली होती.

सन १६५९ च्या उन्हाळ्याचे दिवस होते. अफझल खान, विजापूरच्या वायव्येला काही किलोमीटर अंतरावर असलेल्या सुफी संत हजरत पीर अमीन चिस्तींच्या दर्ग्यात गेला आणि तिथल्या अंध अवलियाची (सुफी संत) भेट घेतली. तेव्हा त्या अवलियानं त्याला सांगितलं होतं की, त्याला अफझल खानाचं मस्तक नसलेलं धड दिसत आहे आणि अफझल खानानं या कामगिरीवर जाऊ नये असा सल्लाही त्याला दिला. पण अफझल खानानं अली आदिलशहाला दिलेलं वचन पाळायचं ठरवलं मात्र त्याआधी, विजापूर सोडण्यापूर्वी त्यानं एक अत्यंत क्रूर कर्म केलं. तोरवी टेकड्यांच्या (विजापूरच्या उत्तरेला) पश्चिमेला असलेल्या, अफझलपूर या त्याच्या गावाला त्यानं भेट दिली आणि तिथं असलेल्या त्याच्या ७७ तरुण रखेल्यांना एका मागोमाग एक ठार केलं. का, तर त्याच्या पश्चात त्यांना कोणी स्पर्शही करू नये म्हणून! ग्रीबलनं (१८९६) विजापूरजवळ असलेल्या तोरवी टेकड्यांजवळच्या, अफझल खानाच्या उन्हाळी महालाच्या परसाचं वर्णन, या शब्दांत केलेलं आहे- 'कोणे एके काळी दगडानं बांधून काढलेल्या तळ्यात गाळ साचून आता तिथे आंब्याच्या आणि चिंचेच्या झाडांची दाटी झाली आहे. त्याच्या बाजूनंच लांबवर जाणारी एक रुंद ओवरी आहे. त्या ओवरीवर साधारणपणे एकसारख्या एक अशा अनेक कबरी आहेत. त्यांच्या छतावर कोरलेल्या चिन्हांचा अभ्यास करता असं दिसून आलं की या सर्व कबरी स्त्रियांच्या आहेत. अकरा ओळींमध्ये या कबरी आहेत आणि एका ओळीत सात कबरी आहेत. सर्व कबरी एकाच प्रकारच्या, आकाराच्या आणि एकमेकींपासून सारख्याच अंतरावर आहेत.' इतिहासाच्या मराठीतल्या एका पुस्तकात

असं दिलेलं आहे की अफझल खानानं त्या सर्व स्त्रियांना लैंगिक संबंधांदरम्यान ठार केलं होतं. त्याच्या महालाच्या अवशेषांच्या मागच्या बाजूला एका ओळीत सात अशा अकरा ओळींमध्ये अगदी एकाच प्रकारच्या कबरी दिसून येतात. या कबरी एका ओवरीवर आहेत आणि त्यांना 'सात कबर' म्हणतात. अफझल खानाला त्यातून कदाचित आपला पिसाटपणा जगाला दाखवून द्यायचा असेल.

पावसाळा सुरू व्हायच्या काही काळ आधी, अफझल खान त्याच्या सैन्यासह शिवाजी राजांच्या जहागिरीच्या दिशेनं निघाला. १०,००० घोडदळ, हजारोंचं पायदळ, अनेक हत्ती, उंट आणि तोफगाड्यांवर चढवलेल्या तोफा अशा त्याच्या प्रचंड मोठ्या लवाजम्याचं दृश्य किती भव्य असेल याची आपण फक्त कल्पनाच करू शकतो. त्यात भर घातली त्याच्या भाटांनी. ते गावोगाव हिंडून अफझल खानाचं आणि त्याच्या सैनिकी ताकदीचं अतिशयोक्तीपूर्ण वर्णन आक्रमक गायकीनं करत असत. भोसले जहागिरीतले काही देशमुख बिचकत-बिचकत अफझल खानाकडे गेले, तेव्हा त्यानं त्यांचं अतिशय भव्य स्वागत केलं. वाटेत येणारी देवळं फोडत आणि तिथल्या पुजाऱ्यांना धमकावून देवळांच्या तिजोऱ्या लुटत, आदिलशाही सैन्य पुण्याच्या अग्नेयेला १०० किलोमीटरवर असलेल्या बारामतीकडे शहराच्या दिशेनं पुढं चाललं होतं. त्यानं फलटणचे जहागीरदार असलेल्या, शिवाजी राजांच्या पत्नीच्या भावाला पकडून त्याची सुंता केली होती. (संदर्भ : सामंत, २००९, पृष्ठ क्र. ७३)

दरम्यान उत्तरेकडे, ५ जून १६५९ या दिवशी, औरंगजेबानं मोगल साम्राज्याचा लगाम आपल्या हाती घेतला. धार्मिक समारंभाच्या माध्यमातून मोगल साम्राज्याचा सम्राट म्हणून त्याचं नाव आणि सम्राटपदाच्या उपाधीची जाहीर घोषणा केली गेली. पण आधीचा सम्राट मरणासन्न अवस्थेत असला तरी जिवंत होता. त्यामुळे मुस्लीम धर्मगुरू औरंगजेबाच्या नावानं कुतबाह वाचत नसत. त्यानं आपल्या जनतेवर, आपल्या नावे पाडलेल्या नाण्यांचा वर्षाव केला. त्याला दिलेल्या 'बहादूर' (शूर), 'आलमगीर' (जगज्जेता), 'पादशाह' (सम्राट), 'गाझी' (धर्मयोद्धा) या उपाध्या पर्शियन[२५] भाषेत आणि मोठ्या आवाजात घोषित केल्या गेल्या. अंतिम घोषणा काव्यपंक्तींमध्ये होती. त्याचा साधारण अर्थ असा-

---

[२५]'लाहोरच्या गझनवी काळापासून पर्शियन किंवा फारसी भाषा ही सल्तनतीची अधिकृत भाषा होती. (संदर्भ : फारुकी, २०११) मोगल दरबारामध्येसुद्धा पर्शियन हीच अधिकृत भाषा होती. औरंगजेब नेहमी पर्शियनच बोलत असे पण त्याला तुर्की आणि अरेबिक भाषाही अस्खलित येत असत. मोगल साम्राज्यातले 'फर्मान' आणि 'अखबार' हे पर्शियन भाषेत असत. त्यावरून मोगलांवर असलेला पर्शियन भाषेचा प्रभाव दिसून येतो. शिवाय, मोगल साम्राज्याला भेट दिलेल्या अनेक युरोपियांनीही पर्शियन भाषेच्या महत्त्वाविषयी लिहिलेलं आहे.' (संदर्भ : मेहेंदळे, २०११)

'ज्याच्या नावे पाडल्या गेलेल्या नव्या मोहरा चंद्राप्रमाणे प्रकाशमान आहेत आणि तो, औरंगजेब आलमगीर, सर्व जगाला तिन्ही प्रहर दीपवत राहील.'

औरंगजेबानं मृत्युपंथाला लागलेल्या त्याच्या वडिलांना, सम्राट शहाजहानला आग्र्याच्या किल्ल्यात नजरकैदेत ठेवलं होतं. त्यानं त्याच्या धाकट्या भावाला, मुराद बक्षलाही प्याल्यावर प्याले दारू पाजून, तो नशेत असताना कैद केलं होतं. मुरादला ग्वाल्हेरच्या किल्ल्यात ठेवलं गेलं होतं. आता दारा शुकोहला आणि शाह शुजालाही कैद केल्याशिवाय तो स्वस्थ बसणार नव्हता.

५० वर्षांच्या दीर्घ कालावधीत मोगल साम्राज्यावर राज्य करणारा सम्राट औरंगजेब, भारताच्या इतिहासाला वेगळी कलाटणी द्यायला सज्ज झाला होता.

'ती' भेट– १० नोव्हेंबर १६५९

शिवाजी राजे, त्यांचे सरनौबत (सेना प्रमुख) नेताजी पालकर[२६] आणि राजांचे सल्लागार मोरोपंत पिंगळे हे सर्व जण कोंढाणा, पुरंदर, तोरणा, लोहगड आणि अन्य गडांना भेट देत त्यांची पाहणी करत होते. प्रत्येक गडाच्या प्रमुखाला/ गडकऱ्याला/किल्लेदाराला सूचना देत होते की, गडावरची कोठारं पुरेशा धान्यानं, मिठानं, तेलानं आणि औषधांनी भरून ठेवावीत आणि त्यांच्या गडाच्या बुरुजांवर लावलेल्या तोफांची ताकद, त्या कशा चालवायच्या आणि त्यांचा टप्पा किती आहे, याची माहिती करून घ्यावी.

त्यांनी स्वत: जातीनं, धान्यकोठारं तपासून पाहिली. शिल्लक सामानाची मोजदाद केली. दारुगोळ्याच्या आणि ओतीव लोखंडी धातूच्या तोफांच्या दर्जाची पाहणी केली.

मावळातल्या अनेक शक्तिशाली आणि अधिकार गाजवणाऱ्या देशमुखांप्रमाणेच, एक वतनदार, कान्होजी जेधे यांनाही अली आदिलशहाचं फर्मान आलं. त्यात त्यानं अफझल खानाला सामील होण्याचा आदेश जेध्यांना दिला होता. ते फर्मान मिळताच जेधे त्यांच्या पाच मुलांसह राजगडावर गेले आणि शिवाजी राजांना भेटले. आदिलशहाकडून आलेला आदेश त्यांनी राजांना वाचून दाखवला. तेव्हा काहीशा उपरोधिकपणे राजे त्यांना म्हणाले, 'मग केदारजी आणि खंडोजी खोपडे ह्यांच्यासारखे

---

[२६]सन १६५९मध्ये, नेताजी हे शिवाजी राजांचे सरनौबत म्हणजे, सैन्याचे प्रमुख होते. घोडदळाचं नेतृत्व ते कुशलतेनं करत असत आणि सन १६६६मध्ये विजापूरला निघून जाण्यापूर्वी त्यांनी अनेक लढायांमध्ये आणि मोहिमांमध्ये भाग घेतला होता.

तुम्हीही अफझल खानाला सामील व्हा. खानाला साथ दिली नाहीत तर तुमचं वतन काढून घेतलं जाईल.' तेव्हा जेध्यांनी उत्तर दिलं, 'राजे, तुमच्या वडिलांनी, शहाजी राजांनी मला तुमच्या पदरी धाडलं, तेव्हा त्यांना दिलेलं वचन आयुष्यभर पाळीन मी. माझं वतन मी तुमच्या पायी ठेवतो.' (संदर्भ : मेहेंदळे, २०११, पृष्ठ क्र. २०६)

दरम्यान अफझल खान त्याच्या सैन्यासह, २७० किलोमीटरचा प्रदेश ओलांडून विजापूराहून बारामतीत येऊन दाखल झाला होता. त्या प्रवासात, खान स्वत:ही अनेक देशमुखांना पैशाची लालूच दाखवून आणि आदिलशाही सैन्यात मानाचं पद देण्याची आमिषं देत आपल्या बाजूनं करून घेण्याचा प्रयत्न करत होता. जुलै महिना नुकताच सुरू झाला होता. बारामतीमध्ये आठवडाभर तळ दिल्यानंतर अफझल खान पुण्याच्या दिशेनं निघणार होता. तो जर पुण्याला आला असता, तर लूटमार करणाऱ्या त्याच्या सैन्यानं, शिवाजी राजांच्या जहागिरीला आणि त्यांच्या बहरत्या साम्राज्याचा गाभा असलेल्या त्या प्रदेशाला उद्ध्वस्त केलं असतं. तिथल्या शेतकऱ्यांची, त्यांच्या परिवाराची आणि शेतसारा गोळा करणाऱ्या अधिकाऱ्यांची कत्तल केली असती. शेतंभातं उद्ध्वस्त केली असती. तिथल्या जनतेच्या उपजीविकेची साधनं, गुरंढोरं आणि त्यांचं धैर्य; हे सगळं विजापूरी सैन्यातल्या हत्ती-घोड्यांच्या पायी तुडवलं गेलं असतं. शिवाजी राजांना याच सर्व माणसांसाठी लढायचं होतं, जिंकायचं होतं पण ते त्यांच्या सर्वस्वाची किंमत मोजून नाही.

शिवाजी राजांनी राजगड सोडला आणि ११ जुलै १६५९ या दिवशी ते जावळी खोऱ्यातल्या प्रतापगडावर पोचले. प्रतापगडावरून अफझल खानाशी झुंज द्यायचं त्यांनी ठरवलं होतं. आपल्या जहागिरीपासून अफझल खानाला दूर करून आपल्या जहागिरीतल्या शेतकऱ्यांना वाचवण्यासाठी शिवाजी राजांनी अफजल खानाला जावळीच्या घनदाट जंगलात ओढून आणण्यासाठी हा निर्णय घेतला होता. आपण प्रतापगडावरच राहणार आहोत, हे अफझल खानाला कळवण्याची व्यवस्थाही त्यांनी केली. त्यामुळे अफझल खानाकडे पुण्याला जाण्याऐवजी बारामतीपासून १०० किलोमीटरवर अग्नेयेला, जावळीच्या सीमेवर असलेल्या वाईकडे (पुण्याच्या विरुद्ध दिशेला) जाण्यावाचून पर्यायच उरला नाही.

कृष्णेकाठी वसलेलं वाई गाव, खरंतर प्रतापगडापासून साधारण ३२ किलोमीटरवर होतं. पण वाईहून प्रतापगडाचा दऱ्याखोऱ्यांचा रस्ता पार करत जाताना, ते अंतर दुप्पट होत असे. महाबळेश्वरच्या पठारानं आणि सह्याद्रीच्या कडेकपाऱ्यांनी वाईला जावळीपासून वेगळं केलं होतं. प्रतापगडाच्या पायथ्याशी पोचण्यासाठी रडतोंडीचा खोल उतरता घाट उतरावा लागत असे. त्या घाटाला 'रडतोंडी' म्हणत कारण तो घाट उतरताना भीती वाटून भल्याभल्यांना रडू फुटत असे.

अफझल खान जुलै महिन्यात भर पावसाळ्यात वाईला पोचला. आधी तो वाईचा सुभेदार असल्यानं, कृष्णेकाठी त्याचं एक घर होतं. त्यामुळे त्याला राहायची चिंता नव्हती. मात्र त्याला पाऊस थांबायची वाट बघावी लागणार होती. पावसाळ्यात जावळीच्या खोऱ्यातल्या नद्यांना पूर येत असे. दरडी कोसळल्यानं घाटरस्ते बंद होत असत आणि डोंगरांच्या उतरणीवर दाट रान माजत असे. शिवाजी राजांना कसलीच घाई नव्हती पण अफझल खानासाठी मात्र हा विलंब खर्च वाढवणारा होता. विजापूर सोडून तीन महिने उलटून गेले होते. सैन्याचा पगार, अन्नधान्य, औषधपाणी, हत्ती-घोड्यांचा चारा आणि वाटेतल्या वतनदारांना दिलेली लाच यांसाठी लक्षावधी रुपये खर्च झाले होते. तिकडे बडी साहिबाचा धीर सुटत चालला होता. ती अफझल खानाला पत्रांवर पत्रं पाठवून कामगिरी फतेह करण्यासाठी दबाव आणत होती.

प्रतापगडावर, शिवाजी राजांनी शस्त्र तयार करणाऱ्या अनेक कारागिरांना नियुक्त केलं होतं आणि आदिलशाही सैन्याशी लढण्यासाठी त्यांना विविध प्रकारची शस्त्रं[२७] तयार करायला सांगितलं होतं.

---

[२७]मराठे वेगवेगळ्या प्रकारची शस्त्रं वापरत असत. उदाहरणार्थ; भाला, कुऱ्हाड, गुर्ज (लोखंडी काटे असलेला, साखळीला बांधलेला लोखंडी भरीव गोल. शिरस्त्राण आणि चिलखत घातलेल्यांना हा फिरवून मारत असत), माडू (मूठ असलेली आणि दोन बाजूला अणकुचीदार शिंगं असलेली ढाल), बिचवा- वळणदार मूठ असलेला 'ड' आकाराचा दुधारी खंजीर (विंचवाच्या नांगीसारखा दिसणारा), धनुष्य-बाण, वाघनखं- बोटांमध्ये अंगठीसारखं बसणारं शस्त्र. हे शस्त्र, मूठ बंद असताना झाकलं जातं आणि मूठ उघडल्यावर माणसाचा कोथळा बाहेर काढतील अशी त्याची लोखंडाची नखांसारखी धारदार पाती पुढे येतात.

पाती बनवणारे आणि पात्यांना धार लावणारे (शिकलगार) बोलावून घेतले होते. तलवारीच्या पात्यांची लांबी-रुंदी, वजन आणि तलवारीच्या मुठीचा[२८] आकार यांविषयी शिवाजी राजे अत्यंत दक्ष होते. मुठीची पकड पक्की असावी यासाठी तिच्या कडांवर गादी बसवलेली होती आणि पंजाला संरक्षण देणारा भाग मोठा केला होता. पात्याच्या मुठीजवळच्या भागात लोखंडाची जास्त भर घालून ती वजनदार केली होती. त्यामुळे मुठीजवळ तलवारीचं आणि तलवार धरलेल्या हाताचं संतुलन साधणं सोपं जात असे. मराठे जाणत होते की लोखंडामध्ये कार्बन आणि क्रोमिअम ह्यांचं प्रमाण जास्त ठेवल्यामुळे तलवारीचं पातं वाकत नाही आणि जेव्हा ते हाडांवर आपटलं जातं, तेव्हा तुटतही नाही.

शिवाजी राजे प्रतापगडावर असताना, राजगडावरून एक दु:खद बातमी आली. संभाजी राजांच्या जन्मानंतर दीर्घ आजारानं ग्रस्त असणाऱ्या, शिवाजी राजांच्या पत्नी सईबाई, रांगत्या संभाजीला आणि तीन मुलींना पोरकं करून देवाघरी गेल्या. पण शिवाजी राजांकडे शोक करायलाही फुरसत नव्हती. कारण अधीर झालेल्या अफझल खानानं पाऊस थांबल्यावर लगेचच, कृष्णाजी भास्कर या त्याच्या राजदूताला,

---

[२८]तलवारींचेही विविध प्रकार होते. धोप तलवारीची लांबी ४ फुटांहून जास्त असे. त्यांना अणकुचीदार टोक असे आणि घोडेस्वाराला घोड्यावर बसल्या बसल्याच जमीनीवरच्या माणसावर वार करता येईल एवढ्या त्या लांब असत. तलवारीच्या पात्याची खालची संपूर्ण बाजू धारदार असे त्यामुळे सफाईनं कत्तल केली जात असे. तिची वरची बाजू, पिपाला, इतकी घातक असे की खुपसल्यावर कोथळा सहज बाहेर काढू शकत असे. शत्रूनं जर वाकून तलवारीचा वार चुकवला तर तलवारीच्या पाठीमागच्या दस्त्याचा वार त्याच्यावर होत असे. तिच्या मुठीच्या शेवटी प्राणघातक वार करतील अशी निमूळती होत गेलेली धारदार पाती बसवलेली असत. शत्रू जर खूप जवळ असला तर त्याच्यावर लांब पात्यानं वार करता येत नाही. अशा वेळी त्याची कवटी फोडण्यासाठी तलवार उभी धरून तिच्या मुठीचा प्रहार त्याच्या डोक्यावर केला जात असे. किंवा खंजीरासारखं शत्रूच्या पोटात खुपसून त्याचा कोथळा बाहेर काढल जात असे. पट्टा प्रकारची तलवार चार फुटांपेक्षा लांब असे. या प्रकारच्या तलवारीचं पातं सरळ असे आणि टोकाला निमूळतं होत गेलेलं असे. त्याच्या दोन्ही कडा भक्कम आणि घातक असत. त्याचं पातं मोडत किंवा वाकत नसे. तलवार धरणाऱ्याच्या कोपरापर्यंतचा हात सुरक्षित राखेल इतकी तिची मूठ मोठी असे. त्यामुळे ती जणू योद्ध्याच्या हाताचा पुढचा भागच आहे असं वाटत असे. ती एकदा हातात बसल्यावर ती चालवण्यासाठी योद्धा त्याच्या हातांच्या स्नायूंचा पूर्ण वापर करू शकत असे. अन्य तलवारींप्रमाणे या तलवारीची मूठ तिच्या पात्याच्या समतल नसे तर काटकोनात असे. त्यामुळे तिचा उभा वारही करता येत असे. तलवारबाज एका हातात तलवार आणि दुसऱ्या हातात ढाल धरतात. पण पट्टा चालवणारे अनेक योद्धे एका हातात पट्टा आणि दुसऱ्या हातात ढाली ऐवजी तलवार घेणं पसंत करतात. काही योद्धे कुऱ्हाडही वापरतात. बाजी प्रभू देशपांडे, तानाजी मालुसरे, मुरारबाजी देशपांडे आणि शिवाजी महाराजही पट्टा तलवार बहाद्दर होते (मध्ययुगीन शस्त्रांचा संग्रह करणारे श्री. गिरीश जाधव यांच्या म्हणण्यानुसार).

शिवाजी राजांसाठी पत्र घेऊन प्रतापगडावर पाठवलं होतं. (संदर्भ : मेहेंदळे, २०११, पृष्ठ क्र. २०८-२०९) पत्रात म्हटलं होतं की, 'आजकाल वाढलेल्या तुमच्या उन्मत्त व्यवहारामुळे आदिलशहाची चिंता वाढलेली आहे. आदिलशाहीनं निजामशाहीकडून जिंकून घेतलेला आणि आता शांतता प्रस्थापित करण्यासाठी मोगलांना देण्याचे कबूल केलेला, गड किल्ल्यांनी व्याप्त प्रदेश, तुम्ही चंद्ररावांच्या बलाढ्य आणि अजिंक्य साम्राज्यावर जोरजबरदस्ती करून आपल्या ताब्यात घेतलेला आहे. कल्याण आणि भिवंडी ह्यांवर विजय मिळवून तुम्ही तिथल्या मशिदी उद्ध्वस्त केल्या आहेत. तुम्ही कोणालाच ऐकनासे झालेले आहात. म्हणूनच विजयशाली सम्राट आदिलशहानं मला पाठवलेलं आहे. तेव्हा आता माझा आदेश मानून तुमच्या ताब्यातले सर्व गडकिल्ले आणि प्रदेश माझ्या स्वाधीन करा.'

शिवाजी राजांनी कृष्णाजीला काही मूल्यवान भेटवस्तू दिल्या आणि त्याच्याबरोबर आपले वकील गोपीनाथ बोकील यांना आपलं संक्षिप्त उत्तर घेऊन कृष्णाजी भास्करबरोबर वाईला पाठवलं. 'आपण धन्य आहात कारण कर्नाटकातल्या सर्व सत्ताधीशांना नमवणारे आपण, माझ्याशी सहानुभूतीनं व्यवहार करत आहात. आपली शक्ती अतुलनीय आहे. आपल्या अस्तित्वानं सारी पृथ्वीच शोभायमान झाली आहे आणि आपण अत्यंत विश्वसनीय आहात. जावळीच्या सृष्टिसौंदर्याचा आस्वाद घेत पेय पान करण्यासाठी मी आपल्याला आमंत्रित करत आहे. तुमच्या भेटीमुळे माझ्या मनातलं भय तर कमी होईलच पण माझी प्रतिष्ठाही वाढेल. तुमच्या पराक्रमापुढे उर्मट मोगल काय किंवा आदिलशाही सैन्य काय, सर्वच फिके आहे. तेव्हा तत्काळ जावळीला यायला निघा. तुम्ही मागितलेले सर्व किल्ले आणि प्रदेश मी तुमच्या स्वाधीन करायला तयार आहे.'

शिवाजी राजांच्या वकिलाशी दीर्घ चर्चा आणि वाटाघाटी केल्यावर अफझल खानाच्या लक्षात आलं की शिवाजी राजे वाईला कधीही येणार नाहीत. त्यामुळे त्यांना भेटायचं तर त्यालाच जावळीला जावं लागणार आहे आणि ही भेट तर व्हायलाच हवी होती कारण त्याशिवाय शिवाजी राजांच्या मनात काय आहे, हे अफझल खानाला कळणार नव्हतं. बोकिलांनी अफझल खानाला स्पष्ट सांगितलं होतं की, 'पोरगेला शिवाजी' वाईला यायला घाबरतो आहे. त्यामुळे तो इकडे येण्याचा प्रश्नच येत नाही. आदिलशाहीच्या सेनापतीनं आमच्या छोट्याश्या जावळीला भेट दिली, तर आम्ही तो आमचा सन्मान समजू.' चतुर अफझल खानानं ओळखलं की, अजून उशीर केला तर कदाचित शिवाजी राजे त्यांचा विचार बदलतील आणि इथल्या घनदाट जंगलात नाहीसे होतील किंवा बडी साहिबा ही मोहीम थांबवून आपल्याला परत बोलावून घेईल. घोडदळ ही आदिलशाही सैन्याची ताकद होती, पण तिथल्या घनदाट जंगलांमध्ये घोडदळ घेऊन जाणं शक्य नव्हतं.

म्हणून अफझल खानाच्या सल्लागारांनी त्याला असा तातडीचा निर्णय घेण्यापासून परावृत्त करण्याचा प्रयत्न केला.

पण तरीही अफझल खानानं जावळीला जाण्याचा निर्णय का घेतला यावर इतिहासाच्या दाखल्यांमध्ये फारसं स्पष्टीकरण दिलेलं आढळत नाही. काही पुस्तकांमध्ये लिहिलं आहे की, अफझल खानानं जावळीला जाण्याचं एक कारण म्हणजे त्यानं बोकिलांना त्याला सुरक्षित ठेवण्याची शपथ घ्यायला लावली होती. त्या काळी ब्राह्मणानं घेतलेली शपथ म्हणजे काळ्या दगडावरची रेघ समजली जात असे. कारण जर त्यांनी शपथ मोडली, तर त्यांच्या सात पिढ्या नरकात जातील आणि त्यांना मोक्ष मिळणार नाही असा समज होता. दिलेली शपथ मोडणं हे ब्राह्मणांसाठी नैतिक अध:पतन असे आणि देवाशी केलेला विश्वासघात मानला जात असे. ब्राह्मणानं जर शपथ पाळली नाही, तर त्याचा पापी आत्मा या योनीतून त्या योनीत अनंतकाळापर्यंत भटकत राहत असे. दुसरं कारण म्हणजे, अफझलखानानं 'पोरगेल्या आणि घाबरलेल्या शिवाजी'ची ताकद ओळखलीच नव्हती.

'युद्धाची कला' या विषयावर लिहिलेल्या पुस्तकात सून झू यानं म्हटल्याप्रमाणे, 'जर तुमचा शत्रू सर्व बाजूंनी सुरक्षित असेल, तर त्याच्यासाठी पूर्णपणे तयार रहा. जर त्याच्याकडे सर्वोच्च शक्ती असेल, तर त्याला टाळण्याचा प्रयत्न करा. जर तो रागीट असेल तर त्याला भडकवण्याचा प्रयत्न करा. आपण कमजोर असल्याचं भासवा. त्यामुळे तो उर्मट होईल. तो निश्चिंत असेल तर त्याला चिंतेत पाडा. त्याचं सैन्य जर संघटित असेल, तर ते फोडण्याचा प्रयत्न करा. त्याचं साम्राज्य आणि जनता ह्यांच्यात साहचर्य असेल, तर त्यांच्यात फूट पाडा. तो जिथे कच्चा असेल तिथेच घाव घाला. जिथे तुम्ही असण्याची शक्यता त्याला वाटत नसेल, तिथेच प्रकट व्हा.'

एका डच पत्रात म्हटलं आहे की, अफझल खानानं त्याला जावळीत न जाण्याचा सल्ला देणाऱ्या एका व्यक्तीचं नाक कापलं होतं. दुसऱ्याला अणकुचीदार कांबेवर ठेवलं होतं. जेणेकरून त्याच्या वजनानं त्याचं शरीर कांबेवरून खाली खाली जाईल आणि कांब त्याच्या शरीरात घुसत जाईल. तिसरी व्यक्ती म्हणजे स्वर्गवासी सेनापती रणदुल्ला खानाचा मुलगा होता. त्याला फक्त दोषी करार देण्यात आलं होतं.

अफझल खानानं हत्तींसह त्याच्या सैन्याचा काही भाग आणि जड सामान वाईतच ठेवलं आणि स्वत:च्याच प्रदेशातून, कृष्णेकाठच्या सुरक्षित रस्त्यानं जावळीकडे जायला निघाला. तो रस्ता चांगला होता आणि तिथं घातपात होण्याची शक्यता कमी होती; पण रडतोंडीचा अवघड घाट मात्र उतरावा लागणारच होता. जरासा जरी निष्काळजीपणा झाला, एक पाऊल जरी चुकीचं पडलं किंवा पायाखालचा दगडगोटा निसटला तर माणूस काय किंवा जनावर काय, खोल दरीत पडून नाहीसं व्हायला पुरेसं होतं. आदिलशाही सेनेला डोंगराळ प्रदेशाची

सवय नव्हती. त्यामुळे अफझल खानाला सैन्यातली त्याची काही माणसं आणि जनावरं वाटेतच गमवावी लागली. दरम्यान, मराठ्यांनी जावळीच्या खोऱ्यात, त्यांच्या विशेष अतिथीच्या स्वागताची जय्यत तयारी केली होती. प्रतापगडाच्या पायथ्याशी, कोयनेच्या किनाऱ्यावर तंबू ठोकण्यासाठी झाडं उपटून टाकून जमीन सपाट केली होती. अन्नधान्य, जळण, पाणी सगळ्याची जमवाजमव करून ठेवलेली होते. आदिलशाही सैन्याच्या मदतीसाठी आसपासच्या गावांमधून शेकडो लोकांना बोलावून घेतलं होतं. खाटीक, न्हावी, व्यापारी, सोनार आणि लोहार ह्यांनासुद्धा अफझल खानाच्या सैन्याची व्यवस्था पाहायला पुण्याहून बोलवून घेतलं होतं. खरं तर त्यांतले बरेच जण हे बहिर्जी नाईकांचे हेर होते.

अफझल खान आणि शिवाजी राजे ह्यांची भेट ठरवण्यासाठी दोन्हीकडचे वकील एकमेकांच्या तळाला भेट देत होते. तर मराठ्यांचा पाहुणचार स्वीकारण्यात आदिलशाही सैन्य दंग होतं. सुग्रास अन्न आणि हाकेसरशी मदतीला धावून येणारे अनेक नोकरचाकर (खरं म्हणजे हेर). त्यांचे हत्तीघोडेसुद्धा हिरव्यागार गवतावर ताव मारत होते. अखेरीस भेटीची जागा ठरली. प्रतापगडाच्या अग्नेय दिशेच्या उतारावर असलेल्या सपाट जागेवर मराठ्यांनी एक राजेशाही शामियाना उभारायचा होता. तो किल्ल्यातही नसावा आणि अफझल खानाच्या तळावरही नसावा, असं ठरलं होतं. उत्तरेकडे असलेल्या खानाच्या तळावरून गडाचे अग्नेयेकडचे उतार दिसत नसत. दोघांनीही आपल्याबरोबर दहा वैयक्तिक अंगरक्षक आणायचे होते आणि भेटीदरम्यान शामियान्याच्या आत, दोघांबरोबर फक्त त्यांचे वकील असणार होते.

भेटीची तारीख निश्चित झाली, १० नोव्हेंबर १६५९. शिवाजी राजांनी त्यांच्या सैन्याधिकाऱ्यांशी आणि मंत्र्यांशी सल्लामसलत करून डावपेच ठरवले. त्यानुसार, गडावर काही शेकडा माणसं ठेवायची ठरलं. भेटीच्या आदल्या रात्री मावळातून आणि कोकणातून काही तुकड्या येणार होत्या. ते लोक जावळीच्या खोऱ्यात दक्षिणेकडून गुप्तपणे प्रवेश करणार होते. पायथ्याच्या किनेश्वर या गावात मोरोपंत पिंगळे त्यांच्या माणसांसह लपून राहणार होते. तर सोनपार गावात रघुनाथपंत कोरडे त्यांच्या घोडदळासह दबा धरून बसणार होते. नेताजी पालकरांचं घोडदळ वाईला जायचा मार्ग अडवून ठेवणार होतं.

प्रतापगड चढायचे केवळ दोनच मार्ग होते. एक किनेश्वर गावातून आणि दुसरा सोनपार गावातून. भेटीसाठी उभारलेला शामियाना अग्नेय दिशेला होता. अगदी पायथ्याशी नव्हता. तिथे येण्यासाठी अफझल खानाला गडाचा काही भाग चढून यावं लागणार होतं. त्यासाठी त्याला सोनपार गावातून यावं लागणार होतं. कुंभरोशी गावाच्या ईशान्येचा दुसरा रस्ता मराठ्यांनी झाडं आडवी टाकून कावेबाजपणे बंद करून टाकला होता. सोनपार गावाच्या भोवती उताराच्या बाजूनं लहानलहान टेकड्या होत्या. त्या टेकड्यांमध्ये खंदकांसारख्या अरूंद खोल अशा नैसर्गिक दऱ्या

होत्या. शामियान्याच्या आसपासच्या त्या खोल दऱ्यांमध्ये मराठा सैन्याचं पायदळ घातपातासाठी सज्ज होऊन लपून बसणार होतं. यजमान (घाबरलेला पोरगेलेसा शिवाजी) आणि अतिथी (अजिंक्य योद्धा अफझल खान) यांना त्यांच्याबरोबर दहा सशस्त्र अंगरक्षक घेण्याची परवानगी होती. पण त्या अंगरक्षकांनी शामियान्याच्या बाहेर बाणाच्या अंतरावर थांबायचं होतं.

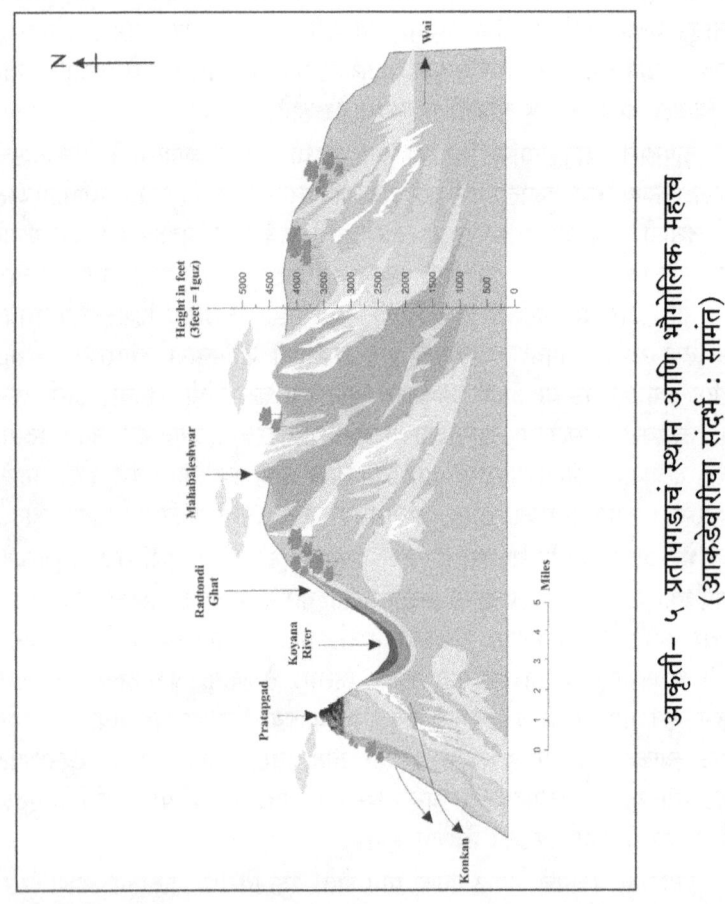

आकृती- ५ प्रतापगडाचं स्थान आणि भौगोलिक महत्त्व
(आकडेवारीचा संदर्भ : सामंत)

दोघांच्या एकेका अंगरक्षकानं प्रवेशद्वाराशी थांबायचं होतं. अफझल खानाच्या बाजूनं प्रवेशद्वाराशी थांबणार होता सय्यद बंडा आणि शिवाजी राजांच्या बाजूनं थांबणार होता जीवा महाला. दोघंही नावाजलेले तलवारबाज होते. शिवाजी राजांच्या लोकांनी ठरवलं होतं की, भेटीमध्ये काहीही झालं तरीही, दोघांपैकी कोणीही ठार झालं तरीही, शामियान्याच्या जवळ बसवलेल्या तुतारी वादकांनी

तुतारी वाजवून इशारा द्यायचा आणि इशारा मिळताच अफझल खानाच्या दहाही अंगरक्षकांना ठार करायचं.

शिवाजी राजांच्या सर्व सैन्याधिकाऱ्यांना माहीत होतं की, भेटीची वेळ दुपारची आहे. हिवाळ्याला नुकतीच सुरुवात झाली होती. सूर्यास्त लवकर होत असे. त्या रात्री चंद्रोदय उशिरा होणार होता. त्यामुळे दोन तास तरी संपूर्ण खोऱ्यात अंधार असणार होता. तेव्हा त्या प्रदेशात नवख्या असणाऱ्या अफझल खानाच्या सैनिकांची अवस्था जवळजवळ अंधळ्यासारखी होणार होती. ते मराठ्यांच्या पथ्यावर पडणार होतं. शिवाजी राजांनी त्यांच्या लोकांना सांगितलं होतं की, आदल्या रात्री भवानीमातेनं[२९] स्वप्नात येऊन त्यांना आशीर्वाद दिलेला आहे. कदाचित कोयनेच्या काठावर किलोमीटरभर लांब पसरलेला अफझल खानाचा सैनिकी तळ पाहून चिंतीत झालेल्या आपल्या लोकांची मन:शक्ती वाढवण्यासाठी त्यांनी असं सांगितलं असेल.

भेटीच्या दिवशी, अफझल खानानं त्याच्याबरोबर १,००० सैनिक नेण्याचा प्रयत्न केला. पण बोकिलांनी त्यांना रोखलं आणि सोनपार गावात थांबवून ठेवलं. ठरल्याप्रमाणे फक्त १० सशस्त्र अंगरक्षकांना बरोबर जायची परवानगी दिली गेली. अखेरीस ठरल्या वेळी भेट सुरू झाली. तेव्हा काय झालं असेल याची आपण केवळ कल्पनाच करू शकतो. अफझल खानानं मोत्याच्या झालरी लावलेल्या, चांदीच्या आणि तांब्याच्या नक्षीकामानं सजवलेल्या शामियान्याची प्रशंसा केली असेल. शिवाजी राजांना आलेलं पाहताच, भपकेबाज पोषाख केलेला, माणिक-पाचूजडित

---

[२९]हिंदू पुराणांनुसार देवी भवानी ही सर्व देवतांची शक्तिदेवता मानली जाते. तिनं मानवी शरीर आणि म्हशीचं मस्तक असलेल्या महिषासूराचा वध करून सृष्टीला जीवदान दिलं होतं. म्हणून तिला महिषासूरमर्दिनी असंही म्हणतात. महिषासूर हा कोणी सामान्य राक्षस नव्हता. त्याला स्वर्गाची सत्ता हवी होती. त्यानं सजीव सृष्टीची निर्मिती करणाऱ्या ब्रह्मदेवाला आवाहन केलं आणि असं वरदान घेतलं की, सृष्टीतील कोणीही पुरुष, देव किंवा स्वर्गस्थ शक्ती त्याला नष्ट करू शकणार नाहीत. मृत्यूच्या भयापासून मुक्त झाल्यावर त्यानं मोठं राक्षसी सैन्य जमवलं आणि देवांचा राजा इंद्रदेवाशी युद्ध पुकारलं. स्वर्गाच्या दाराशीच घनघोर युद्ध जुंपलं. त्यात देव हरले आणि महिषासूर जिंकला. मग सर्व देव ब्रह्मा, विष्णू आणि महेश या त्रिदेवांकडे मदत मागायला गेले. तिघांनीही त्यांच्या भयंकर शक्ती जाग्या केल्या. त्या प्रवाहित केल्या. हळूहळू त्या एकत्रित होत त्यांची एक विशाल प्रकाशशलाका तयार झाली. तो प्रकाश वाढत जाऊन प्रकाश पर्वत तयार झाला. तेव्हा सर्व देव त्या प्रकाशपर्वताभोवती जमले आणि आपापल्या शक्ती, ऊर्जा त्यात समर्पित करू लागले. काही वेळातच त्या प्रकाशानं सारं आकाश प्रकाशित झालं. त्यातूनच कमल नेत्रांची, अष्टभुजा देवी प्रकट झाली. ती मूळ शक्ती होती. देवांनी निर्मिलेली आणि देवांची निर्माती असलेली अशी ती स्त्री-शक्ती होती. तीच भवानी (ऊर्जा), चंडिका (आक्रमकता), दुर्गा (अजिंक्य). महिषासूराला ठार करण्यासाठी तिची निर्मिती केली गेली होती. एका देवीच्या, स्त्रीच्या हातून आपल्याला मृत्यू येईल अशी कल्पनाही त्याला नव्हती.

किमोश (मोठा फेटा) धारण केलेला अफझल खान, जेमतेम त्याच्या खांद्याला लागणाऱ्या यजमानाला अभिवादन करण्यासाठी उठून उभा राहिला असणार आणि म्हणाला असणार, 'घाबरू नकोस बेटा' त्यावर शिवाजी राजांनी स्पष्ट केलं असेल की त्यांना भीती नाही तर आदर वाटतो आहे. मोती जडवलेला केशरी जिरेटोप, कोरीव दाढी, मोत्याचे लोलक असलेली कर्णभूषणं, नक्षीकाम केलेला अंगरखा अशा रूपात शिवाजी राजे नक्कीच रुबाबदार दिसत असणार. अफझल खानाला शिवाजी राजांच्या नजरेत अपेक्षित असलेली भीती, अपराधीपणाची जाणीव, अपमान, दुःख आणि पश्चात्ताप न दिसल्यानं तो सावध झाला असणार. शिवाजी भोसले 'केवळ चपळ नव्हते तर त्यांची चाल दिमाखदार होती. निसर्गानं त्यांना उत्तम व्यक्तित्व बहाल केलं होतं. रेखीव चेहरा, गौर वर्ण, रोखून बघणारे विशाल काळे नेत्र आणि त्याला चपलता, स्पष्टता आणि तल्लख बुद्धिमत्तेची जोड.' (संदर्भ : कोस्मी द ग्वार्द यांनी 'कृष्णा'मध्ये दिलेला दाखला, पृष्ठ क्र. १-३) अफझल खानासाठी हा मोठाच मानसिक धक्का असणार. त्याच्या कल्पनेत भेदरलेला, पोरगेलेसा, त्याच्या पायांवर लोटांगण घालून क्षमायाचना करू पाहणारा शिवाजी होता.

अभिवादनांची प्राथमिक देवाणघेवाण झाल्यावर अफझल खान मोठेपणाचा आव आणत म्हणाला असणार, 'तारुण्याच्या मस्तीत तू आमच्या सम्राटाचा, हिंदुस्थानच्या सम्राटाचा अवमान केला आहेस. अली आदिलशहाचा ज्येष्ठ अधिकारी म्हणून मी तुला समज द्यायला आलो आहे आणि तू तुझा प्रदेश आम्हांला समर्पित करायचं कबूल केलं आहेस.' त्याला संमती देत, मी कबूल केल्याप्रमाणे तुमचा सर्व प्रदेश तुम्हांला द्यायला अगदी तयार आहे, असं शिवाजी राजे म्हणाले असतील आणि त्यांनी अफझल खानाला कळीचा प्रश्न विचारला असेल की आदिलशाहाचं फर्मान कुठे आहे? घाबरट पोरगेल्या शिवाऐवजी, असा आत्मविश्वासानं भारलेला शिवाजी सामोरा आल्यावर आतल्या आत धुसफुसणारा अफझल खान त्याचे विशाल बाहू पसरून शिवाजी राजांच्या दिशेनं पुढे झाला असणार. नंतर जे काही घडलं तो इतिहास आहे. अफझल खानानं शिवाजी राजांना आपल्या कवेत घेऊन त्यांचं मस्तक आपल्या छातीवर दाबून धरलं तेव्हा वकिलांनी सावध पवित्रा घेतला असेल. अफझल खान, त्याच्या डाव्या हातानं शिवाजी राजांवरची पकड घट्ट करतो आहे आणि उजव्या हातानं खंजीर उसपला आहे, हे त्यांनी पाहिलं असणार. पण खानाच्या मिठीत अडकलेल्या राजांनी हातात वाघनखं धारण केलेली होती. त्यांनी चपळतेनं मूठ उघडली आणि वाघनखांची लोखंडी पाती संपूर्ण शक्तीनं खानाच्या पोटात खुपसली. खानाच्या बरगड्यांच्या खाली घुसलेली ती चार तीक्ष्ण पाती, त्याची आतडी फाडून आत गेली होती. राजांनी नख्यांसह हात गोल फिरवला आणि खानाचा कोथळा बाहेर काढला. आत्यंतिक वेदनेनं खान कळवळला असेल आणि त्याच्या हातून खंजीर

खाली गळून पडला असेल. राजांनी अंगरख्याच्या आत लोखंडी चिलखत घातलेलं
होतं. पण फाजील आत्मविश्वास घेऊन आलेल्या खानानं चिलखत घातलेलं नव्हतं.
अफझल खानाची किंकाळी ऐकून सय्यद बंडा (याला बडा सय्यद असंही म्हणत
असत) तलवार उसपून शामियान्यात धावला पण जिवा महालानं त्याला तत्काळ
ठार केला.

ठरल्याप्रमाणे तुताऱ्या वाजल्या. तुतारीचा इशारा ओळखून शामियान्याच्या
आसपास दबा धरून बसलेले मावळे धावून आले आणि त्यांनी खानाच्या
उरलेल्या नऊ अंगरक्षकांना ठार केलं. आतडी लोंबत असलेला खान तसाच
धावत शामियान्याच्या बाहेर आला आणि शामियान्याबाहेर असलेल्या त्याच्या
पालखीत बसायचा प्रयत्न करू लागला. तेव्हा संभाजी कावजींसह शिवाजी राजांचे
अनेक सैनिक धावून गेले. त्यांनी अफझल खानाच्या पालखीच्या भोयांचे पाय
कापून टाकले. आधीच रक्ताच्या थारोळ्यात पडलेल्या अफझल खानाचं मुंडकं
उडवलं. कावजीनं अफझल खानाचं तोडलेलं मस्तक त्याच्या भाल्याच्या टोकावर
अडकवलं आणि एखाद्या विजय चिन्हासारखं उंचावून नाचायला सुरुवात केली.
आधीच आखलेल्या योजनेनुसार, शिवाजी राजे तातडीनं किल्ल्यात गेले आणि
त्यांनी तोफखाना सुरू करायचा आदेश दिला.

तोफेचा आवाज म्हणजे शत्रूच्या तळावर हल्ला करायचा संकेत होता. अफझल
खानाच्या तळावर गोंधळ माजला होता. सोनपार गावात रोखलेले त्याचे १,०००
सैनिक गड चढून शामियान्याकडे जायला निघाले होते. पण शिवाजी राजांच्या
पायथ्याशी लपलेल्या पायदळानं त्यांना वाटेत अडवून कापून काढलं. मराठ्यांनी
किलोमीटरभर पसरलेल्या अफझल खानाच्या तळावर चहूबाजूंनी हल्ला चढवला.
'आता काय, शिवाजीला पकडल्यातच जमा आहे' अशा भ्रमात आदिलशाहीचे
सैनिक तिथं आराम करत होते. ते जेव्हा तळावरून पळून जायचा प्रयत्न करायला
लागले, तेव्हा जंगलात लपून बसलेल्या शिवाजी राजांच्या घोडदळानं त्यांच्यावर
हल्ला चढवला आणि त्यांची कत्तल केली. ३,००० पेक्षा जास्त सैनिक कापले
गेले. अफझल खानाचा मुलगा फझल याला कैद केलं गेलं. त्या रात्री चंद्रोदय
उशिरा असल्यानं खोऱ्यात अंधाराचं साम्राज्य असणार. त्या अंधारात अफझल
खानाच्या तळावरून ज्यांनी कुणी पायथ्याच्या गावांमध्ये किंवा वाईकडे पळून
जाण्याचा प्रयत्न केला असेल ते एक तर मेले असतील किंवा जायबंदी झाले
असतील. ठरल्याप्रमाणे अफझल खानाच्या वधाची बातमी वाईला पोचू दिली
नाही. मराठ्यांना या हल्ल्यातली लूट म्हणून आदिलशाही सैन्याचे मागे राहिलेले
घोडे, तोफा, तलवारी, भाले आणि रोख रक्कम मिळाली. त्या रात्रीच्या युद्धात,
१,७०० मराठे कामी आले आणि ४०० मराठे जखमी झाले. पण युद्धाचा परमोत्कर्ष
अजून आला नव्हता. अफझल खानाचा वध हे केवळ हिमनगाचं छोटंसं टोक होतं.

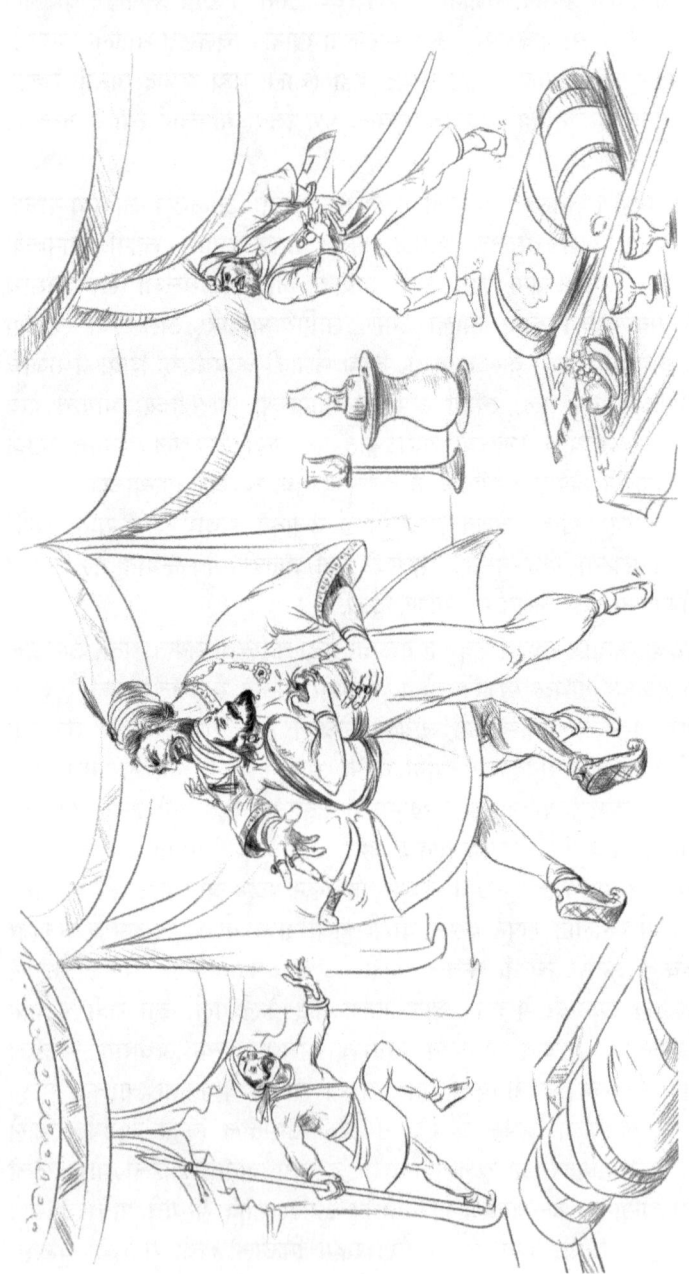

चित्र – ६ प्रतापगडावरील अफझलखानासंबंधीचा प्रसंग

डचांनी शिवाजी राजांना धूर्त कोल्ह्याची उपमा दिली आहे, तर इंग्रजांनी त्यांना पूर्वेकडचा चतुर राजकारणी राजपुत्र म्हटलं आहे. सुरतेचा एक इंग्लिश धर्मोपदेशक इस्कॅलिअटनं अफझल खानाच्या वधानंतर त्यांचं वर्णन, अविश्वसनीय, गुप्तता राखणारा, मुत्सद्दी, क्रूर आणि घातकी असं केलं होतं. अफझल खान आणि शिवाजी राजे यांच्या भेटीदरम्यान खानानं शिवाजी राजांना मारायचा प्रयत्न केला होता हे नि:संशय सिद्ध झाल्यावरही, राजांनी केलेल्या खानाच्या वधावर अनेक उलटसुलट चर्चा झाल्या. त्याआधीही एका अन्य हिंदू राजाशी खानानं असाच दगाफटका केलेला होता. सून झूनं म्हटलं आहे की, 'सर्व लढाया या विश्वासघातावरच केल्या जातात. पराभव टाळायचा असेल, तर संरक्षणात्मक डावपेच लढावेच लागतात. शत्रूला पराजित करणं म्हणजे त्याच्यावर आक्रमण करणं. संरक्षक पवित्र्यात लढणं म्हणजे बळ कमी असणं. तर हल्ला चढवणं म्हणजे, प्रचंड शक्तिशाली असणं.' वर्षा भोसलेंनी शिवाजी राजांवरच्या एका लेखात म्हटलं आहे की, 'जे लोक शिवाजी राजांना 'स्वराज्या'साठी प्रयत्न करणारा स्थानिक शासनकर्ता मानतात त्यांनी, आधी कोणी हल्ला केला या वादात पडावंच का? जरी अफझल खान दुष्ट बुद्धीनं आला नसता आणि राजांनी त्याला जिवंत सोडला असता, तरीदेखील माझ्या नजरेत राजे हे एक भित्रे राजकारणी ठरले असते. परिस्थिती दया दाखवायची नव्हती. तेव्हा आधी रक्त कोणी सांडलं या विषयी चर्वितचर्वण करणारे महावीर कोण? पृथ्वीराज चौहान आणि मोहम्मद घोरी ह्यांचं उदाहरण घ्या. पृथ्वीराज चौहाननं अनेकदा अफगाणांचा पराभव केला आणि अनेकदा घोरीला जिवंत सोडलं. पण सन ११९२ मध्ये जेव्हा घोरीशी लढताना पृथ्वीराज चौहानचा पराभव झाला तेव्हा घोरीनं, दिल्लीच्या या अखेरच्या हिंदू राजाला अंध करून ठार केलं आणि भारतात मुस्लीम अंमल सुरू झाला.

हिंदूंना धर्मयुद्ध श्रेष्ठ वाटत होतं. पण अशा युद्धात नेहमी नीतीनं वागता येत नाही या श्रीकृष्णानं सांगितलेल्या तत्त्वज्ञानाकडे त्यांनी दुर्लक्ष केलं होतं. कर्ण रथाचं चाक बदलत असताना त्याचा वध केला गेला. दुर्योधनाच्या कमरेखाली, मांडीवर वार करून त्याला मारलं गेलं. द्रोणाचार्य नि:शस्त्र असताना त्यांच्यावर आक्रमण केलं गेलं. हे शुद्ध राजकारण होतं. आदर्श जग अस्तित्वात नसतंच म्हणूनच आदर्शवाद बाजूला ठेवून पांडवांना त्यांच्या सर्व मर्यादांसह खऱ्या जगात वावरायला भाग पाडलं गेलं.' (संदर्भ : भोसले, १९९७)

इतिहास आपल्याबद्दल काय म्हणेल याची फिकीर शिवाजी महाराजांनी कधीच केली नाही. अफझल खानाचा वध केल्यावर लगेच दुसऱ्या दिवशी त्यांनी पालकरांना बरोबर घेऊन अफझल खानाच्या वाईच्या तळावर हल्ला केला आणि त्याचं बेसावध असलेलं उरलंसुरलं सैन्यही कापून काढलं. अफझल खानाच्या वधाची खबर विजापूरला पोचायच्या आधी तातडीनं त्यांनी या हालचाली केल्या. युद्धाला नुकतीच सुरुवात झाली होती. मराठ्यांनी विजापूर प्रदेश गाभ्यापर्यंत पिंजून

काढायचं ठरवलं होतं. कारण आदिलशाही अफझल खानावर विसंबून राहिल्यामुळे त्यांची अनेक ठाणी संरक्षणाविना होती आणि तिथले लोकही निवांत होते.

अफझल खानाच्या वधामुळे हिंदुस्थानी जनतेच्या मनात शिवाजी महाराजांना मानाचं स्थान मिळालं. एवढंच नाही तर युरोपीय लोकही त्यांची दखल मानानं घेऊ लागले. गंमत म्हणजे त्याच दरम्यान पर्शियाच्या सम्राटानं औरंगजेबाला एक अपमानस्पद पत्र पाठवून त्याचा धिक्कार केला होता.[३०] (संदर्भ : सरकार, १९७८, पृष्ठ क्र. २८०) 'आम्हांला असं वाटतं की हिंदुस्थानातले सर्व जमीनदार बंड करून उठले आहेत, याचं कारण त्यांचा नवा सम्राट कमजोर, अकुशल आणि बुद्धीचा अभाव असलेला आहे. असा सम्राट शिवा भोसलेचा सामना कसा करणार? अजूनपर्यंत त्या काफीर शिवाचा मागमूसही कोणाला लागलेला नाही. दक्षिणेच्या शिया राज्यांचा हिस्सा असणारे डोंगरी किल्ले, शहरं आणि बंदरं त्यानं जिंकून घेतली, तिथपासून आत्तापर्यंतच्या त्याच्या कारनाम्यांची जनतेत चाललेली त्याची चर्चा आता आपल्याला थांबवता येणार नाही. त्यानं शाही साम्राज्याचा भाग असलेल्या प्रदेशावरही आक्रमण केलं आणि तो उद्ध्वस्त केला. इतर काफिरांसाठी तो आदर्श ठरतो आहे. तुम्ही स्वत:ला आलमगीर म्हणवता, जगज्जेते म्हणवता! पण तुमचं शौर्य हे केवळ स्वत:च्या भावांना कपटानं ठार करणं आणि वडिलांना कैदेत टाकणं एवढ्यापुरतंच मर्यादित आहे. शिवा भोसलेशी सामना करणं तुम्हांला जमणार नाही. ते तुमच्या शक्तीबाहेरचं काम आहे. पूर्वीच्या काळी आम्ही तुम्हांला शरण दिली आहे. तुमचे पूर्वज हुमायून यांना हिंदुस्थानाच्या सिंहासनावर स्थानापन्न होण्यासाठी आम्हीच साहाय्य केलं आहे, हे विसरू नका. त्याच हुमायूनचा वारसा चालवणाऱ्या तुम्हांलासुद्धा आता आमच्या साहाय्याची आत्यंतिक गरज आहे असं दिसतं. त्यासाठी आम्ही आमच्या प्रचंड सैन्यानीशी तुम्हांला भेट द्यायला येऊ. हिंदुस्थानातल्या काफिरांचा नायनाट केवळ आम्हीच करू शकतो.'

जोहर प्रकरण

अफझल खानाच्या वधानंतर मराठ्यांनी त्यांचं सैन्य आदिलशाही साम्राज्यात वेगानं घुसवलं आणि अफझल खान यशस्वी होणारच अशा भ्रमात निष्काळजी असलेल्या त्यांच्या सम्राटाला पकडलं. काही आठवड्यांतच कोकण आणि विजापूर व्यापारी मार्गावर असलेले आदिलशाहीचे १४ किल्ले त्यांनी ताब्यात घेतले. विशाळगड घेतला पन्हाळा, खेळणा आणि रांगणाही ताब्यात आले. एखादं खेळणं हिसकावून घ्यावं इतक्या आश्चर्यकारक सहजतेनं मराठ्यांनी आदिलशाहीचे हे किल्ले जिंकून घेतले. अफझल खान जिंकणारच या भ्रमात असल्यानं बरेचसे किल्लेदार

---

[३०]मुख्ये स्रोत मराठी. लेखिकेनं केलेल्या इंग्रजी अनुवादाचे मराठी भाषांतर.

बेसावध होते. त्यामुळे मराठा सैन्याचा गडाला अचानक पडलेला वेढा पाहून ते भांबावले असणार आणि भयभीत होऊन शरण आले असणार. आदिलशाहीचा मानभंग इतक्यावरच थांबला नाही. त्यात भर म्हणून मराठ्यांनी कोकणात उतरून दाभोळ आणि राजापूर ही बंदरं लुटली. मराठ्यांचे असे धडाकेबाज हल्ले पाहून अली आदिलशहा पुरता हादरून गेला. पुढचे काही आठवडे त्याचं जखमी आणि पराभूत सैन्य विजापूरकडे परतू लागलं. त्याचं कारण असं दिलं जाऊ लागलं की, आता बडी साहिबाला केवल मक्केला जायची इच्छा उरली आहे. नंतर ती निवृत्त होणार आहे.

भविष्यात घडणाऱ्या नाटकात आणखी एका व्यक्तीची महत्त्वाची भूमिका असणार होती. ती व्यक्ती म्हणजे, रुस्तुम-ए-जमान. रत्नागिरीपासून गोव्यापर्यंतच्या सागरी किनाऱ्याचे भाग (आता महाराष्ट्रात असलेले) आणि दक्षिणेकडे गोव्यापासून कारवारपर्यंत आणि कर्नाटकातल्या प्रसिद्ध मिरझान बंदरापर्यंतचा भाग आदिलशाही साम्राज्याचा होता. संपूर्ण रत्नागिरी जिल्हा अर्थात दाभोळ या प्रसिद्ध बंदरासह रत्नागिरीच्या पूर्वेला असलेल्या कोल्हापूर, बेळगाव आणि धारवाडचा काही भागही आदिलशाहीत येत होता. या सर्व प्रदेशासह आदिलशाहीचा भक्कम सैनिकी तळ समजला जाणारा पन्हाळा गड हा सुभेदार रुस्तुम-ए-जमानच्या नियंत्रणाखाली होता. रणदुल्ला खान या आदिलशाहीच्या माजी मुख्य सेनापतीचा तो मोठा मुलगा होता. रुस्तुमचं मुख्यालय कोल्हापूरपासून केवळ ३५ किलोमीटरवर असलेल्या मिरजेला होतं. (ही दोन्ही शहरं आता महाराष्ट्रात आहेत) त्यामुळे साहाजिकच आदिलशहानं शिवाजी महाराजांना रोखण्याचं काम रुस्तुम-ए-जमानवर सोपवलं.

रुस्तुमनं १०,००० पायदळासह विजापूर सोडलं पण शिवाजी महाराज आणि त्यांचे सरनौबत नेताजी पालकर ह्यांनी मिळून जे काही केलं ते अगदी अनपेक्षित होतं. रुस्तुमनं त्यांच्यावर हल्ला करायची वाट त्यांनी पाहिली नाही. कोल्हापूरजवळ त्यांनीच रुस्तुमच्या सैन्यावर चढाई केली आणि त्याला पराभूत करून पळवून लावलं. असा अचानक हल्ला होईल याची रुस्तुमला कल्पनाच नव्हती. त्याची काहीच तयारी नव्हती. मराठ्यांनी हल्ला केल्यावर त्याला घाईघाईनं सैन्याची पारंपरिक रचना करावी लागली आणि आता सातत्यानं विजयी होणाऱ्या मराठ्यांनी ती सहज मोडून काढली. लढाईतली लूट म्हणून मराठ्यांनी रुस्तुमच्या पळून जाणाऱ्या सैन्यातून १२ हत्ती आणि २,००० घोडे जप्त केले.

शिवाजी महाराजांनी अदिलशाहीशी पठारी प्रदेशात समोरासमोर लढलेली ही पहिलीच लढाई होती. त्यात ते विजेते ठरले होते. ही घटना २८ डिसेंबर, १६५९ या दिवशी म्हणजे अफझल खानाचा वध झाल्यावर ४९ दिवसांनी घडली. अली आदिलशहा आता चांगलाच घाबरला होता. रुस्तुमनं शिवा भोसलेशी गुपचूप हातमिळवणी केली की काय असा संशय त्याला येऊ लागला होता. त्यानंतर आठवडाभरातच अली आदिलशहाला आणखी एक धक्का बसला. पालकरांनी

आदिलशाहीतली मिरज, हुकेरी, हेब्बळ अशी अनेक ठाणी लुटायला सुरुवात केली.

या दरम्यान मराठ्यांनी कोकणात प्रवेश केला. शिवाजी महाराजांच्या सेनेनं दाभोळ ताब्यात घेतलं आणि त्याचा पराभूत सुभेदार राजापूरला पळून गेला. फझल खान या अफझल खानाच्या मुलाचे सैन्याधिकारी मराठ्यांना पकडण्याचा प्रयत्न करत होते. पण त्यांना मोठं नुकसान सोसावं लागलं. मराठे राजापूरपासून वसईपर्यंत धाडी घालत फिरतच होते. दोरोजींच्या नेतृत्वात मराठ्यांनी राजापूरवर धाड घातली आणि राजापूरजवळच्या समुद्रात नांगरलेली अफझल खानाची तीन जहाजं लुटली. यामुळे मराठ्यांनी सर्वांचं लक्ष वेधून घेतलं.

अफझल खानाच्या वधानंतर मराठ्यांना लढाईतली लूट म्हणून आदिलशाहीची जहाजं (लढाईपूर्वी अफझल खानानं आणलेली) हवी होती. पण आदिलशहाला ती परत हवी होती. दरम्यान इस्ट इंडिया कंपनीसाठी (इ.आय.सी.) काम करणाऱ्या भारतीय दलालानं रुस्तुम-ए-जमानला काही कर्ज दिलं होतं आणि सावकार म्हणून इ.आय.सी.च्या नावे त्याच्याकडून पावती घेतली होती. क्वीन एलिझाबेथ पहिली हिनं इ.आय.सी.ला भारतातून वस्तू आणण्याचा एकाधिकार दिला होता. तर इंग्लंड, आयर्लंड आणि स्कॉटलंड ह्या संघटनांचे सर्वेसर्वा (लॉर्ड प्रोटेक्टर) ऑलिव्हर क्रॉमवेलनं त्यांना इस्ट इंडीजमध्ये सर्व प्रकारचा व्यापार करायचा एकाधिकार दिला होता. राजापूरमध्ये आणि कोकणात अन्य काही ठिकाणी त्यांची स्वत:ची गोदामं होती. तिथं मसाले, मीठ, सुपारी, कापड आणि अन्य अनेक वस्तूंचा व्यापार चालत असे. मुख्य अधिकारी हेन्री रेव्हिंग्टनला एक कल्पना सुचली- कर्ज वसूल करण्यासाठी जहाजांवर हक्क का सांगू नये? दलालानं रुस्तुमला दिलेल्या कर्जापेक्षा जहाजांची किंमत कितीतरी जास्त होती. रिचर्ड टेलर, रुडाल्फ टेलर आणि फिलीप गिफार्ड हे हेन्रीच्या तोफखान्यात काम करत होते. फिलीप गिफार्ड जेव्हा सम्राटाच्या अधिकाऱ्यांशी जहाजांविषयी बोलणी करायला गेला होता, तेव्हा मराठ्यांनी हल्ला केला आणि फिलीपला पकडून ओलीस म्हणून ठेवलं. त्याची सुटका करण्यासाठी हेन्रीनं शिवाजी महाराजांना पत्र लिहिलं. (संदर्भ : ॲनॉन १९३१, पृष्ठ क्र. ३५८-३५९) 'आम्ही तुमच्याशी मैत्री करण्याचं वचन देतो. आम्हांला असं वाटतं की; तुम्ही जर फिलीप गिफार्डची सुटका केलीत, तर आपल्या ताब्यात असलेल्या कोकणातील व्यापाऱ्यांच्या मनातील भीती कमी होईल. दांडा राजापूर किल्ल्याच्या लढाईमध्ये इंग्रजांनी तुमच्या दारोजी आणि इतरांना किती मदत करायचं कबूल केलं ते त्यांनी तुम्हांला सांगितलंच असेल. पण त्यांनी आमचं किती नुकसान केलं ते सांगायलाही आम्हांला संकोच वाटतो. केवळ इतकंच समजून घ्यावं की, राजापूर नदीत असलेली जहाजं घेऊन आम्ही आमच्या मित्रांशी वैर करणार नाही. तरीही तुमच्या माणसांनी आमच्या एका दलालाला आणि एका इंग्रजाला २५ दिवस कैदेत ठेवून त्यांचा छळ केला. आता दलालाची सुटका केली असली,

तरी इंग्रज माणसाला अजूनही खारेपाटणच्या किल्ल्यात ठेवलेलं आहे. त्यामुळे तुमच्या ताब्यात असलेल्या बंदर प्रदेशातील सर्व व्यापाऱ्यांमध्ये भीतीचं वातावरण आहे. या गोष्टीचा आमच्या व्यापारावर परिणाम होईल असं वाटतं. पण आम्ही धीर धरला आहे आणि तुमच्याकडून समाधानकारक उत्तर येईल अशी आशा आहे. त्यामुळे आमची अशी प्रार्थना आहे की, हे पत्र आपल्याला मिळावं आणि त्याचं उत्तर म्हणून आमच्या इंग्रज माणसाची सुटका केली जावी तसंच आपल्या आदेशाशिवाय जे काही घेतलं गेलं आहे ते परत मिळावं.'

शिवाजी महाराजांनी ते मान्य केलं आणि दारोजींनी केलेली लूट परत करावी असा आदेश दिला. ओलीस म्हणून ठेवलेल्या इंग्रजाची सुटका करण्यात आली. त्यानंतर मराठ्यांनी वेंगुर्ल्यावर हल्ला केला.

अली आदिलशहा आता पुरा वैतागला होता. शिवाजीला आता संपवायचंच असं त्यानं ठरवलं होतं. मेहेंदळ्यांनी लिहिल्याप्रमाणे (२०११, पृष्ठ क्र. २२५) 'त्यांच्यातला (आदिलशाही सत्ताधारी आणि सरदार) आळशीपणा आणि आपसातली भांडणं लक्षात घेता तीन महिन्यांत (अफझल खानाच्या मृत्यूनंतर) त्यांनी सैन्याची जमवाजमव केली आणि अबिसिनियन मुसलमान असलेल्या सिद्दी जोहरच्या हाती सोपवली, ही गोष्ट प्रशंसनीयच म्हणायला हवी. विजापूरच्या अग्नेय दिशेला २६० किलोमीटरवर कर्नूल (आता आंध्र प्रदेशात असलेलं) त्याची जहागीर होती.'

पण हा जोहर होता तरी कोण?

सिद्दी जोहर हा एक कडवा लढवय्या होता. विजापूरच्या अग्नेय दिशेला ३०० किलोमीटरहून थोड्या जास्त अंतरावर असलेल्या कर्नूलचा तो जहागीरदार होता. जोहरनं कर्नूलच्या मूळ जहागीरदाराच्या मुलाला ठार करून ही जहागिरी जबरदस्तीनं मिळवली होती आणि अनेक वर्षांपूर्वीच त्याच्या राजाला, आदिलशहाला कर देणं बंद केलं होतं. एवढंच नाही तर तो अली आदिलशहाला विजापूरचा सम्राट मानायलाही तयार नव्हता कारण अली आदिलशहा हा मोहम्मद आदिलशहा आणि बडी साहिबा यांचा सख्खा मुलगा नव्हता.

अशा या लढवय्याची शक्ती वाढवण्यासाठी अली आदिलशहानं त्याचा खजिना रिकामा करून २०,००० घोडदळ आणि १५,०००[३१] पायदळ त्याच्याबरोबर दिलं. अलीकडेही दुसरा पर्यायच नव्हता. मुस्तफा खान कधीच वारला होता आणि खान मोहम्मदाला तर अलीनं स्वतःच ठार केलं होतं. त्याचा त्या वेळचा मुख्य वजीर खवास खान (आधीच्या खवास खानाशी याची गल्लत करू नये. तो खान मोहम्मदचा मुलगा होता आणि कधीच वारला होता) तेवढ्या योग्यतेचा नव्हता. अफझल

---

[३१]इतिहासाच्या काही पुस्तकांमध्ये खूप मोठी संख्या दिली आहे.

खानाचा वध झाला होता आणि रुस्तुम आधीच पराजित झाला होता. त्यामुळे आता जोहरला पर्यायच नव्हता. त्याला 'सलाबत खान' (अजिंक्य) अशी उपाधी देऊन अनेक मौल्यवान भेटवस्तूंनी गौरवलं गेलं होतं. त्याच्याबरोबर अनेक सरदारही जाणार होते. त्यात जोहरचा जावई सिद्दी मसूद, अफझल खानाचा मोठा मुलगा फझल खान (शिवाजी महाराजांनी याला पकडलं होतं पण मग सोडून दिलं होतं), आदिलशाही सेनाधिकाऱ्यांचा प्रमुख बडे खान, भोसल्यांचा तिरस्कार करणारा बाजी घोरपडे आणि अन्य काही जण होते.

जोहरनं सन १६६०च्या फेब्रुवारी महिन्याच्या अखेरीस कधीतरी प्रचंड मोठ्या सेनेसह विजापूर सोडलं. मराठ्यांना ही खबर लागताच ८,००० पायदळ आणि काही घोडदळ घेऊन शिवाजी महाराज पन्हाळा गडावर गेले आणि तिथंच मुक्काम करून राहिले. त्यानंतर थोड्याच दिवसांनी जोहरनं शिवाजी महाराजांना पकडण्यासाठी पन्हाळ्याला वेढा घातला.

त्याच वेळी उत्तरेकडून आणखी एक संकट चालून येत होतं. नव्यानंच सम्राट झालेल्या मोगल सम्राट औरंगजेबानं, शाईस्ता खान या दख्खनच्या नव्या सुभेदाराला आदेश दिला होता की, दख्खनेत विखुरलेलं सैन्य गोळा करा आणि शिवा भोसलेच्या जहागिरीवर हल्ला करा. मोगल सेनानी शाईस्ता खानाच्या सैन्यामध्ये ७७,००० घोडदळ, उत्तम पायदळ आणि अनेक सशस्त्र लढाऊ हत्ती होते. त्यानं शिवाजी महाराजांविरुद्ध योजलेल्या मोहिमेत त्याच्याबरोबर उच्च श्रेणीचे ६८ मनसबदार होते. त्यांच्यातले २९ मुसमलमान होते आणि ३९ हिंदू होते. त्याचं सैन्य म्हणजे तुर्की, उझबेकी, अबिसिनियन, पठाण, पर्शियन, राजपुत, मराठा आणि अन्य जातिधर्मांच्या सैनिकांचं मिश्रण होतं.

शाईस्ता खान हा सम्राट शहाजहानच्या बायकोचा भाऊ होता. त्याचे वडील असफ खान[३२] हे सम्राट जहांगीरचे मुख्य वजीर होते. शाईस्ता खानाचा जन्म, २२ नोव्हेंबर, १६०५मध्ये झाला होता. म्हणजे सन १६६०मध्ये तो ५५ वर्षांचा होता. त्याचं खरं नाव होतं, अबू तालीब आणि तो कट्टर शिया मुसलमान होता. सम्राट जहांगीरनं त्याला शाईस्ता खान म्हणजे प्रमुख आणि योग्य ही उपाधी देऊन गौरवलं होतं आणि ६,००० धात/ ६,००० सवार/ ५,००० दु अस्पा सिह अस्पा देऊन पदोन्नत केलं होतं. नंतर सम्राट शहाजहाननं त्याला खान जहान (जगाचा खान) ही उपाधी दिली होती. तख्त बळकावण्याच्या संघर्षामध्ये शाईस्ता खानानं औरंगजेबाला साथ दिली होती आणि त्यासाठी त्याला अमिर-उल-उमरा (समवर्गातील लोकांमध्ये प्रमुख) या उपाधीनं गौरवलं गेलं होतं. औरंगजेबानं सम्राट झाल्यावर त्याला ७,००० धात/ ७,००० सवार/ ७,००० दु अस्पा सिह अस्पा देऊन पदोन्नती दिली होती.

[३२]असफ खानसुद्धा नूर जहानचा भाऊ होता.

औरंगजेबानं त्याला आणखी एक मोठा मान प्रदान केला होता. तो म्हणजे, औरंगजेबाच्या उपस्थितीत शाईस्ता खानासाठी नगारे वाजत असत. (दरबारात शाईस्ता खानाचं आगमन झाल्यावर दरबारी वादक नगारे वाजवत असत) असा मान क्वचितच कोणाला मिळत असे.

औरंगजेबाच्या आदेशानुसार आता शाईस्ता खानाचं ध्येय एकच होतं. ते म्हणजे शिवा भोसलेचा प्रदेश उद्ध्वस्त करणं, तिथलं प्रत्येक घर जाळून राख करणं, त्याच्या किल्ल्यांना वेढा देणं आणि त्याच्या परिवाराला पकडून ओलीस ठेवणं. मोगलांची दखखनेतली राजधानी म्हणजे औरंगाबाद सोडल्यावर शाईस्ता खानानं प्रथम अहमदनगरला तळ ठोकला आणि २५ फेब्रुवारी १६६० रोजी तो भोसले जहागिरीच्या दिशेनं निघाला. पुणं हे त्याचं अंतिम ठिकाण होतं! तिथून पुण्याला जाण्याचा सोपा मार्ग चाकणहून जात होता पण शाईस्ता खानाच्या डोक्यात वेगळीच कल्पना होती.

शाईस्ता खान यशस्वी झाला का, ते येणारा काळच ठरवणार होता.

इतिहासाच्या काही पुस्तकांमध्ये म्हटलं आहे की, हा अतिशय सुनियोजित असा हल्ला होता आणि त्यासाठी औरंगजेबानं आदिलशाहीशी हातमिळवणी केली होती. पुणं हे शिवाजी महाराजांच्या जहागिरीचं केंद्र होतं आणि त्याच्या उत्तरेला चाकण होतं. त्याच्या पश्चिमेला मावळचा डोंगराळ प्रदेश होता आणि अग्नेयेला सुपे आणि इंदापूर प्रांत होता. राजगड, तोरणा, कोंढाणा आणि पुरंदर हे महत्त्वाचे गड पुण्याच्या आसपासच होते. शाईस्ता खान पुण्याला येताना चाकणमधून आला नाही तर भोसले जहागिरीला जणू प्रदक्षिणा घालत आला. त्याला भोसल्यांच्या जहागिरीचा कोपरा-न्-कोपरा उद्ध्वस्त करायचा होता. भिमा नदी ओलांडून भोसले जहागिरीत पोहोचल्यावर त्यानं त्याच्या सैन्याला सुपे आणि इंदापूर ह्यांच्या मध्ये असलेल्या बारामतीकडे पिटाळलं. मराठ्यांची तिथली महत्त्वाची सैनिकी ठाणी ताब्यात घेतली आणि काही प्रस्थापित महसूल अधिकाऱ्यांची कत्तल केली. तो प्रदेश उद्ध्वस्त केल्यावर बारामतीच्या पश्चिमेला शिरवळकडे मोर्चा वळवला आणि तिथून तो राजगड आणि पुरंदरमधून जाणाऱ्या रस्त्यानं उत्तरेला पुण्याकडे गेला.

शाईस्ता खान युद्धनीतीमध्ये निपुण होता. आपलं सैन्य पुढे नेत असताना तो काही तुकड्या मागे ठेवत होता. त्याचं मुख्य तळ असलेल्या अहमदनगरशी संपर्क कायम ठेवण्यासाठी ही सोय केलेली होती. नेताजी पालकर आणि पिंगळे ह्यांच्या हाताखालचं सैन्य केवळ एकच गोष्ट करू शकत होतं, ते म्हणजे ज्याप्रमाणे संथपणे पुढे येणाऱ्या अजस्त्र अजगराभोवती चिलटे घोंगावत राहावीत, त्याप्रमाणे बिचारे मावळे मोगल सेनेभोवती घोंगावत राहिले. आणि त्यांची रसद तोडायचे प्रयत्न करत राहिले. पण त्यालाही फारसं यश येत नव्हतं.

अखेरीस सन १६६०च्या मे महिन्याच्या पहिल्या आठवड्यात शाईस्ता खानाच्या प्रचंड सेनेनं पुण्यात तळ ठोकला. खानानं, त्याच्या अगणित बायका-मुलं, गुलाम आणि नोकर चाकर ह्यांच्यासह पुण्याच्या लाल महालावर कबजा केला. या लाल महालातच शिवाजी महाराजांचं बालपण गेलं होतं.

पुण्यात स्थायिक झाल्यावर शाईस्ते खानानं साध्यासुध्या लाल महालाला त्याला शोभेल असं राजेशाही भपकेबाज सौंदर्य दिलं. या नव्या मोगल सेनानीनं मराठ्यांना दुर्बल करण्यासाठी आणखी काही मोठ्या योजना आखल्या. त्यासाठी त्यानं या गोष्टी लक्षात घेतल्या— पुण्यातल्या सैनिकी तळाच्या आसपासचे त्याचे लाखभर सैनिक आणि तेवढेच हत्ती-घोडे पुणे प्रांतातलं सारं धान्य आणि चारा फस्त करतील. पावसाळा सुरू झाला की मुळा, मुठा आणि इंद्रायणी नद्या दुथडी भरून वाहू लागतील; तेव्हा अहमदनगर आणि पुणे ह्यांच्यातला संपर्क (मोगल सैन्यासाठी आवश्यक असणारी रसद) तुटेल. पण जर त्याचा तळ पुण्याहून चाकणला हलवला तर मात्र ही समस्या येणार नव्हती. कारण अहमदनगर आणि चाकण ह्यांच्या मध्ये असलेल्या नद्या उथळ होत्या. अहमदनगरहून येणाऱ्या रसदीवर त्यांचा परिणाम होणार नव्हता. मराठ्यांचा उत्तरेकडचा सैनिकी तळ असणाऱ्या चाकणला मुक्काम हलवल्यावर शाईस्ता खानानं संग्रामदुर्ग (लढवय्या किल्ला) हा भुईकोट किल्ला ताब्यात घ्यायचं ठरवलं. किंबहुना त्याच इराद्यानं तो सेनेसकट तिथं गेला. अशा प्रकारे तो मोगल साम्राज्याच्या दक्षिणेहून होणारा मराठा प्रतिकार खणून काढू लागला. चाकणचा विजय त्याला आणखी अनुभवसमृद्ध करून गेला असता. शिवाय चाकण ताब्यात आल्यामुळे भविष्यात अहमदनगर आणि पुणे ह्यांमधला रसदीचा मार्ग अगदी कमी झाला असता. शाईस्ता खान तिथं दीर्घ काळ राहण्याचा विचार करत होता.

शिवाजी महाराज पन्हाळा गडावर वेढ्यात अडकलेले असताना त्यांच्या विरोधात जाणारी आणखी एक व्यक्ती म्हणजे कोकणातला (कुडाळ) मराठा सरदार. यानं पूर्वी आदिलशाहीशी लढण्याकरता शिवाजी महाराजांना साथ दिली होती. हा होता, लक्ष्मण सावंत. आता शिवाजी महाराजांचा निभाव लागणार नाही असं त्याला वाटत असावं आणि हेच त्याचं धोरण बदलण्यामागचं कारण असावं. (संदर्भ : मेहेंदळे, २०११, पृष्ठ क्र. २२८)

शिवाजी महाराजांविरुद्ध मोहीम उघडणाऱ्या चौथ्या पक्षात होते राजापूरचे (कोकण) इंग्रज.

सापळा

शिवाजी महाराजांनी दोन कारणांसाठी त्यांच्या माणसांना पन्हाळ्यावर[३३] आणलं होतं: जर त्यांना राजगडावर जावं लागलं तर सिद्दी जोहर आणि त्याचं सैन्य त्यांचा पाठलाग करेल. जोहर आणि शाईस्ता खान दोघंही राजगडाच्या पायथ्याशी पोचले असते, तर तो फार मोठा धोका ठरला असता. शिवाजी महाराजांना वाटत होतं की जोहरचा पन्हाळ्याचा वेढा हा पावसाळा येईपर्यंतच टिकेल आणि म्हणूनच त्यांनी पन्हाळ्यात आसरा घेतला होता. जर पावसाळ्यात आणि त्यानंतरही वेढा तसाच राहिला असता, तर त्यांना लागणारी रसद बाहेरून किल्ल्यात आणता आली नसती आणि त्यामुळे उपासमारीनं त्यांच्यावर आणि किल्ल्यातल्या त्यांच्या ८,००० माणसांवर मृत्यूचं संकट ओढवलं असत. कारण पन्हाळ्यातल्या धान्य कोठारांमध्ये तेव्हा काही महिन्यांपुरताच धान्यसाठा शिल्लक राहिला होता.

हिरडस मावळचे दिवाण बाजी प्रभू देशपांडे आणि त्यांचे बांदलचे ६०० सैनिकही त्या वेळी पन्हाळ्यावर होते. १४ किलोमीटर परीघ असलेला आणि १०० पेक्षा जास्त टेहळणी नाके असलेला पन्हाळा हा दख्खनमधल्या मोठ्या किल्ल्यांमधला एक किल्ला होता. समुद्रसपाटीपासून ८४५ मीटर उंच असलेला हा किल्ला सह्याद्री पर्वत शृंखलांमध्ये बांधलेला होता आणि आसपासच्या खोऱ्यांपासून ४०० मीटर उंच होता.

जोहरनं पन्हाळ्यावर अनेकदा हल्ले केले पण त्या हल्ल्यांना गडाच्या पायथ्याशी येऊन प्रत्युत्तर देण्याचं धाडस दाखवणाऱ्या, शिवाजी महाराजांच्या तिरंदाजांनी आणि तोफखान्यांनी त्यांना परतवून लावलं. गडाच्या बाहेर असलेले पालकर आणि त्यांचे सेनाधिकारी गडाच्या जवळ आले आणि रात्रीच्या वेळी वेढा तोडायचा प्रयत्न करू लागले.

---

[३३]पन्हाळा किल्ला अजिंक्य समजला जात असे. डोंगरकड्याभोवती ७-८ किलोमीटर अंतराची तटबंदी होती. तटबंदीच्या भिंतींखाली उभे कडे असल्यानं भिंतींना संरक्षण मिळालं होतं. त्याच्यावर तिरकी छिद्र असलेली छपरं होती. त्याच्या पूर्वेला तीन मजली दगडी इमारत होती. त्याला सज्जाकोठी म्हटलं जात असे. ते पूर्वीच्या काळी बुरुजांमध्ये बनवलेलं मनोरंजनाचं दालन असावं. कोठीचं पूर्वेकडचं दालन मोठं आणि चपटी छपरं असलेलं होतं. त्याचे कमानदार सज्जे तटबंदीवर येत असत. कोठीच्या विशाल खिडक्यांमधून पावनगडाची ठेंगणी टेकडी दिसत असे. ही टेकडी एका दरीमुळे पन्हाळ्यापासून वेगळी झालेली होती. पन्हाळागडाच्या उतारांवर ओढ्यांनी आणि घनदाट वृक्षराजीनं झाकलेल्या पट्ट्यांनी, मोठमोठ्या खडकांनी बनलेले नैसर्गिक खंदक होते. गडात येण्याजाण्याचा मुख्य मार्ग असलेला गडाचा तीन दरवाजा म्हणजे विजापूर शैलीच्या सैनिकी बांधकामाचा उत्तम नमुना होता. गडावर मोठमोठी धान्य कोठारं (अंबरखाना) होती. तलाव होते, राहुट्या होत्या आणि मंदिरंही होती.

दऱ्यांमध्ये दडलेल्या मराठा सैन्यानं वेढा घालून बसलेल्या जोहरच्या सैन्यावर हल्ला करण्याचा प्रयत्न अनेकदा केला, पण त्यांना वेढा तोडता आला नाही. दरम्यान जोहरनं राजापूरच्या हेन्री रेव्हिंग्टनकडून लांब पल्ल्याची तोफ आणि दारूगोळा मागवून घेतला. काही वर्षांपूर्वीच शिवाजी महाराजांनी हेन्री रेव्हिंग्टनच्या माणसाची सुटका केली होती आणि त्याची गोदामंही वाचवली होती. पण आता तो हे विसरला होता. आता शिवाजी महाराज पन्हाळ्यावरच शेवटचा श्वास घेणार याची त्याला खात्री वाटत होती. त्याला वाटत होतं की आदिलशाहीनं जर एकदा आपला दारूगोळा वापरला, तर ते प्रत्येक लढाईत आपलाच दारूगोळा वापरतील आणि कदाचित मोगलही आपल्या वस्तू वापरायला लागतील आणि त्यामुळे कंपनीला खूप मोठा आर्थिक फायदा तर होईलच पण आपलंही नाव होईल. पन्हाळ्याची भिंत फोडण्यासाठी जोहरनं इंग्रजी तोफा आणि दारूगोळा वापरून हल्ला केला पण भिंत इतकी मजबूत होती की त्या हल्ल्यानं तिची एक वीटही ढासळली नाही.

तिकडे आदिलशाहीमध्ये, पालकरांनी विजापुरातील आणि त्याच्या आसपासच्या अनेक ठाण्यांवर हल्ला केला. त्यामुळे जोहर वेढा सोडून त्यांचा पाठलाग करेल असं त्यांना वाटत होतं. पण तसं झालं नाही. पालकरांनी शहापूरवरही[३४] हल्ला केला आणि अली आदिलशहाची झोप उडवली. पण जोहर तरीही बधला नाही. उलट तो वेढ्यामध्ये पावसाळ्यासाठी बेगमी करायला लागला होता. छत उभारण्यासाठी गाड्या भरभरून गवत आणि झावळ्या येऊ लागल्या होत्या. त्यानं तंबू काढून गवताचं छत असलेली मातीची घरं बांधली. पावसाचं पाणी वाहून जावं म्हणून अनेक नाले खोदले गेले. पन्हाळ्यात मात्र अन्नधान्य संपत चाललं होतं.

जुलै महिना सुरू झाला आणि पाऊस सर्वत्र धोधो कोसळू लागला. सर्वांवर उपासमारीनं मृत्यू ओढवण्याची वेळ येण्यापूर्वी शिवाजी महाराजांना गड सोडावाच लागणार होता. शिवाय शाईस्ता खानाच्या कचाट्यातून त्यांना त्यांची जहागिरीही वाचवायची होती. महाराजांनी एक योजना आखली आणि बाजी प्रभू देशपांड्यांशी चर्चा केली. त्यांनी गंगाधरपंत या त्यांच्या वकिलाला एक पत्र देऊन पन्हाळ्याच्या पायथ्याशी जोहरला भेटायला (बहुधा पांढरं निशाण घेऊन) पाठवलं.

त्या पत्रात शिवाजी महाराजांनी आदिलशाहीला त्रास दिल्याबद्दल खेद व्यक्त केला होता आणि नुकताच घेतलेल्या पन्हाळ्यासह आदिलशाहीचे सर्व गड परत

---

[३४]शहापूर हे आदिलशाहीतलं व्यापारी केंद्र होतं. त्यावेळी तिथली लोकसंख्या दशलक्षाच्या घरात होती. रस्त्यांनी आणि घरादारांनी व्यापलेला विशाल प्रदेश पाहता ते अशक्य वाटत नाही. विजापूरच्या भिंतींपासून ३ मैलांच्या अंतरापर्यंत शहापूरचे अवशेष पसरलेले आहेत आणि ते शहर त्याच्याही पुढेपर्यंत पसरले आहे. (ग्रिबल, १८९६, पृष्ठ- ४०२)

देण्याचं वचन दिलं होतं. पत्रात पुढे त्यांनी असंही म्हंटलं होतं की, त्यांच्या माणसांनी पन्हाळ्यावर उपासमारीनं मरू नये असं त्यांना वाटतं आणि म्हणूनच ते दुसऱ्या दिवशी म्हणजे १३ जुलैला जोहरला जातीनं शरण येणार आहेत. जोहरनं याला नकार देण्याचं काही कारणच नव्हत. त्यामुळे त्यानं होकार दिला. तो ज्याची वाट दीर्घ काळ पाहत होता, ती 'शिवाजी शरण येणार' ही खबर वणव्यासारखी पसरत गेली. जोहरच्या वेढ्यात आनंदाला उधाण आलं. पण १२ जुलै आणि १३ जुलैच्या मधल्या काळ्या रात्री काय घडणार होतं, ते कोणालाच माहीत नव्हतं.

मुसळधार पाऊस होता. मध्यरात्रीपूर्वीच शिवाजी महाराज बाजी प्रभू देशपांडे आणि बांदल मावळातल्या ६०० मावळ्यांसह राजदिंडी दरवाजातून पन्हाळ्याबाहेर पडले आणि गड उतरून गेले. महाराज पालखीत होते आणि बाजी प्रभूंसह बाकीचे लोक पायी चालत होते. त्यांच्यामध्ये आणखी एक पालखी होती पण त्या पालखीत कोण होतं हे कोणालाच माहीत नव्हतं. पन्हाळ्यात अडकलेल्या हजारो मराठ्यांची जबाबदारी त्र्यंबक भास्करवर (सोनोजी डबिरांचा मुलगा, पन्हाळ्याचा गडकरी) सोपवलेली होती.

जोहरच्या काही शिपायांनी पश्चिमेच्या दिशेनं एक पालखी जाताना पाहिली. काही शिपायांनी तिचा पाठलाग केला. जोहरनं मसूद या त्याच्या जावयाला तपास करायला पाठवलं. मसूद आणि त्याचे सैनिक पालखीच्या दिशेनं दौडत गेले आणि लगेचच ती पालखी आडवली. त्या वादळी रात्री, मशालींच्या उजेडात मसूदनं पालखीत जे पाहिलं त्यानं त्याच्या हृदयाचा ठोकाच चुकला. शिवाजी महाराज कसे दिसतात, हे त्यानं फक्त ऐकलं होतं आणि त्यानुसार पालखीतला माणूस हा शिवा भोसलेच होता. लगेचच ती पालखी जोहरकडे आणली गेली. पण पालखीतला माणूस शिवाजी नसून शिवाजीचा तोतया आहे हे त्यानं तत्काळ ओळखलं आणि त्या तोतयाची हत्या केली. असं म्हणतात की पालखीतला तो माणूस म्हणजे शिवा काशीद हा शिवाजी महाराजांचा न्हावी होता. आपला मृत्यू निश्चित आहे, हे त्याला माहीत होतं. तरीही त्यानं हे धाडस केलं आणि वीरमरण प्राप्त केलं.

आपल्या डोळ्यात धूळ फेकली गेली आहे, हे जोहरच्या लक्षात आलं. खरा शिवाजी पश्चिमेला पन्हाळ्यापासून ४० किलोमीटरवर असलेल्या विशाळगडाच्या दिशेनं निसटला असावा असा अंदाज त्यानं बांधला. शिवाजी महाराज जिथे आसरा घेऊ शकतील असा जवळचा गड विशाळगडच होता. त्यामुळे त्यानं मसूदला विशाळगडाच्या दिशेनं जायला सांगितलं. शिवाजी महाराजांची पालखी, पन्हाळा सोडल्यापासून २३ तासांत विशाळगडाजवळ पोहोचली. पण अजूनही त्यांना एक अरुंद खिंड ओलांडायची होती. त्यानंतर मसूद त्यांचं काहीच करू शकला नसता. तेवढ्यात मसूदच्या घोडदळानं खिंडीतच त्यांना गाठलं. बाजी प्रभू

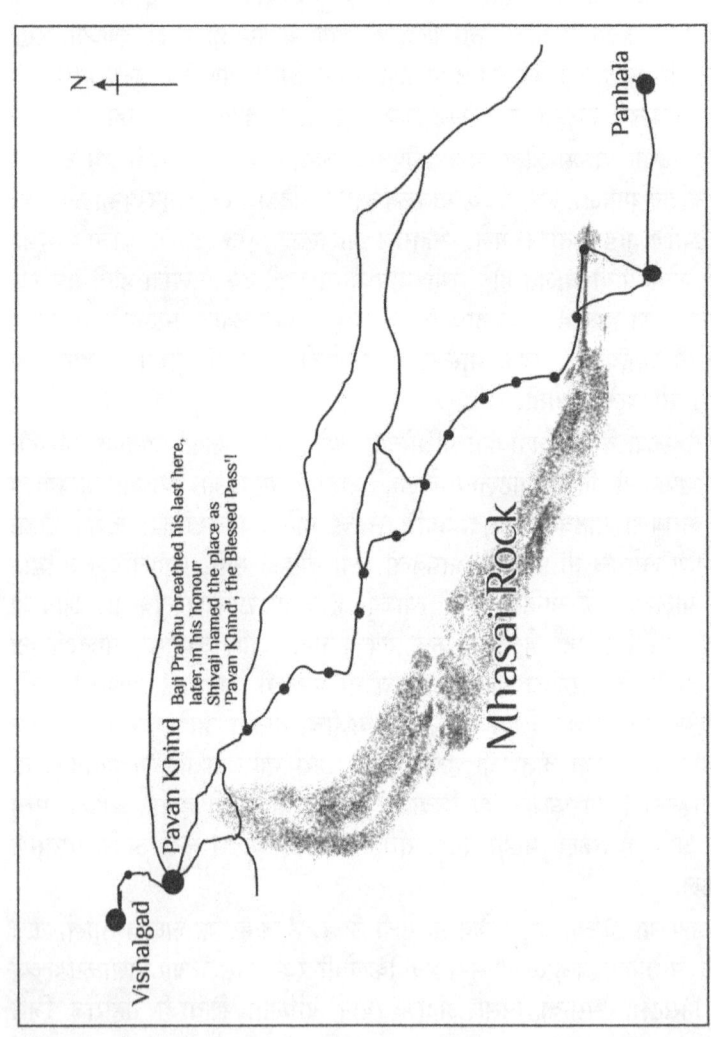

नकाशा-४- शिवाजी महाराजांची पन्हाळ्याहून सुटका आणि विशाळगडाकडे प्रयाण

देशपांड्यांनी त्यांच्या ३०० सैनिकांसह खिंड लढवायचं ठरवलं आणि उरलेल्या सैनिकांनी शिवाजी महाराजांना सुरक्षितपणे विशाळगडावर घेऊन जावं असं ठरलं. ही घटना काहीशी थर्मोपायलच्या युद्धकथेसारखी आहे. त्या युद्धात मृत्यू समोर दिसत असूनही स्पार्टाचा ग्रीक राजा त्याच्या अगदी तुटपुंज्या सैन्यासह पर्शियाच्या प्रचंड सैन्याशी लढला होता.

त्या खिंडीत मसूदच्या घोडदळाची अवस्था बिकट झाली होती. त्यांना तिथे हालचाल करायलाही पुरेशी जागा नव्हती. बाजीप्रभूंच्या वारातून निसटले तरी पुढे ३०० तलवारी त्यांचा खात्मा करायला तयार होत्या. दोन हातांत दोन तळपत्या तलवारी घेऊन खिंड अडवून उभा असलेला बाजीप्रभू नावाचा तो पहाड पाहून जोहरचे लोक संतापले असतील. बाजी प्रभूंनी २ तास खिंड लढवली. त्यांचं लक्ष विशाळगडाकडे लागलेलं होतं. राजे गडावर सुखरूप पोचल्याची निशाणी म्हणून उडणारे तोफेचे तीन बार ऐकायला त्यांचे कान आसुसले होते. त्या युद्धात बाजी प्रभू आणि त्यांचे सैनिक मारले गेले पण शिवाजी महाराज विशाळगडाच्या तटबंदीआड गेल्यावरच. तिथून विशाळगडाच्या पश्चिमेच्या मार्गावरून शिवाजी महाराज कोकणात गेले आणि ऑगस्टमध्ये रायगडावर पोहोचले.

पक्षी उडून गेला होता. जोहरनंच कपट–कारस्थान केल्याचा संशय निराश झालेल्या अली आदिलशहाला आला. त्र्यंबकनं पन्हाळा गड आदिलशहाला देऊन टाकला. आदिलशहानं गडावर अडकलेल्या सर्व मराठ्यांना सोडून दिलं आणि रक्तपाताविना विजय मिळाल्याचं जाहीर केलं. सलाबत खान अर्थात 'अजिंक्य' अशी उपाधी मिळवलेल्या जोहरला आदिलशहाच्या सैन्यानं कर्नूल इथं ठार केलं. काही इतिहासकारांच्या मते जोहरनं आत्महत्या केली होती.

बाजीप्रभूंच्या रक्तानं पावन झालेल्या त्या खिंडीला शिवाजी महाराजांनी पावन खिंड असं नाव दिलं.

चाकणचं युद्ध

सन १६६०च्या ऑगस्टमध्ये शिवाजी महाराज रायगडावर पोचले. त्यानंतर लगेचच मोगलांनी चाकणच्या किल्ल्यावर हल्ला केला. चौकोनी आकाराच्या या किल्ल्याला चारही बाजूंना उंच बुरूज आहेत आणि खोल खंदक आहेत. किल्ल्यात जायला पूर्वेकडून असलेला एकच मार्ग आहे आणि त्याला अनेक दरवाजे आहेत.

प्रचंड सेना, मोठ्या तोफा, कुशल तोफची, दारूगोळा, भुईकोट किल्ल्याचे खिळे लावलेले दरवाजे तोडण्यासाठी शिरस्त्राण चढवलेले लढाऊ हत्ती, खंदक खोदण्यासाठी सामान असं वेढा घालण्यासाठी लागणारं सर्व काही मोगलांकडे होतं. थोडक्यात सांगायचं तर इतकं युद्धबळ असतानाही आणि खंदक खोदणं,

भुयारांमध्ये दारूगोळा ठासून बुरूज उडवणं अशी ढोर मेहनत करूनही मराठ्यांचा एक छोटासा भुईकोट किल्ला ताब्यात घ्यायला मोगलांना ५४ दिवस लागले. फिरंगोजी आणि त्यांच्या काही शेकडा पायदळानं बुरुजांवरून बाण मारत, तोड्याच्या बंदुका चालवत, दारूगोळा उडवत, दगड मारत कडवी झुंज दिली. रात्रीच्या वेळी गडाबाहेर पडून ते खंदकात लपलेल्या शत्रूवर हल्ला करत असत. अखेरीस मोगलांनी हजारोंच्या प्राणांची किंमत मोजून आणि हजारोंना जायबंदी करून चाकणचा किल्ला जिंकून घेतला. किल्ला मोगलांच्या हाती पडायच्या काहीच काळ आधी फिरंगोजी नरसाळा त्यांच्या सैन्यासह गडावरून निसटले.

सन १६६० मध्ये आणखी काही विशेष घडलं नाही. पण १६६१ सालच्या सुरुवातीला मात्र आपल्या स्वराज्याचा त्वरेनं विस्तार करणाऱ्या, विशेषत: कोकण प्रांत घ्यायची तातडी करणाऱ्या भावी राजाचा, शिवाजी महाराजांचा वेगळाच अवतार पाहायला मिळाला. त्यांचे हल्ले अचानक आणि वेगवान असत. कोकण किनाऱ्यावरून दौडत जाणारं त्यांचं सैन्य पाहून अनेक सरदार आणि वतनदार त्यांना शरण गेले. खरं तर शिवाजी महाराज हे त्यांना आक्रमणकर्त्यांपासून वाचवणारे त्यांचे रक्षक वाटत होते.

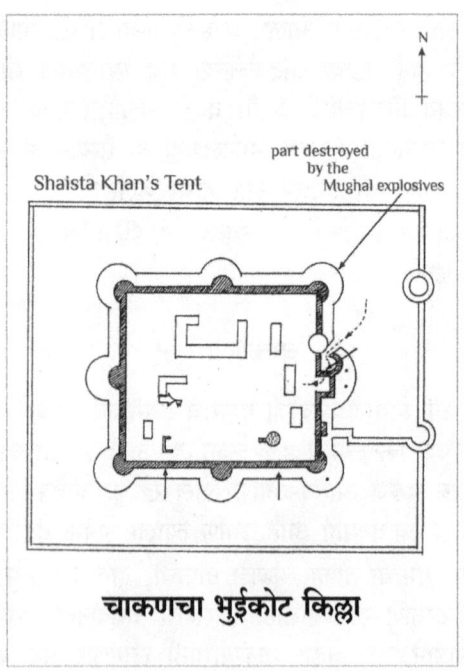

चाकणचा भुईकोट किल्ला

आकृती- ७- चाकणच्या भुईकोट किल्ल्याचा आराखडा

दरम्यान पुण्याला परत आलेल्या आणि आपल्या सैन्यासह लाल महालात तळ ठोकून बसलेल्या शाईस्ता खानाला शिवाजी महाराजांच्या कोकण विजयाची खबर मिळाली, तेव्हा त्यानं निजामशाहीच्या मालकीचं कोकण जिंकून घ्यायचा विचार सुरू केला. त्याची कारणं अशी-

१. जवळपासचे डोंगरी किल्ले जिंकण्यापेक्षा सोपं (भुईकोट किल्ले जिंकणंही कठीण सिद्ध झालं होतं).
२. त्यामुळे मराठ्यांची शक्ती कमी होईल आणि त्यांच्या आरमारी हालचाली मंदावतील.
३. निजामशाही कोकण हे कायद्यानं मोगलांचं होतं.

शाईस्ता खानानं योजना आखली : या मोहिमेचं सेनापत्य त्यानं, करतलब खान या उझबेकिस्तानच्या मोगल मनसबदाराला द्यायचं ठरवलं. पण करतलब खानाला त्या प्रदेशातल्या समस्यांची माहिती नव्हती. सन १६६१ च्या फेब्रुवारी महिन्यातल्या पहिल्या आठवड्यात त्यानं घनदाट जंगलांमधून, खोल दऱ्या आणि उभ्या कड्यांमधून कच्च्या रस्त्यावरून त्याचं प्रचंड मोठं पायदळ, तिरंदाज, घोडदळ, तोफखाना, गाड्यांवर आणि उंटांवर लादलेलं सामान घेऊन जायचं ठरवलं. तो उंबरखिंडीचा भला थोरला घाट होता. तिथं जायचं धाडस क्वचितच कुणी करत असे. तो घाट बंदुकीच्या नळीसारखा होता. एकदा त्यात शिरल्यावर, हल्ला झाला तरी तिथून पुन्हा बाहेर पडता येत नसे. शिवाजी महाराजांचे दऱ्याखोऱ्यांतून फिरणारे हेर त्यांना तासातासाला खबर पोचवत होते. पालकरांना बरोबर घेऊन त्यांनी राजगड सोडला आणि ते वेगानं उंबरखिंडीत पोचले. करतलब खानाचं सैन्य लांबलचक अशा उंबरखिंडीत प्रवेशल्यावर मराठ्यांनी खिंडीचं तोंड आणि शेवट अडवला. उंबरखिंड म्हणजे जणू मोगल सैन्यानं भरलेली बंदुकीची नळी झाली होती. पर्वतांच्या उतरणीवर झाडीत लपलेले मराठा तिरंदाज खिंडीतून जाणाऱ्या करतलब खानाच्या सैन्यावर बाणांचा वर्षाव करू लागले. करतलब खानाची कोकण मोहीम अचानक थांबली. तो त्याच्या सैन्यासह पळून गेला. पण मराठ्यांसाठी शस्त्रास्त्रं आणि लढाऊ हत्ती-घोड्यांची मोठी भेट मागे ठेवून गेला.

प्रकरण - ७

मोगल साम्राज्याला धक्का

शिवाजी महाराजांकडे विजयाचा आनंदोत्सव साजरा करण्यासाठी मुळीच वेळ नव्हता. त्यांनी आपली सैन्यशक्ती विभागली, पालकरांना मोगलांचा सामना करण्याची आज्ञा दिली; तर महाराजांनी स्वतः पायदळ आणि काही घोडदळ मिळून १५००० सैनिकांची तुकडी घेऊन आदिलशाही कोकण प्रांतावर आक्रमण केलं. दंडा राजापुरी ते खारेपाटण या भागातील एकामागोमाग एक गावं आपल्या कबजात घेत ते उत्तरेकडील गोवा उपप्रांतात पोचले.

जंजिऱ्यापासून ४० किलोमीटर अंतरावर असणाऱ्या निजामपूरवरही धाड टाकण्यात आली; दाभोळ किल्ल्याच्या सरदाराला पकडण्यात आलं, त्यानंतर संगमेश्वर आणि प्लावनीकडे मोर्चा वळवण्यात आला. पन्हाळ्यावर आक्रमण झालं होतं, त्या वेळी ज्यांनी सिद्दी जोहरला मदत केली होती, ते सर्व आता लपून बसले होते. त्यांतल्या काहींनी तर स्वतःची सुटका करून घेण्यासाठी शिवाजी राजेंना उपहाररूपात पैसा प्रदान केला. ज्या ठिकाणी हेन्री रेविंग्टन राहायचा, ते राजापूरसुद्धा घेरण्यात आलं. ब्रिटिशांना कैद करण्यात आलं, त्यांची निवासस्थानं आणि कारखाने अक्षरशः उद्ध्वस्त करण्यात आले. ज्या विश्वासघातकी ब्रिटिशांनी शिवाजी महाराजांना पन्हाळ्यात कूटनीतीनं कैद करण्याचा प्रयत्न केला होता, त्यांना तर सोनगडावर अंधाऱ्या कोठडीत डांबण्यात आलं.

या आक्रमणादरम्यान शिवाजी महाराजांनी जिथं धाडी टाकल्या, तिथून त्यांनी पितळ, तांबं, लोह, शिसं, रेशीम, लोकरी वस्त्रं, हस्तिदंत, कस्तुरी, केशर, चंदनाची लाकडं आणि मसाले अशा अनेक वस्तू मिळवल्या. शिवाय या हल्ल्यात त्यांनी हेन्री रेविंग्टन, रिचर्ड टेलर, रँडॉल्फ टेलर आणि फिलीप गिफर्ड या चार ब्रिटिश अधिकाऱ्यांना प्रथम वासोटा आणि नंतर सोनगड इथं कैदेत ठेवलं. महाराजांचे अधिकारी रावजी पंडित यांनी चारही ब्रिटिश अधिकाऱ्यांना चांगली वागणूक दिली. पण आर्थिक मोबदल्यात त्यांना सोडण्यात यावं, अशी मराठ्यांनी मागणी केली.

दंडा राजापुरी इथल्या सागरी किल्ल्याच्या प्राप्तीसाठी आम्ही तुम्हांला सहकार्य करू; पण त्याबदल्यात आमची सुटका करा, अशी मागणी कैदेत असणाऱ्या चार ब्रिटिश अधिकाऱ्यांनी केली. पण यादरम्यान महाराज तिथं उपस्थित नसल्यानं ही वाटाघाटी होऊ शकली नाही. त्या वेळी महाराज अन्यत्र व्यग्र होते. सलग काही दिवस तुरुंगात राहिल्यानं चारही ब्रिटिश अधिकारी अतिसार झाल्यानं कोमेजून गेले. त्यांनी आपल्या सुटकेसाठी ईस्ट इंडिया कंपनीच्या अध्यक्षांना पत्र लिहिलं. पण पत्राच्या उत्तरादाखल अध्यक्ष म्हणाले, ''तुम्ही सिद्दी जौहरला केलेली मदत ही पूर्णपणे बेकायदेशीर आहे. कारण यासाठी तुम्ही कंपनीची कायदेशीर परवानगी घेतली नव्हती.'' सिद्दी जौहरला कंपनीनं सहकार्य केलं नसल्याचं शिवाजी महाराजांना नंतर समजलं. त्यामुळे त्यांनी १६६३ मध्ये या चारही अधिकाऱ्यांना कैदेतून मुक्त केलं. आपण भविष्यात माझ्याकडून संरक्षण घेऊ शकता, असं महाराजांनी फेब्रुवारी १६६३ मध्ये ब्रिटिशांना कळवलं.

दरम्यान पुण्यामध्ये जाफर खानाचा पुत्र नामदार खान याचा विवाह शाईस्ते खानाची कन्या परि बेगम हिच्याशी झाला. त्यानंतर शाईस्ते खानानं आपल्या जावयाला एका मोहिमेवर पाठवलं. त्याच्या आदेशानुसार, नामदार खान आपल्या १०,००० घोडदळासह कुरुवंडेच्या दिशेनं सुसाट वेगानं निघाला. त्यानं अत्यंत क्रूरपणे शेकडो गावांना आग लावली... कित्येक ग्रामस्थांची कत्तल करण्यात आली आणि गोधन, धान्य, जनावरांचा चारा यांची प्रचंड लूटही करण्यात आली. खरंतर त्यांना आदेशच देण्यात आला होता की, ह्या लोकांना दयामाया मुळीच दाखवू नका. यांची कत्तल करा, यांना आगीत भस्मसात होऊ द्या किंवा यांना तुमचे गुलाम बनवा. कार्तलब खानाच्या अत्यंत निंदनीय पराभावामागे हेच लोक होते. ह्यांनीच आपल्या सर्व हालचालींविषयी त्या शिवा भोसलेच्या लोकांना माहिती पुरवली. या लोकांपैकी प्रत्येक जण शिवाजीचा पहारेकरी आहे, हे जणू त्याचे गुप्तहेर आहेत. नामदार खानानं अत्यंत क्रूरपणे आपली कामगिरी केली.

दख्खनमध्ये हा क्रूर प्रकार सुरू असताना, तिकडं औरंगजेबाच्या सैन्यानं पळून जाणाऱ्या दारा शुकोहला पकडलं. पर्शियाला पळून जाणाऱ्या या भावी मोगल सम्राट मानल्या जाणाऱ्या शहजादा दाराला दिल्लीच्या वायव्येकडे हजारो किलोमीटर दूरवर असणाऱ्या बोलान इथं कैदेत ठेवण्यात आलं. दारा शुकोह आता खूपच हवालदील झाला होता. त्याला पुन्हा दिल्लीत आणण्यात आलं. दारा शुकोहवर त्याचे वडील निरतिशय प्रेम करायचे. त्यांनी आपल्या या प्राणप्रिय पुत्राचं 'शाह बुलंद इक्बाल' म्हणजेच 'उंची ऐश्वर्य लाभलेला राजा' असं नामकरण केलं होतं. पण याच राजाला आता घाणीनं माखलेल्या, अत्यंत किळसवाण्या मादी हत्तीला बांधण्यात आलं होतं. त्याचा पुत्र सिफिर याला त्याच्या पित्याशेजारीच बसवण्यात आलं होतं. औरंगजेबाचा बदला घेण्याचा प्रकार हा असा होता. जो दारा शुकोह

सुवर्णजडित हौद्यात विराजमान व्हायचा, सूर्यप्रकाशापासून संरक्षण व्हावं यासाठी ज्याच्या डोक्यावर सुंदर छत्री असायची आणि जो सुसज्ज गजावर आरूढ व्हायचा, तोच आता अत्यंत दयनीय अवस्थेत होता. ज्या लोकांनी त्याचा हा अपमान पाहिला असेल, त्यांनी तो शेवटच्या श्वासापर्यंत विसरला नसेल. इतक्या दयनीय अवस्थेत दारा शुकोहाला दिल्लीच्या प्रत्येक चौकात नेण्यात आलं. पाहणाऱ्यांच्या काळजात एकाच वेळी करुणा आणि भय दाटून यायचं.

शरियत न्यायालयात दारा शुकोहवर खटला चालवण्यात आला आणि त्याला दोषी ठरवण्यात आलं. त्या चर्चेत काही मुद्दे असे होते :

परधर्मीयांतील विद्वानांशी संबंध ठेवून दारा शुकोहने इस्लामविरोधी कृत्य केलं आहे. शिवाय, त्यानं हिंदू धर्मग्रंथांचं पर्शियन भाषेत भाषांतर केलं आहे. हिंदू आणि इस्लाम हे दोन्ही धर्म भिन्न नसून एकच आहेत याविषयी त्यानं लेखन केलं आहे. त्यानं ज्यू धर्मियांच्या 'न्यू टेस्टामेंट' या धर्मग्रंथातील 'तालमुड'चा अभ्यास केला आहे आणि काही सुफी साहित्यही लिहिलं आहे. या सर्व कृत्यांमुळे तो इस्लामविरोधी ठरत असून सार्वजनिक शांतता आणि इस्लामची धर्मनिष्ठा यांचा दारा शुकोह हा शत्रू असल्याचं न्यायालय घोषित करत आहे. त्याचा शिरच्छेद करण्यात यावा.

दारा शुकोहचा शिरच्छेद करण्यात आला. औरंगजेबानं त्याचं प्रेत अत्यंत नक्षीदार आणि कोरीव शवपेटीत ठेवून ते आपल्या पित्याकडं, शाहजहानकडं सुपुर्द केलं. शाहजहान ह्याला आग्रा येथील निवासस्थानी नजरकैदेत ठेवण्यात आलं होतं. दरम्यान, दारा शुकोहशी एकनिष्ठ असणारे मिर्झा राजे जयसिंग आणि महाराज जसवंत सिंग राठोड यांसारखे काही मनसबदार आणि सरदार औरंगजेबाला येऊन मिळाले. शाह शुजा यानं बंगालवरून आग्र्याकडं येण्याचा प्रयत्न केला, तेव्हा औरंगजेबानं त्याच्याशी घमासान युद्ध (ख्वाजाची लढाई) केलं आणि शेवटी औरंगजेबानं शाह शुजाला पळवून लावलं. मीर जुमला आणि सुल्तान मोहमद (औरंगजेबाचा मोठा मुलगा) यांना शाह शुजावर चाल करण्यासाठी बंगालमध्ये धाडण्यात आलं. पण इतकं करूनही औरंगजेबाला दारा शुकोहच्या मुलावर, सुलेमान शुकोहवरही कबजा करायचा होता. सुलेमान शुकोह यानं काश्मीरमधल्या एका हिंदू राज्यात आश्रय घेतला होता. तर मुराद बक्ष हा ग्वाल्हेर किल्ल्यात निपचित पडला होता.

यादरम्यान शिवाजी महाराजांनी त्यांचं दैवत आई तुळजाभवानी हिची प्रतिष्ठापना प्रतापगड इथं केली. यासाठी आवश्यक ते सर्व धार्मिक विधी मोरोपंत पिंगळे यांनी पार पाडले.

मध्यरात्रीचा हल्ला

१६६३ साल उजाडलं होतं... आदिलशाही आक्रमणांनी दक्षिण कर्नाटक प्रांतात हिंदू राज्यांची लूट चालवली होती, तर इकडे मोगलांनी शिवाजी महाराजांच्या क्षेत्रात जणू विनाशच चालवला होता. पण शाईस्तेखान मात्र कोणताही गड-किल्ला जिंकायची योजना न बनवता, जवळपास १,००,००० सैन्यदळ आणि अंदाजे तितक्याच संख्येनं लढाऊ प्राणी यांसोबत आरामात राहत होता. त्याच्या या संथ राजकारणामुळे शिवाजी राजांच्या राज्याचा संथपणे नाश होत होता. एवढे सारे मोगल आणि त्यांचे लढाऊ प्राणी, दाणा-पाणी फस्त करून देशाला नागवत होते. शाईस्ते खान राज्याचे आरामात लचके तोडून थांबला नव्हता; तर त्यानं आपल्या पिसाळलेल्या फौजा राज्याला रक्तबंबाळ करायला अन् लुटायला मोकळ्या सोडल्या होत्या. या गोष्टी डोंगरी किल्ले लढवण्यापेक्षा फारच सोप्या होत्या. त्याला किल्ले जिंकायची काहीच घाई नव्हती. शाईस्तेखानाचा जावई नामदार खान यानं जेव्हा याबाबत त्याच्याकडे विचारणा केली, तेव्हा शाईस्तेखानानं दिलेलं उत्तर मोठं विचित्र होतं. त्याच्या मते, ही त्याच्या अस्तित्वाची एक 'योजना' होती. 'मी जर शिवाजी भोसलेला पराभूत केलं, तर औरंगजेब माझ्यावर आणखी महत्त्वपूर्ण जबाबदाऱ्या सोपवेल; कदाचित मला पेशावर मोहिमेवरही धाडेल. मग तिथं मी पर्शियन सैन्य आणि अतिरेकी जमाती यांच्यात पुरता अडकेन,' शाईस्तेखानाच्या या उत्तरामागे कारणही तसंच होतं. दख्खनचं क्षेत्र राहण्याच्या दृष्टीनं अत्यंत अनुकूल होतं; शिवाय इथं मुबलक प्रमाणात अन्न आणि आरोग्यपूरक हवामान होतं. थोडक्यात शाईस्तेखानाला आपल्या राहणीमानाचा दर्जाही खालावू द्यायचा नव्हता.

गेल्या दोन वर्षांपासून शाईस्तेखान मंद गतीनं विनाश करत होता. पण हेच जर सातत्यपूर्वक चाललं असतं, तर शिवाजी राजांची महसूल व्यवस्था नक्कीच कोलमडली असती. यादरम्यान, औरंगजेबाशी मैत्री करणारा महाराजा जसवंत सिंग राठोड आता आपल्या सैन्यानिशी दख्खनमध्ये आला होता. त्यानं कोंढाणाच्या पायथ्याशी तळ ठोकला होता. शिवाजी राजे शाईस्ताखानाविरुद्ध कोणतीही धडक कारवाई करू शकत नव्हते. कारण मोगलांची सैन्यसंख्या अफाट होती. ज्याप्रमाणं अफझल खानाचा वध केला, त्याप्रमाणं शाईस्तेखानाचा खात्मा करणं मुळीच शक्य नव्हतं. कारण शाईस्तेखान लाल महालात असंख्य सैनिकांच्या सुरक्षाकवचात राहत होता. लाल महाल हे खरंतर मोगल साम्राज्याच्या अखत्यारीतलं मुख्य ठिकाण होतं, तरीही आता त्याभोवती एकाच वेळी शेकडो सैनिकांचा पहारा होता.

शिवाजी महाराजांनी शाईस्तेखानाचा खात्मा कसा केला-

शाईस्तेखानाचा खात्मा करण्यासाठी शिवाजी महाराजांनी एक धाडसी आणि तितकीच धोकादायक योजना आखली. त्यांना एका वास्तवाची जाण होती की,

पुणे परिसरात असणारी मोगल सेना म्हणजे अनेक जातिधर्माच्या लोकांचं मिश्रणच होतं. अफगाणी, उझबेक, राजपूत, इथियोपियन्स, मराठे, पर्शियन आणि तुर्की अशा नानाविध देशांचे, प्रदेशांचे लोक या सैन्यदलात होते. ही मोगल सेना केवळ राष्ट्रीयत्वानंच नव्हे, तर धर्मानंसुद्धा परस्परांपासून भिन्न होती. त्यात राजपूत स्वतः राजघराण्याशी संबंधित असल्याच्या थाटात वावरायचे; तर त्यांची अहंकारी वागणूक पाहून मुस्लीम त्यांचा द्वेष करायचे. शाईस्तेखानाच्या छावणीतले जवळपास सर्वच मनसबदार हे राजेशाही थाटात वावरायचे आणि इतर धर्मियांनी कामं सांगताच नाकं मुरडायचे. ही छावणी इतकी विशाल होती की, ती कित्येक किलोमीटर अंतरापर्यंत पसरली होती. त्यामुळेच या छावणीत नेमका कोण आणि कधी प्रवेश करेल, यावर नियंत्रण ठेवणं खूपच कठीण होतं. त्यात दररोज शेकडो मनसबदारांना आणि त्यांच्या सैन्यदलाला छावणीत कोणाही अनोळखी व्यक्तीनं प्रवेश करू नये, यासाठी टेहळणी करण्याची आज्ञा दिली जायची; परिणामी एकूण प्रशासकीय गोंधळात आणखी भर पडायची. छावणीत येणाऱ्या व्यक्तीकडे शस्त्रं आहेत का, याची चौकशी कोणीही करू शकत नव्हतं. कारण आधीच टेहळणीसाठी छावणीबाहेर गेलेलं सैन्य परततानादेखील शस्त्रास्त्रं बाळगूनच असायचे. थोडक्यात, ही छावणी म्हणजे आळसावलेला जमाव होता... असा जमाव, ज्याचं पोट भरपूर भोजन केल्यानं भरलेलं असायचं आणि डोकं नेहमीच जड असायचं!

शिवाजी महाराजांनी शाईस्तेखानाच्या वधाच्या या धोकादायक मोहिमेकडं जातीनं लक्ष दिलं होतं (संदर्भ : पळसोकर, २००४, पृष्ठ क्र. १२३). शाईस्तेखानासारखा पशुतुल्य शत्रू लाल महालाच्या आतील कक्षात होता, तिथं महाराजांना पोचायचं होतं. लाल महाल या वास्तूची राजांना पुरेपूर कल्पना होती. कारण त्यांनी लहानपणी इथेच लपंडावसारखे खेळ खेळले होते. त्यामुळेच लहानपणी लाल महालात त्यांच्यासोबत खेळलेल्या बाबाजी आणि चिमणाजी बापुजी देशपांडे यांना महाराजांनी या योजनेत सहभागी करून घेतलं. मध्यरात्री लाल महालात घुसायचं आणि शाईस्तेखानाचा वध करायचा, हीच ती योजना होती. 'इतिहासातली सर्वाधिक साहसी मोहीम' असंच या प्रसंगाचं वर्णन करावं लागेल. नेमक्या कोणत्या रात्री हल्ला करायचा, किती मराठे लाल महालात घुसतील, शिवाय त्यांची वेशभूषा कशी असेल, या बाबींवर कित्येक आठवडे आणि महिने चर्चा घडल्या. कोणाकडं कोणतं शस्त्र असेल आणि प्रत्येकाची भूमिका काय असेल, लाल महालाबाहेरच्या पहारेकऱ्यांना हटवण्याचं काम कोण करेल आणि मोहीम फतेह झाल्यानंतर कशा प्रकारे पलायन करायचं, अशा अनेक मुद्द्यांवर ऊहापोह झाला. पण एकच अडचण होती. खान नेमका कोणत्या शयनकक्षात झोपतो, हे ओळखणं खूपच कठीण होतं. कारण सुरक्षेच्या कारणास्तव खान आपलं शयनस्थान नेहमी बदलत राहायचा.

ज्या ठिकाणी स्त्रिया आणि लहान मुलं राहत होती, त्यावर मध्यरात्री असा हल्ला करणं हे शिवाजी राजांसाठी मुळीच प्रशस्त नाही, असं काही जणांचं मत असू शकतं. पण नैतिकदृष्ट्या पाहता, लाल महाल हे वास्तविक शिवाजी महाराजांचं घर होतं आणि त्यांना या घराला घुसखोरांपासून मुक्त करायचं होतं.

या मोहिमेसाठी सहकाऱ्यांची निवड करताना महाराजांनी काही निकष ठरवले होते. तलवारबाजीत निपुण असणाऱ्या, चोरपावलांनी पळ काढू शकणाऱ्या, पुणे व आसपासच्या परिसराची माहिती असणाऱ्या निष्ठावान सहकाऱ्यांनाच त्यांनी निवडलं. कारण कोणत्याही सदस्याकडून घडलेली छोटीशी चूकही जिवावर बेतू शकणार होती. रमजानच्या पवित्र महिन्यातली अमावस्येनंतरची सहावी रात्र मोहिमेसाठी निश्चित झाली. मुस्लीम कालगणनेनुसार रमजान हा नववा महिना असतो. या महिन्यात पहाटेपूर्वीच अल्पोपाहार केला जातो आणि दिवसभर उपवास पाळला जातो. मग संध्यासमयी पुन्हा उपवास सोडला जातो. रमजानचा उपवास पाळणाऱ्या लोकांना दिवसभर काम केल्यानं खूप भूक लागते; त्यामुळे ते उपवास सोडण्यासाठी इफ्तारची वाट पाहतात. औरंगजेबाच्या राज्याभिषेकाचा वर्षपूर्ती दिन असल्यानं त्या रात्री शाईस्तेखानानं आनंदोत्सवाचं आयोजन केलं होतं. शिवाजी राजांनीदेखील आपली मोहीम फत्ते करण्यासाठी नेमकी हीच रात्र निवडली. त्या रात्री आनंदोत्सव साजरा करण्याच्या हेतूनं दर एक तासानंतर ढोल बडवण्यात येत होते.

५ एप्रिल आणि ६ एप्रिल १६६३ यांदरम्यानची ती रात्र... गडद अंधाऱ्या आकाशात अर्धचंद्र होता... शिवाजी महाराजांनी काही निवडक घोडेस्वारांसह पुण्याजवळील कोंढाणा किल्ल्यापासून आपला प्रवास सुरू केला. पण कोंढाण्याच्या पायथ्याशी तळ ठोकून बसलेल्या महाराजा जसवंत सिंग राठोड याला याविषयी पुसटशीदेखील कल्पना नव्हती. त्यामुळेच शाईस्ते खानाच्या वधामागे त्याचा हात असावा, असा नंतर गैरसमजही झाला. शिवाजी महाराजांची सेना कुठेही न थांबता पुढं निघाली. ते मुठा नदीच्या किनारी थांबले. त्यांनी घोडे तिथंच सोडले आणि शाईस्ते खानाच्या तळावर पायीच गेले. शिवाय, स्वसंरक्षणार्थ आणलेली काही शस्त्रं परतीच्या मार्गावर ठेवली. काही इतिहासकार म्हणतात, की शिवाजींची सेना लग्नाच्या मिरवणुकीत ढोलताशांच्या आवाजात मिसळून गेली आणि त्यांनी लाल महालात प्रवेश केला; तर काहींच्या मते, शिवाजी महाराजांच्या मावळ्यांना गुलाम म्हणून आत प्रवेश देण्यात आला. असो... इफ्तारनंतर शिवाजी आणि त्यांचे मावळे लाल महालामागे असणाऱ्या मोकळ्या जागेत जमले आणि त्यांनी शाईस्ते खानाच्या अनेक पहारेकऱ्यांना ठार केलं.

महाराजांनी आपल्या सेनेसह स्वयंपाकगृहातून आत प्रवेश केला. कारण स्वयंपाकगृहाचा एक दरवाजा आतल्या आवारात उघडतो, हे शिवाजीराजे जाणून होते. पण दुर्दैव! तो दरवाजा विटा आणि चिखल यांच्या बांधकामानं बंद करण्यात

आला होता. चिमणाजीला मात्र हा दरवाजा कुठे आहे, हे माहीत असल्यानं त्यानं तो तोडण्याविषयी महाराजांकडं विचारणा केली. इतक्यात काही लोक रमजानच्या भल्या पहाटे करायचा अल्पोपाहार बनवण्यासाठी स्वयंपाकगृहात आले. अर्थात, तेसुद्धा मारले गेले. काही मोजक्याच दिव्यांच्या प्रकाशात शिवाजी राजे आणि त्यांचे सहकारी यांनी आत प्रवेश केला. पण त्यांच्या हातातल्या दिव्यांमुळे त्यांची सावली मागील भिंतीवर पडली होती. सतत हलणाऱ्या सावल्या पाहून शाईस्तेखानाच्या काही ज्येष्ठ पत्नींनी आरडाओरडा केला आणि दुसऱ्या मजल्यावर झोपलेल्या शाईस्तेखानाला सतर्क करण्याचा प्रयत्न केला.

भयभीत झालेल्या महिलांची देहबोली आणि खाणाखुणा पाहून महाराजांना आणि त्यांच्या सहकाऱ्यांना खानाच्या शयनकक्षाचा अंदाज आला. त्यांनी खानाच्या शय्यागृहात प्रवेश केला आणि एकच खळबळ उडाली. खानाची एक ज्येष्ठ पत्नी कशीबशी आत शिरली आणि तिनं आपल्या पतीचे प्राण वाचवण्यासाठी शयनकक्षातले दिवे विझवले. खानाचा ज्येष्ठ पुत्र अबुल फतेह मारला गेला. शाईस्तेखानाला वाचवण्यासाठी मध्ये आलेली त्याची एक ज्येष्ठ पत्नीही मृत्युमुखी पडली; तर शाईस्तेखान जखमी अवस्थेत पळून गेला. पण या हल्ल्यात शाईस्तेखानानं हाताची बोटं गमावली आणि अर्थात स्वतःची अब्रूदेखील!

शाईस्तेखानानं आपली दोन तरुण मुलं, जावई, काही पत्न्या आणि जवळपास ५० रक्षक यांना गमावलं. शिवाजी महाराजांना आपले सहा सहकारी या मोहिमेत गमवावे लागले. शिवाय, त्यांचे जवळपास ६० सहकारी जखमी झाले. शाईस्तेखानाच्या छावणीत तर गोंधळाचं वातावरण पसरलं होतं. कारण मध्यरात्रीच्या अंधारात स्वयंपाकगृहातून बाहेर पडलेले घुसखोर कोणालाच ओळखता येत नव्हते, दिव्यांचा प्रकाशही खूपच मंद होता. त्यात छावणीच्या सीमेवर गस्त घालणाऱ्या रक्षकांना कळवेपर्यंत घुसखोर सीमेपलीकडं पसारही झाले होते. महाराज आपल्या सहकाऱ्यांसह नदीतीरावर आले. त्यांनी परतीच्या मार्गावर स्वसंरक्षणार्थ लपवून ठेवलेली शस्त्रास्त्रं घेतली आणि घोड्यावर आरूढ होऊन ते कोंढाण्याच्या दिशेनं निघून गेले.

आता या हल्ल्याची अलीकडेच घडलेल्या एका घटनेशी तुलना करून पाहा. खरंतर या तुलनेकडं एका रंजक दृष्टिकोनातूनही पाहता येईल. अबोटाबाद इथं ओसामा बिन लादेनवर झालेला हल्ला आणि शाईस्तेखानावर झालेला हल्ला या दोन घटनांमध्ये आपल्याला विलक्षण साम्य जाणवेल. पण शिवाजी महाराजांकडे ना अत्याधुनिक लढाऊ विमानं होती, ना अद्ययावत बंदुका आणि ना टेहळणीसाठीची सुसज्ज यंत्रणा! त्यांच्या सैनिकांकडे रात्रीच्या अंधारातही समोरील दृश्यं स्पष्ट दाखवणारे 'नाइट-व्हिजन गॉगल्स' नव्हते, की त्यांच्या डोक्यांवर शिरस्त्राणयुक्त व्हिडिओ कॅमेरेही नव्हते! या दोन्ही घटनांचं 'सर्वाधिक साहसी सैनिकी कारवाई' असंच वर्णन करावं लागेल. या घटना 'आश्चर्यकारक' का वाटतात, यावर आता एक नजर टाकू या-

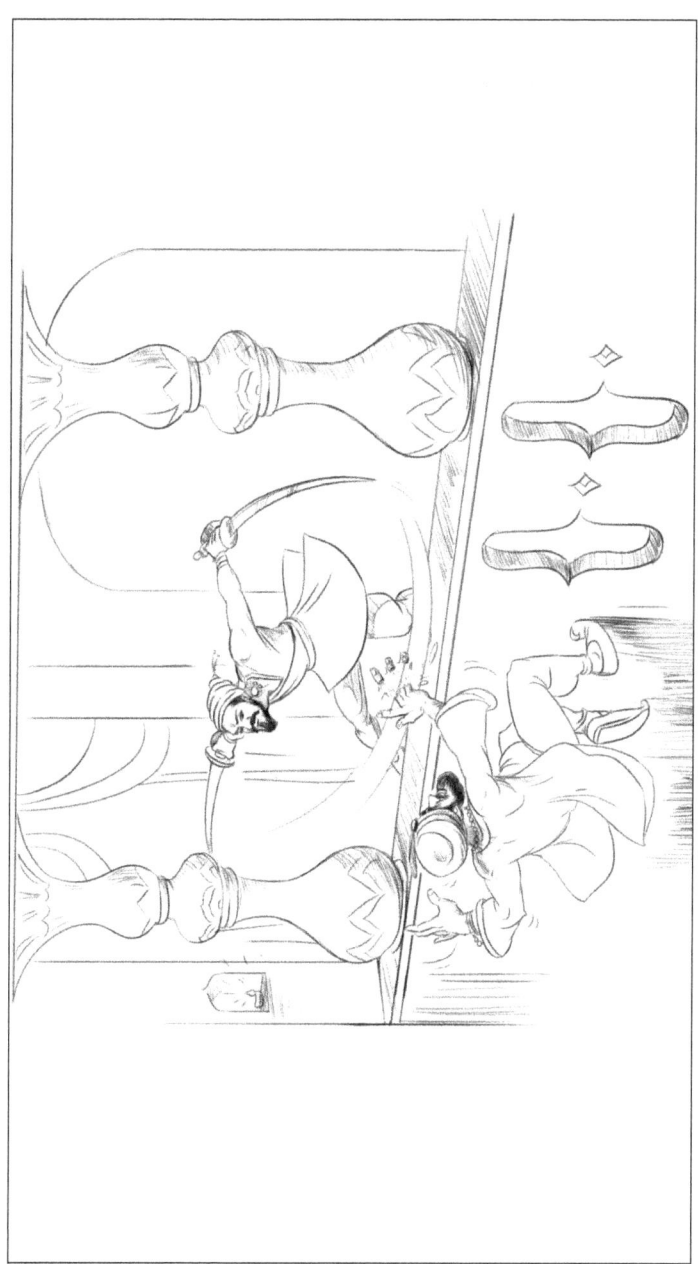

चित्र क्र. ८ – लाल महाल येथे शाईस्ते खानावर झालेला हल्ला

ऑपरेशन	**ऑपरेशन नेपच्युन स्पीयर**	**ऑपरेशन शाईस्ते खान**
	ओसामा बिन लादेनच्या घरावर रात्री अचानक झालेला हल्ला आणि त्यात झालेला त्याचा अंत	शाईस्तेखानावर रात्री अचानक झालेला हल्ला आणि त्यात झालेली हानी आणि मानहानी
ऑपरेशनची तारीख	१ आणि २ मे, २०११	५ आणि ६ एप्रिल, १६६३
आदेशकर्ते	बराक ओबामा, अध्यक्ष, युनाएटेड स्टेट्स	शिवाजी राजे भोसले
अंमलबजावणी करणारे लोक	युनाएटेड स्टेट्स नेव्ही सीएल टीम (United Nations Naval Special Warfare Development Group)	शिवाजी महाराजांचे निवडक सहकारी आणि नेतृत्व : शिवाजीराजे भोसले
ठिकाण	बिलाल, अबोटाबादच्या उपनगराचा भाग. अबोटाबाद : पाकिस्तानची राजधानी इस्लामाबादपासून जवळपास ५० किलोमीटरवर	पुणे, शिवाजीराजे भोसलेंच्या जहागिरीचं मुख्य केंद्र! पुणे : मुंबईपासून जवळपास १५० किलोमीटरवर
आरंभ	उपलब्ध माहिती आणि तपशील यांनुसार, ऑपरेशनपूर्वी पाच वर्षांआधीच कित्येक मिलियन डॉलर्स खर्च करून कुंपणभिंत बांधली असल्याचं समजतं. शिवाय, ओसामा बिन लादेनचा खात्मा करण्यासाठीच हे बांधकाम केल्याचं मानलं जातं. १२ ते १८ फूट उंचीच्या या कुंपणभिंतीवर काटेरी तारांचं जाळ होतं. तर या भिंतीच्या अंतर्गत भागात अनेक भिंतींची रचना होती. शिवाय, सुरक्षेसाठी दोन दरवाजेसुद्धा होते. या कुंपणभिंतीचं स्थान हे अबोटाबाद छावणीच्या अखत्यारित होती. शिवाय,	लाल महाल– शिवाजी महाराजांचं निवासस्थान, जे आता शाईस्ते खानाच्या आणि त्याच्या कुटुंबियांच्या कबजात होतं. इथं शस्त्रधारी रक्षकांचा चोवीस तास पहारा असायचा. हे ठिकाण मोगल सैन्याच्या छावणीच्या मध्यभागात होतं. मोगल छावणी ही लालमहालाच्या दक्षिणेकडे कित्येक किलोमीटरपर्यंत पसरली होती. पण छावणीत प्रवेश करण्यासाठी अनेक प्रवेशद्वारं होती. मोगलांच्या छावणीत विभिन्न वंशांचे, जातिधर्मांचे आणि पंथांचे लोक होते.

ऑपरेशन	ऑपरेशन नेपच्युन स्पीयर	ऑपरेशन शाईस्ते खान
	या छावणीवर थेट पाकिस्तानी सैन्याचं नियंत्रण होतं.	यात इथियोपियन्स, अफगाणी, राजपूत, पर्शियन, उझबेक आणि स्थानिक मराठे यांचा समावेश होता.
पाळत	ओसामा बिन लादेनच्या निवासस्थानाभोवती जी कुंपणभिंत होती, तिच्यावर अमेरिकेच्या CIA या संस्थेची पाळत होती. यासाठीच ऑपरेशनाआधी काही महिन्यांपूर्वी कुंपणापासून जवळच एका सुरक्षानिवासाचं बांधकाम करण्यात आलं होतं.	लाल महालावर पाळत ठेवण्यासाठी शिवाजी महाराजांचे हेर होते (या सेनेचं नेतृत्व बहिरजी नाईक यांनी केलं). ते शाईस्तेखानाच्या छावणीत न्हावी किंवा मालीश करणारे कर्मचारी बनून गेले असावेत.
योजना	सर्व गोष्टी निश्चित केलेल्या योजनेप्रमाणे घडल्या तर SEAL टीम हेलिकॉप्टरमधून खाली उतरून प्रथम लादेनच्या सुरक्षारक्षकांना ठार करेल. त्यानंतर लादेनवर गोळीबार करून त्याला ठार करेल आणि त्याचं प्रेत घेऊन अफगाणिस्तानला जाईल.	सर्व गोष्टी निश्चित योजनेप्रमाणे घडल्या तर शिवाजी राजांची सेना महालात प्रवेश करेल. त्यानंतर शाईस्तेखानाच्या रक्षकांना ठार करेल आणि मग शाईस्तेखानाला तलवारीच्या वाराने ठार करेल. शेवटी ही सेना छावणीतल्या गर्दीत मिसळून पसार होईल.
रंगीत तालीम	हार्वे पॉइंट, नॉर्थ कॅरोलिना इथं, ओसामा बिन लादेनच्या निवासाभोवती जशी भिंत होती, तशी हुबेहूब भिंत तयार करण्यात आली. शिवाय, बॅग्रम हवाई तळाजवळील एका गुप्त ठिकाणी आणखी एक भिंत उभारण्यात आली. या ठिकाणी रंगीत तालीमही घेण्यात आली.	शिवाजी महाराजांनी बाबाजी आणि चिमणाजी बापू देशपांडे यांना निवडलं. कारण ते लहानपणी लाल महालाच्या परिसरात लपंडाव खेळायचे. परिणामी त्यांना इथल्या गुप्त ठिकाणांची, पळवाटांची माहिती होती.

ऑपरेशन	ऑपरेशन नेपच्युन स्पीयर	ऑपरेशन शाईस्ते खान
तळ	अध्यक्ष बराक ओबामा यांनी 'ऑपरेशन नेपच्युन स्पियर'साठी अनुमती दिल्यानंतर, यु.एस. ब्लॅक हॉक हेलिकॉप्टर्स ही अफगाणिस्तानातील अमेरिकन तळांवरून पश्चिमोत्तर पाकिस्तानात उडू लागली. या हेलिकॉप्टर्सच्या रोटर्समध्ये अशा प्रकारे सुधारणा करण्यात आल्या होत्या, जेणेकरून रडार यंत्रणेलाही त्यांचा सुगावा लागू नये.	या मोहिमेसाठी निवडण्यात आलेल्या सेनेनं पुण्याजवळील कोंढाणा येथे आपला तळ ठोकला.
गुप्तपणे कार्यारंभ	२ मे रोजी पहाट होण्याआधी, दोन ब्लॅकहॉक हेलिकॉप्टर्समधून जवळपास चोवीस सैनिक पाकिस्तानात शिरले. त्यांनी जलालाबाद आणि अफगाणिस्तान पार केलं आणि पाकिस्तानच्या हवाई अवकाशात प्रवेश केला. पण त्यांनी वापरलेलं हवाई तंत्रज्ञान असं होतं, की पाकिस्तानी रडार व्यवस्थेच्या नजरेतून ते निसटले.	शिवाजी महाराजांनी आपल्या सहकाऱ्यांसह कोंढाणा किल्ला इतक्या गुप्तपणे सोडला की, कोंढाण्याच्या पायथ्याशी असणाऱ्या महाराजा जसवंत सिंग राठोड याला याबाबत पुसटशीदेखील कल्पना आली नाही.
लक्ष्याच्या दिशेने	ब्लॅक हॉक हेलिकॉप्टर्समधून २४ सैनिक खाली उतरले. त्यांच्यासमवेत एक दुभाषी आणि विस्फोटक गोष्टी ओळखू शकणारा श्वानदेखील होता. त्यानंतर सर्व सैनिक इतस्ततः विखुरले आणि एक गट हा अतिथिगृहाकडे गेला.	मराठ्यांची सेना घोड्यावरून पुण्याच्या सीमेपर्यंत पोचली. त्यांपैकी काहींनी विवाहासाठी येणाऱ्या पाहुण्यांप्रमाणे वेशभूषा केल्याने ते आत प्रवेश करू शकले; तर काही जण गुलाम बनून आत आले. त्यानंतर ते अनेक छोट्या गटांत विभागले गेले. मग काही वेळानं ते लालमहालामागे असणाऱ्या मोकळ्या जागेत जमले.

ऑपरेशन	ऑपरेशन नेपच्युन स्पीयर	ऑपरेशन शाईस्ते खान
हल्ल्यातील समान धागा	सैनिकांनी मुख्य इमारतीवर अचानकपणे केलेल्या हल्ल्यात तारिक खान हा कुवैतीचा भाऊ तळमजल्यावर मारला गेला; तर पायऱ्यांवरून खाली पळत येणारा ओसामा बिन लादेनचा २० वर्षांचा मुलगा, खालीददेखील मारला गेला. कुवैती : अबु अहमद अल-कुवैती हा कित्येक वर्षांपासून ओसामा बिन लादेनचा वैयक्तिक जासूद म्हणून काम करायचा. त्याच्याकडे शस्त्रास्त्रं असल्यानं त्यानं अतिथिगृहाच्या दरवाजामागे आग लावण्याचा प्रयत्न केला खरा; पण सैन्यानं चालवलेल्या गोळीबारात तोदेखील मारला गेला.	शिवाजी महाराज आणि त्यांचे सहकारी स्वयंपाकगृहातून छावणीत घुसले. शाईस्तेखानाचा २० वर्षीय मुलगा, अबुल फथ हा पायऱ्यांवरून खाली पळत होता, तेव्हा तो मारला गेला. (दोन मजली लाल महालात शाईस्तेखान आपल्या कुटुंबीयांसमवेत दुसऱ्या मजल्यावर राहत होता.)
पत्नींविषयी	गोळ्यांच्या फैरी झडतच होत्या. त्यांचाच एक टोकदार भाग ओसामा बिन लादेनच्या १२ वर्षीय मुलीच्या, सफियाच्या पायात (घोट्यात) घुसला. सफियाची आई म्हणजेच ओसामा बिन लादेनची चौथी पत्नी सैनिकांच्या अंगावर धावून आली. त्यामुळे तिच्या पायावर गोळीबार करण्यात आला.	शाईस्तेखानाची ज्येष्ठ पत्नी किंचाळू लागली. शाईस्तेखान कदाचित त्याच्या तरुण पत्नीसोबत दुसऱ्या शयनगृहात असावा. त्याला सावध करण्याच्या हेतूने खानाची ज्येष्ठ पत्नी आरडाओरडा करू लागली.

ऑपरेशन	ऑपरेशन नेपच्युन स्पीयर	ऑपरेशन शाईस्ते खान
अनागोंदी	ओसामा बिन लादेन त्याच्या खोलीत मागे हटू लागला. इतक्यात सलग दोन गोळ्यांनी त्याच्या छातीचा आणि डाव्या डोळ्याच्या वरील भागाचा वेध घेतला. तो मृत्युमुखी पडला. या हल्ल्याला सैनिकी भाषेत 'डबल टॅप' अशी संज्ञा वापरतात. SEAL संघानं प्रथम ओसामा बिन लादेनच्या चेहऱ्याची खात्री पटवून घेतली. मग त्यांच्या संघनायकापर्यंत मायक्रोफोनद्वारे ही बातमी पोचली. CIA संचालकांपर्यंत हा संदेश प्रसारित झाला.	लाल महालात अनेक सज्जे होते. शाईस्तेखान परस्परलगत असणाऱ्या सज्जांमध्ये धावत होता. मराठ्यांच्या तलवारी खानाच्या मागोमाग सपासप उसपत होत्या. शेवटी खान बचावला; पण तलवारहल्ल्यात त्याला हाताची तीन बोटं गमवावी लागली. त्याचे जवळपास ३०-४० सैनिक आणि काही पत्न्या यांनाही प्राण गमवावे लागले. शिवाजी महाराजांचेसुद्धा सहा सैनिक मृत्यूमुखी पडले.
सुटका	हेलिकॉप्टर्सची रचना अशी करण्यात आली होती, की ती पाकिस्तानच्या रडार यंत्रणेच्या टेहळणीतून निसटली.	शाईस्तेखानाच्या छावणीत गोंधळ माजवण्यात आला. मराठे छावणीतून बाहेर पडताना, 'गनीमऽऽऽ गनीमऽऽऽ' अशा घोषणा देत बाहेर पडले. जणू ते शत्रूच्या शोधार्थ बाहेर पडत असल्याच्या आविर्भावात होते. त्यामुळे खरे शत्रू कोण हे ओळखणं शाईस्तेखानाच्या सेनेसाठी अशक्य होतं. काही बैलांच्या शिंगांवर पेटत्या मशाली लावून त्यांना एका दिशेला सोडण्यात आलं. मग त्या दिशेनेच शिवाजी महाराज गेले असावेत, असा ग्रह झाल्यानं खानाच्या सेनेची दिशाभूल झाली. याचाच फायदा घेत, महाराज आपल्या सहकाऱ्यांसह निसटले.

ऑपरेशन	ऑपरेशन नेपच्युन स्पीयर	ऑपरेशन शाईस्ते खान
परिणाम	पाकिस्तानचे सुरक्षा पदाधिकारी घटनास्थळी आले. तिथे अक्षरशः हाहाकार माजला होता. तिथं तीन स्त्रिया (त्या कदाचित लादेनच्या पत्न्या असाव्यात) आणि जवळपास १२ मुलं होती. काहींचे हात बांधण्यात आले होते, तर काहींच्या तोंडावर पट्टी चिकटवण्यात आली होती. काही लोक दुःखातिरेकानं आक्रोश करत होते. कुंपणभिंतीशेजारी चार मृत शरीरं पडली होती, ज्यांच्या जखमांतून रक्त वाहत होतं.	मराठे खानाच्या छावणीतून सुखरूप बाहेर पडले. पण लाल महालात दुःखातिरेकानं विव्हळण्याचा आक्रोश ऐकू येत होता. महालाच्या जमिनीवर रक्तानं माखलेलं धड, तुटलेले हात-पाय आणि छाटलेली मुंडकी पडली होती.
(ऑपरेशन नेपच्युन स्पीयर संदर्भ : शेरवेल, पी. (२०११)		

या साहसी आणि बेधडक हल्ल्याची वार्ता संपूर्ण भारतभर पसरली. अर्थातच शिवाजी महाराजांची प्रतिष्ठा वधारली असावी (संदर्भ : मेहेंदळे, २०११, पृष्ठ क्र. २५६). भयभीत झालेला शाईस्तेखान औरंगाबादला निघून गेला. शिवाय आपल्यावरील हल्ल्यामागे महाराजा जसवंत सिंग राठोड याचं कारस्थान असल्याचा आरोपही त्यानं केला. पण या सर्व प्रकारामुळे संतापलेल्या औरंगजेबानं शाईस्तेखानाचं दख्खनमधलं सुभेदारपद परत घेतलं आणि त्याला बंगाल इलाक्यात पाठवलं. औरंगजेबाचा दुसरा पुत्र मुअझ्झम याला औरंगबादची सुभेदारी प्रदान करण्यात आली.

तोपर्यंत इकडं दक्षिणेत बऱ्याच घटना घडल्या होत्या. औरंगजेबाचा पहिला पुत्र मोहम्मद सुल्तान हा मीर जुमलासोबत बंगाल प्रांतात होता. पण तो तिथून त्याच्या काकांकडे, शाह शुजांकडे पळून गेला. शिवाय त्यानं शाह शुजाच्या मुलीशी विवाहदेखील केला. पण अखेरीस मीर जुमलानं मोहम्मद सुल्तानला पकडून त्याला एक कैदी म्हणून औरंगजेबकडे सुपुर्द केलं. औरंगजेबानं त्याला ग्वाल्हेरच्या तुरुंगात डांबलं. मग काही वर्षांनी, वयाच्या ३७व्या वर्षी त्याचा विमनस्क मनोवस्थेत मृत्यू झाला.

दरम्यान, शाह शुजा आपल्या कुटुंबियांसमवेत अराकानच्या (सध्याचं म्यानमार या ठिकाणाच्या) दिशेनं पळून गेला. काही ऐतिहासिक ग्रंथांनुसार, त्याला आणि त्याच्या कुटुंबीयांना नरभक्षक राक्षसांनी गिळंकृत केलं. तर अन्य ग्रंथांनुसार, म्यानमारच्या राजानं शाह शुजाला ठार केलं. त्याच्या पत्नींवर आणि मुलींवर जबरदस्ती करून त्यांना गर्भवती करण्यात आलं. मग शेवटी त्यांना मरेपर्यंत उपाशी ठेवण्यात आलं.

मीर जुमला काही संसर्गजन्य आजारामुळे मरण पावला, तर दारा शुकोहाच्या पुत्राला, सुलेमान शुकोहला काश्मीरमध्ये पकडण्यात आलं. औरंगजेबानं त्यालाही ग्वाल्हेरच्या तुरुंगात ठेवलं. त्याला अतिप्रमाणात अफू देण्यात आली. परिणामी, वर्षभरातच त्याचा मृत्यू झाला. मीर बक्षी या गुजरातच्या खजानीसाच्या मृत्युप्रकरणी मुराद बक्ष याला अपराधी ठरवण्यात आलं. गुजरातचा सुभेदार या नात्यानं मुराद बक्षनं मीर बक्षीकडे अतिप्रमाणात पैशांची मागणी केली होती. पण गुजरातच्या मीर बक्षीनं (जो खनिज्याचा अधिकारीसुद्धा होता, त्यानं) ती फेटाळून लावली. मुरादनं दारुच्या नशेत त्या प्रामाणिक मीर बक्षीला भर दरबारात मारून टाकलं होतं. औरंगजेबाच्या शरियत कोर्टात मुरादला अपराधी ठरवण्यात आलं.

सुरतेकडे प्रयाण...

साल १६६४... शिवाजी महाराजांना आर्थिक निधीची तीव्र टंचाई जाणवू लागली. काही वर्षांपासून शाईस्तेखानानं चालवलेल्या लुटीमुळं कृषी आणि महसूल व्यवस्थेचा जणू कणाच मोडला होता. त्यात विस्तारत चाललेल्या नौदलातील नाविकांना आणि कर्मचाऱ्यांना वेतन देणंही क्रमप्राप्त होतं. कोकणातल्या मालवणच्या सागरकिनारी कुरुते बेटावर जंजिरासारखा सागरी किल्ला बांधावा, अशी महाराजांची योजना होती. मोगलांचे हल्ले परतवण्यासाठी जर मला माझी सैन्यशक्ती वाढवायची असेल, तर माझ्या सैन्याचा खर्चसुद्धा मोगलांच्या तिजोरीतून व्हायला हवा, असं महाराजांचं मत होतं. त्यामुळेच त्यांनी मोगलांची आर्थिक राजधानी लुटण्याचा निर्णय घेतला. गुजरातमधील एखाद्या बंदराप्रमाणे असणारं शहर 'सुरत' हीच मोगलांची आर्थिक राजधानी होती.

गुजरात प्रांतातील मोगलांचा सुभा म्हणजे सुरत! तापी नदीच्या दक्षिण तीरावर वसलेलं हे बंदर म्हणजे मोगल साम्राज्याच्या आर्थिक सुबत्तेचा जणू स्वाभिमानच होता. सागरावरून वाहणारे वारे आणि त्यामुळे डोलणारे पाम वृक्ष असं सुरतेचं नयनरम्य दृश्य होतं. सुवाली बंदरापासून १५ मैल अंतरावर, जिथं तापी नदी समुद्राला मिळते, तिथंच सुरत हे शहर वसलं होतं. मध्य भारत आणि दख्खन या प्रदेशांतून वस्तूंची देवाणघेवाण करण्यासाठी सुरत हे सोयीचं ठिकाण होतं. सुरतेत काश्मीर, लाहोर, आग्रा आणि दक्षिण भारत अशा अनेक ठिकाणांहून व्यापारी

वस्तू; तर युरोप आणि चीन यांसारख्या देशांतून माल यायचा. युरोपी प्रवाशांनी व्यापारी कारखान्यांची केलेली स्थापना आणि दक्षिण-पूर्व आशिया व मध्य-पूर्व जगताशी वाढलेले व्यापारी संबंध यांमुळे सुरत हे अतिमहत्त्वाचं, मोक्याचं ठिकाण बनलं होतं. पारा, पोर्सेलीन कवड्या, शंखशिंपले यांची होणारी आयात आणि सीमाशुल्क यांमुळे मोगलांच्या तिजोरीत दरवर्षी जवळपास १.२ दशलक्ष इतक्या प्रचंड प्रमाणात भर पडायची. सुरतेत बहुसंख्य लोक हिंदुधर्माचे होते. त्यांपैकी बरेच लोक व्यापारात गुंतले होते; तर कित्येक जण जिथं आर्थिक बाबींविषयीचं ज्ञान अनिवार्य असतं, अशा महसूल विभागाच्या प्रशासनात होते. कोणी लेखापाल होतं, तर कोणी सोन्या-चांदीची शुद्धता तपासण्याच्या कामी टांकसाळ्यात कार्यरत होतं. या सर्वांमध्ये उल्लेखनीय हिंदू रहिवासी म्हणजे जन्मजात व्यापारी असणारे बनिया! मुस्लीमधर्मी हे प्रशासन, सैन्य किंवा लोकसेवा या क्षेत्रांत कार्यरत होते. पारशी समाज हा अल्पसंख्याक असला, तरीही तो श्रीमंत उद्योगपतींमध्ये मोडणारा होता. हा समाज म्हणजे सुरतेतला विणकरी वर्ग होता. पारशी लोक सुरतेतल्या ब्रिटिश उद्योगांना अत्यंत उच्च प्रतीचं, निर्यातक्षम रेशीम आणि तत्सम कापडमाल पुरवण्याचं काम करायचे. मोगल साम्राज्यकर्त्यांच्या फर्मानानुसार, डच आणि फ्रेंच यांनीदेखील सुरतेत आपले कारखाने उभारले होते.

शिवाजी महाराजांच्या गुप्तहेर खात्याचे प्रमुख बहिरजी नाईक आणि नाइकांचे सहकारी सुरतेत काही दिवस वेशांतर करून राहिले. ते हजामत आणि अंगमालीश करणाऱ्या न्हाव्यांच्या किंवा गुलामांच्या रूपात सुरतेत राहून माहिती गोळा करत होते. इनायत खान हा सुरतेचा सुभेदार होता. हा एक भ्रष्ट आणि निष्ठूर वृत्तीचा सुभेदार, संरक्षक बुरुजांनी वेढलेल्या किल्ल्यात एकाकीपणे राहत असल्याचं नाइकांनी नक्कीच जाणलं असावं. खरं तर सुरतेचं संरक्षण करण्यासाठी इनायत खानानं मोठ्या प्रमाणात सैन्यदलाची उभारणी करणं आवश्यक होतं. पण वस्तुस्थिती मात्र खूपच भिन्न होती. इनायत खान संरक्षक तटबंदियुक्त किल्ल्याच्या उभारण्यासाठी मोगल साम्राज्यकर्त्याकडून मोठ्या प्रमाणात निधी उकळत होता. हा निधी त्यानं त्याच्या मुलांच्या शाही विवाहात वापरला असल्याची चर्चा सर्वत्र सुरू होती. परिणामी, एक जुनी आणि पडझडीला आलेली भिंत सुरत शहराचं संरक्षण करत होती. तापी नदीच्या तीरावर संरक्षणार्थ कोणतीही जहाजं नव्हती. इनायत खानाच्या किल्ल्याशेजारी असणाऱ्या बाजारपेठेतही नाईक पाहणीसाठी गेले असावेत. या बाजारपेठेत घोडे, हत्ती, उंट, बैलगाडी अशा वाहनांवरून कोणकोणत्या ठिकाणाहून लोक व्यापारासाठी येतात आणि इथं किती मोठ्या प्रमाणात आर्थिक उलाढाल होते, हे नाईकांनी नक्कीच पाहिलं असणार. दागदागिने, मौल्यवान रत्नं, किमती खडे, रेशीम, गालिचे, चंदनाची लाकडं, मसाल्याचे पदार्थ, कस्तुरी, सुगंधी अत्तरं, कापड अशा अमूल्य वस्तूंनी सजलेली बाजारपेठ नाईकांनी

नक्कीच बारकाईनं न्याहाळली असणार. ढाल तयार करण्यासाठी आवश्यक असणारे हस्तिदंत, कासवाचं कवच आणि औषधनिर्मितीसाठी आवश्यक असणारी गेंड्याची शिंगं या वस्तू तर घाऊक विक्रीसाठी मांडण्यात आल्या होत्या. याशिवाय, तिथं कागद, पक्ष्यांच्या पंखांपासून बनवलेली शाईपेनं आणि शाईच्या दौतीही उपलब्ध होत्या. मालाची ने-आण करण्यासाठी तिथं अनेक बैलगाड्या रांगेनं उभ्या होत्या.

सुरतेचा अंतर्गत भाग हा पाम वृक्षांच्या फांद्यांचं छप्पर असलेल्या झोपड्यांनी गजबजलेला होता. या झोपड्यांमध्ये स्थानिक व्यापाऱ्यांनी आपला किमती माल आणि संपत्ती लपवून ठेवल्याचं नाईक यांनी नक्कीच पाहिलं असणार. काही ठिकाणी अत्यंत उच्च प्रतीच्या विटांनी बांधलेली जैन मंदिरंही नाइकांना दिसली असावीत. इथं पारशी दलाल आणि बॅन्टमचा राजा राहत असे. त्यांपैकी मसाल्याच्या पदार्थांचा राजा समजला जाणारा, सर्वाधिक श्रीमंत मनुष्य विर्जी वोरा हादेखील इथंच राहत असल्याचं नाइकांच्या नजरेनं टिपलं असणार. नदीकाठी अनेक श्रीमंत मुस्लिमांची घरं होती. हाजी झहिद बेग, हाजी कासीम आणि ख्वाजा मिनास हे श्रीमंत व्यापारी इथं राहत असल्याचं नाइकांनी नक्कीच पाहिलं असणार. यांपैकी काही व्यापाऱ्यांच्या घरावर तर ऑईस्टर शिंपल्यापासून तयार केलेली किंवा लाकडाच्या, काचेच्या जाळीची नक्षी होती.

६ डिसेंबर १६६३... या दिवशी शिवाजी महाराज आपल्या ८००० घोडेस्वारांसोबत राजगडावरून सुरतेकडे जाण्यासाठी निघाले. पण शत्रुपक्षाची दिशाभूल करण्यासाठी त्यांनी आपण औरंगाबादला जात असल्याचं जाहीर केलं. वास्तविक महाराज नाशिकच्या दिशेनं निघाले होते. ३१ डिसेंबर रोजी त्यांनी नाशिकच्या त्र्यंबकेश्वर या अत्यंत प्रसिद्ध मंदिरात दर्शन घेतल्याचे काही ऐतिहासिक संदर्भ उपलब्ध आहेत. त्याच दिवशी महाराज आपल्या सैन्यासह कोकणाकडे निघाले. सागरी किनाऱ्याच्या मार्गानं उत्तरेकडे प्रवास करत घनदाट जंगलातून ते ४ जानेवारीला सुरतेच्या सीमेवर पोचले. केवळ एका आठवड्याच्या आत त्यांनी घोड्यांवरून प्रवास करत जवळपास २०० किलोमीटर अंतर कापलं होतं. मार्गात जेव्हा लोकांनी त्यांच्याकडे विचारणा केली, तेव्हा 'आम्ही मोगल मनसबदारांचेच सैनिक आहोत', असं त्यांनी सांगितलं.

सुरतेपासून काही किलोमीटर अंतरावर महाराजांनी तळ ठोकला आणि इनायत खानाला एक खलिता पाठवला. इनायत खानानं सुरतेमधल्या हाजी झाहिद बेग, विर्जी वोरा आणि हाजी कासीम या तीन सर्वाधिक श्रीमंत लोकांना वाटाघाटीसाठी आमच्याकडे पाठवावं, अशी महाराजांनी मागणी केली. पण इनायत खानानं ही मागणी धुडकावून लावत, या तीन सर्वाधिक श्रीमंतांना आपल्या किल्ल्यात राहण्यासाठी सांगितलं. ६ जानेवारी १६६४ रोजी शिवाजी महाराजांनी सुरतेवर आक्रमण केलं. ब्रिटिश अध्यक्ष आणि सुरत परिषद यांनी कंपनीला पाठवलेल्या

खलित्यात म्हटलं होतं, 'हा अचानक झालेला दहशतवादी हल्ला म्हणजे सर्वांसाठी आश्चर्याचा धक्काच होता. परिणामी गव्हर्नरला, राजाच्या इतर मंत्र्यांना आणि मुख्य व्यापाऱ्यांना आश्रयासाठी इनायत खानाच्या किल्ल्यावर जावं लागलं. पण आणखी एक महत्त्वपूर्ण बातमी म्हणजे– या बंडखोरांनी आधीच त्यांची दोन माणसं आणि खलिता पाठवला होता, ज्यात लिहिलं होतं की, गव्हर्नर आणि तीन सर्वाधिक श्रीमंत व्यापारी यांना आमच्याशी बोलणी करण्यासाठी पाठवा. अन्यथा आम्ही या शहराला आग लावू, आमच्या तलवारी उपसून हे शहर लुटू. शेवटी व्हायचं तेच झालं!' (संदर्भ : ॲनॉन, १९३१, पृष्ठ क्र. ६६).

२८ जानेवारी १६६४ या तारखेचा उल्लेख असणाऱ्या ब्रिटिशांच्या पत्रात (संदर्भ : गोखले, १९७९, पृष्ठ क्र. २४) म्हटलंय, 'शहरातली माणसं आपलं घरदार सोडून आपल्या कुटुंबीयांसमवेत पळून गेली. कोणी बोटीत बसून जलमार्गाद्वारे पळालं, तर कोणी आसपासच्या गावांमध्ये लपून बसलं... अवघ्या काही तासांतच संपूर्ण शहर उजाड झालं.'

८ जानेवारीपर्यंत लुटीचं सत्र सुरूच होतं. पण या दरम्यान मराठ्यांनी युरोपीय वसाहतींना हात लावला नाही. झाहीद बेग, विर्जी वोरा आणि हाजी कासीम ह्यांची घरं तर जमीनदोस्त करण्यात आली. मोहनदास पारेख हा मनुष्य परोपकारी कार्यांसाठी सर्वश्रुत होता; त्यामुळे त्याच्या घराचं शिवाजी महाराजांनी संरक्षण केलं.

काही इतिहास-ग्रंथांनुसार, इनायत खानानं मराठ्यांना पळवून लावण्यासाठी आपल्या किल्ल्याच्या पहाडावरून तोफगोळ्यांचा मारा केला. पण यामुळे मराठ्यांना इजा होण्याऐवजी त्यानं डागलेले तोफगोळे सुरत शहरावर पडल्यानं आख्खं शहरच उद्ध्वस्त झालं. मग याचा प्रतिकार करण्यासाठी आणि इनायतच्या रक्षकसेनेनं किल्ल्याबाहेर येऊन पुन्हा स्फोटकांचा मारा करू नये, यासाठी मराठ्यांनी जोरदार हल्ला चढवला. डच लोकांच्या तपशिलानुसार, या हल्ल्यामुळे शहराचं अतोनात नुकसान झालं (संदर्भ : सेन, १९७७, पृष्ठ क्र. ३७६). जे व्यापारी त्यांच्या दडवून ठेवलेल्या संपत्तीविषयी काहीच सांगत नव्हते, त्यांना मराठ्यांनी आपल्या ताब्यात घेतलं. पैशासाठी मराठ्यांनी व्यापारांचा छळ केला. पण या घटनेशी संबंधित आणखी एक गोष्ट सांगितली जाते, ती अशी : दोन दिवसांच्या लूटीनंतर इनायत खान जागा झाला. आता त्यानं आपल्या राजदूताला शिवाजीशी बोलणी करण्यासाठी पाठवलं. चर्चेदरम्यान इनायतच्या राजदूतानं शिवाजी महाराजांवर अचानकपणे हल्ला केला. पण महाराजांच्या जागरूक रक्षकांनी त्या राजदूताचे हात छाटले. तो जखमी अवस्थेत महाराजांच्या अंगावर पडला. खरंतर राजदूताचं रक्त सांडलं होतं; पण त्याच्या थारोळ्यात महाराज खाली पडल्याचं पाहून 'महाराज रक्ताच्या थारोळ्यात पडले... राजदूतानं महाराजांचा खून केला' असा मराठ्यांचा

गैरसमज झाला. मराठ्यांच्या छावणीत निरर्थक गोंधळ पसरला. क्रोधित झालेल्या मराठ्यांनी त्यांच्या ताब्यात असणाऱ्या सुरतेमधल्या अनेक व्यापाऱ्यांचे हात-पाय तोडले. पण जेव्हा महाराजांनी मराठ्यांसमोर येऊन सत्य परिस्थिती सांगितली, तेव्हा मात्र त्यांनी व्यापाऱ्यांना मारणं बंद केलं.

३० एप्रिल १६६४ रोजी ब्रिटिश सुरतेमधून बंगालकडे गेले. त्या वेळच्या एका वर्णनात म्हटलंय (संदर्भ : ॲनॉन, १९३१, पृष्ठ क्र. ८७) : 'इथं जानेवारी महिन्यात आम्हांला एक विचित्र धक्का बसला. दख्खन प्रांतातला एक अट्टल बंडखोर सिवाजी आपल्या सहा-सात हजार घोडेस्वारांसोबत आला आणि त्यानं बघताबघता सुरत शहरात ठिकठिकाणी आगी लावल्या, सर्वत्र त्याच्या तलवारी उसळू लागल्या. त्यानं इथल्या बराचशा प्रदेशाला आगीत भस्मसात केलं आणि बाजारपेठेतल्या किमती वस्तू, सोनं, चांदी आणि दागदागिने असं सर्व काही लुटलं. इथं राहणारे सर्व स्त्री-पुरुष, लहान मुलं हे आपलं घरदार सोडून जीव मुठीत पकडून धावू लागले. आमच्यासमोर एक प्रस्ताव ठेवण्यात आला. तो नाकारल्यास आमची घरं जमीनदोस्त करण्यात येतील, आम्हांला ठार करण्यात येईल, अशी धमकी देण्यात आली. पण त्याची ही अपमानास्पद वागणूक पाहूनही आम्ही स्वतः ला सावरू शकलो. आम्हांला तसा काही फार मोठा फटका बसला नाही; पण आमच्या युरोपीय बोटी पाठवण्यात मात्र आडकाठी आली.'

मराठ्यांनी सुरतेमधून जवळपास २.५ दशलक्ष इतकी रोकड लुटली आणि सोनं, चांदी, हिरे आणि अत्यंत मौल्यवान खडे यांनी भरलेली गाठोडी कित्येक खेचरांच्या पाठींवरून वाहून नेली.

सुरतेच्या लुटीहून राजगडावर परततांच महाराजांना एक दुःखद वार्ता समजली. त्यांचे पिता शहाजीराजे भोसले यांचा २३ जानेवारी १६६४ रोजी मृत्यू झाला होता. ते एका सफरीवर असताना त्यांच्या घोड्यानं त्यांना दूरवर फेकून दिलं आणि त्यातच त्यांचा मृत्यू झाला. शिवाजी महाराजांच्या मातोश्री जिजाबाई यांना सती[३५] जायचं होतं. भोसले खानदानात जणू शोकाचा, दुःखाचा कडेलोट झाला होता. पण शिवाजी महाराजांनी जिजाबाईंना सती जाण्यापासून रोखलं. २५ जुलै १६६४च्या एका डच पत्रात म्हटलंय (संदर्भ : सरदेसाई, २००२, पृष्ठ क्र. ५०९): 'अट्टल बंडखोरी करणाऱ्या शिवाजीचे वडील शहाजी हे त्यांच्या सवारीवर असताना घोड्यानं त्यांना दूर फेकून दिलं. परिणामी ते इतक्या वाईट प्रकारे जखमी झाले की, त्यांना काही दिवसांतच प्राण सोडावा लागला. पण त्यांच्या दुखवट्याला आदिलशाह गेला असावा, असं आम्हांला मुळीच वाटत नाही. खरंतर अशा प्रकारे

[३५]सती : ही एक प्राचीन रूढ प्रथा होती. विधवा स्त्रीनं आपल्या पतीच्या चितेवर उडी मारून आपल्या देहाचा, आयुष्याचा त्याग करायचा किंवा पतीच्या मृत्यूनंतर काही दिवसांनी आत्म हत्या करायची, अशी ही प्रथा होती.

अनेक बंडखोरांचा अंत व्हावा, असंच आदिलशाहाला वाटत होतं.'

या अस्थिरतेच्या काळात, शिवाजी महाराजांचं नौदलाबाबतचं स्वप्न मात्र सत्यात उतरत होतं. "When the going gets tough, the tough get going' या इंग्रजी उक्तीचं समर्पक उदाहरण म्हणजे छत्रपती शिवाजी महाराज! सुरत लुटीतून प्राप्त झालेला निधी महाराजांनी कोकणाच्या विकासासाठी वापरला. ते आता नव्या उमेदीनं आणि उत्साहानं आपल्या सागरी उद्योगाची भरभराट करण्यासाठी सिद्ध झाले होते.

प्रतिकूल हवामानात लढाऊ नौकांनी तग धरावा यासाठी जर अद्ययावत तळ उभारलं, तरच लढाऊ नौका आपलं काम उत्तम पद्धतीनं पार पाडू शकतात. शिवाय, त्यांची डागडुजी आणि जतन या बाबीदेखील तितक्याच महत्त्वाच्या असतात. आता महाराजांनी अभेद्य सागरी किल्ले बांधायचं ठरवलं. शिवाय, या किल्ल्यांना केवळ एका बाजूनंच प्रवेशद्वार असेल आणि इतर तीनही बाजूंना केवळ समुद्र असेल, अशी त्यांची योजना होती. १६६४ साली महाराजांनी सिंधुदुर्ग किल्ल्याचं बांधकाम सुरू केलं. हे काम पूर्ण होण्यासाठी जवळपास तीन वर्षं लागली. कुरुते बेटावर वसलेला हा किल्ला सिंधुदुर्ग जिल्ह्यात, मालवण किनाऱ्याच्या विरुद्ध बाजूला आहे. शिवाय, त्याचा जवळपास अर्धा किलोमीटर भाग हा समुद्रात पसरलेला असून हा किल्ला आखाती भागात आहे. त्याचा पाया अत्यंत कठीण खडकांनी बनला आहे. पाया मजबूत करण्यासाठी जवळपास १,५०,००० किलोग्रॅम वजनाचा वितळलेला लोहरस आणि शिशाचा रस खडकावर ओतण्यात आला होता. आजही हा किल्ला अस्तित्वात असून त्यानं जवळपास ४८ एकर क्षेत्र व्यापलंय, शिवाय त्याची संरक्षक भिंत ही जवळपास एक किलोमीटर (१२ फूट रुंद आणि ३० फूट उंच) आहे. एकूण ४२ बुरुजांमुळे हा किल्ला अधिक शक्तिशाली बनलाय. किल्ल्याच्या मुख्य दरवाजाची रचना अशा प्रकारची आहे, की दुरून पाहताना दरवाजा आणि भिंत एकसलगच असल्याचा आभास होतो. किल्ल्याच्या जमिनीखाली काही बोगदे असून, भिंतींच्या आतही काही पळवाटा तयार करण्यात आल्या होत्या. ज्या वेळी किल्ला बांधण्यात आला होता, त्या वेळी तिथं गोड्या पाण्याच्या विहिरी आणि कृत्रिम तलावही होते. या तलावात पावसाचं पाणी साठवलं जायचं. शिवाजी महाराजांनी पुनर्बांधणी केलेला आणि पुन्हा नव्यानं जतन केलेला आणखी एक सागरी किल्ला म्हणजे, 'विजयदुर्ग' होय. नैसर्गिकरीत्या तयार झालेल्या खंदकामुळे भूमीचा काही भाग हा कोकणापासून अलग झाला. या अलग झालेल्या छोट्या बेटावर विजयदुर्ग हा किल्ला आहे. किल्ल्याच्या जाडजूड आणि भक्कम भिंतींवर विशाल सागरी लाटांचा कायमच मारा होत असतो. किल्ल्यावर एका बाजूला वर्तुळाकार बुरूज ठळकपणे दिसून येतो. तिहेरी भिंती आणि २७ टेहळणी बुरूज यांच्या माध्यमातून महाराजांनी हा किल्ला अत्यंत मजबूत बनवला होता.

काही वर्षांतच शिवाजी महाराजांनी एकामागोमाग एक सागरी किल्ले बांधले आणि कोकण इलाख्यात आपली निर्विवाद सत्ता प्रस्थापित केली. महाराजांनी कोकण क्षेत्राची पुनर्रचना केली आणि या प्रांताचे काही विभाग पाडले. एकूण नऊ सुभ्यांमध्ये हा प्रांत विभागला गेला : सुभा भिवंडी, सुभा कल्याण, सुभा चौल, सुभा जावळी, सुभा राजापुरी, सुभा दाभोळ, सुभा राजापूर-प्रभावळी, सुभा कुडाळ, सुभा फोंडे (गोव्यातील सुभा) आणि सुभा अंकोला (कारवारमधील सुभा).

'भारतीय किल्ल्यांचा अभ्यास' या विषयाला आपलं आयुष्य वाहून घेतलेल्या आणि मराठी साहित्यात अनेक ग्रंथांचं लेखन करणाऱ्या प्राध्यापक पी. के. घाणेकर यांचं निरीक्षण पाहा. त्यांच्या मतानुसार, सिंधुदुर्ग किल्ला बांधताना महाराजांनी इतक्या मोठ्या प्रमाणात लोह आणि शिसं यांचा तप्त रस खडकांवर ओतला होता, जेणेकरून किल्ल्याचा पाया अत्यंत मजबूत आणि पक्का व्हावा. अगदी सुनामीची लाट आली, तरी त्याचा पाया डळमळता कामा नये. कारण सिंधुदुर्ग ही त्यांची 'सागरी-राजधानी' होती. या किल्ल्याकडे येणाऱ्या विशाल जहाजांसाठीचा मार्ग हा भलताच फसवा आणि धोकादायक आहे. पद्मदुर्गची उखळ तर अशा प्रकारे बांधण्यात आली आहे, की तिचं सहजासहजी क्षरण म्हणजे झीज होऊच शकत नाही. खवळलेल्या सागरात निर्माण होणाऱ्या अजस्र लाटांमुळे काही दगडांना छेद जरूर गेलाय; पण उखळ मात्र जशीच्या तशीच आहे.

कुलाबा इथल्या अलिबाग किल्ल्यावर अशी उखळ नाहीये. शिवाय, तिथल्या खडकांमध्ये बऱ्यापैकी मोकळी जागा ठेवण्यात आली आहे. पण यामागे एक विशिष्ट कारण आहे. सागरी अजस्र लाटांचा जेव्हा जोरदार मारा होईल, तेव्हा त्यांतलं बरंचसं पाणी या मोकळ्या जागांमध्ये येईल. परिणामी, किल्ल्याच्या भिंतीवर आदळणाऱ्या पाण्याची घनता आणि दाब नक्कीच मंदावलेला असेल. खांदेरी हा किल्ला तर अत्यंत उथळ समुद्रात आहे. पण सागरी लाटांचा आघात रोखण्यासाठी या किल्ल्याच्या पायाशी अनेक कठीण आणि प्रचंड आकाराच्या शिळा ठेवण्यात आल्या आहेत. जेणेकरून किल्ल्याच्या भिंतीवर आदळताना लाटांचा वेग आणि शक्ती क्षीण झालेली असेल.

यादरम्यान कोकण प्रांतात अनेक घटना घडत होत्या, ज्या कालांतरानं 'ऐतिहासिक' ठरल्या. मिरजान हे गोव्याच्या दक्षिणेला असणारं बंदर त्या काळी खूपच प्रसिद्ध होतं. कारण इथून सुरतेत काळी मिरी, पोटॅशियम नायट्रेट (स्फोटकांमध्ये वापरलं जाणारं) आणि सुपारी ह्यांची निर्यात व्हायची. बेदनूरच्या राज्यकर्त्यानं मिरजान हडप केलं होतं. कारण ते उच्च प्रतीच्या काळ्या मिरीसाठी प्रसिद्ध होतं. शिवप्पा नायक यानं जवळपास पन्नास वर्षं बेदनूरवर सत्ता गाजवली. शिवाय, सर्व दिशांनी आपलं प्रस्थ वाढवत त्यानं संपूर्ण दक्षिण कर्नाटकावर वर्चस्व गाजवलं.

इतकंच काय, तर त्यानं आदिलशाहाच्या काही किल्ल्यांवरही ताबा मिळवला होता. १६६० मध्ये शिवप्पा मरण पावला. तर त्याचा पुत्र भद्रप्पा याचा त्याच्याच सल्लागारानं खून केला. अली आदिलशाहानं नेमक्या याच संधीचा फायदा घेतला. त्यानं आपला एक प्रधान बहलोल खान याला बेदनूर ताब्यात घेण्यासाठी पूर्ण शक्तिनिशी पाठवलं.

कोकणात शिवाजी महाराजांच्या वाढत असलेल्या ताकदीची औरंगजेबाला पूर्ण कल्पना होती. 'औरंगजेबानं आदिलशाहाला पत्राद्वारे वारंवार सांगितलं होतं की, त्यानं शिवाजीचा बिमोड करण्यासाठी हल्ला करावा. असं झाल्यास औरंगजेब आदिलशाहाकडून मोगलांना येणारी ३० हजार होन खंडणी माफ करणार होता. पण आदिलशाहानं शिवाजीविरुद्ध कारवाई केली नाही, तर औरंगजेब आपलं सैन्य आदिलशाविरुद्धच धाडणार होता.' (संदर्भ : मेहेंदळे २०११, पृष्ठ क्र. २८२).

आता शिवाजी महाराजांनी सर्व शक्तिनिशी दक्षिण कोकणात प्रवेश केला होता. लखम सावंत हा कुडाळचा प्रमुख होता. त्यानं पूर्वी शिवाजी महाराजांसोबत शांततापूर्ण संबंध प्रस्थापित केले होते. शिवाय कुडाळची जबाबदारीही त्यांच्यावर सोपवली होती. आता मात्र लखम सावंत याचं मनपरिवर्तन झालं होतं. तो आता महाराजांविरुद्ध आदिलशाहाला जाऊन मिळाला होता. खवास खान (खान मोहम्मदाचा पुत्र, आदिलशाहीचा वजीर आणि रुस्तुम-ए-झमानचा जावई) हा विजापूरहून १०,००० सैन्य घेऊन आला होता आणि आता तो महाराजांविरुद्ध सावंतच्या १२,००० सैन्याला येऊन मिळाला होता. त्याच वेळी कोकणातल्या मुधोळचा जहागीरदार बाजी घोरपडे आणि आदिलशाहीचा सेनापती आपल्या १५०० सुसज्ज सैन्यासह कुडाळवर चाल करून आला. १६४८ साली शहाजीराजे भोसले यांना अटक करून त्यांना विजापूरच्या कैदेत डांबणारा घोरपडे आता शिवाजी महाराजांविरुद्ध उभा ठाकला होता. यानिमित्तानं महाराजांना आपला हिशेब चुकता करण्याची संधी लाभली होती. शिवाजी महाराजांनी मुधोळवर अचानक हल्ला करून घोरपडेला जणू आश्चर्याचा धक्काच दिला. घोरपडे आपल्या प्रदेशात पळून जाण्याच्या तयारीत असतानाच तो मारला गेला. शिवाय, त्याच्या अनेक सैनिकांना आणि कुटुंबातल्या सदस्यांनाही मारण्यात आलं. ही घटना इतिहासात 'घोरपडेंचं हत्याकांड' या नावानं प्रसिद्ध आहे. या युद्धात झालेल्या विजयाची किंमत म्हणून महाराजांनी घोरपड्यांचे जवळपास हजारहून अधिक घोडे स्वतःच्या ताब्यात घेतले. या विजयानंतर शिवाजी महाराजांची सेना आजूबाजूच्या परिसरात पसरली आणि तिनं या परिसरातल्या छोट्या-मोठ्या आदिलशाही जहागीरदारांवर प्रखर हल्ले चढवले. अर्थातच यात कुडाळच्या सावंतांवरही हल्ला झाला. घोरपडेंच्या पराभवाची वार्ता समजताच खवास खान विजापूरला पळून गेला. पराभूत झालेले सावंतांचे सरदार जीव मुठीत घेऊन आसपासच्या जंगलांमध्ये पळून गेले; तर त्यांपैकी काही जण आपले प्राण वाचवण्यासाठी हात जोडून विनंती करू लागले. खवास खानाच्या माघारीनंतर,

महाराजांनी वेंगुर्ला, मालवण आणि नंतर हुबळी या समृद्ध शहरांवर चढाई केली.

फेब्रुवारी १६६५मध्ये शिवाजी महाराजांनी सिंधुदुर्गाहून पुढे कूच केलं. सोबतीला ८५ लढाऊ जहाजं, तीन विशाल नौका आणि नौसेना अशी फौज होती. गोवा, कारवार, कुंभे, होनावार आणि भटकळ असा प्रवास करत महाराज १४ फेब्रुवारी रोजी गांगुली नावाच्या बंदरावर पोचले. मराठ्यांनी आपल्या नौका बंदरावर ठेवल्या आणि त्यांनी काही अंतर पायी प्रवास केला. आश्चर्य म्हणजे, ते काही अवधीतच बेदनूर राज्याच्या बन्सूर या मुख्य बंदराजवळ पोचले. हे बंदर आदिलशाहानं नुकतंच आपल्या ताब्यात घेतलं होतं. खरंतर हे कर्नाटकातल्या श्रीमंत व्यापाऱ्यांसाठीचं सुप्रसिद्ध ठिकाण होतं. या व्यापाऱ्यांनी महाराजांना भेटरूपात मुबलक आर्थिक निधी दिला (काही जणांच्या मते, महाराजांना बेदनूरला दिलेल्या भेटीत व्यापाऱ्यांकडून मिळालेला पैसा हा सुरत लुटीपेक्षा कैक पटीनं जास्त होता.) परतीच्या प्रवासात महाराजांनी काही मोजक्याच नौका आपल्यासोबत राहू दिल्या आणि इतर आरमार मात्र माघारी पाठवण्यात आलं. त्यानंतर ते आपल्या ४०० मावळ्यांच्या सेनेसोबत गोकर्ण महाबळेश्वरजवळच्या अंकोला या ठिकाणाच्या दिशेनं निघाले. गोकर्ण महाबळेश्वर हा प्रांत सध्याच्या कर्नाटकात आहे.

काही ब्रिटिश व्यापाऱ्यांनी लिहिलंय, 'दखन्न आणि दक्षिण किनारा यांवर स्वतःचं वर्चस्व प्रस्थापित करण्यासाठी राजे लोक परस्परांवर कुरघोडी करत होते, अनेक प्रदेश एकमेकांवर चढाई करण्यासाठी सरसावले होते. पण या सर्वांमध्ये केवळ शिवाजीनंच स्वतःचं निर्विवाद वर्चस्व प्रस्थापित केलं... जणू त्यामुळेच आसपासच्या राजांच्या आणि राजकुमारांच्या काळजात धडकी भरली.' (संदर्भ : सरदेसाई, २००२, पृष्ठ क्र. ७२६).

प्रकरण – ८

प्रलयंकारी भेट

एच. एस. सरदेसाई (२००२, पृष्ठ क्र. १५०) लिहितात- मिर्झा राजा जयसिंग यांचा साम्राज्यासाठी त्याग करण्याचा गुण दुर्लक्ष करण्यासारखा नक्कीच नाही. पण त्या मागचा हेतू मात्र मुळीच शुद्ध नव्हता. त्यामुळेच या व्यक्तिमत्त्वाकडे 'एक ऐतिहासिक शोकांतिका' म्हणून पाहावं लागेल. 'चढाओढ करणारा योद्धा' अशा दृष्टिकोणातून या ख्यातनाम राजपुताकडे नक्कीच पाहता येणार नाही. इतिहासाच्या पानांवर ते एक 'विमनस्क व्यक्तिमत्त्व' बनून राहिले. मोगल सम्राटाशी अत्यंत प्रामाणिक राहिलेल्या या महान राजपूत योद्ध्याला आपल्या देशाचा खरा देशभक्त होणं जमलंच नाही!

शाईस्तेखानाचा वध आणि सुरतेची लूट, या दोन आघातांमुळे औरंगजेब कमालीचा नाराज झाला होता. १६६४ साली त्याच्या जन्मदिनी त्यानं दरबार भरवला होता. ज्यात अनेक मनसबदार सहभागी झाले होते. कोणी आपली बदली व्हावी, तर कोणी आपल्याला बढती मिळावी, या उद्देशानं उपस्थित होते. या वेळी औरंगजेबानं मिर्झा राजा जयसिंगवर शिवाजीचा निःपात करण्याची जबाबदारी सोपवली. दिलेर खान, दाऊद खान कुरेशी आणि राजा राय सिंग सिसोदिया यांसारखे मातब्बर मोगल सरदार या कामी मिर्झा राजा जयसिंगला साथ देणार होते. या वेळी मिर्झा राजा जयसिंग वयाच्या साठीच्या टप्प्यावर होता. शिवाय त्याचा मोगलांशी असणारा संबंधही तसा खूपच जुना होता. मिर्झा राजा जयसिंग अंबर राजघराण्याशी संबंधित होता. हे घराणं म्हणजे राजस्थानचा स्वाभिमान समजला जायचा. वयाच्या केवळ तेराव्या वर्षी त्यानं मोगलांच्या चमूत प्रवेश केला होता. तो कच्छवाहा राजपूत तर होताच पण तो सूर्यवंशीदेखील होता. त्यामुळेच सूर्यकुलात जन्मलेल्या प्रभू श्रीरामांच्या वंशाशीही त्याचा संबंध होता. पर्शियन आणि तुर्कीश या दोन्ही भाषा अस्खलितपणे बोलणारा मिर्झा राजा जयसिंग म्हणजे नीतिव्यवहार आणि राजकारणातही मुरलेला तज्ज्ञ होता. जी मोगल सेना धर्मद्वेषामुळे विभागली होती, त्या सेनेचं नेतृत्व करणारा

एक दुर्मीळ सेनापती म्हणून तो ओळखला जायचा. मुस्लीम मनसबदार आणि राजपूत मनसबदार हे परस्परांना जणू पाण्यातच पाहायचे. तरीही मिर्झा राजा जयसिंग या सर्वांना सामावून घेण्याचा प्रयत्न करायचा. मिर्झा राजा जयसिंग यानं आपला पक्ष बदलून औरंगजेबाला वारसाहक्क मिळवण्याच्या लढाईत खूप सहकार्य केलं होतं. मध्य आशियातल्या बल्ख ते दख्खन प्रांतातल्या विजापूर, पश्चिमेतल्या कंदाहार ते पूर्वेतल्या मुनगीर अशा अनेक लढायांमध्ये विजयी ठरलेला मिर्झा राजा जयसिंग आता शिवाजी महाराजांवर चढाई करण्यासाठी परत चिलखत घालून तयार झाला.

९ जानेवारी १६६४ रोजी मिर्झानं नर्मदा पार केली. १० फेब्रुवारीला तो दौलताबाद येथे आला, तर ३ मार्च रोजी तो पुणे प्रांतात पोचला. मार्च महिन्याच्या अखेरीस तो आपल्या विशाल मोगलसेनेसह सासवडमध्ये होता. आता इथंच तळ ठोकण्याचा त्याचा मानस होता. त्यांचं सैन्य म्हणजे एक चालतंबोलतं नगरच जणू! सैनिकांचा फौजफाटा, सुसज्ज केलेले हत्ती, त्यांवर हौद्यात बसलेले मनसबदार आणि मागे येणाऱ्या पालख्यांमध्ये मनसबदारांचे कुटुंबीय असं ते दृश्य होतं. शिवाय, या अफाट फौजेभोवती गुलाम, सेवक, आज्ञाधारी लोक आणि स्वयंपाकी यांचाही भरणा होता. पखाल पकडण्यासाठी कामगार आणि अवजड वस्तूंची वाहतूक करणाऱ्या बैलांची, खेचरांची आणि गाढवांची संख्याही लक्षणीय होती; तर अवजड तोफा वाहण्यासाठी उंटांचा वापर करण्यात आला होता. भोजनाच्या व्यवस्थेसाठी शेकडो-हजारो शेळ्या, मेंढ्या आणि गाई यांनाही सोबत घेण्यात आलं होतं. या शक्तिशाली सेनेच्या माथ्यावर भव्य हिरवा ध्वज डौलानं फडकत होता. त्या रेशमी वस्त्रावर कोरलेलं उगवत्या सूर्याचं आणि दबा धरून बसलेल्या सिंहाचं चित्र जणू दख्खनचा अवकाश व्यापून टाकत होतं.

दिल्ली ते दख्खन या प्रदीर्घ प्रवासादरम्यान, मिर्झा राजा जयसिंगनं आपल्या युद्धनीतीवर मनन-चिंतन केलं. औरंगजेबानं दख्खनच्या संपूर्ण प्रांतावर नियंत्रण ठेवण्यासाठीच तर त्याला सांगितलं होतं. मिर्झा राजा जयसिंग याला मोगल सेनेच्या मनसबदारांच्या, सैन्याच्या बढतीचे, बदलीचे आणि वेळप्रसंगी त्यांना शिक्षा ठोठावण्याचे अधिकारही प्रदान करण्यात आले होते. दख्खनेतल्या मनसबदारांचं नियंत्रणही आता मिर्झा राजा जयसिंगच्याच हाती होतं. थोडक्यात, मिर्झा राजा जयसिंग आता मोगल साम्राज्याच्या अखत्यारीतल्या दख्खन प्रांताचा सुभेदार होता. त्याला या लढाईत पराभवासाठी कोणतीही कसर राहू द्यायची नव्हती. त्यासाठीच त्यानं एकाच वेळी अनेक पातळ्यांवर हल्ले चढवण्याची योजना आखली. कोकणात प्रवेश करण्याची जोखीम त्यानं मुळीच पत्करली नाही; शिवाय पुण्यात तळ ठोकण्याचा धोकाही त्यानं पत्करला नाही. तर भोसले जहागीर प्रांताच्या पूर्वसीमेवर (आणि आदिलशाही साम्राज्याच्या पश्चिम सीमेवर) त्यानं आपला तळ ठोकला. कारण तुलनेनं हा प्रदेश सपाट होता. या प्रदेशात मराठ्यांशी संघर्ष करणं सोपं

होतं. पण डोंगरटेकड्या असणाऱ्या प्रदेशात मराठ्यांशी दोन हात करणं हे नक्कीच धोकादायक होतं.

मिर्झा राजा जयसिंग यानं भोसले जहागिरीचा प्रदेश आणि आदिलशाही साम्राज्य यांच्या मधोमध मोगलसेनेची छावणी ठोकली होती. कारण असं केल्यानं भोसले आणि आदिलशाह यांना युती करणं अशक्य होणार होतं. पुरंदर गडाच्या पायथ्यापासून अवघ्या काही किलोमीटर अंतरावर असणाऱ्या सासवड इथं मिर्झा राजा जयसिंग याची छावणी होती. तो शिवाजी महाराजांचे शत्रू असलेले पोर्तुगीज, आदिलशाही राजा, कुतुबशाही राजा, अफझल खानाचे नातेवाईक, विजापूर येथे लपून बसलेले मोरेंचे नातेवाईक आणि जंजिऱ्याचे सिद्दी यांना शिवाजीविरोधी मोहिमेत सहभागी करून घेऊ शकत होता. शिवाय मोबदल्यात तो सर्वांना अनेक प्रलोभनं दाखवू शकत होता. 'मोगल साम्राज्यात तुम्हांला उच्च पद आणि मानमरातब मिळेल', असं आमिष दाखवत तो शिवाजी महाराजांच्या समर्थ जहागीरदारांना आणि वतनदारांना आपल्या पक्षात सामावून घेऊ शकत होता. कर्नाटकातल्या वतनदारांना आदिलशाही नष्ट करून मोगल साम्राज्यात सहभागी घेण्यासाठीदेखील तो प्रयत्न करू शकत होता. कारण एकदा शिवाजीचा निःपात केल्यावर औरंगजेब आपल्याला आदिलशाहीचा कबजा घेण्याची आज्ञा करेल, याची त्याला कल्पना होती. थोडक्यात, आता त्याच्या मनात एका दगडात दोन पक्षी मारण्याची कल्पना होती. नरसंहार करू शकणाऱ्या प्रशिक्षित सैन्याची अशी काही मोर्चेबांधणी करावी की, शिवाजीच्या राज्यात घुसून त्याच्या माणसांची कत्तल करता यावी, असा त्याचा मानस होता. इतकंच काय तर, तो दररोज पत्राच्या माध्यमातून औरंगजेबाला आपल्या मोहिमेची स्थिती कळवत होता. तो एक अत्यंत हुशार आणि बुद्धिमान सेनापती होता. शिवाजी महाराजांचा पुरंदरसारखा किल्ला आपल्या ताब्यात घेऊन त्याला आपण सक्षम असल्याची जाणीव औरंगजेबाला करून द्यायची होती. शिवाय, राजकुमार मुअज्झम[३६] ह्यानं कोणतंही श्रेय लाटू नये म्हणून त्याला ह्या मोहिमेपासून जाणूनबुजून दूर ठेवलं होतं.

सासवड येथे पोचल्यावर मिर्झा राजा जयसिंग यानं दाऊद कुरेशी आणि कुतुबुद्दीन ह्यांच्यावर शिवाजी महाराजांच्या प्रदेशात भयानक दहशत पसरवण्याची जबाबदारी सोपवली. राय सिंग, अमर सिंग, शारजा खान, अचल सिंग आणि इतरांना मोहिमेची थोडक्यात माहिती समजावून सांगण्यात आली. ८००० सैन्याची आठ तुकड्यांत विभागणी करण्यात आली. या तुकड्या विभिन्न खेड्यांवर चढाई करण्यासाठी सज्ज होत्या.

---

[३६]मुआझ्झम हा औरंगजेबाला त्याच्या हिंदू पत्नीपासून (नवाब बाईपासून) झालेला पुत्र होता. तो मोगल साम्राज्याच्या दख्खन प्रांताचा सुभेदार होता. गांजा आणि मद्य यांच्या व्यसनांत बुडालेला मुआझ्झम हा नेहमी त्याच्या व्यसनांध मैफलींत आणि शिकार करण्याच्या छंदात गुरफटलेला असे. त्यामुळेच तो एक चिंतेचा विषय बनला होता.

मिर्झा राजा जयसिंग यानं पुरंदरला घेराव घालण्यासाठी २०,००० सैनिकांची शिस्तबद्ध योजना बनवली होती. घेराव घालण्यासाठी काही सैनिक हे खंदकांमध्ये लपून बसले होते. पण त्यांच्यावर मराठ्यांचा हल्ला होऊ नये, यासाठी मिर्झा राजानं काही सैनिकांना छावणीच्या बाहेरही पाठवलं होतं. जेणेकरून पुरंदरच्या आसपास मराठा सैन्याची हालचाल वेळीच थोपवता यावी. निकोलाऊ मनुस्सी या इटालियन तोफखाना प्रमुखाला आणि दिलेर खानाला मिर्झा राजा जयसिंगानं एक महत्त्वाची बाब सांगितली, 'पुरंदरला किल्ल्याला आधीच तडा आहे. तेव्हा या दुर्बलतेचा फायदा घेत आपण त्यावर ताबा मिळवू शकतो.'

समुद्रसपाटीपासून १३७० मीटर उंचीवर आणि भोवतालच्या जमिनीपासून ७६० मीटर उंचीवर पुरंदर किल्ला आहे. किल्ल्याचा अत्यंत मजबूत असा वरचा भाग हेच तिथलं आश्रयस्थान आहे. तर या भागाचा विस्तारित आणि उंचावरील प्रदेश म्हणजे खंदकडा होय. किल्ल्याचा खालचा भाग हा जवळपास ३०० मीटर खाली आहे. या खालच्या किल्ल्याचा घेर जवळपास ५-६ किलोमीटर आहे. शिवाय अत्यंत मजबूत भिंती, तटबंदी आणि टेहळणी बुरूज यांमुळे तो संरक्षित होता. संरक्षणासाठी तिथं नेहमी काही धनुर्धारी मावळे असायचे. उत्तरेकडे किल्ल्याचा खालील भाग हा तुलनेनं विस्तारलेला आहे. तिथं किल्ल्याच्या बराकी होत्या. एखाद्या गच्चीप्रमाणे विस्तारलेल्या या भागाला उंच टेकडीचा आधार लाभला आहे. ही टेकडी खालील भागात असणाऱ्या एका खड्या टेकडीच्या पायापासून सुरू होते. हा संपूर्ण भाग खंदकड्याच्या ईशान्य भागात असणाऱ्या टेहळणी बुरुजाच्या खालून सुरू होतो. हा संपूर्ण भाग पूर्वेकडे एका चिंचोळ्या पर्वतरांगेत जवळपास एक मैलभर पसरला असून एका सपाट प्रदेशात त्याचा शेवट झाला आहे. यालाच 'वज्रगड' म्हणजेच शस्त्राप्रमाणे असणारा किल्ला असं म्हणतात. पुरंदर आणि वज्रगड या दोन किल्ल्यांच्या दरम्यान एक उथळ घळ आहे, ज्याला 'भैरव खिंड' असं संबोधतात. वज्रगडाच्या सपाट प्रदेशाकडे तोंड असणारे पांढऱ्या आणि काळ्या रंगानं रंगवलेले दोन टेहळणी बुरूज पुरंदरच्या खालच्या कड्यावर आहेत. हे दोन बुरूज जर उद्ध्वस्त केले आणि वज्रगडावर कबजा मिळवला, तर पुरंदर किल्ल्याच्या खालील भागात शत्रूला सहज प्रवेश शक्य होता. मग किल्ल्याच्या वरील भागात जाणंही खूपच सहज होतं. थोडक्यात 'वज्रगड' नावाचं शस्त्र वापरूनच पुरंदरचा गळा चिरता येणं शक्य होतं.

महिन्याभराच्या अथक प्रयत्नांनंतर अखेरीस वज्रगड मोगलांच्या हाती लागला. मग त्यावर त्यांनी अब्दुल्ला खान, फतेह लष्कर आणि हवेली ह्या तीन मोठ्या तोफा बसवल्या. यादरम्यान, दाऊद कुरेशी आणि कुतुबुद्दीन खान यांच्या फौजा विविध दिशांनी अग्रेसर झाल्या. त्यांनी शेकडो गावांमध्ये लूटमार आणि जाळपोळ केली. हजारो तरुणांना गुलाम बनवण्यात आलं. शिवाजी महाराज, पालकर आणि पिंगळे यांनी हा विध्वंस रोखण्याचा जिवापाड प्रयत्न केला.

पण मोगलसेना खरंच अवाढव्य होती. वज्रगडावर पोचलेले मोगल पुरंदरपर्यंत पोचू नयेत, यासाठी मराठ्यांनी पांढऱ्या आणि काळ्या बुरुजावर शेकडो धनुर्धारी मावळ्यांची नेमणूक केली. मोगलांनी घळ पार करू नये आणि पर्यायानं पुरंदरच्या प्रवेशद्वारातून प्रवेश करू नये, या उद्देशानं मराठ्यांनी दोन बुरुजांच्या मधल्या जागेत काही स्फोटही घडवून आणले.

१६६४ साली मे महिन्याच्या अखेरीस मोगलांनी वज्रगडाच्या विस्तारित प्रदेशात खंदक खोदायला सुरुवात केली आणि ते बुरुजांपर्यंत येऊ लागले. मिर्झा राजा जयसिंग आणि मनुस्सी ह्यांच्या सल्ल्यानुसार एक १२०० फूट उंचीचा दमदमा (लाकडी पहाड) उभारण्यात आला. ही उंची मराठ्यांच्या बुरुजांइतकी होती. आता ह्या कृत्रिम लाकडी पहाडावर तीन बंदुका ठेवून गोळीबार करण्यात आला. त्यामुळे प्रत्युत्तरादाखल झालेल्या गोळीबारात बुरुजांखाली ठेवण्यात आलेल्या ज्वालाग्रही पदार्थांचा स्फोट झाला. अखेरीस मराठ्यांच्या बुरुजांची पडझड झाली आणि त्यात ते मारले गेले... आता मोगलांना पुरंदरच्या खालच्या भागात प्रवेश करण्याचा मार्ग मोकळा झाला.

मुरारबाजी देशपांडे हे जावळीच्या मोरे घराण्याचे प्रशासकीय व्यवस्थापक होते. जावळीवर कबजा करण्यात आला, तेव्हा मुरारबाजी हे शिवाजी महाराजांच्या गटात सहभागी झाले. त्यानंतर ते पुरंदरचे किल्लेदार होते. ज्या वेळी धान्याची कोठारं ओसाड पडली होती आणि समोर साक्षात मृत्यू दिसत होता, त्या वेळी मुरारबाजी देशपांडेंनी दाखवलेलं धैर्य आणि त्यांची अविचलता ही खरोखरच विलक्षण होती. किल्ल्याच्या वरच्या भागात प्रवेश करणाऱ्या मोगल सेनेला (दिलेर खानाच्या नेतृत्वाखालील ५००० सैनिकांच्या फौजेला) सामोरं जायची योजना मुरारबाजींनी आखली होती. ते आपल्यासोबत काही हजार मावळे आणि पुरंदर येथील रहिवासी यांना घेऊन किल्ल्याच्या वरच्या भागात गेले. त्यांनी प्रवेशद्वार लावून घेतलं आणि आतून बंद केलं. मोगल सेना जेव्हा किल्ल्याच्या खालच्या भागातून वरील भागात तोफगोळ्यांचा मारा करू लागली, तेव्हा मुरारबाजींनी अचानक प्रवेशद्वार उघडलं आणि तलवारबाजीत पटाईत असणाऱ्या काही मुरब्बी सैनिकांना घेऊन त्यांनी दिलेर खानाच्या सेनेवर विद्युतवेगानं चढाई केली. या अचानक झालेल्या हल्ल्यात मराठ्यांनी अफगाणी फौजेचं प्रतिनिधित्व करणाऱ्या दिलेर खानाच्या सेनेची मोठ्या प्रमाणात कत्तल केली.

याविषयी एक रंजक गोष्ट सांगितली जाते: मुरारबाजी हा दिलेर खानाच्या दिशेनं धावून गेला. पण त्याला थांबवत दिलेर खान ओरडला, 'अल्लाहने किती मुरब्बी तलवारबाज घडवलाय!' कारण दिलेरखानानं आजवर इतका चपळ आणि योग्य निर्णय घेणारा तलवारबाज कधीच पाहिला नव्हता. त्यानं मुरारबाजीला मोगल सेनेत येण्यासाठी विचारलं. मोबदल्यात मोगल साम्राज्यात उच्च पदाचं आमिष

दाखवलं. पण संतापानं लाल झालेला मुरारबाजी म्हणाला, 'मला विकत घेण्याचा प्रयत्न करू नकोस.' त्यानंतर काही क्षणातच मुरारबाजीनं पुन्हा आपली तलवार उसपली आणि तो दिलेर खानावर वार करण्यासाठी सरसावला. पण खानाच्या एका रक्षकानं सोडलेल्या बाणामुळे हा महान मराठा योद्धा जागीच कोसळला.

'मी जर लढाईत मारला गेलो, तर तुम्ही त्वरित गडावर जा आणि आतून प्रवेशद्वार बंद करून घ्या' अशी पूर्वसूचना मुरारबाजीनं आपल्या सहकार्यांना दिली होती. त्यांनी ती पाळलीदेखील!

या घटनेवरून एका गोष्टीची खात्री पटते. ती म्हणजे, शिवाजी महाराजांचे सर्व मावळे हे त्यांच्याशी एकनिष्ठ होते. त्यांच्या आत्म्यात आणि हृदयात महाराजांप्रती केवळ निष्ठा होती. म्हणूनच त्यांनी आर्थिक लाभ किंवा पदप्रतिष्ठेसाठी आपला पक्ष बदलला नाही. खरंतर त्या वेळी सैनिकांना आणि सेनापतींना पैशाचं आमिष दाखवून विकत घेणं सहजसाध्य होतं. अशा परिस्थितीत महाराजांच्या मावळ्यांचं हे वर्तन म्हणजे खरोखरच एक दुर्मीळ घटना आहे. 'शिवाजी महाराजांकडे एक विलक्षण चुंबकीय शक्ती होती. अशी ताकद केवळ महापुरुषाकडेच असते... ती ना कोणत्या दरोडेखोराला मिळवता येते, ना कोणत्या धर्मांध व्यक्तीला! म्हणूनच महाराजांनी आपल्याकडे अनेक आशावादी आणि महत्त्वाकांक्षी सैनिकांना आकृष्ट केलं. आपल्या राज्यात त्यांची नेमणूक करताना त्यांनी धर्म, जात, पंथ किंवा वर्ण यांचा कधीच विचार केला नाही. या राष्ट्राची शक्ती वाढवणाऱ्या विभिन्न धर्मांतल्या व्यक्ती महाराजांच्या निकट होत्या. (संदर्भ : रानडे, १९६१, पृष्ठ क्र. २५).

या लढाईत दिलेर खानाला शेकडो सैनिक गमवावे लागले. तितक्याच संख्येत त्याचे सैनिक जखमीही झाल्याने ते वेदनेनं विव्हळू लागले. त्यांच्यावर औषधोपचार करण्यावाचून दिलेर खानासमोर अन्य पर्याय नव्हता. त्यामुळे तो वज्रगडावर परतला.

पुरंदर शांतता तह आणि त्यानंतर ...

एकाच वेळी अनेक पातळ्यांवर हल्ला करण्याची मिर्झा राजा जयसिंगची रणनीती यशस्वी ठरत होती. खरंतर तो शिवाजी महाराजांच्या मावळ्यांना आणि सरदारांना पद-पैसा-प्रतिष्ठा यांचं आमिष तर दाखवत होता, पण या कामी त्याला मुळीच यश मिळत नव्हतं. आपल्या राज्याचा झालेला विध्वंस, कोणतीही दयामाया न दाखवता मोगल सेनेनं चालवलेली आपल्या माणसांची कत्तल आणि मुरारबाजी देशपांडेंसारख्या धाडसी लढवय्याचा झालेला अंत यांमुळे महाराज आता मिर्झा राजा जयसिंगशी राजकीय वाटाघाटी करण्याचा विचार करू लागले. निराधार आणि निष्पाप लोकांची कत्तल थांबायलाच हवी, हाच महाराजांचा मुख्य उद्देश होता. आता महाराजांनी मिर्झा राजा जयसिंग याला चर्चा करण्यासाठी पत्र पाठवलं.

चित्र ९ : : वज्रगड आणि पुरंदर हे किल्ले आणि आसपासचा परिसर

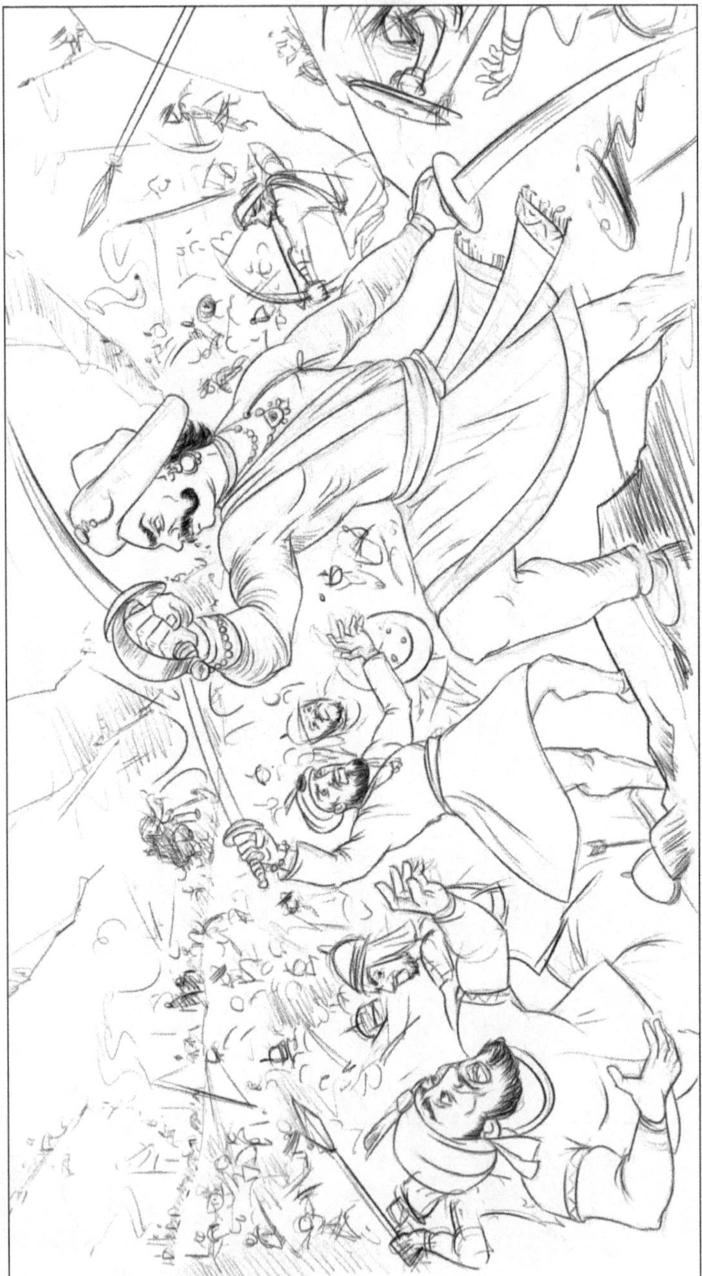

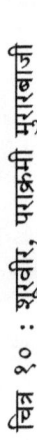

चित्र १० : शूरवीर, पराक्रमी मुरारबाजी

महाराजांनी पूर्ण समर्पण करावं, या मागणीवर मिर्झा राजा अडून बसला.

११ जून १६६५... त्या दिवशी पाऊस होता. काही मोजके सैनिक घेऊन निःशस्त्र शिवाजी महाराज मिर्झा राजाला भेटण्यासाठी सासवड इथं आले. खरंतर मुत्सद्देगिरीत तरबेज असणाऱ्या महाराजांवर आयुष्यात पहिल्यांदाच अशी वेळ आली होती. आता त्यांना एका अत्यंत बुद्धिमान अशा मोगल सेनाधिकाऱ्याशी चर्चा करायची होती, जो खरंतर हिंदू धर्मीय होता. पण मिर्झा राजानं मात्र दबावतंत्राचा वापर केला. त्यानं चर्चेच्या दिवशीच दिलेर खानाला पुरंदर किल्ल्याच्या वरील भागात प्रवेशद्वारावर हल्ला करण्याचा आदेश दिला.

३५ वर्षीय शिवाजी राजे आणि ६० वर्षीय मिर्झा राजा जयसिंग... अत्यंत बुद्धिमान आणि रणनीती-धुरंधर असे हे दोन तज्ज्ञ पहिल्यांदाच एकमेकांसमोर आले होते. या चर्चेदरम्यान मिर्झा राजाचे अत्यंत विश्वासू मंत्री उदयराज मुन्शी आणि महाराजांचे वकील रघुनाथपंत कोरडे हेदेखील उपस्थित होते. 'आम्ही पुरंदर किल्ल्याच्या मुख्य प्रवेशद्वारावर स्फोट घडवून प्रवेशद्वार उखडून टाकण्याची योजना बनवली आहे. आता आतले लोक सुरक्षित राहतील की नाही, हे आपल्या चर्चे तून निष्पन्न होणाऱ्या अंतिम परिणामांवर अवलंबून असेल' ह्या शब्दांत मिर्झा राजानं आपली रणनीती महाराजांना सांगितली. पण या दबावाला बळी न पडता, महाराज संपूर्ण शरणागती न पत्करण्याच्या निर्णयावर ठाम राहिले. त्यांनी आपली बाजू मांडत सांगितलं, ''इथून पुढे दख्खनच्या गादीवर केवळ मोगलांचीच निर्विवाद सत्ता राहावी, यासाठी आम्ही स्वतंत्रपणे आपल्याला सहकार्य करू.'' मोगल मनसबदार होण्याचा प्रस्ताव महाराजांपुढे ठेवण्यात आला होता. पण तो मोठ्या चलाखीनं नाकारत महाराज म्हणाले, ''आम्ही या पदासाठी अपात्र आहोत. कारण यापूर्वी आम्ही मोगल साम्राज्याला काळिमा फासणारी कृत्यं केली आहेत. खुद्द औरंगजेबाचे मामा शाईस्तेखान ह्यांच्यावर हल्ला केला आहे; तर मोगल साम्राज्याची आर्थिक राजधानी सुरतही लुटली आहे.'' यानंतर महाराजांनी या पदासाठी आपल्या पुत्राचं म्हणजेच संभाजी राजांचं नाव सुचवलं. त्या वेळी संभाजी राजे केवळ सात वर्षांचे होते. कित्येक तास आणि कैक दिवस चर्चांच्या फैरी झडल्या. पण सलग तीन दिवस चाललेल्या प्रदीर्घ चर्चेनंतर निश्चित झालेल्या एका करारावर शिवाजी महाराज आणि मिर्झा राजा जयसिंग यांनी स्वाक्षरी केली. ही घटना 'पुरंदर शांतता तह' या नावानं प्रसिद्ध आहे. या तहातल्या अटी:

- निजामशाहीच्या अखत्यारीतल्या (आणि सध्या शिवाजी महाराजांच्या ताब्यातल्या) एकूण ३५ किल्ल्यांपैकी २३ किल्ले आणि त्यांच्या सभोवतालच्या परिसरातून निर्माण होणारा वार्षिक २ दशलक्ष रुपयांचा निधी (४००००० होन) यांवर मोगलांची मालकी असेल.

- उर्वरित १२ किल्ले आणि त्यांच्या सभोवतालच्या परिसरातून निर्माण होणारा वार्षिक ५ लक्ष रुपयांचा निधी (१००००० होन) यांवर शिवाजी महाराजांची मालकी असेल (त्यामुळे महाराजांच्या उत्पन्नात ८० टक्क्यांची घट झाली).
- शिवाजी महाराजांचा पुत्र संभाजी हा मोगलांच्या सेवेत मनसबदार पदावर रुजू होईल.
- शिवाजी महाराज स्वतंत्रपणे त्यांचा राज्यकारभार करतील; पण दख्खन प्रांतातल्या लढायांमध्ये ते मोगलांच्या बाजूनं सहकार्य करतील.

आपल्या वचनावर शिवाजी राजे ठाम आहेत की नाही, याची खात्री पटवण्यासाठी मिर्झा राजा जयसिंग यानं जोवर सर्व किल्ले आपल्या ताब्यात येत नाहीत, तोवर संभाजी राजांना त्याच्या हवाली करण्यासाठी सांगितलं. अवघ्या सात वर्षांच्या संभाजी राजांना १७ जून रोजी मिर्झाच्या छावणीत आणण्यात आलं. मिर्झानं सुरक्षेच्या कारणास्तव या बालकाला आपल्याच तंबूत ठेवलं. तहात ठरल्याप्रमाणे, जेव्हा सर्व किल्ले मोगलांच्या ताब्यात आले, तेव्हा संभाजी राजांना राजगडावर पाठवण्यात आलं. 'मिर्झाला स्वतःच्या या कामगिरीमुळे अत्यानंद झाला होता. त्यामुळेच पुरंदरच्या लढाईत झालेल्या खर्चाची रक्कम त्यानं औरंगजेबाला खंडणी म्हणून दिली' (संदर्भ : जोशी, १९९७, पृष्ठ क्र. ४१)

या तहाचं महत्त्व समजून घेण्यासाठी आपल्याला १६५७ सालच्या 'मोगल-आदिलशाही तहा'कडं पाहावं लागेल. या तहानुसार, आदिलशाह त्याच्या अखत्यारीतले किल्ले (जे निजामशाहाच्या प्रदेशातले होते आणि जे आदिलशाहाला १६३६च्या मोगल-आदिलशाह तहामुळे मिळाले होते ते) औरंगजेबाला देणार होता. पण १६५७चा तह संपला आणि शहाजहान त्याच दरम्यान आजारी पडला. शिवाय, औरंगजेबानं वारसाहक्काच्या लढाईत विजय मिळवला. मग याच गोष्टींचा फायदा घेत आदिलशाहानं आपल्या ताब्यातले किल्ले मोगलांना दिलेच नाहीत. वास्तविक यांपैकी बरेचसे किल्ले आत्तापर्यंत शिवाजी महाराजांनी जिंकले होते. त्यामुळे तहातल्या सर्व अटी पाळणं हे आदिलशाहालासुद्धा तसं शक्य नव्हतं. परिणामी, आपल्याला फसवलं गेल्याची भावना औरंगजेबाच्या मनात रुजली. खरंतर आता आदिलशाहाचादेखील नाइलाज होता. कारण मुळात त्याच्याकडचे किल्ले आता शिवाजी महाराजांच्या ताब्यात होते. म्हणूनच शिवाजी राजांच्या ताब्यातले ३५ किल्ले मलाच मिळायला हवेत, असा औरंगजेबाचा हट्ट होता. यासाठी त्यानं शिवाजी राजांसोबत सलग पाच वर्षे लढाई केली. त्यानंतर महाराज ३५ पैकी २३ किल्ले देण्यासाठी तरी तयार झाले आणि उर्वरित १२ किल्ले त्यांनी औरंगजेबाच्या अनुमतीनं आपल्याच ताब्यात ठेवले. यांव्यतिरिक्त महाराजांकडे प्रतापगड, वासोटा, विशालगड आणि विजयदुर्ग असे अनेक किल्ले होते, जे खरंतर

आदिलशाही प्रदेशाच्या अखत्यारीत कधीच नव्हते' (संदर्भ : मेहेंदळे, २०११, पृष्ठ क्र. ३१४).

ऑगस्ट १६६५मध्ये औरंगजेबानं राजकुमार मुआइझम याला औरंगाबादहून माघारी बोलावलं आणि आता मोगलांच्या अखत्यारीतल्या संपूर्ण दख्खन प्रांतावर सुभेदार म्हणून मिर्झाची अधिकृत नियुक्ती केली. ५ सप्टेंबर १६६५ रोजी औरंगजेबानं शिवाजी राजेंना तहाची खात्री पटवून घेण्यासाठी एक फर्मान पाठवलं. सोबत सन्मानार्थ अनेक शाही उपहार (खिलत, फेटा) पाठवले; शिवाय अलंकृत खंजिरही दिली. आता मिर्झा राजाची '७००० धात/७००० सवार/दु अस्पा सिह अस्पा' अशी पदोन्नती झाली होती.

२९ नोव्हेंबर १६६५ रोजी मिर्झा आपल्या विराट सेनेसह आदिलशाहावर आक्रमण करण्यासाठी विजापूरला निघाला. ९००० मावळ्यांसह पालकर आणि राजे शिवाजी अशी मराठ्यांची फौजदेखील त्याला सामील झाली. पुरंदर ते मंगळवेढा असं अंतर त्यांनी मार्गात कुठेही न थांबता पार केलं. मंगळवेढा हा किल्ला विजापूरपासून केवळ ७५ किलोमीटरवर होता. २४ डिसेंबर १६६४ रोजी १२००० घोडेस्वारांनी युक्त आदिलशाही फौजेनं मोगलसेनेवर हल्ला चढवला. पण शिवाजी राजे, पालकर आणि दिलेर खान ह्यांनी निकराचा सामना करत आदिलशाही हल्ला परतवून लावला. त्यामुळे मिर्झाला विजापूरकडे मार्गक्रमण करणं आता सोपं झालं.

२९ डिसेंबर १६६५ रोजी मोगल सेना विजापूरपासून केवळ १५ किलोमीटर अंतरावर होती. पण त्या वेळी मिर्झाला एक गोष्ट कळून चुकली, की अली आदिलशाहानं या युद्धात एक धूर्त योजना आखली आहे. शत्रूला उपाशीपोटी खितपत पाडायचं आणि कोणताही रक्तपात होऊ न देता लढाई जिंकायची, अशी ही योजना 'दग्दभू' नावानं ओळखली जाते. कोणत्याही परिस्थितीत विजापूर हे शत्रूच्या हातात जाता कामा नये, असा जणू आदिलशाहानं चंगच बांधला होता. शत्रू ज्या प्रदेशात होता, तिथल्या विहिरींमध्ये दगड टाकण्यात आले, पाण्याचे सर्व साठे कोरडेठाक करण्यात आले, सर्व शेतांमध्ये आगी लावण्यात आल्या. आता मोगल सेनेवर अन्नपाण्यावाचून तडफडण्याशिवाय कोणताच पर्याय नव्हता. किल्ल्याच्या भिंतींची उंची वाढवण्यात आली, टेहळणी बुरुजांची डागडुजी केली गेली. टेहेळणी बुरुजांची स्वच्छताही करण्यात आली. कोळसा पावडर आणि सोरमीठ यांचं मिश्रण टेहळणी बुरुजांजवळ स्फोटक म्हणून ठेवण्यात आलं. तोरवी टेकडीजवळील पाण्याचा साठा रिकामा करून त्यातलं पाणी खंदकांमध्ये भरण्यात आलं. नद्यांमधून मगरी पकडून त्या खंदकात सोडण्यात आल्या. सर्व शेतकऱ्यांना त्यांनी पिकवलेलं धान्य, त्यांची जनावरं, चारा आणि सर्व उपलब्ध वस्तू मुख्य शहरात जमा करण्याचे आदेश देण्यात आले. ३०००० सैनिकांची मोठी सेना चोवीस तास किल्ल्यावर पहारा देत होती.

ज्या भागात पाणी नाही, तिथं मिर्झाची सेना मुळीच तग धरू शकणार नव्हती. 'पुरंदर शांती तहा'त यशस्वी ठरलेल्या मिर्झाला आपण विजापूरच्या लढाईतही अचानक हल्ला करून आदिलशाहीची राजधानी जिंकू असा फाजील आत्मविश्वास होता. शिवाय, त्यानं आपली छावणी ठोकण्यासाठी आवश्यक असणारं साहित्यदेखील सोबत आणलं नव्हतं. जवळपास एका आठवड्याच्या आतच मिर्झाला आपल्या सेनेसह माघारी परतावं लागलं. ही त्याची आजवरची पहिलीच मोठी माघार होती. पण त्याला आणखी किती माघार घ्यावी लागेल, हे येणारा काळच सांगू शकणार होता.

परतीच्या मार्गावर असताना एक महत्त्वाचा निर्णय झाला. शिवाजी महाराज, पालकर आणि मराठे हे मिर्झाच्या सेनेपासून वेगळे होतील; शिवाय ते पन्हाळा जिंकण्यासाठी चढाई करतील, असं निश्चित झालं.

११ जानेवारी १६६५... पहाटेची थंडी होती. सूर्योदयापूर्वी तीन तासांआधीच शिवाजी महाराज आणि नेताजी ह्यांनी पन्हाळ्यावर आक्रमण केलं. पण या वेळी आदिलशाही सेना सामना करण्यासाठी सक्षम होती. या लढाईत महाराजांना आपले १००० सैनिक गमवावे लागले आणि त्यांचा पराभवही झाला. आता पालकरानं महाराजांचा त्याग केला आणि तो अली आदिलशाहाला जाऊन मिळाला. काही महिन्यांनंतर मिर्झानं पालकरांसमोर मनसबदार – ५००० धात/५००० सवार अशा पदाचं आमिष दाखवून आपल्याकडे येण्याचा प्रस्ताव ठेवला. पण ही एक वेगळीच कथा आहे.

शिवाजी महाराजांची आग्रा भेट

२२ जानेवारी १६६६ रोजी शाहजहानचा एकाकी आणि दयनीय अवस्थेत मृत्यू झाला. त्याआधी त्याला पदच्यूत करण्यात आलं होतं; शिवाय त्याचा मनोभंगही झाला होता. त्याचं प्रेत ताजमहालात मुमताझ महल अंजुमन बानू या त्याच्या लाडक्या पत्नीच्या कबरीजवळच दफन करण्यात आलं. त्यानंतर १४०० गाड्यांनी भरलेला खजिना आणि राजसी लवाजमा दिल्लीहून पुन्हा आग्र्याला आणण्यात आला. आता औरंगजेबाचा ५०वा वाढदिवस होता. या निमित्तानं त्याला विशेषतः नव्यानं रुजू झालेल्या मनसबदारांसमोर आणि त्याचबरोबर उच्चपदस्थ सेनापती, जहागीरदार, राजे यांच्यासमोर आपल्या शाही थाटाचं प्रदर्शन करायचं होतं. मिर्झा राजानं शिवाजी राजेंना या भव्य सोहळ्यासाठी आमंत्रित करावं, असा औरंगजेबानं आदेश दिला. शिवाय, या प्रदीर्घ प्रवासाचा भत्ता देण्यासही औरंगजेब राजी होता. यानिमित्तानं शिवाजी राजेंना दूर आणण्यासाठी मिर्झा राजादेखील उत्सुक होता. कारण 'पालकरांप्रमाणे शिवाजीदेखील आदिलशाहीला जाऊन मिळाला तर?' ही भीती त्याला सतावत होती. मोगल मनसबदार असणाऱ्या पुत्रासोबत

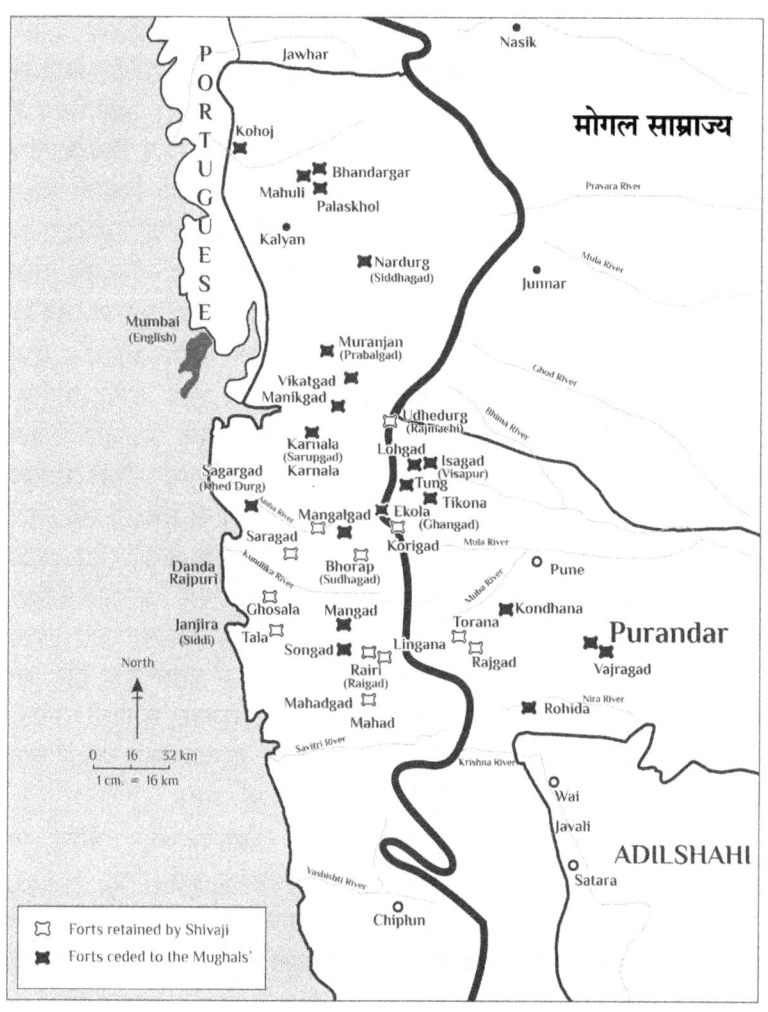

नकाशा क्र.–५ पुरंदर शांतता करारानुसार गडांची केली गेलेली विभागणी.

(संभाजीसोबत) आपण आग्र्याला यावं, अशी शिवाजी राजेंना विनवणी करणं, हे मिर्झा राजाला खूपच आव्हानात्मक वाटत होतं. इतिहासकारांच्या मते मिर्झा राजा जयसिंग यानं शिवाजी राजेंना पुढीलप्रमाणे वचन दिलं: आलमगीर (औरंगजेब) शिवाजी भोसलेंना जंजिऱ्याच्या सिद्दींशी लढण्यासाठी मदत करतील आणि कदाचित ते मोगल अखत्यारीतल्या दख्खन प्रांताची सुभेदारीसुद्धा शिवाजीलाच देतील. वास्तविक दख्खन प्रांताची जबाबदारी पार पाडताना अनेक सेनापतींनी, सरदारांनी राजेशाही संसाधनं विनाकारण वाया घालवली होती. त्यामुळे खुद्द औरंगजेबच ही जबाबदारी स्वीकारण्याच्या विचारात होता. कदाचित मिर्झा राजानं शिवाजीला हे पटवून देण्याचा पुरेपूर प्रयत्न केला असेल की, औरंगजेब जेव्हा शिवाजी राजेंना प्रत्यक्ष भेटेल, तेव्हा तो नक्कीच त्यांची दख्खनच्या व्हॉईसरॉयपदी (सुभेदारपदी) नियुक्ती करेल. जेणेकरून दक्षिण प्रांतात विजयी होण्याचं त्याचं स्वप्न पूर्ण होईल आणि एकूणच त्याचा त्रास वाचेल (संदर्भ : सरकार, १९४८, पृष्ठ क्र. १०३).

शिवाजी राजेंना कदाचित पुढीलप्रमाणे सांगण्यात आलं असावं– तुम्ही जर मोगल सुभेदार बनलात, तर त्यामुळे तुम्हांला दोन मुख्य फायदे होतील: गेली कित्येक वर्षे तुमच्या प्रांतात युद्ध आणि लढाया यांमुळे अशांतता पसरली आहे; पण या निर्णयामुळे ही अशांतता थांबेल. शिवाय, तुम्ही मोगल सैन्याचा बिनदिक्कत वापर करू शकाल. 'शिवाजी राजेंनी जर मोगलांची सुभेदारी स्वीकारली असती, तर ते मोगल साम्राज्याचे अधिकृत प्रतिनिधी ठरले असते. मग दख्खन प्रांतातल्या शिया राजवटीचा खात्मा करण्यासाठी आवश्यक असणारे सैनिक, अद्ययावत शस्त्रास्त्रं आणि पैसा या सर्व गोष्टी त्यांना मोगलांकडूनच प्राप्त झाल्या असत्या. यातून स्वतःची राजवट स्थापन करणं महाराजांना सहज शक्य होतं. मग त्यांनी नर्मदेच्या दक्षिणेपलीकडील प्रांतातही स्वतःची राजवट स्थापली असती. कालांतरानं मोगलांविरुद्ध बंड करून त्यांना आख्खा दख्खन स्वतःच्या ताब्यात घेता आला असता!' (संदर्भ : जोशी, २०१६, पृष्ठ क्र. ५४).

आग्र्याला जाण्यापूर्वी शिवाजी राजांना[३७] औरंगजेबाकडून बरीच पत्रं (दिनांक २५ डिसेंबर १६६५) आली होती (संदर्भ : सरकार आणि सिंह, १९६३): 'मिर्झा राजाने पाठवलेल्या काही पत्रांवरून मला हे समजलंय की, मोगल सेनेचं नेतृत्व आपण करत असून माझ्या सेवेत आपण व्यग्र आहात. आदिलशाही किल्ले आपल्या

---

[३७]मिर्झा राजा जयसिंग यानं त्याच्या मुलाला म्हणजेच कुमार रामसिंग याला लिहिलेल्या काही पत्रांचा संच जयपूर राज्य संग्रहालयात १९३९ साली गवसला. ही घटना शिवाजी महाराजांचं आग्रा येथील वास्तव्य लक्षात घेता खूपच महत्त्वपूर्ण आहे. शिवाजी–औरंगजेब यांच्या आग्रा किल्ल्यावर झालेल्या भेटीची सर्वाधिक ताजी आणि अधिकृत माहिती या पत्रसंचामुळे उपलब्ध झाली आहे. भारतीय इतिहासाच्या भाग्यातली ही अत्यंत महत्त्वाची घटना आहे.

ताब्यात घेण्यासाठी आपण प्रयत्नांची शर्थ करत आहात; शिवाय आदिलशाहाला धडा शिकवण्यासाठी आपण कोकण तळ (निजामशाही कोकणाचा उत्तर भाग) ताब्यात घेतला आहे. म्हणून मी अत्यंत आनंदानं आपलं कौतुक करतोय आणि आपल्या सन्मानार्थ ही शाही वस्त्रं व अलंकृत कट्यार या पत्रासोबत पाठवतोय.'

पुत्र संभाजीसह आग्र्याला जाण्यासाठी महाराज राजी झाले. ५ एप्रिल १६६६ या तारखेचा उल्लेख असणारं आणखी एक पत्र: 'मिर्झा राजा जयसिंगच्या सांगण्यानुसार तुम्ही आग्र्याकडे प्रवास करण्यापूर्वी पत्र लिहिलं होतं. अर्थात तिकडून बाहेर पडल्याची वार्ता देण्यासाठीच तुम्ही हे पत्र लिहिलं आहे. ते पत्र आधीच पोचलं. तुम्ही माझ्या शाही दहलीजवर सलाम करण्यासाठी येत आहात. माझे तुमच्यावरचे उपकार वाढतच चालले आहेत, तेव्हा इथं लवकरच या; तेही आत्मविश्वासानं, निःशंक आणि शांत मनानं! माझ्या पनाहमध्ये या. माझी शाही मेहेरनजर जेव्हा तुमच्यावर पडेल, तेव्हा तुम्हांला गौरवण्यात आल्याचं जाणवेल. मग मी तुम्हांला परत जाण्याची मुभा देईन. तुमच्या सन्मानार्थ मी तुम्हांला ही खिलत (शाही वस्त्र) पाठवत आहे.'

आग्र्याला जाण्यापूर्वी महाराजांनी केलेली एक कृती म्हणजे त्यांच्या महान दूरदृष्टीचं द्योतक आहे. औरंगजेबाचा धूर्त आणि कपटी स्वभाव महाराज जाणून होते. त्यामुळे त्यांचा आतला आवाज सांगत होता की, आग्रा येथे ऐन वेळी काहीही घडू शकतं. कदाचित औरंगजेब आपल्याला अटक करून आपल्या ताब्यातल्या सर्व किल्ल्यांवर कबजा घेऊ शकतो. महाराजांनी त्यांच्याकडे असणाऱ्या सर्व किल्ल्यांना भेटी देणं सुरू केलं (बऱ्याच किल्ल्यांना तर अचानक भेटी दिल्यामुळे सर्वांच्या भुवया आश्चर्यानं उंचावल्या). शिवाय, सर्व किल्ल्यांच्या सरदारांना स्वतंत्रपणे कारभार करण्याच्या सूचना दिल्या. कदाचित आपला आग्र्यात घातपात (कैद किंवा मृत्यू) झाला, तर सर्व सरदारांनी आपापल्या जबाबदारीवर महसूल आकारणी आणि व्यवस्थापन या बाबी सांभाळाव्यात, असाही त्यांनी आदेश दिला. शिवाय, या दरम्यान आग्र्याहून कोणतंही फर्मान आल्यास त्याचं पालन करू नये. कारण त्या वेळी कदाचित मी औरंगजेबाच्या कैदेत असेन किंवा त्याच्या अत्याचाराला बळी पडलेलो असेन, असंही त्यांनी सांगितलं. यापूर्वी औरंगजेबाच्या अखत्यारीतल्या किल्ल्यांवर कबजा घेण्यासाठी मी त्याच्या सरदारांना आदेश दिल्यामुळे क्रोधित झालेला औरंगजेब कदाचित अशा प्रकारे बदला घेऊ शकतो, ही शक्यता महाराजांनी वर्तवली. इतकंच काय तर, 'माझ्या माघारी जिजाऊ मासाहेब ह्या उत्तराधिकारी असतील आणि मोरो पिंगळे हे पेशवा (पंतप्रधान), तर निळोजी सोनदेव हे मुझूमदार (खजानीस) असतील', असंही त्यांनी घोषित केलं.

५ मार्च १६६६ रोजी काही निवडक विश्वासू सैनिक, रक्षक (३५०-४००) आणि आठ वर्षांचे पुत्र संभाजी यांसोबत महाराज आग्र्याकडे निघाले. त्यांच्यासोबत

असणाऱ्या काही मुख्य सहकाऱ्यांची नावं अशी: रघुनाथ (महाराजांचे वकील, ज्यांनी जावळीत मोरेंशी वाटाघाटी केल्या होत्या), निरजी रावोजी (कायदेतज्ज्ञ, जे कालांतरानं महाराजांच्या राज्यात न्यायाधीश बनले), त्रिंबक डबीर (सोनोजी डबीर यांचे पुत्र), येसाजी कंक, तानाजी मालुसरे (महाराजांचे बालमित्र आणि आता त्यांच्या सैन्यातल्या महत्त्वाच्या व्यक्ती), संभाजी कावोजी, जिवा महाला (अफझल खान भेटीवेळी महाराजांचा वैयक्तिक अंगरक्षक), प्रतापराव गुर्जर (नंतर बनलेले सरनौबत), बहिरजी नाईक (महाराजांच्या गुप्तहेर यंत्रणेचे प्रमुख), हिरोजी फर्जद (महाराजांचे चुलत भाऊ) आणि बाळाजी आवजी (महाराजांचे लेखनिक) इत्यादी.

शिवाजी महाराज आपल्या दलासह औरंगाबाद इथं पोचले. या शहराचा प्रशासक साफ शिकन खान यानं महाराजांचं स्वागत करण्यासाठी आणि त्यांना आणण्याची व्यवस्था करण्यासाठी आपल्या भाच्याला पाठवलं. एका जहागीरदाराचं स्वागत अशा साध्या पद्धतीनं करणंच ठीक आहे, असं त्याला वाटलं. पण महाराज मात्र यामुळे अपमानित झाले. त्यांनी आपला मोर्चा थेट निवासस्थानाकडे वळवला. शहरातले नागरिक महाराजांना आणि त्यांच्या राजबिंड्या पुत्राला व रुबाबदार मराठा सैन्याला न्याहाळू लागले. या मिरवणुकीत २–३ सुसज्ज अलंकृत हत्ती आणि काही सुशोभित सैनिकही होते. शेवटी महाराजांना भेटण्यासाठी मुख्य प्रशासकाला यावंच लागलं. या घटनेवरून महाराज किती स्वाभिमानी होते, हे लक्षात येतं. पण या स्वाभिमानी मराठ्यांना आग्र्यात नेमकी कशी वागणूक मिळणार होती, हाच खरा प्रश्न होता.

उन्हाची तमा न बाळगता शिवाजी महाराज आपल्या सैन्यदलासह जंगल, वाळवंट आणि घळी (कृपया नकाशा पहावा) पार करत ११ मे १६६६ रोजी आग्र्याच्या सीमेवर पोचले. खरंतर या वेळी अतितीव्र उन्हाळा होता. या प्रवासात महाराजांना औरंगजेबाकडून अनेक पत्रं मिळाली, जी त्यांना प्रोत्साहन देण्याच्या उद्देशानं लिहिली होती. पण खऱ्या घटना आता आग्र्यात घडणार होत्या. 'शिवाजी महाराजांची ऐतिहासिक आग्रा भेट म्हणजे राजपुतांच्या अकार्यक्षमतेमुळे झालेली विनोदनिर्मितीच म्हणायला हवी. पण जेव्हा औरंगजेबाच्या कपटी मनात दगाफटका करण्याची योजना साकारली, तेव्हा ही घटना म्हणजे एक शोकांतिकाच बनली. मनुष्यानं एखादं पापकर्म करावं आणि दैवयोगानं त्याचं फळ दुसऱ्याला मिळावं, असाच काहीसा तो प्रकार होता. पण महाराज यातून बाहेर पडण्यात पूर्णपणे यशस्वी झाले. खरंतर ते अत्यंत आश्चर्यकारक पद्धतीनं यातून मुक्त झाले.

महाराजांच्या आग्रा भेटीवेळी मिर्झा राजा जयसिंगचा ज्येष्ठ पुत्र रामसिंग हा जवळपास महाराजांच्या वयाचा (पस्तिशीतला) असावा. आता तो महाराजांची व्यवस्था पाहणारा अधिकृत काळजीवाहू मनुष्य होता. पण त्यानं आपली जबाबदारी मुळीच व्यवस्थित पार पाडली नाही. शिवाय, त्यानं सुरुवातीला तर आपल्या

कामात खूपच कसर केली. ११ आणि १२ मे १६६६ रोजी आग्र्यात घडलेल्या पुढील घटनांमुळे तर संभ्रम आणि अनागोंदी कारभार यात भरच पडली... या गैरसमजाची परिणती औरंगजेबाच्या दरबारात घडलेल्या नाट्यमय घटनेत झाली. खरंतर या सर्वांचा शेवट इतका विचित्र होईल, अशी कुणीच कल्पना केली नव्हती.

'इस्तिक्बाल' म्हणजेच महाराजांचं शाही स्वागत मुळीच झालं नाही. खरंतर मोगल दरबारात दररोज अनेक रथी-महारथी यायचे; त्यामुळे त्यांचं शाही थाटात स्वागत करणं, हे या दरबारासाठी काही नवखं नव्हतं. येणाऱ्या पाहुण्याला आणण्यासाठी किंवा त्याचं स्वागत करण्यासाठी, त्याच्याच दर्जाची अधिकारी व्यक्ती मोगलांतर्फे जायची आणि स्वतः राजधानीत मानानं घेऊन यायची. आता शिवाजी महाराजांच्या सन्मानाची जबाबदारी ज्या रामसिंगवर होती, त्यानं या कामी दिरंगाई केली. त्या वेळी तो अन्य जबाबदाऱ्यांमध्ये व्यग्र होता. त्यामुळे एकतर स्वागत करण्यासाठी स्वतः न जाता, त्यानं आपल्या कारकुनाला पाठवलं. पण कारकूनसुद्धा ठरलेल्या वेळेपेक्षा उशिरा पोचला.

११ मे १६६६ रोजी महाराज आपल्या सहकाऱ्यांसह मुलुकचंद सराई (विश्रांतिगृह) या आग्र्याच्या सीमेवर असणाऱ्या ठिकाणी उशिरा पोचले. त्या दिवशी महाराजांना पाहण्यासाठी रामसिंग तर आलाच नाही; शिवाय त्यानं गिरिधर लाल या आपल्या सचिवावर ही जबाबदारी सोपवली. गिरिधर लाल महाराजांसाठी शाही वस्त्रं आणि घोडा भेटरूपात घेऊन आला होता. महाराजांनी त्याला रुपये २०० बक्षिसी म्हणून दिले.

महाराज आग्र्यात अत्यंत मोजक्या सहकाऱ्यांसमवेत आले होते; पण त्यांचा राजेशाही थाट मात्र पाहण्यासारखा होता. त्यांच्यापुढे भगवा ध्वज फडकवणारा हत्ती डौलात चालत होता. शिवाय, अद्ययावत रक्षकांची सुसज्ज सेनाही त्यांच्यापुढे होती. सोबत असणारे घोडे हे सोन्या-चांदीनं सजले होते. त्यात दखखनची सेनादेखील महाराजांपुढे संचालन करत होती. महाराजांच्यामागे हौदे असलेल्या दोन हत्तीणी होत्या. शिवाय, चांदीच्या पट्ट्यांनी सुशोभित केलेल्या पालखीचा घुमटही आकर्षक होता; तर या पालखीचे स्तंभही चांदीच्या पट्ट्यांनी सुशोभित केले होते. इतकंच काय तर पालखीची मूठ आणि त्यावर असणारा गोंडाही चांदीचाच होता. महाराजांचा हा लवाजमा अत्यंत काळजीपूर्वक आणि मोठ्या थाटात आग्र्याच्या रस्त्यावरुन गेलेला अनेकांनी पाहिला. (संदर्भ : सरकार आणि सिंह, १९६३, पृष्ठ क्र. ३०)[३८].

१२ मे रोजी महाराज आपल्या सहकाऱ्यांसोबत औरंगजेबाच्या जन्मदिन-सोहळ्यासाठी निघाले. अजूनदेखील रामसिंग त्यांना भेटला नव्हता. तो अर्धा

---

[३८]२९ मे १६६६ या तारखेचा उल्लेख असणाऱ्या पत्र क्र. २१ मध्ये ही माहिती गवसते. हे पत्र पालकदास यांनी कल्याणदास दिवाण यांना लिहिलं होतं.

प्रवास झाल्यानंतर महाराजांना भेटला, तेदेखील आपल्या घोड्यावरून न उतरताच! महाराजांसाठी हा एक आश्चर्याचा धक्काच होता. महाराजांसोबत असणारे हत्ती तर रामसिंग याच्या मागील अंगणात बांधण्यासाठी माघारी नेण्यात आले. गर्दीमुळे हत्तींना पुढे नेण्यास जागा नव्हती. नंतरचा आग्र्याच्या किल्ल्यापर्यंतचा प्रवास घोड्यावरून झाला. आता दिवस उगवला होता आणि उत्तरेकडच्या उष्ण हवामनाची सवय नसणाऱ्यांना उन्हाची तीव्रता खूपच त्रासदायक वाटत होती.

औरंगजेबाच्या जन्मदिनाचा सोहळा असल्यानं येणाऱ्या राजांना आणि उच्चपदस्थ व्यक्तींना विड्याचं पान देऊन त्यांचा सन्मान केला जात होता. पण महाराज जेव्हा आग्र्यातल्या राजवाड्यावर पोचले, तेव्हा सोहळ्याचा अर्धा भाग संपला होता (औरंगजेबाला तुलेत बसवून त्याच्या वजनाइतकं सोनं आणि मौल्यवान खडे गरिबांना वाटणं असे कार्यक्रम आधीच संपन्न झाले होते). आता औरंगजेब आपल्या उच्चपदस्थ सहकाऱ्यांसोबत 'दिवाण-ए-आम'मधून 'दिवाण-ए-खास'मध्ये गेला होता. दिवाण-ए-आम म्हणजे सर्वसामान्यांसाठीचं, तर दिवाण-ए-खास म्हणजे राजे, महाराजे आणि तत्सम उच्चपदस्थ अधिकाऱ्यांचं सभागृह![३९]

शिवाजी महाराज आणि त्यांचे पुत्र संभाजी यांना औरंगजेबाच्या सिंहासनाजवळ आणण्यात आलं. तिथं महाराजांनी आणलेले उपहार ठेवले (१००० मोहोरा-सोन्याची नाणी, नजराणा म्हणून रुपये २००० आणि ५००० रुपये निसार). संभाजीनंही ५०० मोहोरा, नजराणा म्हणून रुपये १००० आणि २००० रुपये निसार सिंहासनासमोर ठेवले.

आग्र्यातल्या अतिउष्णतेमुळे महाराज कदाचित थकलेही असतील. त्यांनी जेव्हा औरंगजेबाचा भव्यदिव्य दरबार पाहिला, तेव्हा त्यांचे डोळे आश्चर्यानं दीपले असतील. कारण त्या भव्य दरबारात अनेक दिव्यांनी झुंबर उजळून निघाले होते. सोनेरी सिंहासनाच्या दुतर्फा लक्ष वेधणारे किमती चिलखत घातलेले शस्त्रधारी मोगल योद्धे उभे होते. या सिंहासनाला संगमरवरापासून बनवलेल्या बांधकामाचा आधार

---

[३९]मोगल प्रशासनाचा सर्वसामान्य जनतेशी संबंधित असणारा कारभार 'दिवाण-ए-आम'मध्ये व्हायचा. त्यामुळे याला सर्वसामान्यांची कचेरी किंवा सभागृह असं संबोधलं जायचं. सर्वांसाठी खुल्या असणाऱ्या या एकाच सभागृहात न्यायालय, विधीमंडळ, संरक्षण परिषद आणि कार्यकारी परिषद अशी अनेक कामं चालायची. स्वतंत्रपणे कारभार करणाऱ्या राज्यकर्त्यांचे आणि इतर उच्चाधिकाऱ्यांचे प्रतिनिधी यांना औरंगजेबाकडून याच सभागृहात मंजुरी मिळायची. कार्यालयीन बाबी, बदली, राजधानीचं स्थानांतरण यांबाबत औरंगजेबाची परवानगी घेण्यासाठी प्रत्येकाला या सभेत उपस्थित राहणं आवश्यक असायचं. औरंगजेब अधेमधे कधीही राजधानीमध्ये तैनात असणाऱ्या सेनेचं आणि संपत्तीचं तसंच गोदामांचं, कारखान्यांचं परीक्षण करायचा. औरंगजेबानं एक बदलही केला होता- सर्वसामान्यांचा दरबार तो सकाळच्या सत्रात भरवायचा आणि त्यानंतर काही निवडक उच्चपदस्थांसोबत तो दिवाण-ए-खासमध्ये सभा भरवायचा.

होता... जणू स्वर्गात तरंगणाऱ्या एखाद्या पवित्र स्थानासारखं ते सिंहासन भासत होतं... त्या आसनावर दागिन्यांनी मढलेला, अलंकृत झालेला आणि हातात जपमाळ असलेला औरंगजेब विराजमान झाला होता. पण याव्यतिरिक्त इथली भव्यता आणखी वेगळी होती: सिंहासनामागे सोन्याचे बाक ठेवण्यात आले होते, ज्यांवर दागिन्यांनी, मौल्यवान खड्यांनी मढलेल्या तलवारी, खंजिरी, ढाली आणि भाले मांडण्यात आले होते. याव्यतिरिक्त तिथं ठेवलेल्या सोने आणि चांदी यांपासून बनलेल्या सर्वच गोष्टी राजेशाही थाटाचं आणि राजाच्या विशेषाधिकारांचं समर्थन करत होत्या: सिंहासन (अवरंग), छत्री (छत्र), पंखा (सायबान), कौकुबा, ध्वज, आलम आणि सिंहासनाशेजारी असणारी सूर्यमुद्रा (समशाह)!

औरंगजेबानं आपलं शाही स्वागत करावं, अशी महाराजांची इच्छा असावी; पण औरंगजेबानं मात्र त्यांच्याकडे एकदाही पाहिलं नाही. त्यानं महाराजांकडे पाहून स्मितहास्यही केलं नाही की त्यांची दखलही घेतली नाही. खरंतर औरंगजेबानं असं वर्तन करणं मुळीच अपेक्षित नव्हतं. जिथं महाराजा जसवंत सिंग राठोडसारखे ५००० धात/५००० सवार बाळगणारे मनसबदार होते त्यांच्याही मागे महाराजांना उभं करण्यात आलं.

दरबाराचं कामकाज सुरू झालं... एकामागोमाग एक मनसबदारांना पुकारण्यात येत होतं... कोणी औरंगजेबाला कुर्नीश केला, कोणी त्याला साष्टांग दंडवत घालत होतं, तर कोणी गुडघे टेकून प्रणाम करत होते; काही जण तर त्याच्या चरणाचं चुंबन घेत असल्याचं पाहून महाराजांना कमालीचं आश्चर्य वाटलं. काही उपहार दरबारात आणण्यासाठी अडचण होत असल्यानं त्यांची केवळ यादी घोषित करण्यात आली: चांदीचे खोगीर असणारे अरबी आणि पर्शियन अश्व, सोन्याचांदीच्या साखळ्यांनी सजलेले हत्ती, त्यांवर असलेली मखमलीची भरजरी झूल. तर काही वस्तू सर्वांना दाखवण्यात आल्या: सोनं, चांदी, दागदागिने, मौल्यवान खडे, अत्यंत अमूल्य असे माणिक, सन्मानार्थ आलेली शाही वस्त्रं, सोन्या-चांदीची आसनं, सोन्या-चांदीचं नक्षीकाम केलेल्या फुलदाण्या आणि पुष्पपात्र; युरोप, तुर्क आणि चीन या देशांतून मागवलेली उंची वस्त्रं इत्यादी. अशाच प्रकारचे उपहार मुआझ्झम, आझम, अकबर आणि कमबक्ष या औरंगजेबाच्या चार पुत्रांना प्रदान करण्यात आले. मोहम्मद सुलतान हा त्या वेळी ग्वाल्हेरच्या तुरुंगात होता.

शिवाजी महाराजांना मोगल दरबारातले नीतिनियम समजावून सांगितले असावेत की नाही, याचा अंदाज बाधणं तसं खूपच कठीण होतं. पण औरंगजेबाच्या साम्राज्यात, राजधानीच्या दरबारात असताना किंवा अन्यत्र कोणत्याही छावणीत असताना नेमके कोणते रितीरिवाज पाळावे लागतात, हे पूर्वनिर्धारित होतं. दरबारात असताना प्रत्येक उच्चपदाधिकारी व्यक्तीनं निर्धारित रितीरिवाजांचं, नियमांचं पालन

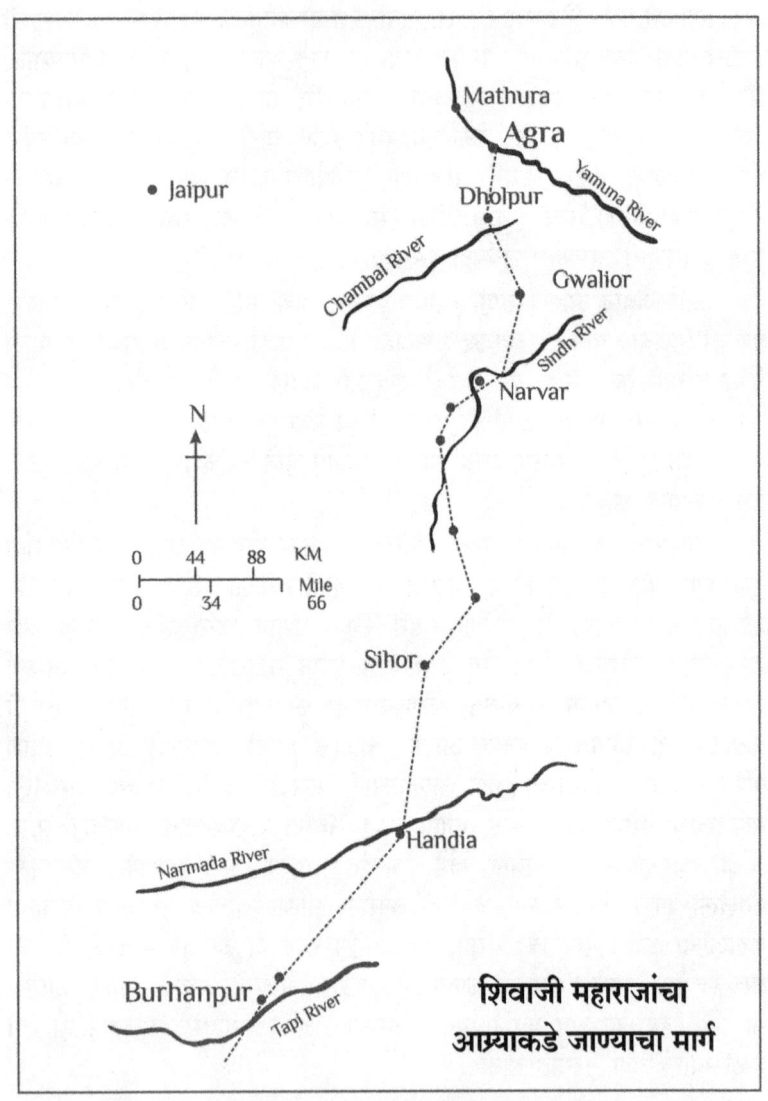

नकाशा क्र.-६ सन १६६६ मध्ये शिवाजी महाराजांनी आग्र्याला जाण्यासाठी निवडलेला मार्ग

केलंच पाहिजे, असा जणू दंडकच होता आणि जो याचं उल्लंघन करेल, त्याला कडक शिक्षेला सामोरं जावं लागायचं. आत्तापर्यंतच्या दीर्घ प्रवासामुळे आलेला शिणवटा, आग्र्यातलं अतिउष्ण वातावरण, झालेला अपमान, अव्हेरले गेल्याची भावना, वचनभंगाची मिळालेली झलक आणि औरंगजेबासमोर झुकणारे इतर सर्व... महाराजांच्या मनावर आता या सर्व गोष्टींचा परिणाम झाला. त्यांना तर आता आपण विनाशाच्या उंबरठ्यावर उभं असल्यासारखं जाणवू लागलं. या वेळी महाराजा जसवंत सिंग राठोड याचं नाव पुकारण्यात आलं, जो महाराजांच्या पुढील रांगेत उभा होता. आता मात्र महाराजांच्या मनात संताप उसळला होता; त्यांचे डोळे अश्रूंनी डबडबले होते. ही बाब औरंगजेबाच्या ध्यानात येताच, त्यानं रामसिंगला विचारणा करण्याची आज्ञा दिली. रामसिंगला उद्देशून शिवाजी महाराज म्हणाले, 'तू तुझ्या डोळ्यांनी पाहतोयस! इतकंच काय, तर तुझे वडील आणि खुद्द तुझे पादिशाहही (सम्राट औरंगजेब) पाहताहेत. मी कोणत्या दर्जाचा माणूस आहे आणि मला किती वेळ इथं ताटकळत उभं राहावं लागतंय, हे तर सर्वांनीच पाहिलंय. मी आजपासून तुमची मनसबदारी सोडतोय. खरंतर तुम्ही मला माझ्या दर्जानुसार पुढे उभं करणं अपेक्षित होतं आणि तुम्ही तर मला जसवंत सिंग राठोडाच्या मागे उभं राहायला सांगता!' महाराज आपल्या मनातला संताप व्यक्त करून मागे वळले आणि दरबारातून बाहेर जाऊ लागले. ओशाळलेला रामसिंग त्यांच्या मागोमाग धावू लागला. त्यांना परत येण्याची विनवणी करू लागला. यावर महाराज संतापानं उद्गारले, ''माझा सर्वनाश जवळ आलाय. एकतर तुम्ही माझा खून करा अन्यथा मीच आत्महत्या करतो. तुम्ही माझा शिरच्छेद करून या दरबारात आणा; पण मी मात्र स्वतःहून पुन्हा कधीच इथं येणार नाही.'' (संदर्भ : सरकार आणि सिंह, १९६३, पृष्ठ क्र. २५).

महाराज जे शब्द बोलले, त्यांचं त्यांनी आयुष्यभर पालन केलं.

प्रकरण - ९

सुटका...!!!

शिवाजी महाराजांनी जे काही करून दाखवलं ते 'न भूतो न भविष्यति' असं होतं. त्यांनी सम्राटाकडे पाठ फिरवली, त्याला जाब विचारला आणि कोण काय म्हणेल याची पर्वा न करता तत्काळ दरबार सोडण्याची हिंमत दाखवली. वर्षानुवर्षं चालत आलेल्या दरबारी नियमांचा भंग करत त्यांनी मोगल रितीरिवाज मोडून काढले. त्यांचा गुन्हा गंभीर होता आणि त्यासाठी दिली जाणारी शिक्षाही गंभीरच होती.

१३ मे १६६६ या दिवशी आग्रा शहरात चर्चांना आणि अफवांना उधाण आलं होतं, पण सम्राट औरंगजेब मात्र काही झालंच नाही अशा आविर्भावात दरबारातल्या दैनंदिन कामात व्यग्र होता. जेव्हा रामसिंग मुजरा करायला दरबारात हजर झाला, तेव्हा औरंगजेबानं त्याला विचारलं, 'सिवा येतो आहे ना?' त्यावर रामसिंगानं उत्तर दिलं, 'त्यांना ज्वर आहे.' त्या संध्याकाळी रामसिंग, संभाजी राजांना घेऊन दरबारात गेला. औरंगजेबानं त्यांना मानाचा पोशाख, रत्नजडित खंजीर आणि मोत्याची कंठी भेट म्हणून दिली. औरंगजेबाच्या मनात काय शिजत होतं याची कल्पना करणं कठीण होतं. पण सुरुवातीला शिवाजी महाराजांबरोबरचं त्याचं वागणं अतिशय संयत आणि सभ्यपणाचं होतं. त्यात कुठेही शिवाजी महाराजांविषयीचं शत्रुत्व दिसून येत नव्हतं. त्या वेळी राजे, मुलुकचंदाच्या सराईत मुक्कामाला राहिले होते. भाजून काढणारा उन्हाळा सहन करत होते. काही दिवसांतच मिर्झाच्या विरोधात एक गट तयार झाला. महाराजा जसवंत सिंग राठोड (कच्छवाहा राठोडांमधलं जुनं वैर पुन्हा जागं झालं होतं), शाईस्ताखानाचं कुटुंब आणि मोगल साम्राज्याचा मुख्य वजीर जाफर खान हे त्या गटात सामील होते. त्यांनी सम्राटाला फितवलं, 'कोण हा सिवा? तुमच्या दरबारात गंभीर गुन्हा असणारी अपमानास्पद कृती करण्याचं त्याचं धाडसच कसं झालं?' हा हलक्या दर्जाचा काफिर जहागीरदार, साम्राज्याला धोकादायक ठरणारा आदर्श निर्माण करत होता. त्याला जर शिक्षा न देता तसंच सोडून दिलं, तर उद्या बाकीचे हिंदू जमीनदारही बंड पुकारतील आणि मोगल साम्राज्याविरुद्ध तलवार

उसपतील. त्यामुळे याला गंभीर शिक्षा दिली गेली पाहिजे.' औरंगजेबाच्या मोठ्या बहिणीनं, जहाँआरानंही[४०] औरंगजेबाशी चर्चा केली. ती म्हणाली, 'या माणसानं सुरत लुटली आहे. शाईस्ता खानाशी असभ्य वर्तन केलं आहे. त्यामुळे याला शिक्षा व्हायलाच पाहिजे.'

शिवाजी महाराज कसे दिसत होते, याबद्दलही आग्र्यामध्ये गप्पा रंगत होत्या आणि महाराजांची प्रशंसा केली जात होती. शिवाजी महाराज दिसायला काहीसे सडपातळ होते आणि फारसे उंच नव्हते. त्यांचा वर्ण लख्ख गोरा होता. त्यांना न ओळखणाऱ्या व्यक्तीलासुद्धा त्यांचं 'राजेपण' जाणवत असे. त्यांचं उमदेपण आणि मर्दानी व्यक्तिमत्त्व चटकन नजरेत भरत असे. त्यांच्यामध्ये काही असामान्य शक्ती होती. महाराज दाढी राखत असत. 'लख्ख गोरा वर्ण आणि राजबिंडं व्यक्तिमत्त्व' असं नऊ वर्षांच्या संभाजी राजांचं वर्णन केलं गेलं आहे. (संदर्भ : सरकार आणि सिंह, १९६३, पृष्ठ क्र. ३०)

दरम्यान औरंगजेबानं, आग्र्याचा संरक्षण प्रमुख असलेल्या कोतवाल फौलाद खान याला, शिवाजी महाराज जिथं मुक्कामाला होते त्या मुलुकचंदाच्या सराईला वेढा घालून शिवाजी महाराजांना नजर कैदेत ठेवण्याचा हुकूम दिला. आग्रा किल्ल्याचा राखणदार असलेल्या राड अंदाज खानालाही त्यानं बोलावून घेतलं. हा राड अंदाज खान त्याच्या असीम क्रौर्यासाठी आणि टोकाच्या धर्मवेडासाठी प्रसिद्ध होता. ज्याच्यावर सम्राटाची खफ़ा मर्जी होईल आणि ज्याला गायब करायचं असेल त्याचे हालहाल करून त्याला यमसदनी धाडण्यासाठी त्यानं त्याच्या महालाखालीच काही तळघरं बांधून घेतली होती. तो म्हणजे औरंगजेबासाठी जणू क्रौर्य साधण्याचं आवडतं साधनच झाला होता. औरंगजेब आणि राड अंदाज खानाच्या भेटीची खबर मिळताच रामसिंग बेचैन झाला. शिवाजी महाराजांना काहीही दगा फटका झाला असता, तर त्याच्या वडिलांची प्रतिष्ठा धुळीला मिळाली असती. त्याचे पडसाद दख्खनेतही उमटले असते आणि मराठ्यांनी त्याच्या वडिलांचाच नि:पात केला असता याची त्याला कल्पना होती.

---

[४०]शहजादी जहाँआराला पादिशाह बेगम म्हणूनही ओळखलं जात असे. ती तिच्या वडिलांची लाडकी लेक होती. ती भाषा आणि सिद्धान्तशास्त्र ह्यांची अभ्यासक होती. वास्तुशास्त्राचंही तिला चांगलं ज्ञान होतं. शहाजहानाबादची रचना केली जात असताना, दिल्लीतील चांदनी चौकाचं निर्माण करायला तिनं बरीच मदत केली होती.

औरंगजेबानं त्याच्या कुटुंबीयांची जी कत्तल केली त्याची ती जिवंत साक्षीदार होती. दारा शुकोह हा तिचा लाडका भाऊ होता. त्याच्या साहित्याच्या व्यासंगात तिनं खूप मदत केली होती. शिवाजी महाराजांनी आग्र्याला भेट दिली, तेव्हा जहाँआराचं वय ५२ च्या आसपास असावं. भावाची मर्जी संपादन करण्यासाठी कदाचित भर दरबारात तिनं शिवाजी महाराजांच्या वागण्याचा निषेध केलाही असेल, पण नंतर त्यांच्या सुटकेसाठी तिनं त्यांना गुप्तपणे मदत केली असावी.

भयभीत झालेला रामसिंग, मोहम्मद आमीन खानच्या (मीर जुमलाचा मुलगा.
हा आता मोगल साम्राज्याचा मीर बक्षी किंवा अदायगी प्रमुख झाला होता) घरी गेला
आणि त्याला कळकळीनं सांगितलं की, 'सम्राटानं शिवाजीला ठार करण्याचा डाव
रचला आहे, पण तो तर माझ्या वडिलांनी त्याला दिलेल्या सुरक्षिततेच्या हमीवर इथं
आलेला आहे. त्यामुळे सम्राटानं आधी मला ठार करावं. माझ्या मुलाला बोलावून
त्यालाही ठार करावं आणि मगच शिवाजीला ठार करावं.' (संदर्भ : सरकार आणि
सिंह, १९६३, पृष्ठ क्र. २८)

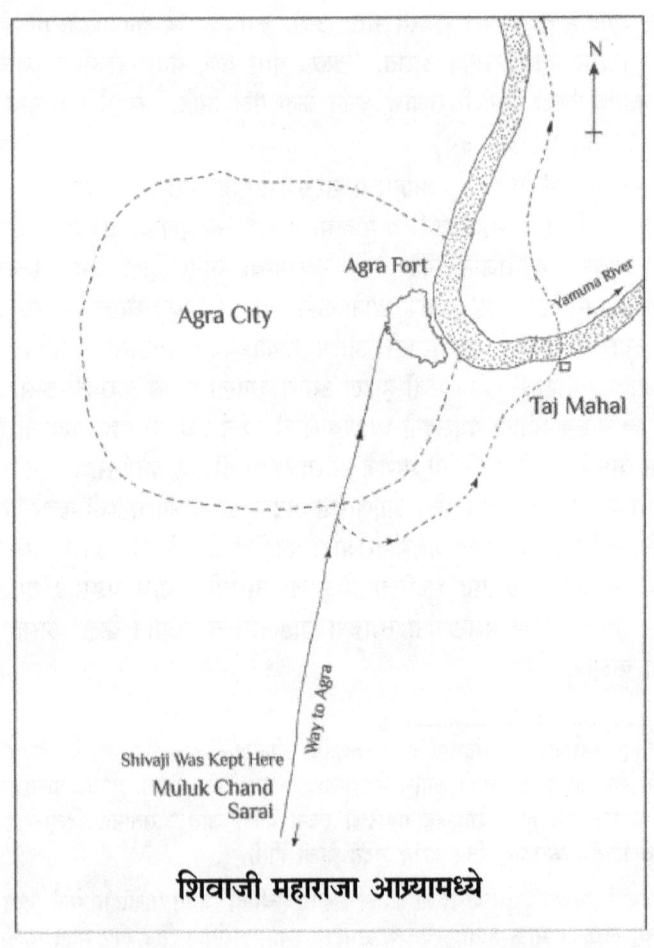

शिवाजी महाराजा आग्ऱ्यामध्ये

नकाशा – ७ – आग्रा किल्ल्यापासून मुलुकचंदाच्या सराईपर्यंतचा मार्ग.

मीर बक्षीनं रामसिंगाच्या भावना तातडीनं औरंगजेबापर्यंत पोचवल्या. पण औरंगजेबानं हुशारीनं एक अट घातली की, 'रामसिंगला सिवाची हमी द्यायला सांगा. जर सिवा पळाला किंवा त्यानं काही खोड काढली, तर त्यासाठी रामसिंगाला जबाबदार धरण्यात येईल.'

रामसिंगानं हमीपत्रावर सही केली.

त्यानंतर औरंगजेबानं तातडीनं हुकूम जारी केला की, युसुफझाई आणि आफ्रिदी बंड मोडून काढण्यासाठी रामसिंगानं शिवाजीसह अफगाणीस्तानला जावं आणि या मोहिमेचं नेतृत्व राड अंदाज खानानं करावं. रामसिंग काही मूर्ख नव्हता. औरंगजेबाचा डाव त्यानं ओळखला होता. रामसिंगानं औरंगजेबाला पुन्हा एकदा त्याच्या वडिलांनी शिवाजी महाराजांना दिलेल्या वचनाची आठवण करून दिली.

औरंगजेबानं मिर्झाला पत्र पाठवून, त्यानं शिवा भोसलेला कसलं वचन दिलं आहे याची चौकशी केली. हे पत्र पोचायला काहीसा उशीर झाला. शिवाजी महाराजांनी त्याचा फायदा घेतला आणि मुख्य वजीर जाफर खानाला (जो त्यांच्यासाठी औरंगजेबाकडे शब्द टाकू शकला असता) आणि साम्राज्यांतर्गत प्रवासासाठी आवश्यक कागदपत्रं जारी करण्याचा अधिकार असणाऱ्या मोहोम्मद अमीनसह आग्र्यातल्या अनेक मोठ्या व्यक्तींना मौल्यवान भेटवस्तू पाठवायला सुरुवात केली. रोख रक्कम आणि मौल्यवान रत्नांच्या भेटी कोणाचंही मन वळवू शकतात हे राजांनी ओळखलं होतं.

२० मे १६६६ रोजी जाफर खानानं मोहम्मद अमीनला मध्यस्थी करायला लावून शिवाजी महाराजांची माफीची याचिका औरंगजेबापुढे सादर केली. आपल्याला काबूलला न पाठवता घरी जाण्याची परवानगी द्यावी यासाठी शिवाजी महाराजांनी औरंगजेबाला मोठी रक्कम देऊ केली होती. याच याचिकेमध्ये महाराजांनी औरंगजेबाला पुरंदरच्या तहात गमावलेले किल्ले परत मागितले होते आणि ते परत दिले गेल्यास औरंगजेबाच्या बाजूनं लढण्याची तयारी दर्शवली होती.

काही आठवड्यांतच, आग्र्यामधल्या प्रत्येकाप्रमाणे मिर्झा राजे जयसिंगांच्या अंबरच्या/आमेरच्या साम्राज्यातील अधिकाऱ्यांनाही शिवाजी महाराज आग्र्याहून गुप्तपणे सुटका करून घेणार की काय याची चिंता वाटू लागली. १२ जून १६६६ रोजी जयसिंगाच्या अंबरमधल्या अधिकाऱ्याला, आग्र्यात नियुक्त असलेल्या कोणा धनराज श्रीरामानं लिहिलेल्या पत्रात म्हटलं आहे की, 'जर शिवाजीनं आपली सुटका करून घेतली, तर त्याला मौजाबाद परगण्यातून जाऊ न देण्याची खबरदारी घेण्याविषयीचं तुमचं पत्र मिळालं आणि त्यानुसार मौजाबाद परगण्यातल्या प्रत्येक खेड्यात सख्त हुकूम दिले गेले आहेत.' (संदर्भ : मेहेंदळे, २०११, पृष्ठ क्र. ३३१)

औरंगजेब फक्त एकच करू शकत होता आणि ते म्हणजे शिवाजी महाराजांच्या भोवती कडक पहारा ठेवणं. शिवाजी महाराजांसाठी करार करणाऱ्या रामसिंगानं, आतल्या पहाऱ्यासाठी त्याच्या विश्वासू राजपुतांची नियुक्ती करण्याची परवानगी

मिळवली. जर फौलाद खानाच्या माणसांनी शिवाजी महाराजांना ठार करण्याचा प्रयत्न केला, तर खबरदारी म्हणून ही उपाय योजना होती. शिवाजी महाराज आता अप्रत्यक्ष रितीनं का होईना पण कैदी झाले होते. मुलुकचंदाच्या सराईमध्ये (काही जणांच्या मतानुसार ती मिर्झाची आग्ऱ्यामधली हवेली होती) स्थानबद्ध झाले होते. त्यांच्या सहकाऱ्यांना बाहेर जाण्याची, फिरण्याची परवानगी होती, पण त्यांना बाहेर जाताना आणि पुन्हा आत येताना अनेक सुरक्षा नाके पार करावे लागत.

दरम्यान शिवाजी महाराजांनी औरंगजेबासाठी एक याचिका लिहिली होती आणि मोगल साम्राज्याचा मीर बक्ष, मोहम्मद आमीन खानद्वारा ती औरंगजेबापुढे सादर केली होती. (संदर्भ : सरकार आणि सिंह, १९६३, पृष्ठ क्र. ३२) 'सम्राटांनी जर आमचे किल्ले परत केले तर आम्ही आपल्याला २ करोड रुपये (वीस दशलक्ष) अदा करू. मला इथून जाण्याची परवानगी दिलीत तर मी माझ्या मुलाला इथे तुमच्या सेवेसाठी ठेवून जाईन. त्यासाठी सम्राटांनी सांगितलेली कोणतीही शपथ घ्यायला मी तयार आहे. सम्राटांनी दिलेल्या शब्दावर दृढ विश्वास ठेवून मी इथे आलो आहे. मी संपूर्ण समर्पण करतो आहे. तुम्ही जेव्हा एखादी मोहीम आखाल तेव्हा मला हुकूम करावा. मी तातडीनं आपल्यासमोर हजर होईन. सम्राट आता विजापूरशी लढण्यात व्यग्र आहेत. तेव्हा मला तिथे जाऊ द्यावे, लढू द्यावे आणि आपल्यासाठी प्राणार्पण करून आपली सेवा करण्याची अनुमती द्यावी.'

त्यावर औरंगजेबाची प्रतिक्रिया होती, 'त्याचं डोकं फिरलं आहे.'

तोपर्यंत पावसाळा सुरू झाला होता. आग्ऱ्याचं हवामान थंड होऊ लागलं आणि हवा बदलल्यामुळे शिवाजी महाराजांना ज्वर चढू लागला. तो पुढचे काही आठवडे तसाच राहणार होता. निरोजी रावजी लगेच कामाला लागले. त्यांनी आसपासच्या वनांमधून विविध प्रकारच्या औषधी वनस्पती आणण्याचा आदेश दिला आणि योग्य त्या औषधी वनस्पतींसाठी वनांमध्ये शोध घेण्याची जबाबदारी रघुनाथ पंतांवर सोपवण्यात आली. पण ज्वर काही उतरेना. त्याची लक्षणं भयंकर दिसू लागली. रामसिंगाला संभाजी राजांचा लळा लागला होता. तो संभाजी राजांना घरी घेऊन आला. रघुनाथ पंत, त्र्यंबक, हिरोजी फर्जंद, निरोजी रावजी आणि बहिर्जी नाईक हे शिवाजी महाराजांच्या जवळच राहिले असावेत.

शुक्रवार ७ जून १६६६ रोजी शिवाजी महाराजांनी त्यांच्या जवळच्या बऱ्याचशा माणसांना परत पाठवून दिलं. ते म्हणाले, 'तुम्ही इथून (सराईमधून) निघून जा. मला एकट्याला राहू द्या. त्यांना मला ठार करायचं असेल तर ठार करू द्या.' तेव्हा रामसिंगानं स्वतःच्या महालाच्या बगिच्यामध्ये त्या सर्व मराठ्यांना राहायला जागा करून दिली.

त्यानंतर काही दिवसांनी, शिवाजी महाराजांनी औरंगजेबाला पत्र लिहिलं आणि आपल्या जास्तीत जास्त माणसांना घरी जाऊ द्यावं आणि त्यासाठी आवश्यक

प्रवासी परवाने तयार करून द्यावेत अशी मागणी केली. औरंगजेबानं ही मागणी तत्काळ पूर्ण केली आणि मोहम्मद अमीनला आवश्यक ते प्रवासी परवाने तयार करण्याचा आदेश दिला. दख्खनेतून शिवाजी महाराजांबरोबर आलेल्यांपैकी बरेचसे लोक सन १६६६च्या जून महिन्याच्या मध्यापर्यंत परत गेले होते. पण बहिर्जी नाइकांचे वेषांतर केलेले हेर आग्र्यात आले असल्याची शक्यता नाकारता येत नाही.

शिवाजी महाराजांनी अशीही विनंती केली होती की, 'आता मी मरणपंथाला लागलो आहे. माझं काही झालं, तर त्याचा दोष रामसिंगाला दिला जाऊ नये. त्यासाठी सम्राटांनी कृपा करून रामसिंगानं केलेला करार रद्द करावा.' महाराजांची ही इच्छाही पूर्ण केली गेली. त्यानंतर औरंगजेबानं रामसिंगद्वारे एक संदेश पाठवला की, 'शिवाजी आता मरणारच आहे तर मग तो बाकीचे किल्ले आम्हांला का देऊन टाकत नाही? शिवाजीनं जर असं केलं तर त्याच्या मृत्यूनंतर आम्ही त्याच्या मुलाला, संभाजीला घरी परत जाऊ देऊ.'

हा संदेश मिळाल्यावर शिवाजी महाराज रामसिंगला म्हणाले, 'तुझ्या वडिलांनी माझे २३ किल्ले औरंगजेबाला दिले आणि त्या बदल्यात राजस्थानातला टोंक हा श्रीमंत परगणा, जहागीर म्हणून मिळवला. आता माझ्या उरलेल्या किल्ल्यांच्या बदल्यात तू त्याच्याकडून काय मिळवणार आहेस? तुझ्या सम्राटाला सांग की, आता माझ्या किल्लेदारांवर माझं काहीही नियंत्रण राहिलेलं नाही. त्याला सांग की मी आजारी आहे आणि आता संन्यास घेऊन काशीला जाणं हीच माझी शेवटची इच्छा आहे.' यावर औरंगजेबानं उपरोधिक उत्तर पाठवलं की, 'त्याला संन्यास घ्यायचा तर घेऊ दे, पण त्यानं काशीऐवजी प्रयागला जावं. सुभेदार बहादूर खान त्याची इच्छा पूर्ण करण्याची खबरदारी घेईल.' हा बहादूर खान राड अंदाज खानाहून अधिक खुनशी स्वभावाचा होता. तेव्हा शिवाजी महाराजांनी विचार बदलला आणि आणखी एक शेवटची विनंती केली. त्यांनी दानधर्म करण्यासाठी औरंगजेबाकडे ६६,००० रुपयांची मागणी केली आणि रामसिंगला करारातून मुक्त करण्याची विनंती केली.

शिवाजी महाराजांनी हुंडीच्या[४१] कागदपत्रांवर सही केल्यावर त्यांचं ६६,००० रुपयांचं कर्ज मंजूर केलं गेलं. ती हुंडी तत्काळ मिर्झा राजे जयसिंगकडे पाठवली गेली. जेणेकरून तो शिवाजी महाराजांच्या माणसांकडून त्याची रक्कम वसूल करू शकेल आणि शिवाजी महाराजांची माणसं, महाराजांच्या वैयक्तिक खजिन्यातून ती रक्कम देऊ शकतील. मग शिवाजी महाराजांनी दानधर्म सुरू केला. ब्राह्मण,

---

[४१]प्राचीन काळी भारतामध्ये व्यापार आणि कर्जाचे व्यवहार यासाठी आर्थिक दस्तावेज म्हणून हुंडीचा वापर केला जात असे. व्यापारातील आर्थिक व्यवहारांमध्ये एका ठिकाणाहून दुसऱ्या ठिकाणी रक्कम हस्तांतरीत करण्यासाठी, कर्ज देण्या-घेण्यासाठी हुंडीचा वापर केला जात असे (आजही केला जातो).

साधू, बेघर भिकारी यांना दान म्हणून आणि मंत्री, सरदार आणि फौलाद खानासह पहाऱ्यावरचे रक्षक ह्यांना भेट म्हणून ते फळं, सुकामेवा आणि मिठाई पाठवू लागले. हे सगळं सामान, व्यापारी सराईत आणून टाकत असत. नंतर ते मोठमोठ्या पेटाऱ्यांमध्ये बांधलं जात असे. प्रत्येक पेटारा एका मोठ्या बांबूला अडकवला जात असे आणि दोन माणसं तो कावडीसारखा वाहून नेत असत. फौलाद खानाच्या माणसांकडून तीन नाक्यांवर त्याची तपासणी केली जात असे.

दरम्यान, फौलाद खान दर तासानं शिवाजी महाराजांना बघून जात होता. त्याचा कैदी अंथरुणाला खिळलेला, दुबळा, क्षीण होत चाललेला त्याला दिसत होता. बरेचदा शिवाजी महाराज तोंडावर पांघरूण घेऊन झोपत असत. तेव्हा फौलाद खानाला शिवाजी महाराजांचा सोन्याचं कडं घातलेला हात तेवढा दिसत असे. काही दिवसांनी शिवाजी महाराजांचा तो सोन्याचं कडं घातलेला हातच केवळ ते अंथरूणावर आहेत याची साक्ष देऊ लागला होता. संभाजी राजे रामसिंगाकडे राहत होते आणि वडिलांना भेटायला वारंवार येत होते.

२२ जुलै १६६६ रोजी सराईमध्ये एक समारंभ होता. योगायोगानं ज्या दिवशी औरंगजेब शिकारीला गेला होता, त्याच दिवशी हा समारंभ आयोजित केलेला होता. त्या दिवशी शिवाजी महाराजांना भेटायला कवींद्र परमानंद[४२] आग्र्यात आले होते. महाराजांनी त्यांना दोन हत्ती (एक नर, एक मादी), पालखी आणि १००० रुपयांची रोकड आणि आपला सरोपा (अंगरखा) भेट म्हणून देऊन टाकला. त्या वेळी मेजवानीचंही आयोजन केलं गेलं होतं आणि त्यासाठी फौलाद खानालाही त्याच्या काही महत्त्वाच्या अधिकाऱ्यांसह आमंत्रित केलं गेलं होत. काही ब्राह्मणांनाही बोलावलेलं होतं. त्या दिवसानंतर शिवाजी महाराजांची तब्येत आणखीनच ढासळत गेली. ते नेहमीच अंथरुणाला खिळलेले दिसू लागले.

---

[४२]ऐतिहासिक दाखल्यांवरून हे सिद्ध होतं की, शिवाजी महाराजांचे जुने परिचित असलेले कवींद्र परमानंद हे जुलै महिन्यात आग्र्यामध्ये शिवाजी महाराजांबरोबर होते. पुढे शिवाजी महाराजांच्या आदेशानुसार कवींद्र परमानंद गोविंद नेवासकर यांनी संस्कृतमध्ये 'शिवभारत' हे शिवाजी महाराजांचं चरित्र लिहिलं. हे शिवचरित्र शिवाजी महाराजांच्या इतिहासाचा अभ्यास करण्याकरता सर्वांत प्रमाण साहित्य मानलं जातं. आग्र्यात शिवाजी महाराजांना भेटण्यासाठी ते वाराणसीहून आले होते. ते मूळचे महाराष्ट्रातल्या अहमदनगरजवळच्या नेवासे गावचे होते. ज्ञानसंपादनाच्या ओढीनं ते इशान्येला अनेक मैल दूरच्या वाराणसी या पवित्र शहरातल्या एका गुरुकुलात (ज्ञानार्थींसाठीची निवासी शाळा) जाऊन पोचले होते. तिथल्या संस्कृत शिक्षकांनी त्यांना केवळ हिंदुवाद शिकवला नाही तर त्यांच्या विचारांना धूसर करणारी अज्ञानाची पुटं काढून टाकायलाही मदत केली. त्यामुळे अज्ञानातून मुक्त झाल्यामुळे त्यांना 'स्व'चा शोध घ्यायला, अध्यात्माचा अभ्यास करायला मदत झाली. त्यांनी पद्यांच्या माध्यमात शिवाजी महाराजांचं चरित्र लिहिलं.

१३ ऑगस्ट १६६६ नंतर शिवाजी महाराजांवरचा पहारा आणखीनच कडक केला गेला. औरंगजेबाला तीन दिवसांसाठी शिकारीवर जायचं होतं, म्हणून शिवाजी महाराजांना लवकरात लवकर राड अंदाज खानाच्या महालात हलवण्याचा आदेश त्यानं फौलाद खानाला दिला होता. १७ ऑगस्टला फौलाद खान जेव्हा त्याच्या कैद्याची, अर्थात शिवाजी महाराजांची विचारपूस करायला त्यांच्या खोलीत प्रवेशला तेव्हा ती खोली रिकामी होती. औरंगजेबाला ही संतापजनक खबर १८ ऑगस्टला मिळाली. त्या वेळी त्याची हालत काय झाली असेल, याची कल्पनाच केलेली बरी. कपटी, चतुर आणि अतिशय सावध असणाऱ्या त्या कारस्थानी सम्राटाच्या डोळ्यात आज धूळफेक झाली होती. ज्यानं दारा शुकोह आणि मुराद बक्ष या स्वतःच्या भावांना ठार केलं होतं आणि शाह शुजाच्या वाराणसीत पोचलेल्या सैन्याला आसामात धाडून तिथल्या नरभक्षकांच्या स्वाधीन केलं होतं, तोच आज फसवला गेला होता.

औरंगजेब संतापानं लालेलाल झाला होता. तो अपमानित झाला होता. काही दिवसांतच संपूर्ण साम्राज्यातली यंत्रणा कामाला लावली गेली. मोगल साम्राज्यातल्या २२ परगण्यांच्या सुभेदारांना, तसंच आग्रा आणि औरंगाबाद दरम्यानच्या हजारो मनसबदारांना फर्मानं पाठवली गेली. मोगलांच्या ५०,००० घोडदळानं आग्रा ते वाराणसीचा परिसर पिंजून काढला. तिथली मंदिरं लुटली, धर्मशाळा, मशिदी, दर्गे, हिंदू शाळा, दहन भूमी, दफन भूमी आणि मदरसे ह्या ठिकाणी शोध घेतला.

शेकडो हजारो साधुसंतांना, धर्मगुरूंना, स्वामींना, फकिरांना पकडलं गेलं. त्यांचा छळ करून त्यांना तुरुंगात डांबलं गेलं. राजपुत सैनिकांची एक तुकडी नर्मदा आणि तापी नद्यांमधल्या प्रदेशात शोध घेण्यासाठी पाठवली गेली. लोकांच्या एखाद्या समूहात एखादा लहान मुलगा असेल तर त्यांना ताब्यात घेतलं जात होतं, मग ते हिंदू असो की मुसलमान. त्यांच्यावर काही दिवस लक्ष ठेवलं जात असे आणि मग त्यांना सोडून दिलं जात असे. राजस्थानच्या आसपास कुठेतरी त्यांना परमानंद आढळले. ते शिवाजी महाराजांनी भेट म्हणून दिलेले हत्ती आणि पालखी घेऊन जात होते. त्यांनी दुर्लक्ष केल्याचं ढोंग केलं. ते राजस्थानात काय करत होते, हे एक कोडंच होतं. दुसरीकडे रामसिंगाला स्थानबद्ध केलं गेलं होतं.

सुटकेचं विश्लेषण

औरंगजेबानं मिर्झाला तिखट शब्दांत एक पत्र लिहिलं (दिनांक- २० ऑगस्ट, १६६६)- 'आपण मोठ्या प्रयत्नांनी शिवाजीला आमच्याकडे पाठवलंत पण आपल्या मुलानं, रामसिंगानं मात्र आम्हांला मात दिली. खरं तर आम्हांला तुमच्या मुलाला शिक्षा करायची होती. गुन्हेगार म्हणून आग्र्यातून त्याची धिंड

काढायची होती, पण तुमची स्वामिनिष्ठा लक्षात घेऊन आम्ही त्याला जिवंत सोडलं आहे. थोड्याशा शिक्षेवर त्याचं निभावलं म्हणून तुमच्या ईश्वराचे आभार माना.'
(संदर्भ : खरे, १९३४-६१)

लोकप्रिय कल्पनेनुसार शिवाजी महाराज संभाजी राजांसह एका मिठाईच्या पेटाऱ्यातून पळाले. उद्या आपल्याला राड अंदाज खानाच्या महालात हलवणार आहेत, हे शिवाजी महाराजांना समजलं होतं. म्हणून त्यांनी संभाजी राजांना तातडीनं बरोबर घेतलं. महाराज एका मिठाईच्या पेटाऱ्यात लपून बसले आणि १७ ऑगस्ट १६६६ लाच पळून गेले. पेटारा वाहून नेणारे जेव्हा आग्ऱ्याजवळच्या एका छोट्या खेड्यात पोचले, तेव्हाच ते पेटाऱ्यातून बाहेर आले. तिथं त्यांचे काही लोक घोडे घेऊन वाट बघत उभे होते. तिथून ते आग्ऱ्याच्या वायव्येला ४५ किलोमीटरवर असलेल्या मथुरेला गेले. तिथं मोरोपंत पिंगळ्यांच्या एका नातेवाइकांकडे संभाजी राजांना ठेवलं आणि मथुरा, अलाहाबाद, वाराणसी, गया, गोंडवन, हैद्राबाद, विजापूर मार्गे १२ सप्टेंबर १६६६ रोजी ते राजगडावर पोहोचले. तिथं त्यांनी संभाजी राजे वाटेतच दगावल्याचं सर्वांना सांगितलं. (शत्रूनं त्यांचा शोध घेणं थांबवावं म्हणून) २२ नोव्हेंबर रोजी मुंडण केलेले ब्राह्मण वेशातले संभाजी राजे राजगडावर सुखरूप पोचले.

डॉ. अजित जोशींनी त्यांच्या 'आग्ऱ्याहून सुटका' या पुस्तकात (२०१६, पृष्ठ क्र. १-३) या लोकप्रिय कथेविषयी व्यावहारिक विचार मांडले आहेत : शिवाजी महाराज इतके सावध होते की, त्यांनी स्वतःचा आणि स्वतःच्या मुलाचा जीव असा धोक्यात घातला नसता कारण पेटाऱ्यातून पळून जाणं अतिशय धोकादायक ठरलं असतं. प्रत्येक तपासणी नाक्यावर पेटारे तपासले जात होते आणि फौलाद खान हा एक शिस्तबद्ध अधिकारी होता. शिवाय संभाजी राजांना सराईच्या आत-बाहेर करायला परवानगी असल्यानं त्यांना पेटाऱ्यातून न्यायची काहीच गरज नव्हती आणि संभाजी राजे बरेचदा रामसिंगच्या घरीच असत. पेटाऱ्यात लपलेल्या माणसाला सहज पकडता येऊ शकलं असतं आणि महाराज पकडले गेले असते, तर सैनिकांनी त्यांना तिथंच ठार केलं असतं. शिवाय तलवार घेऊन (साधारणपणे ४ फूट लांबीची) पेटाऱ्यात बसणं शक्य झालं नसतं. शिवाजी महाराजांनी १९-२० तारखेला मथुरा सोडलं आणि १२ सप्टेंबरला ते राजगडावर पोहोचले- दरम्यान आधी ते हैद्राबादला गेले (आजच्या काळात रस्ता मार्गानं १,५०० किलोमीटर अंतरावर असलेलं) तिथून २२ दिवसांत ४००-५०० किलोमीटरचा टप्पा पार करून राजगडला पोचले. याचा अर्थ २२ दिवसांत त्यांनी २,००० किलोमीटरचा प्रवास केला. म्हणजेच दर दिवशी त्यांनी घोड्यावरून ८० किलोमीटर अंतर पार केलं. हे अगदी अशक्य वाटतं. एक घोडा दिवसाला ४० ते ५० किलोमीटर अंतर पार करू शकतो. पण घोड्याला आणि घोडेस्वाराला विश्रांतीची आवश्यकता असते. सलग २२ दिवस असा मोठा प्रवास करता येणार नाही. प्रवासात घोडा जरी बदलला तरी घोडेस्वार तर तोच असणार.

शिवाय घोड्यानं सहज दौडत जावं असा हा मार्ग सहज सोपा नव्हता. शिवाजी महाराजांनी जो मार्ग निवडला होता त्यावर नद्या, पर्वतराजी आणि अनेक तपासणी नाके होते. शिवाजी महाराजांनी संन्याशाचा वेश धारण केला होता असं मानलं तर ते घोड्यावरून गेले नसणार. कारण त्यामुळे संशय निर्माण झाला असता.

मेहेंदळेंच्या मतानुसार (२०११, पृष्ठ क्र. ३३८-३३९), 'त्यांनी इतका वर्तुळाकार मार्ग निवडला नसणार. म्हणून असं वाटतं की शिवाजी महाराजांनी संभाजी राजांना मथुरेत सोडलं असणार आणि निवडक सहकाऱ्यांबरोबर जास्तीत जास्त जवळच्या मार्गानं गेले असणार आणि त्यांना पकडण्याचा आदेश घेऊन जाणाऱ्या मोगलांच्या संदेश वाहकांना मागे टाकत जात असणार. सरळ रेषेत अंतर मोजलं तर राजगडापासून मथुरा १,००० किलोमीटरवर आहे. रस्ता मार्गाचा विचार करता, ते अंतर आणखी जास्त मानलं तरी २५ दिवसांत राजगडावर पोचण्यासाठी शिवाजी महाराजांनी त्यांच्या सहकाऱ्यांसह रोज साधारणपणे ६० किलोमीटरची दौड केली असणार. हे कठीण आहे पण अशक्य नाही, विशेषत: शिवाजी महाराजांसारख्या युक्तिवान आणि दृढनिश्चयी व्यक्तींसाठी. दस्तक (खोट्या सह्या), विश्वासू वाटाडे, राखीव घोडे अशी तयारी करण्यासाठी आणि योग्य त्या टप्प्यांवर आवश्यक त्या सोयी करण्यासाठी त्यांनी निश्चितच आपली काही माणसं आग्र्यामध्ये कोणाकडे तरी ठेवलेली असणार.'

पण वास्तवाचा विचार करता या गोष्टी शक्य होत्या का?

मथुरा आणि पुणे यातल्या सरळ मार्गावर अनेक पर्वत आणि नद्या ह्यांचे अडथळे आहेत.

डॉ. जोशींच्या मतानुसार, २२ जुलैला जेव्हा सराईमध्ये छोटा समारंभ आयोजित केला गेला होता आणि शिवाजी महाराजांनी परमानंदांना हत्ती आणि पालखी भेट दिली होती तेव्हाच महाराज तिथून निसटले असणार. ते ब्राह्मणाच्या वेशात सराईतून बाहेर पडले असणार आणि आपल्या अंथरुणावर निरोजी रावजींना झोपवलेलं असणार. डॉ. जोशींच्या मते, २२ जुलैनंतर शिवाजी महाराज आग्र्यामध्ये असण्याचा कोणताही दस्तऐवज पुरावा उपलब्ध नाही. म्हणजेच, कवींद्र परमानंदांना दिलेल्या भेटीचं वर्णन करणाऱ्या २२ जुलैच्या पत्रानंतर १८ ऑगस्टला ते नाहीसे झाल्याची खबर देणाऱ्या दस्तऐवजापर्यंत मधल्या काळात शिवाजी महाराजांच्या हालचालींची माहिती देणारा कोणताही दस्तऐवज आढळलेला नाही.

कवींद्र परमानंदांनी २२ जुलैला आग्रा सोडलं. त्यांना दिलेल्या हत्ती आणि पालखी ह्यांसह तसंच वाराणसीहून त्यांच्याबरोबर आलेल्या आणि आता आग्र्याहून त्यांना निरोप द्यायला आलेल्या काही ब्राह्मणांसह ते फतेहपूर सिक्रीकडे रवाना झाले. आग्र्यापासून साधारण ३० किलोमीटरवर असलेल्या एका धर्मशाळेत त्यांनी विसावा घेतला. तिथून काही ब्राह्मण आग्र्याला परत गेले. राजपूत पत्रांनुसार,

कवींद्र परमानंदाना पालख्या आणि हत्ती ह्यांसह राजस्थानातील दौसा इथं पकडलं गेलं. मोगलांना त्यांच्याकडे संशयास्पद असं काहीच न आढळल्यानं त्यांना सोडून देण्यात आलं. पण ते फतेहपूरपासून दौसाला गेलेच का? शिवाजी महाराजांच्या सुटकेशी त्यांचा काही संबंध होता का? आपल्याला हे रहस्य कदाचित कधीच समजू शकणार नाही.

औरंगजेबाचा संताप

आग्र्यातून बाहेर पडण्यासाठी शिवाजी महाराजांनी दस्तक कागदपत्रं (प्रवासी परवाने) कशी तयार केली असतील, याचं औरंगजेबाला आश्चर्य वाटत होतं. त्याला मोहम्मद अमीनचा संशय आला, पण त्याची कागदपत्रं व्यवस्थित होती. मागे काहीही पुरावा न ठेवता पक्षी जाळ्यातून निसटला होता. विचार करून-करून औरंगजेबाचं डोकं फिरलं असणार. शिवाजी महाराज खरंच आजारी होते की आजारपणाचं ढोंग करत होते? त्यांना प्रवासी परवाने मिळालेच कसे? ते मोहम्मद अमीनचं कारस्थान होतं का? की शाही खानदानातलं कोणी त्यांना सामील झालं होतं? शिवाजी महाराज मिठाईच्या पेटाऱ्यातून पळाले ती अफवा खरी असेल का? २२ जुलै रोजी औरंगजेब शिकारीला गेलेला असताना आयोजित केलेल्या हिंदू समारंभाच्या वेळीच ते निसटले असतील का? २२ जुलै ते १८ ऑगस्ट या दरम्यान तिथं त्यांचा कोणी तोतया होता का? या प्रश्नांना अजूनही ठोस उत्तरं मिळालेली नाहीत.

सत्य स्थिती काहीही असली तरी महत्त्वाचं हे आहे की, शिवाजी महाराज सप्टेंबरमध्ये राजगडावर पोचले आणि त्यानंतर म्हणजे नोव्हेंबर १६६६ मध्ये संभाजी राजांना मथुरेहून राजगडावर आणलं गेलं. संतापलेल्या औरंगजेबानं मिर्झा राजे जयसिंगांना फर्मान सोडलं की, ५००० धात असलेले मनसबदार म्हणून मोगल सैन्यात दाखल झालेल्या नेताजी पालकरांना पकडावं आणि दिलेर खानाच्या ताब्यात द्यावं. पालकरांना कैद केलं गेलं आणि आग्र्याच्या कैदखान्यात डांबलं गेलं. नंतर त्यांनी इस्लाम धर्म स्वीकारायला मान्यता दिली. त्यांची सुन्नत झाल्यावर आणि धर्मांतर झाल्यावर त्यांना मानाचा पोशाख, रत्नजडित खंजीर आणि तलवार बहाल केली गेली. त्यांच्या पत्नींना महाराष्ट्रातून बोलावून घेतलं गेलं आणि त्यांनाही इस्लाम धर्म स्वीकारण्यास भाग पाडलं गेलं. पालकरांना 'मोहम्मद कुली खान' हे नाव दिलं गेलं आणि काबूलच्या मोहिमेवर पाठवलं गेलं. औरंगजेबानं मिर्झाला दखखनेतून परत बोलावलं आणि स्वतःच्या मुलाला, मुअझ्झमला पुन्हा एकदा दखखनचा सुभेदार म्हणून नियुक्त केलं.

याच वेळी, १६६७-६८ दरम्यान (सन १६६७च्या सुरुवातीपर्यंत मिर्झा जिवंत होता) भारताच्या उत्तरेच्या राजकीय-सैनिकी स्थितीनं गंभीर रूप धारण केलं होतं.

भारत आणि अफगाणिस्तान दरम्यानच्या डोंगरदऱ्यांमधल्या अफगाणी टोळ्यांनी (विशेषत: युसुफझाई) सिंधू नदी ओलांडली होती आणि त्या वाटेतल्या प्रदेशांची लूट करत होत्या. अफगाणिस्तान आणि पंजाब दरम्यानची संपर्क व्यवस्था उद्ध्वस्त करत होत्या. ही खबर चिंताजनक होती. औरंगजेबानं महाराष्ट्रात विखुरलेल्या त्याच्या सैन्याला मोगल साम्राज्याच्या वायव्य सीमांवर जाण्याचा हुकूम दिला. अशा परिस्थितीत त्याला शिवाजी महाराजांच्या विरोधात मोहीम आखायची नव्हती. दख्खनेत मिर्झाच्या हाताखालच्या मराठा सैनिकांमध्ये अस्वस्थता पसरत होती. शिवाजी महाराज निसटल्याची खबर मिळाल्यावर मिर्झाही चिंतित झाला होता आणि आपली तर्कबुद्धी हरवून बसला होता. निराशेच्या अस्वस्थेत त्यानं जाफर खानाला एक (संदर्भ : सरकार, २००७, पृष्ठ क्र. १२०) पत्र लिहीलं: मी पराजित झालेलो नाही. माझ्या मुलाचं लग्न त्याच्या मुलीशी लावून द्यायचं आमिष देऊन त्या हरामखोर शिवाला मी माझ्या तळावर बोलावू शकतो. (त्याची जात माझ्याहून खूपच खालची आहे– त्यानं स्पर्श केलेलं अन्न मी खाणार नाही) आणि मग त्या दुर्भाग्याला संपवून टाकतो. हा कट गुप्त राखा आणि मला त्वरित उत्तर पाठवा.' या मूर्खपणे लिहिलेल्या पत्राचा मसुदा समजल्यावर औरंगजेबानं मिर्झाला दख्खनेतून परत बोलावलं आणि दख्खनेची धुरा स्वत:च्या मुलावर, मुअझ्झमवर सोपवायला सांगितलं.

या गोंधळात आणखीही काही गोष्टी घडत होत्या. शिवाजी महाराजांच्या अनुपस्थितीत आदिलशाहीच्या सैन्यानं दक्षिण कोकणात घुसखोरी केली होती. त्यांना बाहेर काढणं हे शिवाजी महाराजांसाठी प्रधान कार्य होतं. सन १६६७च्या सप्टेंबरमध्ये पोर्तुगीज व्हॉइसरॉयनं पोर्तुगालच्या राजाला लिहिलेल्या पत्रात (संदर्भ : सरदेसाई, २००२, पृष्ठ क्र. ८६८) म्हटलं आहे की, 'आता फोंड्यामध्ये शिवाजी आपला शेजारी झाला आहे. त्याचं शौर्य, चातुर्य, मुत्सद्दीपणा, पराक्रम, चपळता आणि युद्धाशास्त्रातील दूरदृष्टी याची तुलना केवळ सीझर आणि अलेक्झांडर ह्यांच्याशीच होऊ शकते.' शिवाजी महाराजांच्या सैन्यानं आदिलशाही सैन्यावर हल्ला केला. मराठा सैन्य गुलबर्ग्यामध्ये फिरत आहे अशी नोंद केली गेली. शिवाजी महाराज मोगलांबरोबरचा शांतता करार नव्यानं करण्याचा प्रयत्न करत होते. मोगल सैनिकांनी कैद केलेल्या त्र्यंबकपंत डबिरांना आणि रघुनाथपंतांना सोडवण्यासाठी त्यांनी जाफर खानाबरोबर राजकीय पत्र व्यवहार सुरू केला. काही काळानं त्यांना सोडून देण्यात आलं.

अपमानित झालेल्या मिर्झानं दख्खनेत औरंगाबाद इथं दख्खनचा भार शहजादा मुअझ्झमवर सोपवला आणि तो बऱ्हाणपूरकडे रवाना झाला. या प्रवासामध्ये तीव्र मधुमेहाचा रोगी असलेल्या मिर्झानं स्वत:ला इजा करून घेतली. त्याची जखम चिघळत गेली. २८ ऑगस्ट १६६७ रोजी त्यानं बऱ्हाणपूर इथं शेवटचा श्वास घेतला. इतिहासाच्या काही नोंदींमध्ये म्हटलं आहे की, उदयराज मुन्शी या त्याच्या विश्वासू

कारकुनानं (सम्राटाच्या आदेशावरून) त्याच्यावर विषप्रयोग केला होता. मिर्झाच्या मृत्यूनंतर हा मुन्शी बऱ्हाणपूरातून पळून गेला आणि आग्र्यात प्रकट झाला. तिथं त्यानं इस्लाम धर्म स्वीकारला. रामसिंग पुन्हा मोगल सैन्यात दाखल झाला. त्यानंतर लगेचच त्याला आसामी लोकांशी लढण्यासाठी बंगालला पाठवण्यात आलं. सन १६८८मध्ये तो मरण पावला आणि त्यापूर्वी तो त्या दूरस्थ प्रदेशात अनेक वर्ष राहिला.

मिर्झाच्या मृत्यूची खबर मिळताच शिवाजी महाराजांनी औरंगजेबला एक पत्र पाठवलं (संदर्भ : खरे, १९३४-६१): 'सम्राटांच्या चरणीच माझं कल्याण आहे. मीच काय पण जगातलं कोणीही मोगल सैन्याशी लढू शकणार नाही. मला किंवा माझ्या मुलाला आपल्या दरबारातली अगदी खालच्या स्थानावरची मनसबदारी दिलीत तरीही आम्ही तिचा स्वीकार करू. मी माझं सर्वस्वच नाही तर माझे प्राणही आपल्याला समर्पित करतो.' औरंगजेबानं या पत्राकडे दुर्लक्ष केलं पण शिवाजी महाराजांनी हार मानली नाही. युद्धनीतीच्या एका जोरदार फटक्यात मिर्झानं त्यांचं स्वराज्य आणि सैन्यबळ घटवलं होतं. त्यांचा देश विद्ध झाला होता. त्याला पुन्हा सावरण्यासाठी आणि आधीसारखा सशक्त करण्यासाठी बराच अवधी लागणार होता.

शिवाजी महाराजांनी आणखी एक मुत्सद्दी खेळी खेळली. त्यांना माहीत होतं की दखखनचा सुभेदार म्हणून औरंगाबादला नियुक्त असलेला औरंगजेबाचा मुलगा शहजादा मुअझ्झम हा त्याच्या वडिलांहून निराळा आहे. महाराजा जसवंत सिंग राठोड हा त्याच्या मर्जीतल्या अधिकाऱ्यांमधला एक होता आणि तोसुद्धा औरंगाबादलाच होता. शिवाजी महाराजांनी जसवंत सिंगाला पत्र (संदर्भ : सरकार, २००७, पृष्ठ क्र. १२६) लिहिलं : 'सम्राटांनी मला वाळीत टाकलेलं आहे. अन्यथा कंदहार जिंकून घेऊन मोगल साम्राज्याची वायव्य सीमा सुरक्षित करण्याची जबाबदारी माझ्यावर सोपवावी अशी विनंती मी त्यांना करणार होतो. मला माझ्या प्राणांची भीती होती म्हणून मी आग्र्याहून पळालो. माझे आश्रयदाते असलेले मिर्झा राजे आता हयात नाहीत. तेव्हा आता आपल्या मध्यस्थीनं आपण जर मला माफी मिळवून दिलीत, तर मी माझ्या मुलाला, संभाजी राजांना, शहजादा मुअझ्झमच्या सेवेत रुजू करेन आणि घडेल तशी सेवा करेन.'

'जसवंत सिंग आणि मुअझ्झमनं हा प्रस्ताव तत्काळ मान्य केला आणि शिवाजी महाराजांसाठी सम्राटाकडे शब्द टाकला. सम्राटानंही हा प्रस्ताव मान्य केला.' (संदर्भ : सरकार, १९४८, पृष्ठ क्र. १२६-१२७) २७ ऑक्टोबर १६६७ रोजी, संभाजी राजे ५००० धात/५००० सवार असलेले मोगल मनसबदार म्हणून शहजादा मुअझ्झमच्या भेटीला गेले. संभाजी राजांना दुसऱ्याच दिवशी परतण्याची परवानगी दिली गेली. औरंगजेबानं शिवाजी महाराजांना 'राजा' ही उपाधी बहाल केली आणि

ही 'सन्मानीय' बातमी शहजादा मुअझ्झमद्वारा त्यांना कळवण्यात आली. गंमत म्हणजे मिर्झा जिवंत असताना त्यानं हीच गोष्ट औरंगजेबाला सुचवली होती पण तेव्हा त्यानं ती नाकारली होती. आता संभाजी राजे मोगल दरबारातले मनसबदार म्हणून ओळखले जात होते. त्यांच्या सैन्य तुकडीनं औरंगाबादला भेट दिली होती, तेव्हा प्रतापराव गुजरांनी त्यांचं नेतृत्व केलं होतं. काही वेळा ते औरंगाबादमध्ये तळ ठोकत असत. आदिलशाही सम्राटाला यातून वेगळं पडायचं नव्हतं. त्यानं सोलापूरचा भुईकोट किल्ला मोगलांना दिला आणि त्यांच्याबरोबर शांतता करार केला. नंतरच्या काही वर्षांमध्ये शिवाजी महाराजांना मोगलांकडून काहीच त्रास झाला नाही. त्या काळच्या इंग्रजी पत्रव्यवहारामध्ये या महाराजांचं वर्णन, अतिशय शांत असा आणि शहजादा मुअझ्झम जे सांगेल ते करण्यासाठी बांधील असणारा मोगलांचा सरदार, असं केलेलं आढळतं. काहींना असंही वाटत होतं की, हा शिवाजी आता लवकरच काळाच्या मागे पडणार आणि सर्वांच्या विस्मृतीत जाणार. पण ही तात्पुरती युद्धबंदी होती आणि ती अपेक्षेहून जास्त काळ टिकली एवढंच. नंतरच्या काळात घडलेल्या घटनांनी हे सिद्ध केलं. आपला मुलगा मुअझ्झम आणि शिवाजी यांनी एकमेकांच्या इतकं जवळ यावं हे संशयी वृत्तीच्या औरंगजेबाला पटलं नाही. त्यांच्यातल्या मैत्रीमध्ये त्याला त्याच्या तख्तासाठी धोका दिसू लागला. त्यानं शहजादा मुअझ्झमला पत्र पाठवून, 'प्रतापराव गुजर आणि निरोजी रावजी ह्यांना (त्या वेळी औरंगाबादला असलेले) अटक करावी आणि त्यांच्या सैन्य तुकड्या, मोगल सैन्यात सामील करून घ्याव्यात' असा आदेश दिला. पण तसं होऊ शकलं नाही. कारण मराठ्यांना सम्राटाच्या दुष्ट योजनेची कल्पना आली आणि ते पळून गेले.

प्रकरण - १०

वादळापूर्वीची शांतता

आग्र्याहून सुटका झाल्यावर शिवाजी राजांनी आपल्या कारवाया काही काळ कमी केल्या होत्या, हे सर्वांनाच माहीत आहे. त्या काही वर्षांमध्ये म्हणजे सन १६६६ ते १६७९ या वर्षांत, आपल्या मावळी सैन्याला सशक्त मराठा सैन्याचं रूप देण्यावर त्यांनी लक्ष केंद्रित केलं असणार. पुरंदरच्या शांतता करारानंतर त्यांचं सैन्यबळ कमी झालं होतं.

त्यांच्याकडे केवळ १२ किल्ले उरले होते आणि त्यांना सैन्याची पुनर्बांधणी करणं गरजेचं होतं.

मेहेंदळे (संदर्भ : २०११, पृष्ठ क्र. ३८५) लिहितात, 'शिवाजी राजांना शून्यातून सुरुवात करावी लागली होती. अलेक्झांडरला त्याच्या वडिलांच्या आयत्या मिळालेल्या सैन्यासारखं किंवा नेपोलियनला घडवणाऱ्या राष्ट्रासारखं शिवाजी राजांना काहीच लाभलं नव्हतं. तरीही राजांनी केवळ सैन्य निर्माण केलं नाही तर सैन्य निर्माण करताना राष्ट्र निर्माण केलं.'

'युद्धात सर्व काही क्षम्य असतं,' हे तत्त्व शिवाजी महाराजांना मान्य नव्हतं. शत्रू जेव्हा एखादा प्रदेश जिंकून घेत असे, तेव्हा त्यांचे सैनिक तिथल्या स्त्रियांना आणि मुलांना युद्धातली लूट समजून वागवत असत. पण शिवाजी राजांनी मात्र त्यांच्या सैन्यासाठी कडक नियम घालून दिले होते. कोणत्याही शेतकऱ्याला अन्नधान्यासाठी किंवा चाऱ्यासाठी वेठीस धरू नये अशी सक्त ताकीद दिली होती. पावसाळ्याच्या दिवसांमध्ये त्यांचं सैन्य छावणीत मुक्काम करत असे. तेव्हा सैन्याधिकाऱ्याला सैनिकांसाठी निवासस्थानांची आणि घोड्यांसाठी पागांची व्यवस्था करावी लागत असे. त्यांच्यासाठी पुरेसं अन्नधान्य, चारापाणी आणि औषधं ह्यांची साठवणूकही करून ठेवावी लागत असे. या सैन्याला दसऱ्यानंतर एखाद्या मोहिमेवर पाठवलं जात असे. निघण्यापूर्वी सर्व सैनिकांच्या चीजवस्तूंची यादी केली जात असे. आठ महिन्यांच्या काळात त्यांना शत्रूच्या प्रदेशातील अन्नधान्यावर गुजराण करावी लागत

असे. स्त्रिया आणि मुलं ह्यांना ताब्यात घेतलं जात नसे. पण गरजेनुसार त्यांचे बैल वाहतुकीसाठी वापरले जात असत. ब्राह्मण, मुल्ला आणि पाद्री लोकांचा छळ केला जात नसे आणि त्यांना ओलीसही ठेवलं जात नसे. मोहिमेवरून परतल्यावर, प्रत्येक सैनिकानं केलेल्या लूटीची यादी केली जात असे. सैनिकाला मिळणाऱ्या पगाराहून जास्त किंमत असलेल्या वस्तू आणि रक्कम, स्वराज्याच्या ताब्यात जात असत. सर्व अधिकाऱ्यांनाही त्यांनी मिळवलेलं सोनं, रत्नं, मौल्यवान कपडे आणि वस्तू हे सारं महाराजांपुढे सादर करावं लागत असे. महाराजांना हिशोब दिला जात असे आणि पगारासाठी किंवा इतर खर्चांसाठी लागणारी रक्कम तिजोरीतून घेतली जात असे. नियमभंग करणाऱ्या किंवा भेकडपणा दाखवणाऱ्यावर सैनिकी न्यायालयात खटला चालवला जात असे आणि तो दोषी आढळला तर त्याला योग्य ती शिक्षा दिली जात असे.

मोगल दरबारातला काफी खान हा इतिहासकार, शिवाजी राजांचा तिरस्कार करणाऱ्यांमध्ये ठळक उठून दिसतो. या श्रेष्ठ योद्ध्याच्या आणि जेत्याच्या मृत्यूनंतरही काफी खाननं वापरलेले शब्द होते, 'काफीर नर्कात गेला.' तरीही त्यानं राजांचं मोठेपण मान्य करताना लिहिलेलं आहे की, 'पण त्यानं (शिवाजी राजांनी) असा नियम घालून दिलेला आहे की, जेव्हा केव्हा त्यांचे अनुयायी शत्रू सैन्याच्या प्रदेशाची लूट करतील, तेव्हा त्यांनी मुसलमानांच्या धर्मग्रंथाचं नुकसान करू नये आणि कोणत्याही स्त्रीला त्रास देऊ नये. पवित्र कुराणाची प्रत त्यांच्या हाती लागली तर ते ती त्यांच्या एखाद्या मुसलमान सहकाऱ्याकडे सन्मानपूर्वक सोपवत असत. जर त्यांच्या माणसांनी एखाद्या हिंदू किंवा मुसलमान स्त्रीला कैद केलं आणि त्यांना सोडवणारं कोणी नसलं, तर ते स्वतः त्यांना मुक्त करत असत.' काफी खान पुढे म्हणतो की, 'ते कोणतीही लाजीरवाणी कृत्यं करत नसत आणि जेव्हा केव्हा मुसलमान स्त्रिया आणि मुलं त्यांच्या हाती लागत, तेव्हा त्यांना सन्मानाची वागणूक मिळेल याची काळजी घेत असत. या बाबतीत त्यांचे नियम खूप कडक होते. नियमभंग करणाऱ्यावर कठोर कारवाई केली जात असे.' (संदर्भ : एलियट एन्ड डाउसन, १८७७, पृष्ठ क्र. २६०-३०५)

कॉस्मी द ग्वार्द[४३] हे शिवाजी महाराजांविषयी लिहितात, 'जनतेला ते इतकी चांगली वागणूक देत असत आणि ते इतके प्रामाणिकपणे काम करत असत की, त्यांची जनता त्यांच्याकडे प्रेमाने आणि आपुलकीनेच पाहत असे. त्यांना त्यांच्या लोकांनी अत्याधिक प्रेम दिलं. एखाद्याचा सन्मान करताना किंवा एखाद्याला शिक्षा

[४३]कोस्मी द ग्वार्द या कट्टर रोमन कॅथलिक पोर्तुगीजानं सन १७३० मध्ये शिवाजी महाराजांचं चरित्र लिहिलं. तो दख्खनमध्ये असताना त्यानं लिहिलेलं हे चरित्र पोर्तुगीजांमध्ये खूप लोकप्रिय झालं होतं.

करताना ते अजिबात पक्षपात करत नसत. म्हणूनच त्यांच्या काळात कोणालाही अपवाद न करता, प्रत्येक सत्कृत्याचा सन्मान केला गेला आणि प्रत्येक गुन्हेगाराला शिक्षा केली गेली. यासाठी ते अतिशय लक्षपूर्वक आणि काळजीपूर्वक काम करत असत. त्यांच्या हाताखालच्या सैनिकांनी काही विशिष्ट महत्त्वाचं कृत्य केल्यास त्याची लेखी माहिती द्यावी अशा सूचना त्यांनी त्यांच्या सैन्याधिकाऱ्यांना दिल्या होत्या. चांगलं काम करणाऱ्यांना महाराज पदोन्नती किंवा बढती देत असत. त्यांना त्यांच्या सैनिकांचे जीव, जगातल्या कोणत्याही गोष्टीपेक्षा जास्त मोलाचे होते. अगदी नीच कृत्य केलेल्यांचीही बाजू ते नेहमी ऐकून घेत असत आणि समान, अपक्षपाती न्यायदान करत असत.' (संदर्भ : सरदेसाई, २००२, पृष्ठ क्र. ८५८)

शिवाजी महाराजांच्या सैन्यातली एक आश्चर्यकारक गोष्ट म्हणजे, त्यांनी अवलंबलेली श्रेणी पद्धत, ज्यामुळे सर्व सैनिक एकसंघ होत असत. या पद्धतीला आदेश शृंखला म्हणून ओळखलं जात असे. यामुळे आपण कोणाचे आदेश मानायचे, कोणाचं मार्गदर्शन घ्यायचं आणि कोणाच्या नेतृत्वामध्ये काम करायचं हे कनिष्ठ सैनिकाला सहज समजत असे. अशी व्यवस्था मनसबदारी आणि जहागीरदारी पद्धतीत नव्हती. प्रत्येक मनसबदारावर त्याच्या सैन्याची जबाबदारी असे आणि त्याचा आदेश हाच अंतिम आदेश असे. तिथे आदेशाची शृंखला अस्तित्वात नव्हती. शिवाजी महाराजांच्या सैन्याबरोबर तंबू, लवाजमा, त्यांच्यावर अवलंबून असणारी माणसं, भांडार असं काहीही नसे. त्यामुळे त्यांचं घोडदळ कायम तत्पर असे. त्यांच्या घोडदळात २५% शिलेदार असत. शिलेदार म्हणजे ज्यांच्याकडे त्यांच्या स्वतःच्या मालकीचे घोडे आणि शस्त्र असत ते सैनिक. उर्वरित सैनिकांना बारगीर म्हणत असत. तीन बारगीरांना स्वराज्यातर्फे दोन घोडे दिले जात असत. या सर्व संरक्षक दळाला शिवाजी महाराजांच्या तिजोरीतून होनांच्या[४४] रूपात पगार दिला जात असे.

आधीच्या एका प्रकरणात चर्चिल्याप्रमाणे गड-किल्ल्यांची व्यवस्था चोख राखल्यामुळे शिवाजी महाराजांचे किल्ले म्हणजे जणू काही भक्कम सैनिकी तळच झाले होते. दुर्दैवानं बाकीच्या सैन्याच्या तुलनेत त्यांचा तोफखाना मात्र कमजोर होता. त्यांच्याकडे ना तोफा तयार करण्याचा कारखाना होता ना उत्तम प्रकारचा दारूगोळा तयार करण्याचा. त्यांच्याकडे असलेल्या तोफा एकतर त्यांनी कोणत्यातरी प्रदेशातून किंवा किल्ल्यांवरून जिंकून आणलेल्या होत्या (त्यांतल्या काही अतिशय

[४४]शिवाजी महाराजांनी त्यांची स्वतःची नाणी घडवली होती. एक तांब्याचं छोटं नाणं असे त्याला शिवराई म्हणत असत. दुसरं नाणं सोन्याचं असे. त्याला होन म्हणत असत. त्याच्या एका बाजूवर 'श्री राजा शिवा' आणि दुसऱ्या बाजूवर 'छत्रपती' असं लिहिलेलं असे. त्याचा व्यास १.३ सेंटी मिटर आणि वजन २.८ ग्रॅम असे.

शिवाजी महाराजांचं घोडदळ

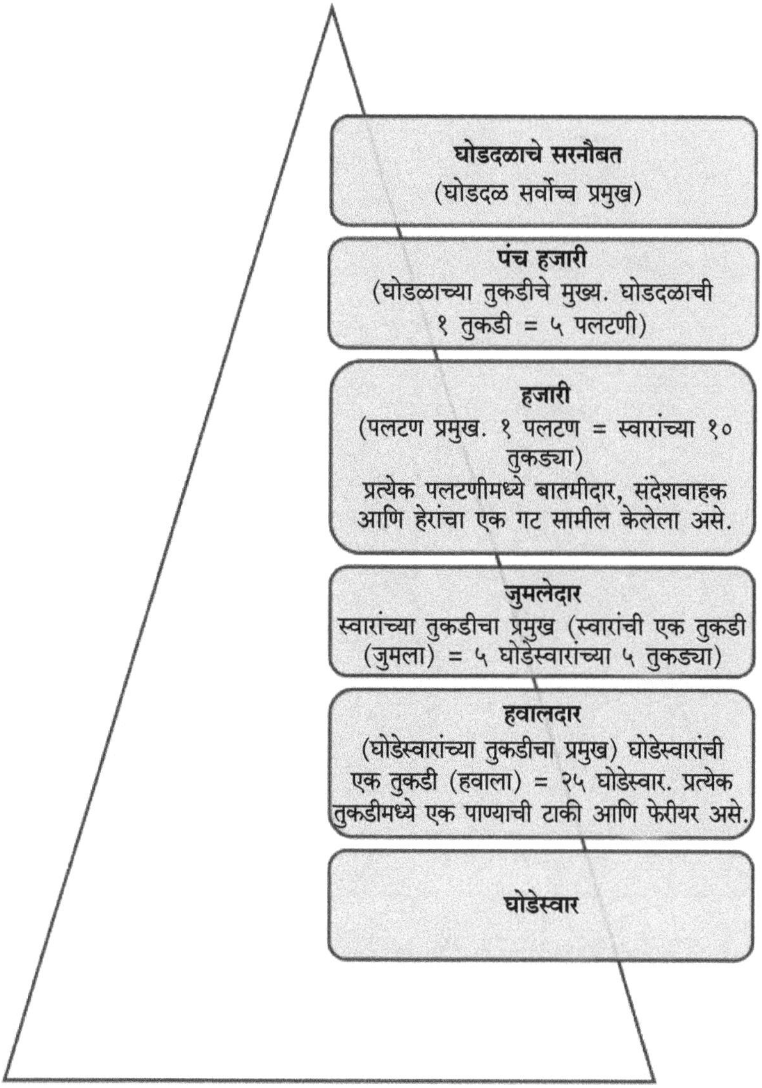

घोडदळाचे सरनौबत
(घोडदळ सर्वोच्च प्रमुख)
पंच हजारी
(घोडळाच्या तुकडीचे मुख्य. घोडदळाची १ तुकडी = ५ पलटणी)
हजारी
(पलटण प्रमुख. १ पलटण = स्वारांच्या १० तुकड्या)
प्रत्येक पलटणीमध्ये बातमीदार, संदेशवाहक आणि हेरांचा एक गट सामील केलेला असे.
जुमलेदार
स्वारांच्या तुकडीचा प्रमुख (स्वारांची एक तुकडी (जुमला) = ५ घोडेस्वारांच्या ५ तुकड्या)
हवालदार
(घोडेस्वारांच्या तुकडीचा प्रमुख) घोडेस्वारांची एक तुकडी (हवाला) = २५ घोडेस्वार. प्रत्येक तुकडीमध्ये एक पाण्याची टाकी आणि फेरीयर असे.
घोडेस्वार

आकृती- ११- शिवाजी महाराजांच्या घोडदळातील आदेश शृंखला.

शिवाजी महाराजांचं पायदळ[४५]

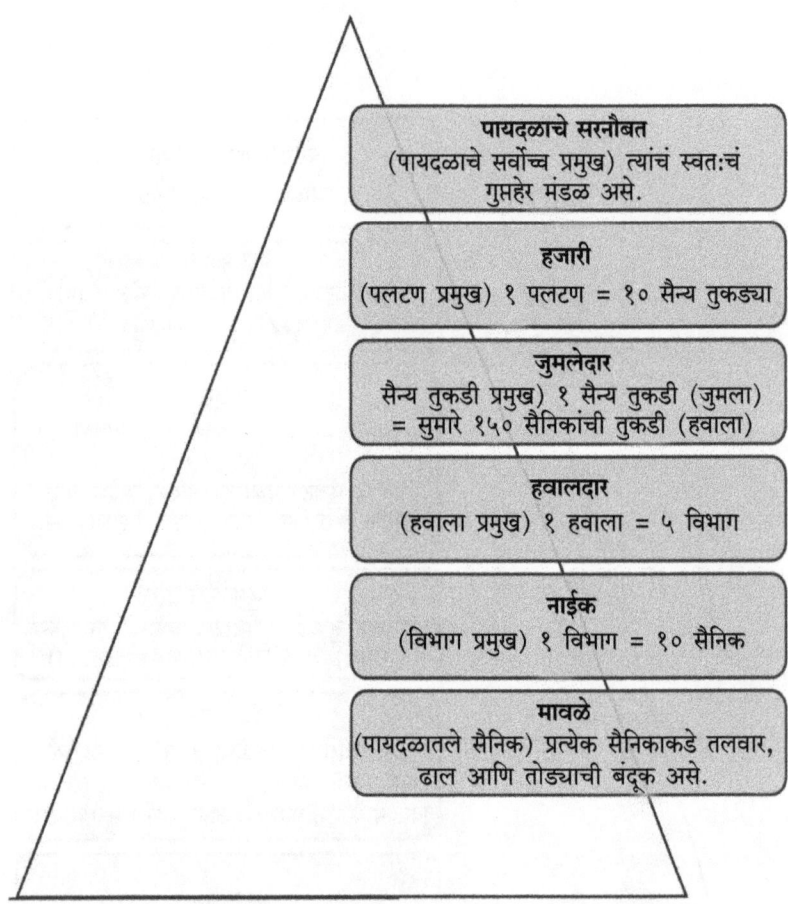

पायदळाचे सरनौबत
(पायदळाचे सर्वोच्च प्रमुख) त्यांचं स्वतःचं
गुप्तहेर मंडळ असे.

हजारी
(पलटण प्रमुख) १ पलटण = १० सैन्य तुकड्या

जुमलेदार
सैन्य तुकडी प्रमुख) १ सैन्य तुकडी (जुमला)
= सुमारे १५० सैनिकांची तुकडी (हवाला)

हवालदार
(हवाला प्रमुख) १ हवाला = ५ विभाग

नाईक
(विभाग प्रमुख) १ विभाग = १० सैनिक

मावळे
(पायदळातले सैनिक) प्रत्येक सैनिकाकडे तलवार,
ढाल आणि तोड्याची बंदूक असे.

आकृती- १२- शिवाजी महाराजांच्या पायदळातील आदेश शृंखला.

---

[४५]पायदळातले सैनिक हे प्रामुख्यानं मावळ प्रांतातले असत. त्यांना मावळे असंही म्हटलं
जात असे. फ्रेयर या इंग्रजानं म्हटलं आहे की, 'हे पहाडी लोक भडक माथ्याचे आहेत. ते
अतिशय काटक आहेत. त्यांना नाच-गाणं, भारीचे कपडेलत्ते, डामडौल, श्रीमंती थाट यात
फारशी रूची नाही. अंगावर अपुरे कपडे असणारे पण अत्यंत चतुर असे हे लोक आहेत.
काटकपणा, वेगवान हालचाली आणि 'आहे त्यात सुख मानण्याच्या वृत्ती'मुळेच शिवाजीचं
सैन्य कोणत्याही युद्ध मोहिमेसाठी नेहमीच तयार असतं.' (मेहेंदळे, २०११, पृष्ठ- ३८६)

कष्टानं त्यांच्या आरमारावर चढवल्या गेल्या होत्या.) किंवा युरोपियन व्यापाऱ्यांकडून खरेदी केलेल्या होत्या. त्या व्यापाऱ्यांनी महाराजांना टाकाऊ तोफा विकल्या होत्या. त्याआधी त्यांनी भारतातच घडवलेल्या तोफाही खरेदी केल्या होत्या. पण त्या तोफा म्हणजे केवळ अवजड अशा 'प्रेक्षणीय वस्तू' बनून राहिल्या होत्या.

शिवाजी महाराज निश्चितच युद्धाची तयारी करत होते. त्यांना माहीत होतं की, दख्खनला गिळंकृत करून, मोगल साम्राज्यात सामील करण्यासाठी, आपल्या प्रचंड सेनेसह एक न एक दिवस औरंगजेब जातीनं दख्खनमध्ये उतरेल.

तोपर्यंत कोकणात सिंधुदुर्गाचं काम पूर्ण झालं होतं. भविष्यात ठाणे, कल्याण, भिवंडी, अलिबाग, विजयदुर्ग, वसई आणि मालवण हे मराठ्यांचे जहाज बांधणीचे मुख्य तळ होणार होते. त्यांच्या गोद्या अलिबाग आणि विजयदुर्ग इथं असणार होत्या. जहाजांसाठी लागणारं सागाचं लाकूड या प्रदेशात उपलब्ध होतं. सभासदांच्या म्हणण्यानुसार, शिवाजी महाराजांनी आधी सहा प्रकारची जहाजं बांधून घेतली होती: गुराब, गलबत, सिबार, ताराड, तारूस आणि पागार (गुराब आणि गलबत ह्यांना मुख्यत्वे युद्धनौका म्हणून वापरलं जात असे.) (संदर्भ : सरदेसाई, २००२, पृष्ठ क्र. ६१३) अशा पद्धतीनं मराठ्यांची ७०० जहाजं समुद्रात उतरली. (प्रत्यक्षात ही संख्या कमी असू शकते.)

मराठा आरमार दोन तुकड्यांमध्ये विभागलं गेलं होतं. प्रत्येकी एक असे दोन मुख्य आरमार प्रमुख होते. त्यांतला एक मुसलमान होता, त्याचं नाव होतं, दर्या सारंग आणि दुसरा हिंदू आरमार प्रमुख होता, माई नायक. शिवाजी महाराजांनी आरमाराची जी व्यवस्था लावून दिली होती त्यावरून त्यांनी आरमाराचा किती अभ्यास केला होता हे दिसून येतं. आरमारी तुकड्यांचेही विभाग केले होते, त्यांना सरसुभा म्हणत असत. एका सरसुभ्यामध्ये ५ गुराब आणि १५ गलबतं असत. प्रत्येकाचं नेतृत्व एक आरमार प्रमुख करत असे. राजांनी स्पष्ट सूचित केलं होतं की, वेगवान गुराब हे खूप लहान किंवा खूप मोठे नसावेत. जी गलबतं हाकण्यासाठी केवळ वाऱ्याच्या दिशेवर अवलंबून राहावं लागतं अशी मोठी गलबतं बांधली जाऊ नयेत. सर्व जहाजांवर शूर आणि प्रशिक्षित सैनिक असावेत आणि ती तोफा, तोड्याच्या बंदुका, छर्ऱ्याच्या बंदुका, दारूगोळा, हातबॉम्ब अशा समुद्रात वापरल्या जाणाऱ्या युद्धसामग्रीनं सज्ज असावीत. जर वारा अनुकूल नसेल तर (म्हणजे समुद्र खवळलेला असेल तर) कोणत्याही परिस्थितीत, जहाजांचा ताफा, संरक्षणासाठी जवळच्या समुद्री किल्ल्याच्या आडोशाला आणला जावा. जहाजावरील माणसांच्या सुरक्षिततेला प्राधान्यक्रम दिला जावा. मासेमारी आणि समुद्री व्यापाराला प्रोत्साहन देण्यासाठी मुख्यत्वे कोळी आणि व्यापारी वापरत असलेल्या तरांडे जहाजांना संरक्षण दिलं जावं. परदेशी व्यापाऱ्यांनी मराठ्यांशी व्यापार करावा याकरता त्यांच्यासाठी सुरक्षित वातावरण निर्माण करावं.

जसे मावळ प्रांतातले हजारो मावळे मराठा सैन्यात दाखल झाले, तसे कोकणातले हजारो लोक मराठा आरमारात नोकरीसाठी रांगा लावू लागले. शिवाजी महाराजांच्या स्वराज्याच्या स्वप्नानं भारलेले, विविध जातीजमातींचे सागरपुत्र, राजांचं आरमाराचं स्वप्न साकार करण्यासाठी पुढे सरसावले. त्यात विशेषत: खारवी जमातीचे लोक होते. ते कोळी आणि राजपुत (राजस्थानातले राजपुत नाही) अशा तुकड्यांमध्ये विभागले गेले होते. आरमाराचा मुसलमान उपविभाग हा काटकपणा, धाडस आणि समुद्री कौशल्य ह्यांसाठी नावाजला गेला होता. भादेल आणि वाघेर या अन्य जमाती मुख्यत्वे मुसलमान जमाती होत्या. नेहमी आपल्याला प्रत्यक्ष भेटणाऱ्या, ज्याला आपण पाहू शकतो अशा, आपल्याशी संवाद साधणाऱ्या 'आपल्या' राजासाठी ते समुद्री मोहिमांमध्ये प्राण द्यायलाही तयार होते. (संदर्भ : सरदेसाई, २००२, पृष्ठ क्र. ६२४)

शिवाजी महाराजांनी त्यांच्या जहागिरीच्या पश्चिमेलाच त्यांचा साम्राज्यविस्तार का केला? मेहेंदळे (संदर्भ : २०११, पृष्ठ क्र. ६२८) म्हणतात, 'शिवाजी महाराजांच्या कारकिर्दीतली लक्षात घेण्यासारखी सर्वांत पहिली गोष्ट म्हणजे, आपल्याकडे साधनसामग्रीची काय कमतरता आहे, हे समजून घेण्याचा व्यावहारिक दृष्टीकोन आणि त्याच्याशी जमवून घेण्याचं चातुर्य त्यांच्याकडे होतं. म्हणूनच भारताला स्वतंत्र करायचं मुख्य ध्येय त्यांनी थोडं बदललं आणि तत्काळ साध्य करायचं ध्येय म्हणून सह्याद्री आणि समुद्र ह्यांच्यादरम्यान असणाऱ्या कोकणाच्या चिंचोळ्या पट्ट्याच्या नैसर्गिक तटबंदीवर आपलं वर्चस्व स्थापित करायचं ठरवलं.' त्यांच्या जहागिरीच्या पूर्वेला सह्याद्रीचा पठारी प्रदेश होता. तो जिंकून घेणं एक वेळ सोपं होतं; पण टिकवून ठेवणं मात्र कठीण होतं. भरभक्कम घोडदळ (सशस्त्र घोडेस्वार आणि घोडे) आणि तोफखाना ही मोगलशाही आणि आदिलशाही ह्यांची ताकद होती. पठारावरच्या लढाया ते जिंकत असत. जे प्रदेश आपल्याला राखून ठेवता येणार नाहीत, असे प्रदेश जिंकणं शिवाजी महाराजांनी टाळलं. त्याऐवजी त्यांनी आपला मोर्चा कोकणाकडे वळवला. त्यासाठी चपळ पायदळ, हलकं घोडदळ आणि सशक्त आरमार ह्यांची गरज होती आणि तीच तर शिवाजी महाराजांच्या सैन्याची ताकद होती.' शिवाजी महाराजांचं एक सैन्यप्रमुख म्हणून असणारं श्रेष्ठत्व निर्विवाद आहेच पण एक नागरी प्रशासक म्हणून असलेलं त्यांचं श्रेष्ठत्व नि:संशय असं आहे.' (संदर्भ : सेन, १९२५, पृष्ठ क्र. १७) जेव्हा स्वराज्याची प्रशासन व्यवस्था पाहण्यासाठी निळोपंत सोनदेवांची नियुक्ती केली गेली, तेव्हा त्यांनी शिवाजी महाराजांना पत्र लिहून सुचवलं होतं की, प्रशासन व्यवस्थेसाठी अन्य कुणाची नेमणूक केली तर त्यांना सैन्यात भरती होऊन आणखी काही प्रदेश आणि किल्ले जिंकण्याच्या मोहिमेत सहभागी होता येईल. तेव्हा शिवाजी महाराजांनी त्यांना उत्तर दिलं होतं की, 'स्वराज्यात राहून प्रशासन सांभाळणं हेही एक मोठं काम आहे.'

बलाढ्य शत्रू

औरंगजेब हा एक अत्यंत बुद्धिमान युद्धनीतिज्ञ, निडर लढवय्या होता आणि स्त्रियांच्या बाबतीत त्याच्या चारित्र्यावर काहीही डाग नव्हता. तो चांगला कवी होता.त्याची एक कविता (मूळ पर्शियन) अद्भूत आहे. तिचा सारार्थ असा- 'आयुष्य म्हणजे क्षणाची चमक, एक श्वास... आता तर होता जीवनाचा आभास अन् आता आहे मृत्युचा फास!' त्याच्या सर्व भावांमध्ये मोगल सम्राट होण्यासाठी तोच जास्त लायक होता. पण त्याचं धर्मवेड, सुन्नी पंथाच्या श्रेष्ठतेविषयीच्या त्याच्या कल्पना आणि असहिष्णूता ह्यांमुळे त्याचं पतन होऊन तो आपल्या इतिहासाच्या काळकोठडीत लुप्त झाला. खरं तर तो अनेक क्षमता असलेला सम्राट होऊ शकला असता, पण प्रत्यक्षात त्याच्या सम्राटपदाशी अनेक दु:खद घटना जोडल्या गेल्या.

इस्लामिक जिहादींचं प्रमुख प्रतिनिधित्व करणाऱ्या औरंगजेबानं अनेक शतकं भारताचा छळ केला. अरुण शौरींच्या (२०१४, पृष्ठ क्र. ११७) मते, 'विध्वंसामागे (इस्लामी जिहादींनी केलेल्या) केवळ लूट करण्याची इच्छा किंवा आपलं राजकीय वर्चस्व स्थापित करणं हा हेतू नव्हता. त्यामागे धार्मिक भावना होती.' त्या पुढे सीताराम गोयल म्हणतात, '१९व्या शतकाच्या दुसऱ्या पर्वात, अरबीमध्ये लिहिणाऱ्या अल-बिलध्रुरीपासून सुरुवात करून, २०व्या शतकाच्या चौथ्या दशकात इंग्रजीत लिहिणाऱ्या सय्यद मोहम्मद हसनपर्यंत ८० ऐतिहासिक दाखल्यांतून आम्ही १,२०० वर्षांहून अधिक कालावधी विचारात घेतला आहे. आमच्या दाखल्यांमध्ये ६१ राजे, ६३ सैन्याधिकारी आणि पश्चिमेला खुरासानपासून पूर्वेला त्रिपुरापर्यंत तर उत्तरेला ट्रान्सोझियानापासून दक्षिणेला तमिळनाडूपर्यंत पसरलेल्या १५४ लहान-मोठ्या हिंदू वसाहतींमधली मंदिरं उद्ध्वस्त करणारे १४ सुफी यांचा उल्लेख आहे.'

औरंगजेबाला अडवलं नसतं तर त्यानं निश्चितच दख्खनसहित सर्व भारतामध्ये दहशत पसरवली असती. शिवाजी महाराजांच्या आग्र्याहून सुटकेनंतर लगेचच, १३ ऑक्टोबर, १६६६ला हुकूम दिला आणि त्याच्या भावानं, दारा शुकोहनं मथुरेच्या केशवराय मंदिराला भेट दिलेला कोरीव दगडी कठडा काढून टाकायला लावला. (संदर्भ : सरकार, १९२५, पृष्ठ क्र. ८१) जहांगीरच्या काळात वीर सिंग देव बुंदेला यानं मथुरेचं केशवराय मंदिर बांधलं होतं. ३ दशलक्ष रुपये खर्चून बांधलेलं ते मंदिर भारतातल्या मंदिरांमधलं सर्वांत भव्य मंदिर होतं. औरंगजेबाच्या मते, 'इस्लाममध्ये मंदिराकडे पहाणंसुद्धा अयोग्य होतं.' त्यामुळे त्याच्यासाठी दारा शुकोहचं कृत्य हे इस्लामविरोधी होतं. औरंगजेबाच्या धर्मवेडाची ती सुरुवात होती. त्यानंतर सन १६६७मध्ये त्यानं दिल्लीतलं प्रसिद्ध कालका मंदिर पाडलं. ९ एप्रिल १६६९ या दिवशी औरंगजेबानं, 'मोगल साम्राज्यातली सर्व मंदिरं आणि हिंदूंनी

स्थापन केलेल्या शाळा पाडून टाकाव्यात,' असा फतवा काढला. त्यानं हिंदूंच्या सार्वजनिक पूजांवरही बंदी आणली. औरंगजेबाच्या कारकिर्दीच्या १२व्या वर्षाच्या मासीर-इ-आलमगीरी नोंदींमध्ये खालील पत्र आढळून येतं-

'विश्वासाची काळजी घेणाऱ्या ईश्वराच्या (औरंगजेबाच्या) लक्षात आलं आहे की, थत्ता, मुलताना आणि विशेषत: बनारस परगण्यांमध्ये ब्राह्मण काफीर, त्यांच्या तथाकथित शाळांमध्ये, त्यांच्या विद्यार्थ्यांना, हिंदूंना आणि या अयोग्य लोकांकडून दूरवरून शिकण्यासाठी आलेल्या मुसलमानांना, त्यांच्या फसव्या ग्रंथांची शिकवण देतात. म्हणूनच आता इस्लामची स्थापना करण्यासाठी आतुर असलेल्या आदरणीय सम्राटांनी सर्व परगण्यांच्या सुभेदारांना हुकूम दिला आहे की, त्यांनी त्यांच्या परगण्यांतील सर्व शाळा आणि मंदिरं पाडून टाकावीत आणि काफिरांच्या शिकवण्या आणि सार्वजनिक विधी बंद करावेत.'

इब्न अस्कारीच्या अल-तारीख या नोंदींनुसार, औरंगजेबानं धर्मांतर करणाऱ्याला साम्राज्यामध्ये प्रशासकीय पद देण्याची; कैदेत असेल, तर त्याची मुक्तता करण्याची; खटले चालू असतील, तर त्यात अनुकूलता दर्शवण्याची आणि राजकीय सन्मान देण्याची अशा अनेक सुविधा घोषित केल्या होत्या. परिणामत: अनेक मोठे गुन्हेगार इस्लाम संप्रदायात सामील झाले असणार. औरंगजेबाच्या राज्यात, मुसलमान लोक हिंदूंवर इस्लामची अवहेलना केल्याचा आरोप करत असत आणि शिक्षा म्हणून त्यांना इस्लामचा स्वीकार करायला लावत असत. (संदर्भ : खान, २००४, पृष्ठ क्र. ८१) सुरत समितीनं सन १६६८मध्ये अशाच पद्धतीनं धर्मांतर घडवून आणल्याची नोंद केली आहे. जर एखादा मुसलमान माणूस हिंदू सावकाराला (व्यापारी समाजातील) काही देणं लागत असेल आणि त्याला ते द्यायचं नसेल तर, 'मुसलमान माणूस काझीकडे तक्रार करत असे की, सावकारानं इस्लामच्या प्रेषिताबद्दल वाईट शब्द वापरले. त्यासाठी एक-दोन खोटे साक्षीदार उभे करत असे आणि त्या गरीब सावकाराची सुन्नत करून त्याला इस्लाम धर्म स्वीकारायला भाग पाडत असे.' (संदर्भ : शर्मा, २००४, पृष्ठ क्र. २२०)

सन १६६९ मध्ये, बनारसचं विश्वनाथ मंदिर पाडण्यात आलं. बनारस हे तेव्हा आणि आत्ताही भारतातल्या पवित्र क्षेत्रांमधलं महत्त्वाचं क्षेत्र आहे. प्राचीन काळी विश्वेश्वर रूपात तिथं शिवाची आराधना केली गेल्याचे संदर्भ आहेत. औरंगजेबाच्या आदेशावरून विश्वनाथाचं मंदिर पाडल्यावर तिथं मशीद (ज्ञानवापी मशीद) बांधली गेली. आजही ती मशीद तिथं पाहायला मिळते. साधरणपणे सोळाव्या शतकाच्या अखेरीस मंदिराचा पुन्हा बांधलेला काही भाग आजही औरंगजेबाच्या विध्वंसक वृत्तीची आणि निर्दयतेची साक्ष देतो आहे. (संदर्भ : सरकार, १९२५, पृष्ठ क्र. ८८) आत्ता तिथं असलेलं विश्वेश्वर मंदिर हे इंदोरच्या अहिल्याबाई होळकरांनी

बांधलेलं आहे. सोमनाथ मंदिरालाही अशाच दुर्दैवाचा सामना करावा लागला. (प्रथम गझनीच्या मुहम्मदानं फोडल्यावर अनेकदा ते बांधलं गेलं आणि अनेकदा फोडलं गेलं.) जेव्हा औरंगजेबाच्या माणसांनी सोमनाथच्या मंदिरावर हल्ला केला, तेव्हा काय झालं हे आपल्या अभिजात लेखनात मांडताना पद्मनाभ लिहितात, 'दगड फोडणारे मंदिराच्या वरच्या भागात गेले आणि सर्व बाजूंना असलेल्या दगडी मूर्तींवर घाव घालू लागले. सुटलेल्या, फुटलेल्या दगडांचा वर्षाव होऊ लागला. त्यांनी मंदिराचा चिरा न चिरा सुटा केला. हत्ती घोड्यांची शिल्पं असलेल्या भिंतींवर घणाचे घाव घालून त्या छिन्नविछिन्न केल्या. त्यानंतर मोठमोठ्या आक्रमक आरोळ्या देत, दोन्ही बाजूंनी लाकडी खांब आणि लोखंडी सळया ह्यांना जोर लावत त्यांनी प्रचंड मोठी मूर्ती उखडायला सुरुवात केली.' (संदर्भ : भटनागर, १९९१, पृष्ठ क्र. ९४) वीर सिंग बुंदेलानं ३ दशलक्ष रुपये खर्चून बांधलेल्या मथुरेच्या केशवराय मंदिरासारखी अन्य कितीतरी मंदिरं पाडली गेली आणि तिथं मशिदी बांधल्या गेल्या.

औरंगजेबानं असा धार्मिक छळ अनेक वर्षं चालवला होता. सुन्नी पंथच श्रेष्ठ मानला गेला पाहिजे या हट्टापायी हळूहळू त्याचं त्याच्या मनसबदारांवरचं नियंत्रण सुटू लागलं. त्यामुळे शेतकऱ्यांकडून जास्तीत जास्त कर मिळवण्यासाठी मनसबदार, त्यांच्या वतनदारांवर दबाव आणू लागले. त्यासाठी केल्या जाणाऱ्या छळामुळे तिलपत गावी (सध्या हरियाणा राज्यात असलेलं) गोकला नामक सेनानीच्या नेतृत्वाखाली जाट लोकांनी बंड पुकारलं. १२ मे १६६९ या दिवशी मथुरेच्या मोगल फौजदाराला ठार केलं गेलं. मोठ्या प्रदेशात पसरत चाललेलं ते बंड मोडून काढण्यासाठी औरंगजेबानं राड अंदाज खानाला नियुक्त केलं. २८ मे १६६९ ला औरंगजेब स्वतःच युद्धात उतरला. त्या युद्धात ३०० बंडखोर मारले गेले आणि २५० स्त्री–पुरुष आणि मुलं ह्यांना बंदी केलं गेलं. गोकलाला कैद केलं गेलं आणि औरंगजेबाच्या आदेशानुसार, जनतेसमोर त्याचे एक–एक अवयव तोडले गेले. त्याच्या मुलांना आणि मुलींना इस्लाम धर्म स्वीकारायला लावलं गेलं. एका मुलीचं लग्न एका मुसलमान नोकराशी लावून दिलं गेलं. औरंगजेबासाठी धार्मिक युद्धामध्ये सारं काही क्षम्य होतं.

शिखांचे नववे गुरू, तेज बहादुर सिंग यांची क्रूर हत्या हे शीख इतिहासातलं महत्त्वाचं वळण मानलं जातं. समानता आणि समान न्याय ह्या संदेशाचा प्रचार करण्यासाठी गुरू तेजबहादूर सिंग भारतभर भ्रमण करत होते. साधारणपणे सन १६६९ मध्ये, ते आसाम इथं रामसिंगला, मिर्झा राजे जयसिंगच्या मुलाला, जाऊन मिळाले. त्याच्याबरोबर त्यांनी काही मोगल मोहिमांमध्येही भाग घेतला. तिथून परतल्यावर ते मखोवाल इथं राहू लागले. तिथंच सन १६७५ च्या दरम्यान काश्मिरी ब्राह्मणांच्या एका मंडळानं त्यांची भेट घेतली आणि इस्लाम धर्म स्वीकारायला लावण्यासाठी आपला कसा छळ केला जातो, कशी सुन्नत केली जाते, याच्या भयप्रद कहाण्या त्यांना

ऐकवल्या. ते ऐकून जुलूम आणि अन्याय ह्यांविरुद्ध नेहमीच लढणारे, स्वातंत्र्यासाठी आवाज उठवणारे गुरू तेग बहादूर, औरंगजेबाच्या धोरणांना उघड विरोध करू लागले आणि इस्लाम धर्म स्वीकारण्याच्या जबरदस्तीविरुद्ध लढणाऱ्या हिंदूंना प्रोत्साहन देऊ लागले. 'सदाचरणी लोकांनी नेहमीच जुलूमशाहीला विरोध करून ती रोखली पाहिजे.' या गुरू नानकांच्या संदेशाचा प्रचार करू लागले. जे व्हायचं तेच झालं. गुरू तेग बहादुरांना पकडलं आणि दिल्लीमध्ये कैदेत ठेवलं गेलं. काही लोकांच्या मते ते स्वत:च औरंगजेबाकडे न्याय मागायला गेले होते. काहीही असलं तरी, त्यांना कैद केलं गेलं होतंच आणि औरंगजेबानं त्यांना इस्लाम धर्म स्वीकारायचा हुकूमही दिला होता. त्यांनी अर्थातच नकार दिला. तेव्हा त्यांना त्यांच्या सहकाऱ्यांसह चांदणी चौकात आणलं गेलं. तिथं त्यांना घाबरवण्यासाठी त्यांच्यासमोर त्यांच्या सहकाऱ्यांचे हालहाल केले गेले. पण गुरू तेग बहादूर त्यांच्या निश्चयावर ठाम राहिले. त्यामुळे ११ नोव्हेंबर १६७५ या दिवशी, त्यांना सर्व जनतेसमोर ठार केलं गेलं. त्यांचं हौतात्म्य त्यांच्या मुलाच्या, गुरू गोविंद सिंगांच्या हृदयाला भिडलं. त्यांनी खालसा पंथ स्थापन करण्यामागे हेच महत्त्वाचं कारण असावं असं मानलं जातं. खालसा पंथामुळे प्रत्येक शीख व्यक्तीला सुन्नत आणि धार्मिक छळ यांविरुद्ध लढणारा संभाव्य योद्धा व्हायला मदत झाली. यामुळे शीख धर्मात नाट्यमय बदल घडून आला.

धर्मपरिवर्तनाच्या बाबतीत औरंगजेबानं शिया मुसलमानांना आणि स्वतंत्र विचार असणाऱ्या अन्य मुसलमानांनाही सोडलं नाही. सरमद नावाच्या संताची एक रोचक गोष्ट आहे. अर्मेनियामध्ये ज्यू आई-वडिलांच्या पोटी जन्मलेल्या सरमदनं त्याच्या पूर्वजांच्या धर्माचा शोध घेतला आणि त्यानुसार तो 'रब्बी' झाला. त्यानंतर त्यानं सुफी तत्त्वज्ञानाचा सखोल अभ्यास केला आणि सुफी होण्यासाठी इस्लाम धर्म स्वीकारला. त्यानं हिब्रूमध्ये असलेल्या बायबलचं फारसीमध्ये भाषांतर केलं. त्याच्या स्वतंत्र विचारसरणीमुळे त्याच्यावर मुल्लांची खफ़ा मर्जी होती. पण स्वतंत्र वृत्तीच्या लोकांना मात्र तो आवडत असे आणि ते त्याचं अनुकरण करत असत. तो म्हणत असे की, 'ज्याला ईश्वराची अनुभूती आली आहे त्याला ईश्वर भेटेल.' मुल्लांचा विश्वास होता की प्रेषित स्वर्गात गेला होता. पण सरमदचा त्याला विरोध होता. तो म्हणत असे की, स्वर्गच प्रेषिताकडे आला होता. सरमद बहुतेकदा दिगंबर अवस्थेत असे. त्यानं उच्चतम अद्वैतवादाचं ज्ञान प्राप्त केलं होतं. त्याला दरबारात हजर राहायचा हुकूम मिळाला आणि तिथं 'ला इलाह इल्ललाह' म्हणजे विश्वात ईश्वर नाही तर केवळ अल्लाह आहे आणि 'महम्मदूर रसुल्लाह' म्हणजे मोहम्मद हाच त्याचा अखेरचा प्रेषित आहे, हा कलमा म्हणण्याचा आदेश दिला गेला, तेव्हा सरमदनं केवळ पहिलाच भाग म्हटला. दुसरा भाग म्हणायला त्यानं साफ नकार दिला. त्याच्या मते कलम्याच्या दुसऱ्या भागाच्या अर्थानुसार मोहम्मद हा अखेरचा पैगंबर होता. 'अखेर' हा शब्द इस्लामसहित कोणत्याही धर्माच्या

मार्गाचा अंत दर्शवतो. त्यामुळे धर्म संकुचित होतो. तो वाढूही शकत नाही आणि बदलत्या जगाप्रमाणे त्यात परिवर्तनही करता येत नाही. त्यात नव्या मार्गांची ओळख करून देणारे नवे संदेशवाहकही असू शकत नाहीत. असे रूढिबाह्य विचार व्यक्त केल्यामुळे औरंगजेबाच्या आदेशानुसार सरमदलाही दिल्लीच्या चांदणी चौकात सर्वांसमक्ष ठार केलं गेलं.

सूड

औरंगजेबाचं धर्मवेड शिवाजी महाराजांच्या लक्षात आलं होतं. जर तो दख्खनेत उतरला आणि तिथं त्याचा हुकूम लागू झाला तर काय होईल, हेही त्यांना समजलं होतं. सन १६७० मध्ये शिवाजी महाराजांनी मोगलांविरुद्ध अचानक मोहीम उघडली. आधी उल्लेखिल्याप्रमाणे, मोगल साम्राज्याच्या उत्तर-पश्चिम सीमा सुरक्षित करण्यासाठी, दख्खनेतलं मोगल सैन्य कमी केलं गेलं होतं. शिवाजी महाराजांनी त्यांच्या आग्र्याहून सुटकेनंतर, काही वर्षं काळजीपूर्वक योजना आखल्या, सैन्याला प्रशिक्षित करण्यासाठी आणि संघटित करण्यासाठी आवश्यक ती जमवाजमव केली. मराठा सैन्याचे सरनौबत म्हणून प्रतापराव गुजरांची नियुक्ती केली. प्रतापराव गुजर, मोरोपंत पिंगळे, निळोपंत सोनदेव, रघुनाथपंत, येसाजी कंक आणि अण्णाजी दत्तो हे शिवाजी महाराजांचे काही महत्वाचे सैन्याधिकारी होते.

त्याच साली म्हणजे सन १६७० मध्ये शिवाजी महाराजांच्या पत्नी सोयराबाईंच्या पोटी, महाराजांच्या दुसऱ्या पुत्रानं, राजाराम राजांनी जन्म घेतला. ते शिवाजी महाराजांचे पहिले पुत्र संभाजी राजांपेक्षा १३ वर्षांनी लहान होते. पण हा आनंदसोहळा साजरा करायला पुरेसा वेळ नव्हता. शिवाजी महाराजांना गमावलेले किल्ले परत मिळवायचे होते. पण त्यासाठी दीर्घ काळ वेढा घालायला लागणारं मनुष्यबळ आणि पुरेशी साधनसामग्री त्यांच्याकडे नव्हती. शिवाय अशा वेळखाऊ युद्धनीतींमध्ये आपलं सैन्य गुंतवून ठेवण्याची त्यांची तयारीही नव्हती. त्या अजिंक्य किल्ल्यांच्या तटबंदीची उंची जोखून त्यावर हल्ला करण्यासाठी आणि ते तत्काळ ताब्यात घेण्यासाठी एकच पर्याय होता. अशा वेड्या धाडसाचा परिणाम अनिश्चित होता. शिवाजी महाराजांनी आग्र्याला दिलेली भेट हा त्यांच्यासाठी खूप मोठा धडा ठरला. त्यात त्यांना मोगल साम्राज्यातल्या आणि त्यांच्या मनसबदारी पद्धतीतल्या मुख्य कमतरता लक्षात आल्या. मनसबदाराकडे त्याचं स्वत:चं सैन्यदल असे. त्या २०,००० घोडदळावर आणि ५०,००० पायदळावर केंद्रीय सत्ता असलेल्या सम्राटाचंही नियंत्रण नसे. त्यामुळे अफगाणी, राजपूत, उझबेक, अबिसिनियन, मराठा, पंजाबी अशा कितीतरी प्रकारचे मनसबदार एकत्र येत असत. घोडेस्वारांच्या भव्य मिरवणुकांनी मोगल सैन्याच्या भव्यतेचा आभास निर्माण करूनही मोगल शिवाजी महाराजांना घाबरवू शकले नाहीत. स्वराज्याच्या गाभ्याचं रक्षण करणारे कोंढाणा

आणि पुरंदर हे गड पुन्हा ताब्यात घेणं त्यांच्यासाठी महत्त्वाचं होतं. त्यातही पहिलं स्थान होतं ते, पुण्याच्या नैर्ऋत्येला २० किलोमीटरवर, समुद्र सपाटीपासून १,३२० मीटर उंच असलेल्या आणि सह्याद्रीच्या पठारापासून ७०० मीटर उंच असलेल्या कोंढाण्याला. तेव्हा आणि आत्ताही पुण्यातला तो सर्वांत उंच डोंगर आहे. त्याच्या उत्तर आणि दक्षिण बाजू म्हणजे १२ मीटर उंचीच्या, काळ्या बसॉल्टच्या जणू अतिशय कातीव, टोकाशी अगदी उभ्या असलेल्या भिंतीच! त्या काळी या गडावर, विशेषत: डोंगराच्या ज्या बाजू फारश्या कातीव नव्हत्या तिथं मध्ये-मध्ये बुरूज असलेल्या भक्कम आणि उंच तटबंदी बांधलेल्या होत्या. गडावर जाण्यासाठी दगडात अधूनमधून कोरलेल्या तुटक्या पायऱ्यांचे अतिशय धोकादायक असे दोन मार्ग होते. ईशान्येला असणारा मार्ग तटबंदीनं भक्कम केलेल्या पुणे दरवाजाकडे जात असे आणि अग्नेयेकडून जाणारा मार्ग कल्याण दरवाजाकडे जात असे. गडामध्ये काही त्रुटी असलीच तर ती केवळ एकच होती आणि ती म्हणजे, तिथं असलेली एक नैसर्गिक घळ. कड्यांवरून वाहणारं पावसाचं पाणी या घळीतून जात असे. गडावरची ही त्रुटी म्हणजे गडावर पोचण्याचा सोपा मार्ग होता. पण गडाची ही बाजू तटबंदीनं मजबूत केलेली होती. १६७० साली, शिवाजी महाराजांनी जेव्हा हा गड घेण्याचं ठरवलं तेव्हा उदयभान राठोड हा मोगल किल्लेदार त्याच्या १२०० राजपुतांसह गडाची राखण करत होता.

१६७० सालच्या फेब्रुवारी महिन्यातली ४ किंवा ५ तारीख असावी. ३ किलोमीटरच्या परिघात पसरलेल्या गडावर किती कडाक्याची थंडी असेल याची आपण केवळ कल्पनाच करू शकतो. त्या गारठलेल्या अंधाऱ्या रात्री तानाजी मालुसरे त्यांच्या ३०० मावळ्यांसह गडाच्या पायथ्याशी आले. ते सर्व जण डोंगर चढण्यात पटाईत होते. त्यांच्यातले दोन मावळे गडाच्या भिंतीवर चढले आणि त्यांनी खाली असलेल्या बाकीच्या मावळ्यांसाठी दोर सोडले. त्या दोराला धरून काही मावळे वर चढून गेले. अचानक केलेल्या हल्ल्याचा फायदा त्यांना झाला. गडावर असलेल्या हजाराहून जास्त राजपुतांशी ३०० मावळ्यांची हातघाईची लढाई झाली. उदयभान आणि तानाजी दोघंही तलवारबाजीत निष्णात होते. लढाई शिगेला पोचली, तेव्हा दोघंही समोरासमोर आले आणि एकमेकांचे काळ ठरले. आपला सेनानी गमावल्यानं सैरभैर झालेले मावळे गड सोडून पळू लागले. तेव्हा त्यांना रोखण्यासाठी तानाजीचा भाऊ सूर्याजी आणि शेलार मामा ह्यांनी गडाचे दरवाजे बंद केले. अखेरीस मराठ्यांनी कोंढाणा घेतलाच.

तानाजी मालुसरेंना वीरगती प्राप्त झाली. शिवाजी महाराजांनी त्यांचा बालपणापासूनचा सवंगडी आणि स्वराज्यासाठी लढणारा शूर शिपाई गमावला. असं म्हणतात की, त्या वेळी भावनाविवश झालेल्या शिवाजी महाराजांनी उद्गार काढले होते, 'गड आला पण सिंह गेला.'

कोंढाणा हातचा गेल्यावर औरंगजेब सावध झाला. त्यानं उत्तरेहून त्याच्या अनेक सेनानींना बोलावून घेतलं आणि त्यांना दख्खनला जायचा आदेश दिला. पण ते पोचायच्या आत, मराठ्यांनी पुन्हा हल्ला केला. ८ मार्च १६७० या दिवशी मराठ्यांनी पुरंदर गड परत घेतला. मराठ्यांनी पुरंदरच्या शांतता करारात गमावलेले माहुली, हिंदोला, लोहगड, कर्नाळा आणि रोहिडा हे गड १६७०च्या मे महिन्यापर्यंत परत जिंकून घेतले. केवळ चार महिन्यांमध्ये मराठ्यांनी २७ गड ताब्यात घेतले.

माहुलीच्या गडावरच्या लढाईचं नेतृत्व शिवाजी महाराजांनी केलं होतं पण गडावरची मोगलांची शिबंदी सावध होती. त्यांनी जोरदार प्रतिहल्ला केला. या लढाईत मराठ्यांची मोठी मनुष्यहानी झाली. शिवाजी महाराजांनी गडाला वेढा घालण्यात वेळ न दवडता कल्याण आणि भिवंडी ह्यांच्या आसपासच्या गडांकडे मोर्चा वळवला. ते गड तेव्हा मोगलांच्या ताब्यात होते. कल्याणच्या लढाईत उझबेक खान (हा करतलब खान म्हणूनही ओळखला जात असे. उंबरखिंडीच्या लढाईत त्याचा पराभव झाला होता.) लोधी खान हा एक अन्य मोगल मनसबदारही मारला गेला. शिवाजी महाराजांनी त्यांच्या मावळ्यांसह असे घणाघाती हल्ले सुरूच ठेवले. शिवाजी महाराजांच्या प्रदेशावर हल्ला करून तिथली घरदारं जाळून, गावांची धूळधाण करण्यासाठी आणि तिथल्या लोकांची कत्तल करण्यासाठी आणि तरुण स्त्रियांना गुलाम बनवण्यासाठी मिर्झा राजे जयसिंगानं नियुक्त केलेला दाऊद कुरेशी त्याच्या ७००० घोडदळासह खानदेशातून अहमदनगरला आला. जुन्नरला जाऊन त्यानं तिथल्या मराठ्यांना हुसकून लावलं आणि तो अहमदनगरला परतला. तो जरा दूर गेल्यावर मराठ्यांनी लगेचच हल्ला केला.

पावसाळा सुरू झाला होता पण तरीही शिवाजी महाराज आणि त्यांच्या मावळ्यांनी त्यांचं काम सुरूच ठेवलं होतं. त्याच साली म्हणजे ११ जून १६७० रोजी मुंबईतल्या इंग्रजांनी त्यांच्या सुरतेतल्या सहकाऱ्यांना पत्र लिहिलं होतं, 'शिवाजी महाराज आणि त्यांचे सैनिक मोगलांसारखे रिकामटेकडे नाहीत. आलेली संधी तर ते वाया घालवत नाहीतच पण प्रतिकूल परिस्थितीतही संधी निर्माण करून सतत काम करत राहतात. मोगलांचं सैन्य पावसाळ्यात आसऱ्याला जातं पण शिवाजीचं सैन्य मात्र कामात असतं.' (संदर्भ : ॲनॉन १९३१, पृष्ठ क्र. १५०)

याच दरम्यान शिवाजी महाराजांनी माहुली गडही घेतला.

मराठ्यांच्या आघाडीवर हे सर्व घडत असताना, मोगलांच्या आघाडीवर एक वेगळंच नाट्य आकार घेत होतं. मिर्झा बरोबर दख्खनला आलेल्या आणि पुरंदरच्या लढाईत लढलेल्या दिलेर खानाला नागपूरमध्ये (सध्या महाराष्ट्रातल्या विदर्भात असलेलं) नियुक्त केलं होतं. आपल्या सेनाधिकाऱ्यांसह औरंगाबादला जाऊन दख्खनचा सुभेदार असलेल्या शहजादा मुअझ्झमला भेटण्याचा आदेश त्याला

दिला गेला होता. समस्या ही होती की, महाराजा जसवंत सिंग राठोड, मुअझ्झमच्या विश्वासातला होता आणि तो त्याच्या राजपूत सेनाधिकाऱ्यांसह औरंगाबादलाच राहत होता. दिलेर खान औरंगजेबाशी एकनिष्ठ होता, पण तो आणि जसवंत सिंग एकमेकांचा तिरस्कार करत असत. दिलेर खानाला स्वत:च्याच संरक्षणाची काळजी होती. त्यामुळे तो औरंगाबादला राहायला तयार नव्हता. त्यानं औरंगाबादला राहण्यास दिलेला नकार म्हणजे बंड आहे असं मुअझ्झमला वाटलं. त्यांच्यात मध्यस्थी करायला औरंगजेबानं इफ्तिकार खानाला पाठवलं. पण इफ्तिकार खानानं दुटप्पी धोरण स्वीकारलं. त्यानं मुअझ्झमला सांगितलं की दिलेर खान त्याचा शत्रू आहे आणि दिलेर खानाला सांगितलं की मुअझ्झम त्याला कैदेत टाकण्याच्या विचारात आहे. दिलेर खान त्याच्या सेनाधिकाऱ्यांसह दिल्लीला जायला निघाला, तेव्हा मुअझ्झमच्या सैन्यानं त्याचा पाठलाग केला. या गोंधळानं वैतागलेल्या औरंगजेबानं मुअझ्झमला परत औरंगाबादला जायचा हुकूम दिला, जसवंत सिंगाची बदली करून त्याला बुऱ्हाणपूरला पाठवलं आणि दिलेर खानाला गुजरातला पाठवलं.

या सर्व घटनांवरून असं दिसून येतं की साम्राज्यविस्ताराच्या लढायांमध्ये मैदान मारणारं मोगल सैन्य, प्रतिकारात्मक लढायांमध्ये मात्र फारसं कुशल नव्हतं. सम्राट त्याच्या सेनानींवर पुरेसं नियंत्रण ठेवू शकत नसे आणि आदेश-शृंखला नसल्यानं, सेनानी स्वत:लाच राजे समजत असत आणि स्वत:च निर्णय घेत असत. कोणीच कोणाला जुमानत नसे.

शिवाजी महाराजांनी पुन्हा एकदा मोगल साम्राज्याला धक्का दिला. सन १६७०च्या ऑक्टोबर महिन्यात, दिवाळीच्या दिवसांत, लक्ष्मी पूजनाच्या दिवशी, राजांनी त्यांच्या १५,००० घोडदळासह पुन्हा एकदा सुरतेवर आक्रमण केलं आणि तिथं मोठी जाळपोळ केली. तिथं असलेले इंग्रज आणि डच आपापल्या इमारती वाचवायचा प्रयत्न करत होते. पण शिवाजी महाराजांनी युरोपियनांना लक्ष्य केलंच नव्हतं, त्यांचं लक्ष्य होतं ते तिथले श्रीमंत हिंदू आणि मुसलमान व्यापारी. दरबारी खबरनाम्यानुसार शिवाजी महाराजांनी ६.६ दशलक्ष रुपये किंमतीच्या सोन्याचांदीची लूट केली. २ नोव्हेंबर १६७० रोजी लिहिलेल्या सूरत मंडळाच्या पत्रानुसार शिवाजी महाराजांनी सूरत सोडताना तिथल्या मोगल सेनानींना आणि काही श्रीमंत व्यापाऱ्यांना पत्र पाठवून समज दिली होती की, जर आम्हांला वार्षिक नजराणा म्हणून १.२ दशलक्ष रुपये दिले नाहीत, तर पुढच्या वर्षी आम्ही पुन्हा येऊ आणि उरलंसुरलं शहरही जाळून टाकू. (संदर्भ : सरकार, २००७, पृष्ठ क्र. १३६)

शिवाजी महाराज सुरतेहून परतत असताना मोगलांनी त्यांना रोखायचा प्रयत्न केला पण त्यांना हार पत्करावी लागली आणि त्यांची मोठी मनुष्यहानीही झाली. सुरतेच्या दुर्दैवाची आणि मुंबईच्या सौभाग्याची ती सुरुवात होती. इंग्रजांच्या ताब्यात असलेल्या मुंबईत हिंदू व्यापाऱ्यांना जिझिया करापासून आणि मुसलमान

काझींच्या जाचापासून मुक्ती मिळाली होती. मुंबईमध्ये त्यांना शिवाजी महाराजांच्या धाडींपासूनही संरक्षण मिळालं होतं. काही काळातच भारताची प्रमुख बाजारपेठ असण्याचा मान सुरतेनं गमावला. सुरतेच्या ऱ्हासासाठी औरंगजेब आणि शिवाजी महाराज हे दोघंही तितकेच जबाबदार होते.

मराठ्यांनी सुरतेवर दोन वेळा आक्रमण केलं हे खरं पण दोन्ही वेळा त्यांनी आक्रमणापूर्वी सुरतेच्या अधिकाऱ्यांना आणि सुरतवासियांना इशारा दिलेला होता की आम्ही आक्रमण केल्यावर निश्चित मुदतीपर्यंत आम्हांला खंडणी पाठवा अन्यथा जाळपोळ आणि कत्तलीला तयार राहा. कारवार, वेंगुर्ला आणि हुबळी लुटतानाही असे स्पष्ट इशारे दिले गेले होते. काही शत्रु-प्रदेशांमध्ये शिवाजी महाराज 'चौथ' नावाचा कर वसूल करत असत. जे प्रदेश थेट राजांच्या नियंत्रणात नव्हते, तिथून हा कर गोळा केला जात असे. आणखी एक कर होता, 'सरदेशमुखी'. हा मूळ कराच्या १/१० इतका असे आणि सर्व प्रदेशाला लागू होत असे. नागरिकांना युद्धामुळे सोसावं लागणारं नुकसान आणि दु:ख कमी करण्यासाठी शिवाजी महाराजांनी काही चातुर्यपूर्ण योजना आखल्या आणि शत्रूच्या मुलखातल्या जनतेनं 'चौथ' भरून आपलं साम्राज्य मान्य करावं किंवा आपल्या संरक्षणात यावं असं आवाहन केलं होतं. नागरिकांनी जर हे पर्याय स्वीकारले नाहीत, तर त्यांना युद्धाच्या झळा सोसाव्या लागत असत. सुरतेवर आणि अन्य धनाढ्य व्यापारी पेठांवर सतत आक्रमणं करून शिवाजी महाराजांना तिथल्या जनतेला हे दाखवून द्यायचं होतं की, भारतीय जनता मुसलमान राज्यकर्त्यांच्या अमलात असुरक्षित आहे. त्यामुळे त्यांनी मुसलमानी सत्ता झुगारून द्यावी आणि आपली सत्ता स्वीकारावी. एकदा ते राजांच्या छत्राखाली आले की मग ते हिंदू असोत वा मुसलमान, त्यांना शांत आणि सुरक्षित 'स्वराज्य' लाभेल.

सुरतेवर मोठी धाड घातल्यानंतर, शिवाजी महाराज त्यांच्या सेनानींसह उत्तरेकडे, मोगल साम्राज्याच्या विदर्भ आणि खानदेश ह्या परगण्यांवर चालून गेले. या प्रदेशांनी अनेक वर्षांत युद्धाचा अनुभव घेतला नव्हता. आपल्या नेत्याचे आदेश मानणाऱ्या शिस्तबद्ध आणि प्रशिक्षित मराठा बारगिरांनी आणि शिलेदारांनी ह्या मोहिमांमध्ये खूप पराक्रम गाजवला. परिस्थिती बदलत होती. नेहमी आक्रमक पवित्र्यात असणाऱ्या मोगलांची पिछेहाट होऊ लागली होती. सन १६७०च्या अखेरीपर्यंत मराठ्यांनी खानदेश मार्गावरील बागलाणमधले मरकांडा, रावळा आणि जावळा हे गड घेतले होते. मराठा सरनौबत प्रतापराव गुजरांनी त्यांच्या सैन्यदलासह, खानदेशाजवळ असलेल्या विदर्भातल्या करंजा या मोगलांच्या वाढत्या व्यापारी पेठेवर जोरदार हल्ला केला. खंडणीसाठी काही श्रीमंत व्यापाऱ्यांचं अपहरण केलं गेलं. मराठा सैन्य स्त्रियांना त्रास देत नाही, हे माहीत असल्यानं काही व्यापारी स्त्रीवेश धारण करून पळून गेले. या आक्रमणात मराठ्यांनी लूट म्हणून तलम कापडे आणि दहा

दशलक्ष रुपये किमतीचं सोनं-चांदी हे सगळं ४००० बैल आणि गाढव ह्यांच्यावरून वाहून नेलं. त्यानंतर २०,००० घोडेस्वारांचं मराठा सैन्य त्या प्रदेशाची लूट करू लागलं आणि ज्या वतनदारांनी चौथ देण्याचं कबूल केलं होतं त्यांच्याकडून तो वसूल करायला सुरुवात केली. आश्चर्याची गोष्ट म्हणजे याला मोगलांनी काहीच विरोध केला नाही. दख्खनच्या सुभेदाराला, शहजादा मुअझ्झमला माहिती देणारा विदर्भातला त्यांचा 'सरकार' म्हणजेच गव्हर्नर गायब होता. त्याचा मुलगा अहमद खान हा महाराजा जसवंत सिंगाच्या कुरापती काढण्यात व्यग्र होता. दिलेर खान आणि जसवंत सिंग ह्यांच्यामधल्या सततच्या कुरबुरींमुळे सम्राटानं जसवंत सिंगाला खानदेशातल्या बुऱ्हाणपुरात नियुक्त केलं होतं. मराठे बिनविरोध धाडी टाकतच राहिले आणि सन १६७१च्या सुरुवातीला त्यांनी साल्हेरचा किल्ला ताब्यात घेतला. मराठ्यांच्या २०,००० घोडदळानं आणि काही पायदळानं साल्हेरच्या गडाला वेढा दिला. समुद्रसपाटीपासून १५०० मीटरहून अधिक उंच असलेला महाराष्ट्रातला हा गड उंचीमध्ये दुसऱ्या क्रमांकावर आहे. गडाच्या नैसर्गिक भिंती चढायला अवघड आहेत आणि चार किलोमीटरहून अधिक मोठा परीघ असलेल्या या गडाला तीव्र उतार आहेत. एका रात्री मराठे दोराच्या साहाय्यानं गड चढून गेले आणि तिथं असलेल्या मोगल गडकऱ्याला, फतुल्लाह खानाला ठार केलं.

तोपर्यंत पूर्णपणे निराश झालेल्या औरंगजेबानं दख्खनचा सेनानी म्हणून महाबत खानाला नियुक्त केलं होतं. त्यापूर्वी महाबत खान मोगल साम्राज्याच्या वायव्य सीमांवर (आजचा काबूल) नियुक्त होता. १० जानेवारी १६७१ रोजी प्रचंड घोडदळासह तो औरंगबादला पोचला. बागलाणच्या विवादीत प्रदेशात जाऊन, मराठ्यांनी घेतलेल्या तिथल्या गडांना वेढा द्यायचा त्यानं प्रयत्न केला पण पाऊस आधीच सुरू झाला होता. त्यामुळे अहमदनगरच्या संरक्षणासाठी तो पुन्हा त्वरेनं माघारी आला आणि त्याच्या मोठ्या घोडदळासह तळ ठोकून राहिला. तिथं त्याच्या एका इशाऱ्यावर नाचणाऱ्या ४०० नर्तिकांसह तो ऐशआरामी जीवन जगत होता. पण अफगाणिस्तानात उसळलेल्या बंडामुळे या ऐशआरामी मोगल सेनानीला पुन्हा एकदा मोगल साम्राज्याच्या वायव्य सीमांवर जावं लागलं. त्यानंतर औरंगजेबानं दख्खनचा सेनानी म्हणून बहादूर खानाची नियुक्ती केली. बहादूर खान हा उच्चपदस्थ (६०० धात/५००० सवार/ ५००० दु अस्पा सिह अस्पा) मनसबदार होता. तो औरंगजेबाचा मानलेला भाऊ होता. त्याची सैनिकी कारकिर्द मोठी होती.

साम्राज्याच्या वायव्य सीमांवरही अस्थिरता वाढत होती. अफगाणी प्रमुख ऐमल खानानं स्वत:च्या नावाची नाणी पाडली आणि मोगल साम्राज्याविरुद्ध युद्ध पुकारलं. खैबरखिंड रोखली गेली होती. काबूलचा मोगल सुभेदार मोहम्मद अमीन

खान, पेशावरमध्ये होता. अफगाणिस्तानात बंड सुरू झाल्यानं तो तत्काळ काबूलला परत जायला निघाला. काबूलला परतताना २१ एप्रिल, १६७२ रोजी, त्याच्यावर आणि त्याच्या सैन्यावर अफगाणी सेनेनं हल्ला केला. त्यात हजारो मोगल मारले गेले. अनेक स्त्रियांना आणि मुलांना गुलाम म्हणून मध्य आशियातल्या गुलामांच्या व्यापाऱ्यांना विकलं गेलं. औरंगजेबानं दख्खनेतून शहजादा मुअझ्झमला घाईघाईनं बोलावून घेतलं आणि २४ जुलै १६७२ रोजी त्याची औपचारीक भेट घेतली. मुअझ्झमला आणि महाबत खानाला मोठं सैन्य दिलं गेलं आणि काबूलची स्थिती नियंत्रणात आणण्याची जबाबदारी त्यांच्यावर सोपवली गेली.

सन १६७१च्या जून महिन्यात बहादूर खान आणि दिलेर खान यांनी ६०,००० सैन्यासह मराठ्यांच्या ताब्यात असलेल्या साल्हेर गडाला करकचून वेढा घालायचं ठरवलं. पण नंतर त्यांनी या मोहिमेचं नेतृत्व इखलास खान आणि अमरसिंग चंदावत यांच्याकडे सोपवलं. सन १६७२च्या सुरुवातीला मराठ्यांनी या वेढ्यावर बाहेरून हल्ला चढवला. सभासदांच्या बखरीमध्ये या लढाईचं वर्णन केलेलं आहे. 'मराठा सरनौबत प्रतापराव गुजर दख्खनच्या पठारावरून त्यांच्या घोडदळासह दौडत निघाले. तर मोरोपंत पिंगळे त्यांच्या पायदळासह कोकणाच्या (मराठ्यांनी ४०,००० सैनिकांसह सापळा रचला होता) दिशेनं झेपावले. गडाच्या आसपासचा भाग डोंगराळ होता. त्यामुळे तिथं घोडदळ वेगानं आणि अचानक पोचवणं अवघड होतं. इखलास खानानं मोठा धोका पत्करला आणि अफगाण, राजपुत आणि मुसलमान ह्यांच्यासह अन्य मनसबदारांनी त्यांच्या सेनानींसह वेढा प्रत्यक्षात आणला आणि ते हल्ला करणाऱ्या मराठ्यांशी लढू लागले. हातघाईची लढाई झाली. मोगलांनी तोफगाड्यांचे अडसर लावले. लढाईच्या वेळी आकाशात धुळीचे इतके मोठे ढग तयार झाले की ४५ चौरस मैल अंतरापर्यंत (११७ चौरस किलोमीटरपर्यंत) काहीही दिसू शकत नव्हतं. १०,००० पेक्षा जास्त माणसं दगावली. लढाईसाठी वापरलेले हत्ती, घोडे, उंट किती मारले गेले याची तर गणतीच नाही. माणसं आणि प्राणी ह्यांच्या रक्तामांसाचा चिखल झाला होता. अखेरीस मराठ्यांनी या युद्धातली लूट म्हणून ६,००० घोडे, १२५ हत्ती, ६,००० उंट आणि मोठ्या प्रमाणात रोख रक्कम, हिरे, सोनं आणि चांदी हे सगळं बरोबर घेतलं. या युद्धातल्या शौर्यासाठी आणि धाडसासाठी प्रतापराव, मोरोपंत पिंगळे आणि अन्य १३ जणांचा गौरव केला गेला.'

'साल्हेरमुळे शिवाजी महाराजांना गुजरात आणि खानदेशातील श्रीमंत मोगल परगणे ह्यांच्याविरुद्ध मोहिमा राबवण्यासाठी एक चांगला तळ तयार झाला होता. हा गड सुरतेच्या अग्नेय दिशेला केवळ १२५ किलोमीटरवर, नंदुरबारच्या नैर्ऋत्येला ५० किलोमीटरवर, अमळनेरच्या नैर्ऋत्येला १०० किलोमीटरवर आणि बुऱ्हाणपूरच्या नैर्ऋत्येला २५० किलोमीटरवर आणि औरंगाबादेच्या वायव्येला १७५ किलोमीटरवर आहे. ही सर्व ठिकाणं, विशेष करून, क्रमशः खानदेश

आणि दख्खनच्या राजधान्या असलेली दोन ठिकाणं आता मराठा घोडदळाच्या टप्प्यात आली होती. शिवाय सुरत-बुऱ्हाणपूर रस्त्याचा भागही साल्हेरपासून ८० किलोमीटरवर होता.' (संदर्भ : मेहेंदळे, २०११, पृष्ठ क्र. ४३१)

दख्खनमधले मोगलांचे महत्त्वाचे मार्ग आता मराठ्यांच्या आवाक्यात आले होते. आता हल्ल्याच्या अगदी शेवटच्या क्षणापर्यंत ते लपून, दबा धरून बसू शकत होते.

अशी सुरू झाली होती शिवरायांची झुंज नियतीशी

इतिहास घडत होता

जे कधीच घडलं नव्हतं, ते घडवून आणत होता

शिवाजी महाराज इतिहास घडवत होते, नियतीला रोखत होते. यापूर्वी कोणतंही राजघराणं किंवा साम्राज्य मोगलांना असं नमवू शकलं नव्हतं. शिकारीच शिकार झाला होता. अशा विजयी मोहिमांमुळे मराठ्यांनी मोगलांना दख्खनमध्ये प्रवेश करण्यापासून रोखलं. सुरत-नाशिक-जुन्नर मार्ग आणि सुरत-श्रीगोंदा मार्ग आता मराठा घोडदळाच्या टप्प्यात आले होते. साल्हेर गमावल्यामुळे उघड्या पडलेल्या मोगल साम्राज्याच्या दक्षिण सीमा नियंत्रित करणं कठीण होऊन बसलं. त्याच दरम्यान औरंगजेबाच्या मनात हरल्याची भावना निर्माण झाली असणार. मोगल साम्राज्यात शिवाजी महाराजांशी सामना करू शकतील अशा बहुआयामी सेनानींची कमतरता अचानक निर्माण झाली होती. राजपूत आणि मुसलमान मनसबदारांना नियंत्रित करू शकणाऱ्या मिर्झा राजे जयसिंगांसारखी क्षमता कोणातच नव्हती. औरंगाबाद, बुऱ्हाणपूर, चांदोड, अहमदाबाद आणि अन्य ठिकाणी नियुक्त केलेले मोगल मनसबदार एकमेकांना पाण्यात पाहत होते. शहजादा मुअझ्झम भविष्याचा विचार करून आपली खेळी खेळत होता आणि आधीच बेफाम वागणाऱ्या अनेक मनसबदारांना मनमानी कारभार करू देत होता. कारण त्याच्या वडिलांच्या मृत्यूनंतर गादी बळकवण्यासाठी आपल्या भावांशी (औरंगजेबाचे चार मुलगे) लढण्याकरता त्याला त्या मनसबदारांची मदत लागणार होती. अनेक मनसबदार (मुअझ्झमसह, तो सुभेदार म्हणून औरंगाबादला असताना) नाचगाणी, दारू, मेजवान्या, शाही हमाम आणि नशेत रमणं, बाज उडवणं आणि शिकार खेळणं असं खऱ्या अर्थानं मोगल शैलीचं जीवन जगत होते.

'शिवाजी महाराज स्वराज्य विस्तार करत होते आणि ते मजबूत करत होते. त्यांनी जमिनींची व्यवस्था न्यायानं केली आणि कोणाचाही धार्मिक छळ होऊ दिला नाही. मुसलमान आणि ख्रिश्चनही हिंदूंइतकेच सुखी होते. खरं म्हणजे त्यांनी मुसलमानांच्या अधिकारांचं रक्षण करण्यासाठी विशेष आदेश जारी केले होते आणि त्यांच्या प्रदेशात मशिदींसाठी दिलेली जमीन आणि निधी कायम ठेवण्याचा हुकूम

दिला होता. श्रीमंत विदर्भातून (तुलनेनं) येणाऱ्या कराच्या रकमेतून ते सैन्याला नियमित पगार देऊ शकत होते. त्यांच्या माणसांचे पगार कधीच थकत नसत. गडांची पुनर्बांधणी करण्यासाठी आणि नव्यानं गड बांधण्यासाठी, जहाजबांधणीसाठी, बंदरं तयार करण्यासाठी मोठ्या प्रमाणावर नेमलेले मजूर, गवंडी आणि सुतार ह्यांच्या बाबतीत तर ते अधिकच विचार करत असत. आपल्याला पुरेसे मजूर मिळत नाहीत अशी तक्रार इंग्रज नेहमीच करत असत. पण शिवाजी महाराजांसाठी काम करणारे मजूर मात्र खूश असत, ते केवळ चांगला पगार मिळतो म्हणून नाही तर त्यांना आदराची वागणूक मिळत असे.' (संदर्भ : पळसोकर, २००३, पृष्ठ क्र. १९५)

सन १६७१ ते सन १६७३

उत्तर कोकणातील कल्याण आणि गुजरात किनारपट्टीच्या दक्षिण सीमेवर असलेलं नाशिक यांच्यामध्ये असलेल्या जव्हार आणि रामनगर या अतिशय डोंगराळ भागात शिवाजी महाराजांनी आक्रमण केलं. या मोहिमेचं नेतृत्व केलं पेशवा मोरोपंत पिंगळे यांनी. या भागावर कोळी समाजाची सत्ता होती. त्यांच्या चपळ डोंगरी माणसांनी प्रतिकार केला. पण मोरोपंत पिंगळे जिंकले. त्यामुळे जव्हार आणि रामनगर स्वराज्यात आलं. हा विजय सोपा नव्हता. घनदाट वनांनी वेढलेल्या दऱ्या आणि उंचउंच डोंगर ह्यामुळे हा प्रदेश अजिंक्य झाला होता. त्यातल्या काही डोंगरपठारांवर संरक्षणासाठी गढ्या बांधलेल्या होत्या. डोंगरांवरून वाहणाऱ्या अनेक नद्या आणि ओढे ह्यांचे भयंकर प्रपात अरबी समुद्राला मिळत आणि त्यांच्या जोरदार प्रवाहाबरोबर घोडेसुद्धा वाहून नेत असत. यावरून लक्षात येतं की शिवाजी महाराजांच्या सैन्याला केवळ मोगलांशी आणि आदिलशाहीशीच नाही तर डोंगरी लोकांशी आणि डोंगरी प्रदेशाशीही सामना करावा लागला होता.

दख्खनमध्ये मराठ्यांचा उदय झाल्यावर, भारतभरात एक नवं आंदोलन आकार घेऊ लागलं. लोकांच्या लक्षात आलं की मोगल काही अजिंक्य नाहीत. त्यांना आव्हान देता येतं आणि जिंकताही येतं. त्यामुळे औरंगजेबाला ज्याची भीती होती तेच झालं: शिवाजी महाराजांनी इतरांनाही मोगल साम्राज्याला आव्हान देण्यासाठी प्रवृत्त केलं.

चंपतराय बुंदेलाचा मुलगा छत्रसाल बुंदेला हा बुंदेलखंडाचा प्रमुख सेनानी होता. पूर्वी औरंगजेबानं गादी मिळवण्यासाठी केलेल्या संघर्षात त्यानं औरंगजेबाला साहाय्य केलं होतं. पण संघर्ष वाढत गेल्यावर चंपतरायनं स्वतःला स्वतंत्र अधिकारी म्हणून घोषित केलं. गादीसाठीच्या संघर्षात विजयी होऊन तख्तावर चढल्यावर औरंगजेबानं चंपतरायला कैद करण्याचा आदेश दिला. पण पकडले जाण्याआधीच चंपतराय आणि त्याच्या पत्नीनं स्वतःला भोसकून घेऊन आत्मघात केला. अशा

रितीनं स्वातंत्र्यासाठी त्यांनी प्राणार्पण केलं. छत्रसाल बुंदेला हा त्यांचा चौथा मुलगा होता. आई-वडिलांनी स्वातंत्र्यासाठी प्राणत्याग केला, तेव्हा तो केवळ अकरा वर्षांचा होता. अन्य काहीच पर्याय नसल्यानं छत्रसालला मोगल सैन्यात भरती व्हावं लागलं. मिर्झा राजे जयसिंगबरोबर तो दख्खनेत आला. शिवाजी महाराजांसाठी औरंगजेबाविरुद्ध लढायचा प्रस्ताव त्याच्यासमोर मांडला गेला, तेव्हा तो वीस वर्षांचा होता. शिवाजी महाराजांनी त्याचा आदर-सत्कार केला आणि त्याला औरंगजेबाविरुद्ध युद्ध पुकारायचा सल्ला दिला. त्यानंतर अनेक वर्षं मोगलांविरुद्ध बुंदेलखंडात युद्ध सुरू ठेवणारा छत्रसाल प्रशंसा आणि आदर ह्यांचा धनी झाला. स्वातंत्र्यप्रियता आणि नम्रता यांसाठी तो ओळखला जाऊ लागला. अखेरीस पन्ना या राजधानीसह त्यानं स्वतःचं स्वतंत्र राज्य स्थापन केलं. कृतार्थ जीवन जगलेल्या छत्रसालाचं देहावसान सन १७३१ मध्ये वयाच्या ८१ व्या वर्षी झालं.

तोपर्यंत बुंदेलखंडातून मोगल साम्राज्याचं संपूर्ण उच्चाटन झालं होतं. छत्रसाल बुंदेला म्हणजे शिवाजी महाराजांच्या कर्तृत्वाचं फळ होतं. नंतरच्या आयुष्यात औरंगजेबाचा मुलगा अकबर आणि शिवाजी महाराजांचा मुलगा राजे संभाजी यांना औरंगजेबाविरुद्ध लढण्यासाठी एकत्र आणण्याचा प्रयत्न करून छत्रसालानं इतिहासात महत्त्वाची भूमिका बजावली. आयुष्यभर मनातल्या मनात शिवाजी महाराजांना मानणारा आदिलशाहीचा प्रसिद्ध सेनानी रुस्तुम-ए-जमान अली ह्यानं दरम्यानच्या काळात आदिलशाहाविरुद्ध बंड केलं. आदिलशाहीचा हिस्सा असलेलं रायबाग उद्ध्वस्त करण्यासाठी शिवाजी महाराजांनी रुस्तुमला मदत केली होती. पण काही काळातच रुस्तुमला विजापूर दरबारात काही आमिषं दाखवून बोलवून घेतलं गेलं आणि ठार केलं गेलं.

सन १६७२ मध्ये दख्खनेत अनेक महत्त्वाच्या घटना घडल्या. २१ एप्रिल रोजी कुतूबशाहीचा सम्राट अब्दुल्लाह कुतूबशहा वारला आणि त्याच्या जागी ताना शाह हा त्याचा एक जावई आला. अब्दुल्लाच्या मुलींपैकी एकीचा विवाह औरंगजेबाच्या मुलाशी, मोहम्मद सुलतानशी झाला होता. तो ग्वाल्हेरच्या कैदखान्यात खितपत पडला होता. २४ नोव्हेंबर १६७२ रोजी, वयाच्या ३२व्या वर्षी अली आदिलशहा पैगंबरवासी झाला आणि त्याच्या ५ वर्षांच्या मुलाला, सिकंदरला नवा सम्राट म्हणून घोषित केलं गेलं. त्यानंतर लगेचच विजापूर दरबारात अंतर्गत बंडाळी माजली. त्या गोंधळातच शिवाजी महाराजांनी त्यांच्या गडांवर नवीन बांधकामं करण्यासाठी मोठी रक्कम खर्च केली. एकट्या रायगडासाठी ५०,००० होन (२.५ दशलक्ष रुपये) खर्च केले गेले. त्या वेळी शिवाजी महाराजांनी त्यांची राजधानी राजगडावरून जावळीतल्या रायगडावर हालवली होती. त्याच वर्षी, शिवाजी महाराजांनी आदिलशाहीविरुद्ध युद्ध पुकारलं. त्याच दरम्यान ज्यांच्याबद्दल राजांना

अतीव आदर होता त्या समर्थ रामदासांशी[४६] त्यांची भेट झाली असावी. त्यांनी यशाभिमुख पंथाची स्थापना केली. रामदासी पंथ स्थापून त्यांनी केवळ आराधनेची विशिष्ट पद्धत सुरू केली असं नाही तर जनतेच्या मनात सामाजिक भान जागवत 'महाराष्ट्र धर्म' ही संकल्पना रुजवली आणि शिवाजी महाराजांसाठी अनुकूल वातावरण तयार केलं.

'महाराष्ट्र धर्म'ची सहा तत्त्वं होती: १) समृद्धीची कामना २) कुटुंबाचं कल्याण ३) लोकांना ज्ञान देणं ४) नियमित व्यायामानं शरीरसंवर्धन करणं ५) कर्मयोग (प्रयत्न आणि मेहनत हाच ईश्वर) ६) स्वराज्य आणि स्वधर्म (स्वातंत्र्य आणि नैसर्गिक वृत्ती) 'शिवाजी महाराजांनी २२ जुलै, १६७२ रोजी लिहिलेली दोन पत्रं सुरक्षित आहेत. त्यात त्यांनी महिपतगडावर आणि सज्जनगडावर रामदासांना राहू द्यावं आणि त्यांची चोख व्यवस्था ठेवावी, असे आदेश त्या गडांच्या गडकऱ्यांना दिलेले आहेत. असे अधिकार अन्य कोणा व्यक्तीला दिलेले आढळत नाहीत.' (संदर्भ : मेहेंदळे, १६७२, पृष्ठ क्र. ६६७)

सन १६७२च्या डिसेंबर महिन्यात, शिवाजी महाराजांनी अण्णाजी दत्तो (ब्राह्मण खजीनदार) आणि कोंडाजी फर्जंद (घोडदळ प्रमुख) यांना बोलावून घेतलं आणि आदिलशाहीच्या ताब्यात असलेला पन्हाळा पुन्हा आपल्या ताब्यात घेण्याचा आदेश दिला. ही मोहीम कोंढाणा जिंकण्याहूनही अधिक धाडसाची होती. अचानक हल्ला करूनच पन्हाळा घ्यावा लागणार होता. कोंडाजींनी स्वत:बरोबर केवळ ६ माणसं घेतली. सन १९७३च्या मार्च महिन्यात ६ किंवा ७ तारखेच्या रात्री, ते गड चढून गेले. गडाच्या पायथ्याशी १,५०० पायदळ घेऊन अण्णाजी दत्तो वाट बघत थांबले होते. गडावर पोहोचताच कोंडाजी आणि त्यांचे सहकारी ह्यांनी रात्रीची शांतता भेदत बरोबर नेलेले बिगूल वाजवू लागले. त्यामुळे गडावर गोंधळाचं वातावरण निर्माण झालं. त्या गोंधळातच काहींनी अण्णाजी दत्तोंसाठी गडाचे दरवाजे उघडले आणि त्यांच्या सैन्यासह त्यांना आत घेतलं. जोरदार लढाई सुरू झाली आणि आदिलशाहीचा गडकरी जीव वाचवण्यासाठी गड सोडून पळून गेला. पन्हाळा कोंडाजींच्या हाती आला. शिवाजी महाराजांच्या सूचनांप्रमाणे, गडाचा कोपरा-न्-कोपरा तपासून पाहिला गेला आणि गडाच्या प्रत्येक दरवाज्यावर आणि तटबंदीवर चौक्या बसवल्या गेल्या.

आदिलशाहीचा मुख्य वजीर खवास खानानं आदिलशाहीतल्या मिरज आणि पन्हाळा ह्यांचा सुभेदार असलेल्या बहलोल खानाला पन्हाळा पुन्हा जिंकून

---

[४६]समर्थ रामदासांचं नाव, नारायण सूर्यजी ठोसर. सन १६०८ मध्ये गोदावरी नदीच्या काठी जांब गावात, रामजन्माच्या दिवशी त्यांचा जन्म झाला. समर्थ रामदास हे एक विद्वान कवी होते. त्यांचा दासबोध हा ग्रंथ आजही व्यवस्थापनासाठीचा महत्त्वाचा संदर्भग्रंथ मानला जातो.

घेण्याचा आदेश दिला. बहलोल खान हा अफगाणी पठाणांचा नेता आणि विजापूर दरबारातला सरदार होता. जेव्हा बहलोल खान त्याच्या सैन्याधिकाऱ्यांसह विजापूरच्या पश्चिमेला ४५ किलोमीटरवर पोचला, तेव्हा त्यानं तिथं तळ ठोकला आणि सैन्याच्या रक्षणासाठी तोफगाडे लावले आणि अधिक कुमक येण्याची वाट पाहू लागला. ते तळ ठोकत असताना मराठा सरनौबत प्रतापराव गुजर आणि त्यांच्या घोडदळातील सैनिकांनी त्यांना रोखण्याचा प्रयत्न केला. बहलोलच्या तळाचं पाणी तोडण्यासाठी त्याला ज्या नदीचं पाणी मिळत होतं, तिथं प्रतापरावांनी आपली माणसं नियुक्त केली. तो एप्रिलचा कडक उन्हाळा होता. बहलोल आणि त्याचे सैनिक पाण्याविना तडफडू लागले, तेव्हा बहलोल खान शरण आला. प्रतापरावांनी त्याला सोडून दिलं. शिवाजी महाराजांना माहीत होतं की बहलोल खान उलट वार करणार. त्यामुळे प्रतावरावांनी त्याला सोडून दिलेलं महाराजांना आवडलं नाही. त्यानंतर प्रतापरावांनी कन्नड प्रदेशाची आणि हुबळीची लूट केली.

सन १६७४च्या सुरुवातीला कोकणात प्रवेश करायचा प्रयत्न करणाऱ्या बहादूर खान आणि दिलेर खान या मोगलांना मराठ्यांनी रोखलं. बहादूर खान हा दखखनचा नवा मोगल सुभेदार होता आणि त्याला खान जहान बहादूर म्हटलं जाऊ लागलं होतं. या नव्या सुभेदारानं अहमदनगरपासून साधारणपणे ६० किलोमीटरवर भिमा नदीच्या काठी खंदक असलेला एक नवा गड बांधला. स्वत:च्या नावावरून त्यानं गडाचं नाव ठेवलं 'बहादूर गड'. शिवाजी महाराजांनी आणि त्यांच्या सैन्यानं दखखनच्या या मोगल सुभेदारालासुद्धा सोडलं नाही. सन १६७४च्या ऑगस्ट महिन्यात त्यांनी बहादूरगडावर स्वारी केली आणि तिथून २०० उमदे घोडे आणि १० दशलक्ष रुपये लुटून नेले. त्यानंतर मराठ्यांनी खानाचा तळ जाळायचा प्रयत्नही केला.

इकडे प्रतापरावांकडून हार पत्करलेला आदिलशाहीचा बहलोल खान हा अफगाण पुन्हा एकदा पन्हाळ्यावर चाल करून आला आणि पुन्हा एकदा शिवाजी महाराजांनी त्यांच्या सरनौबतांना त्याला अडवायचा आदेश दिला. या वेळच्या लढाईत मात्र दुर्दैवानं प्रतापराव मारले गेले. पण पन्हाळा मात्र मराठ्यांकडेच राहिला.

मजबुती

'सिद्दींच्या दांडा राजापुरी या किनारी किल्ल्यासाठी शिवाजी महाराजांची मोहीम सुरूच होती किंवा नव्यानं सुरू केली होती. सन १६७१मध्ये सिद्दींची संख्या इतकी खालावली की उत्तरेच्या पोर्तुगीज जहाजांच्या तांड्याकडून गोव्याला पत्र पाठवून कळवलं गेलं की शिवाजी महाराजांनी दांडा राजापुरीवर सतत तोफा डागत त्याला जमिनीवरून आणि समुद्रातून वेढा दिला आहे. आता किल्ला त्यांच्या हातात

जायचा धोका आहे.' (संदर्भ : मेहेंदळे, २०११, पृष्ठ क्र. ४३९)

गोव्याच्या श्रेष्ठींनी दिलेल्या आदेशानुसार, चौलचा पोर्तुगीज सेनानी सिद्दींना जमेल तशी मदत पुरवू लागला. पण तरीही सिद्दींची स्थिती काही सुधारली नाही. शेवटचा उपाय म्हणून जंजिऱ्याच्या सिद्दींनी मोगलांना आपले सर्वाधिपती मानलं. सन १६७२च्या अखेरीस, सिद्दींच्या मदतीसाठी औरंगजेबानं सुरतेहून दांडा राजापुरीला ३६ युद्धनौकांचा ताफा पाठवला. मोगल आरमारानं मराठ्यांच्या काही व्यापारी जहाजांचं नुकसान केलं आणि काही बंदरंही उद्ध्वस्त केली. त्याच वर्षी शिवाजी महाराज आणि औरंगजेब या दोघांनीही एकमेकांना शह देण्यासाठी इंग्रज आरमाराची मदत घेतली होती. वर्षभरातच, सन १६७४मध्ये मोगल आरमार पुन्हा सुरतेच्या बंदरात दाखल झालं. मोगल आरमार प्रमुख संभाल आणि मराठा आरमार प्रमुख दौलत खान यांच्यात तुफान जलयुद्ध झालं. मोगल आरमार हुसकून लावलं गेलं आणि या विजयामुळे शिवाजी महाराजांनी 'काहीही झालं' तरी दांडा राजापुरी घेण्याचा निश्चय आणखीनच पक्का केला.

दांडा राजापुरीला मराठ्यांनी वेढा घातल्यामुळे सिद्दींना त्यांची जहाजं नांगरायला जागाच उरली नव्हती. तेव्हा सिद्दींनी त्यांची जहाजं मुंबईला नांगरायची आणि संधी मिळेल तेव्हा शिवाजी महाराजांच्या कोकणातल्या प्रदेशावर हल्ला करायचा असं ठरवलं. तोपर्यंत बरंचसं कोकण शिवाजी महाराजांच्या ताब्यात आलं होतं. गुंडगिरी करणाऱ्या असंस्कृत सिद्दींना आश्रय द्यायला मुंबईवर राज्य करणारे इंग्रज तयार नव्हते. पण मोगलांनी त्यांच्यावर दबाव आणला त्यामुळे त्यांच्यापुढे अन्य पर्याय उरला नाही. इंग्रज आणि मराठे ह्यांच्यामध्ये वाद निर्माण होण्याचं प्रमुख कारण हेच ठरलं. इंग्रजांना आव्हान देण्यासाठी शिवाजी महाराजांनी मुंबई बंदराच्या दक्षिणेला १७ किलोमीटरवर आणि कोकणच्या मुख्य भूमीपासून ४ किलोमीटरवर असलेलं खांदेरी[४७] नावाचं बेट ताब्यात घेतलं.

सन १६७२ मध्ये शिवाजी महाराजांनी खांदेरीवर गड (इंग्रज याला हेन्री केन्री म्हणत असत) बांधायला सुरुवात केली. पण तो पूर्ण व्हायला खूप काळ लागला. दरम्यान, त्यांनी पुणे, कोंढाणा, पुरंदर, लोहगड, कर्नाळा, माहुली आणि कल्याण जिल्ह्यातले सर्व लहानमोठे गड-किल्ले पुन्हा ताब्यात घेतले.

मोगलांचा बालेकिल्ला असणाऱ्या खानदेशानं शिवाजी महाराजांना चौथ देण्याचं कबूल केलं होतं. मोगल सैन्यतळ असलेले औंधा, पट्टा आणि साल्हेर गड घेतले

---

[४७]खांदेरी हे केवळ २.५ किलोमीटर लांब आणि किलोमीटरभर रुंद असं छोटंसं बेट आहे. त्याच्यावर दोन छोट्या टेकड्या आहेत. खांदेरीच्या उत्तरेला केवळ २ किलोमीटरवर आणखी एक छोटं बेट आहे, त्याला उंदेरी म्हणतात.

गेले होते. सन १६७२ मध्ये उत्तर कोकणातल्या अनेक सेनानींवर त्यांना सामील होण्यासाठी दबाव आणला गेला. मराठ्यांनी पन्हाळा, सातारा, परळी आणि अन्य गडही परत घेतले. मराठा सैन्य आता कारवार, अंकोला आणि तिथल्या अन्य ठिकाणांकडे निघालं होतं.

औरंगजेबाला दख्खनेतून उद्विग्नता आणणाऱ्या बातम्या मिळत होत्या, पण त्याच्या साम्राज्याच्या वायव्य सीमांवर असलेल्या अस्थिरतेमुळे तो दख्खनेत उतरायला तयार होत नव्हता. नारोलमधील (आता गुजरातमध्ये असलेलं) सतनामी या हिंदू पंथाच्या लोकांनी मोगल साम्राज्याविरुद्ध बंड पुकारलं होतं. औरंगजेबानं राड अंदाज खानाला १०,००० घोडदळ देऊन परिस्थिती नियंत्रणात आणण्यासाठी पाठवलं. दोन्ही पक्षांची मोठी मनुष्यहानी झाली, पण सतनामींचा खात्मा केला गेला. राड अंदाज खानाला या पराक्रमासाठी ३५०० धात/२००० सवार अशी पदोन्नती देण्यात आली. दरम्यान, मुअज्झम आणि महाबत खान मात्र अफगाणी बंड मोडण्यात अपयशी झाले. त्यामुळे औरंगजेबाला मोठी सेना देऊन, राड अंदाज खानाला तिकडं पाठवावं लागलं. ही सेना कारपा घाटातून काबूलकडे जात असताना तिच्यावर अफगाणी बंडखोरांनी हल्ला केला. या लढाईत राड अंदाज खान मारला गेला.

प्रकरण - ११

राजे छत्रपती झाले

सुरुवातीपासूनच शिवाजी राजांच्या मुद्रेवर अशा अर्थाचा मजकूर होता– प्रतिपदेच्या वृद्धिंगत होत जाणाऱ्या चंद्राप्रमाणे, विश्ववंदनीय अशी, शहाजी राजांचा पुत्र शिवाजी याची ही मुद्रा जनकल्याणहेतू शोभते आहे.'

त्यांच्या मुद्रेमध्ये[४८], त्यांची महत्त्वाकांक्षा दिसून येते. प्रत्यक्षातही त्यांचं कार्य खरोखरीच कलेकलेनं वृद्धिंगत होत जाणाऱ्या चंद्राप्रमाणे सावकाश पण सातत्यानं विकसित होत गेलं. शिवाजी राजांनी त्या काळच्या बलाढ्य सम्राटांबरोबर युद्ध घोषित केलं, ते त्यांच्या माणसांच्या स्वातंत्र्यासाठी. ते स्वराज्य स्थापन करण्याच्या मार्गावर होते पण जग मात्र त्यांच्याकडे अजूनही एक बंडखोर म्हणूनच पाहत होतं. आता मात्र जगानं शिवाजी राजांना एक सत्ताधारी राजा म्हणून मान्यता द्यायला हवी होती. मोगल सम्राट आणि आदिलशाही सम्राटाला तोडीस तोड असण्यासाठी त्यांना राज्याभिषेकाचा औपचारिक समारंभ करून स्वत:ला छत्रपती म्हणून अधिकृतरीत्या घोषित करणं आवश्यक होतं.

अन्यही अनेक कारणं होती. शिवाजी राजे जोपर्यंत अधिकृत पद्धतीनं 'राजे' होत नाहीत, तोपर्यंत त्यांनी जिंकलेली भूमी कायद्यानं 'त्यांची' होऊ शकत नव्हती आणि ते तर राजे नव्हते. पण याहीपलीकडचं कारण म्हणजे, आपण

---

[४८]मुसलमान सुलतान आणि हिंदू, मुसलमान या सरदारांच्या मुद्रा फारसीमध्ये असत. शहाजी राजांची आणि जिजाबाईंची मुद्रासुद्धा फारसीमध्येच होती. पण शिवाजी राजांची मुद्रा मात्र संस्कृतमध्ये होती. राजांच्या मंत्र्यांच्या आणि अधिकाऱ्यांच्या मुद्रासुद्धा संस्कृतमध्येच होत्या (नेताजी पालकरांचा अपवाद वगळता).

सत्ताधारी होण्यासाठीच जन्मलो आहोत, हे ते सुरुवातीपासूनच जाणत होते. आपण जनसामान्यांचे नेते आहोत ही भावना त्यांच्या मनात इतकी प्रबळ होती की, ती ते कधी विसरूच शकत नव्हते. शिवाजी राजांनी स्वराज्याचं स्वप्न उराशी जपलं होतं ते अतिशय गंभीरतेनं आणि सखोल विचारानं.

त्या काळी जागतिक राजकारणावर मुसलमानी अधिराज्य असताना, त्यातही आपलं हिंदुत्व अबाधित राखण्याविषयीची त्यांची जागरूकता नि:संशय होती. देवी भवानीवर शिवाजी राजांची अतीव श्रद्धा होती. सन १६७४मध्ये, अधिकृत रितीनं राजा म्हणून मान्यता मिळवण्यासाठी त्यांनी एक औपचारिक राज्याभिषेक समारंभ आयोजित केला होता. महाराष्ट्रामध्ये असा वैदिक पद्धतीचा मोठा राज्याभिषेक सोहळा झाल्याला अनेक वर्षं लोटली होती. त्यामुळे या सोहळ्यात काही नवे बदल केले गेले. या निमित्तानं प्राचीन रूढीचा पुनरुद्धार होत असला, तरीही हा सोहळा नवीन पद्धतीचा होता. विशेषत: प्राथमिक विधी नवीन होते. त्यात प्रथम शिवाजी राजांनी त्या अवधीपर्यंत मराठा म्हणून (शेतकरी) जगण्यासाठी प्रायश्चित्त घेतलं. (संदर्भ : एस्टर एन्ड टालबोट, २००६, पृष्ठ क्र. २३८) 'सर्वसामान्यांच्या दृष्टीनं स्थैर्य आणि सत्तेतील कायदा सुव्यवस्था कायम राखण्यासाठी, औपचारिक आणि कायदेशीर राज्याभिषेक समारंभ करणं आवश्यक होतं.' (संदर्भ : मेहेंदळे, २०११, पृष्ठ क्र. ४७९). शिवाजी राजांना सगळ्यांच्या मनातल्या शंका दूर करायच्या होत्या. राज्याभिषेकासाठी अर्थपूर्ण असे मंत्र पुन्हा लिहून काढणं सोपं नव्हतं. शिवाय ते लिहिणारी व्यक्ती ही संस्कृत पंडित आणि वेदाभ्यास केलेली असणं आवश्यक होतं.

अशी व्यक्ती होती. ती म्हणजे, गागाभट्ट. हिंदू राज्याभिषेकाचे विधी ठरवून ते लिहून काढण्याची योग्यता त्यांच्यात होती. त्यांचे पूर्वज महाराष्ट्रीय होते पण नंतर ते वाराणसीला (काशी) स्थायिक झाले होते. त्यांच्या पूर्वजांनी, मुसलमानी आक्रमणात उद्ध्वस्त झालेल्या काशी विश्वेश्वर मंदिराचा जीर्णोद्धार केला होता. त्यांच्या वडिलांनी अनेक ग्रंथ लिहिले होते आणि स्वत: गागाभट्टही नावाजलेले लेखक होते. शिवाय त्यांनी धर्मग्रंथांवर, विशेषत: धर्मशास्त्रावर समीक्षणात्मक आणि टीकात्मक ग्रंथ लिहिले होते. शिवाजी राजांच्या आदेशानुसार, सन १६६४मध्ये राजापूर इथे, सामाजिक-धार्मिक विषयांवर विचारमंथन करण्यासाठी आयोजित केलेल्या पंडित परिषदेत अनेक पंडित एकत्र आले होते. त्यात गागाभट्टही होते. त्या वेळी त्यांनी शिवाजी राजांची भेट घेतली होती आणि राज्याभिषेकासंबंधी संशोधन करण्याचं मान्य केलं होतं. पण ते जवळजवळ विस्मरणातच गेलं होतं. शिवाजी राजांना क्षत्रिय म्हणून आणि राजा म्हणून योग्य सिद्ध करण्यासाठी गागाभट्टांना काही मंत्र नव्यानं लिहावे लागले आणि काही विधी शोधून काढावे लागले. त्यांचे नवे मंत्र, प्राचीन मंत्रांवरच आधारित असणार- 'हे राजा, संरक्षण प्रदान करणाऱ्या देवेश इंद्रासारखा सक्षम हो. प्रकाश आणि जीवन प्रदान करणाऱ्या

सूर्यासारखा तेजस्वी हो. असीमित वायूसारखा सर्वव्याप्त हो. विश्वातील सर्व त्याज्य पचवणाऱ्या सागरराज वरुणासारखा दयानिधी हो. तुझ्या केवळ दर्शनमात्रानेच तुझे लोक आनंदित व्हावेत म्हणून त्या चंद्रासारखा प्रियदर्शी हो. दुष्टावा भस्म करणाऱ्या अग्निसारखा दाहक हो.'

राज्याभिषेकाच्या विधींमध्ये राजाला स्नान घालणं आणि त्याच्या मस्तकावर छत्र धरणं हे विधी होते. कल्पना करा, शुभ्र वस्त्र धारण केलेले आणि पुष्पाहारमंडित राजे शिवाजी, दोन फूट उंच रत्नजडित चौरंगावर बसल्यावर कसे दिसत असतील. त्यांचं अष्टप्रधान मंडळ, राजांना गंगाभिषेक करण्यासाठी, हाती पवित्र गंगाजलानं भरलेले सुवर्ण कलश घेऊन त्यांच्या भोवती (अष्ट दिशांनी रक्षण करत) कसं सज्ज राहिलं असेल.

६ जून १६७४ रोजी कोकण प्रांतातल्या रायगडावर (शिवाजी राजे जिथे आधी २५ वर्षं राहिले त्या राजगडावर नाही) शिवाजी राजांना राज्याभिषेक केला गेला. सन १६५६ मध्ये राजांनी जेव्हा जावळी स्वराज्यात घेतली, तेव्हा गडही घेतला होता. मुंबईच्या दक्षिणेला २१० किलोमीटरवर, जावळीच्या ईशान्येला असलेला आणि समुद्रसपाटी पासून ८०० मीटर उंचीवर असलेला रायरीचा किल्ला (नंतर त्याला रायगड म्हटलं जाऊ लागलं) हा सह्याद्रीच्या रांगांमधून वेगळा पडलेला प्रचंड मोठा डोंगरी प्रदेश आहे. त्याच्या माथ्यावर प्रचंड विस्तीर्ण पठार आहे. पठाराच्या तीन बाजू कातीव कड्यांनी संरक्षित आहेत. रायगडाच्या अजिंक्यतेमुळे त्याला पूर्वेचं जिब्राल्टर असं म्हंटलं जात असे.

शिवाजी राजांचे वास्तुशास्त्रज्ञ हिरोजी इंदुलकर यांनी तिथे लाकडाचा मुख्य महाल बांधला होता. शिवाय गंगासागर नावाचा कृत्रिम तलाव, राणी महाल, बाजारपेठ आणि गडाभोवती टेहळणी नाक्यांनी सज्ज अशी तटबंदीही बांधली होती. गडावर पोचायचा केवळ एकच मार्ग होता. तो म्हणजे, गडाच्या पायथ्याशी असलेल्या पाचाड या गावापासून २ किलोमीटरवर असलेल्या चीत दरवाजाकडे जाणारा अरुंद मार्ग. पाचाडच्या दिशेनं उभी चढण महादरवाजाकडे किंवा मुख्य दरवाजाकडे जात असे. (शिवजी राजांनी तिथे पायऱ्या बांधून काढल्या होत्या.) याच्या दोन्ही बाजूंना जय-विजय नावाचे ७० फूट उंच बुरूज होते.

शिवाजी राजांना राजा म्हणून घोषित करण्यासाठी सोन्याचांदीची विविध प्रतीकं वापरली गेली. अशा प्रकारे प्रतीकं वापरणं हा मोगल रिवाज होता. दख्खनेतल्या शिया सम्राटांनाही अशी प्रतीकं वापरण्याची मनाई होती हे लक्षात घेतलं पाहिजे. पण गागाभट्टांनी काही प्रतीकं तयार केली आणि ती वापरलीही. त्या प्रतीकांमध्ये होता, लहान मासा. याचा अर्थ राजानं ज्यांचं संरक्षण करायला हवं अशी दुर्बल जनता. दुसरं प्रतीक होतं, कराल जबडा असलेला मोठा मासा. म्हणजे ज्यांच्यापासून जनतेचं रक्षण करायला पाहिजे असे आक्रमक. माश्यांच्या प्रतीकातून शिवाजी महाराजांचं सागरावर

असलेलं वर्चस्वही प्रतीत होत असे. नि:पक्षपाती न्यायदानाचं प्रतीक होता रत्नजडित तराजू. स्वस्तिक हे सुवास्तूचं म्हणजे चांगल्या वसाहतीचं प्रतीक होतं. हे स्वस्तिक एका आक्रमक रूपातल्या गडाच्या आकारात होतं. आक्रमणाला प्रतिआक्रमणानं उत्तर दिलं जाईल, असं त्याची चार अग्रं दर्शवत होती. घोड्यांच्या शेपटांना बांधलेले भाले, मराठा घोडदळाचं कौशल्य दर्शवत होते. 'ॐ'मधून परमेश्वराचं असीम रूप दर्शवलं गेलं होतं. कारण ओम्कारामध्ये अंतराळ, काळ, आकार आणि ऊर्जा अशा सर्व वैश्विक गोष्टी सामावलेल्या आहेत. राज्याभिषेक समारंभासाठी भव्य असं सोन्याचं रत्नजडित सिंहासन आणि त्यावर तसंच भव्य असं सोन्याचं रत्नजडित छत्र तयार केलं होतं. समारंभाचे साक्षी म्हणून राज्यभरातल्या विद्वान ब्राह्मणांना आमंत्रित केलं होतं. शिवाजी राजांचं नाव असलेली नाणी पाडली गेली. आता त्यांच्या कार्यालयीन दस्तऐवजांवर त्यांचा उल्लेख 'क्षत्रिय कुलावतंस श्रीराजा शिवछत्रपती' म्हणजे क्षत्रिय कुळातला राजा शिवछत्रपती, असा केला जाणार होता. राज्याभिषेक समारंभासाठी हजारो लोक रायरीच्या गडावर आले आणि अनेक आठवडे मुक्कामाला राहिले. या समारंभासाठी मोठी रक्कम खर्च केली गेली. त्यानंतर वतनदारांवर 'सिंहासन पट्टी' हा कर लागू केला गेला. आठ मंत्री असलेल्या मंडळाची अर्थात अष्टप्रधान मंडळाची स्थापना केली गेली.

शिवाजी राजांचे अष्टप्रधान मंडळ

१. मोरोपंत पिंगळे- पेशवा किंवा प्रधान मंत्री
२. निळोपंत सोनदेव- मुजूमदार किंवा अर्थमंत्री
३. अण्णाजी दत्तो- सरनिस किंवा महसूल मंत्री (त्यांना सचिवही म्हटलं जात असे)
४. दत्ताजी त्र्यंबक- वाकनीस (अंतर्गत आणि बाह्य वार्ता विभाग आणि हेरखाते)
५. रामचंद्रपंत डबीर (सोनोजी डबिरांचा नातू आणि त्र्यंबक डबिरांचा मुलगा). डबीर किंवा विदेशी व्यवहार मंत्री (त्यांना सुमंत असंही म्हटलं जात असे)
६. हंसाजी मोहिते (उपाधी- हंबीरराव)- सरनौबत (सैन्याचे सर्वोच्च सेनापती)
७. निराजी रावजी- प्रमुख न्यायाधीश
८. मोरेश्वर (शिवाजी राजांच्या ब्राह्मण वकिलांचा, रघुनाथपंतांचा मुलगा)- पंडितराव अर्थात धार्मिक व्यवहार प्रमुख

नऊ दिवस चाललेला राज्याभिषेक समारंभ अतिशय तपशिलानं साजरा केला गेला. वेदमंत्रांच्या घोषात शिवाजी राजांचं उपनयन, विवाह असे अनेक विधी पार पाडले गेले. हा राज्याभिषेक समारंभ प्राचीन विधींवर आधारित होता. त्यात प्रथम शिवाजी राजांना विविध पवित्र घटकांचं विलेपन केलं गेलं आणि त्यांना पृथ्वीवरील इंद्र (देवांचा राजा) मानलं गेलं. या विधीपूर्वी त्यांचा उपनयन अर्थात मुंज विधी केला गेला. त्यानंतर त्यांना विवाह करावा लागला. (त्यांच्या आधीच असलेल्या पत्नींबरोबर) त्याचं कारण म्हणजे त्यांचे विवाह झाले तेव्हा त्यांची मुंज झाली नव्हती आणि असं करणं विधीनुसार योग्य मानलं जात नाही. ते क्षत्रिय आहेत हे सिद्ध करण्यासाठी त्यांना मुंज करावी लागली आणि मग आपल्या पत्नीशी पुन्हा विवाह करावा लागला. असं मानलं जातं की मुंज विधीमुळे (अधिकार केवळ उच्चकुलीन पुरुषांना असतो) मुलगा (किंवा पुरुष) ब्रह्माच्या, अनंतरूपी परमेश्वराच्या, विश्वाचं मूळ असणाऱ्या हिरण्यगर्भाच्या समीप पोचतो. असीम परमेश्वराच्या सन्निध गेल्यानं त्याला ज्ञान प्राप्त करण्याचा अधिकार लाभतो. पण उपनयन करण्यासाठी त्यानं ब्राह्मण, क्षत्रिय किंवा वैश्य असायला हवं किंवा हिंदू धर्मग्रंथाची भाषा असणारं संस्कृत त्याला अवगत असायला हवं. काहींना असंही वाटतं की उपनयन म्हणजे जणू वैदिक जन्म, पुनर्जन्म. ब्राह्मण, क्षत्रिय किंवा वैश्य म्हणून पुन्हा जन्म घेण्याची स्थिती दर्शवण्यासाठी त्याला जानवं म्हणजे तीन धाग्यांचा वेढा धारण करावा लागतो. हे तीन धागे, शुद्धता, ऊर्मी आणि आनंद हे माणसाचे तीन मूलभूत गुण दर्शवतात. एकदा हे जानवं धारण केलं की तो मुलगा हिंदूंच्या प्राचीन वैदिक धर्मग्रंथांचा अभ्यास करण्यासाठी योग्य मानला जातो आणि लगेचच त्याच्या अध्ययनाचा आरंभ केला जातो. उपनयन विधी केला जात असताना विधी करणारा ब्राह्मण पवित्र गायत्री मंत्राचं पठण करत असतो. या मंत्राद्वारे ब्राह्मण म्हणून किंवा क्षत्रिय म्हणून नुकताच पुनर्जन्म घेतलेल्या मुलाला सूर्यप्रकाशाकडून ज्ञानप्राप्तीसाठी मार्गदर्शन केलं जावं असं आवाहन केलं जातं.

इतिहासाची आवड जपणारे श्रेष्ठ लेखक, कवी, समीक्षक आणि प्राध्यापक डॉ. सदानंद मोरे (२०१५) यांनी गागाभट्टांची प्रशंसा करताना म्हटलं आहे की, त्या काळी या विद्वान पंडितानं जे केलं त्याला तोड नाही. डॉ. मोरे असंही म्हणतात की, यामागे खरी कल्पना हे सिद्ध करण्याची होती की; जो कोणी आक्रमकांशी लढेल आणि देशातल्या जुलमी जमिनदारांपासून सुटका करेल, जो कोणी आदेशशृंखलेसह सैन्यनिर्मिती करेल आणि जो कोणी त्याच्या प्रजेची काळजी घेईल; तो कोणत्याही जातीचा-धर्माचा-वंशाचा असला, तरी राजा होण्यासाठी लायक ठरेल.'

इंग्रजी राजकीय विभागाचा प्रमुख हेन्री ऑक्सेडन हा शिवाजी राजांच्या राज्याभिषेक समारंभासाठी रायगडावर उपस्थित होता. जॉर्ज रॉबिन्सन आणि थॉमस मिशेलसह तो १३ मे रोजी मुंबईहून एका छोट्या बोटीतून निघाला आणि १९ मे

आकृती- १३- छत्रपती शिवाजी महाराजांचा राज्याभिषेक समारंभ

या दिवशी पाचाडला (एक रात्र चौलला मुक्काम करून) पोचला. २२ मे रोजी तो रायगडावर पोचला. तो ज्या घरात राहिला होता ते महालापासून १.६ किलो मिटर अंतरावर होतं. त्यांच्या प्रवासाचं वर्णन त्याच्याच शब्दात वाचणं खूपच रोचक आहे. '५ जूनला निरोजी रावजींनी (पंडित) मला संदेश पाठवला की, उद्या सकाळी ७ ते ८ च्या दरम्यान शिवाजी राजे सिंहासनावर आरूढ होणार आहेत. त्यांचं अभिनंदन करण्यासाठी मी त्या वेळी तिथं उपस्थित राहिलो तर त्यांना आनंद होईल, पण मी जाताना काहीतरी छोटीशी भेटवस्तू घेऊन जायला हवं कारण राजापुढे जाताना रिक्तहस्तानं जाऊ नये अशी इथं प्रथा आहे. मी उत्तर पाठवलं की, मी दिलेल्या वेळी राजांसाठी नक्कीच तिथे येईन. त्याप्रमाणे सहा तारखेला सकाळी ७ ते ८ च्या दरम्यान मी दरबारात पोचलो, तेव्हा राजांना एका भव्य सिंहासनावर आरूढ झालेलं पाहिलं. मौल्यवान वस्त्रं धारण केलेले त्यांचे सरदार त्यांच्याभोवती उभे होते. त्यांचा मुलगा संभाजी राजे, पेशवा मोरो पंडित आणि विद्वान ब्राह्मण सिंहासनापुढे उच्चासनांवर बसले होते.

बाकीचे लोक आणि सैन्याधिकारी आदरानं उभे राहिलेले होते. मी काही अंतरावरून त्यांना अभिवादन केलं. भाषांतरकार नारायण शेणवींनी आम्ही राजांसाठी आणलेली हिऱ्याची अंगठी पुढे धरली. शिवाजी राजांचं आमच्याकडे लक्ष गेलं तेव्हा त्यांनी आम्हांला पुढे, अगदी सिंहासनाच्या पायाशी येण्याचा आदेश दिला. भेटवस्तू अर्पण करून आम्हांला निघायची इच्छा होती. आम्ही निघालोही पण लगेचच नाही. तेवढ्या वेळात माझ्या लक्षात आलं की, सिंहासनाच्या दोन्ही बाजूंना (मुसलमानी पद्धतीप्रमाणे) सोन्याचा मुलामा दिलेल्या भाल्यांवर अनेक सरकारी आणि प्रादेशिक राजचिन्हं लटकवलेली होती. उजव्या हाताला मोठ्या दातांचे सोन्याचे दोन मोठे मासे होते. डाव्या हाताला अनेक घोड्यांच्या शेपट्या होत्या आणि न्यायाचं प्रतीक म्हणून सोन्याचा तराजू लटकवलेला होता. महालाच्या दाराशी परतल्यावर आम्ही पाहिलं की दाराच्या दोन्ही बाजूंना दोन छोटे हत्ती, लगाम घातलेले दोन पांढरे घोडे आणि उंची सामान ठेवलेलं होतं. ते पाहून आम्ही विचारात पडलो की इतक्या अवघड मार्गावरून हे सगळं कसं काय वर आणलं असेल.' (संदर्भ : ॲनॉन, १९३१, पृष्ठ क्र. १४-१५)

नंतर हेन्री ऑक्सेडननं शिवाजी राजांची भेट घेतली. सन १६६४मध्ये राजापूर इथल्या इंग्रजी कारखान्याची जी लूट केली गेली त्याची भरपाई मागण्यासाठी त्याला चर्चा करायची होती. त्या भेटीसाठी १८ वर्षांचे देखणे राजबिंडे संभाजी राजेही उपस्थित होते. त्या भेटीतून फार काही निष्पन्न झालं नाही.

सोन्याच्या जरीचा कशिदा काढलेला तलम रेशमी अंगरखा, तलवारीच्या मुठीवर असलेला हात, मोत्याचा तुरा लावलेला केशरी जिरेटोप... प्रत्यक्ष राज्याभिषेक समारंभाच्या वेळी शिवाजी राजे कसे दिसत असतील याची आपण

केवळ कल्पनाच करू शकतो. त्यांची आई जिजाबाई, गागाभट्ट, काही विद्वान ब्राह्मण आणि राजांचं अष्टप्रधान मंडळ हे सगळे मंचावर उपस्थित होते. त्यांची अत्यंत सुंदर पत्नी सोयरा आणि देखणा मुलगा संभाजी राजे, सिंहासनाचे कायदेशीर वारस म्हणून त्यांच्या बाजूला बसले होते. तिथं होणारे विधी आणि वैदिक मंत्रांचे घोष यामुळे रायगडच नाही तर आसपासचे पर्वत, दऱ्याखोऱ्या पवित्र सकारात्मक ऊर्जेनं भारल्या गेल्या असणार. शिवाजी राजे निश्चितच आत्मसंयमित दिमाखानं सिंहासनारूढ झाले असणार. रत्नं जडवलेली छोटी सोन्याची कमळं उपस्थितांवर उधळली गेली असणार. नगारे दुमदुमले असणार, तुताऱ्या फुंकल्या गेल्या असणार आणि त्या पवित्र नादघोषामध्ये दरबारात उपस्थित जनसमुदायानं सिंहासनाच्या दिशेनं गुलाब पाकळ्यांचा वर्षाव केला असणार. मग वाद्यांचा नाद अचानक थांबला असेल, साऱ्या दरबारात गंभीर शांतता पसरली असेल आणि मग पंडितांनी घोषित केलं असेल की, 'या क्षणापासून शिवाजी राजांना शिवराया म्हंटलं जाईल आणि आता त्यांना आम्ही कायदेशीरपणे 'छत्रपती', स्वराज्याचा संरक्षणकर्ता, पालनकर्ता, दाता, आश्रयदाता आणि सम्राट म्हणून घोषित करतो आहोत.' या घोषणेनंतर तिथं टाळ्यांचा कडकडाट झाला असेल. उपस्थितांनी त्यांच्या प्रिय राजावर कुंकुमलेपित अक्षता आणि गुलाबपाकळ्या उधळल्या असतील. पुन्हा एकदा नगारे वाजू लागले असतील. त्यांचा नाद आसपासच्या दऱ्याखोऱ्यांत घुमला असेल आणि मग गडाच्या सर्व बाजूंनी[४१] राजांना दिलेल्या तोफेच्या सलामीपुढे सारेच आवाज हळूहळू क्षीण होत गेले असतील.

जेव्हा सम्राट औरंगजेबाला शिवाजी राजांच्या राज्याभिषेकाची खबर मिळाली, तेव्हा तो पुरता खचून गेला. सभासदांच्या नोंदीनुसार, औरंगजेबानं जेव्हा ही खबर ऐकली, तेव्हा तो सिंहासनावरून तत्काळ उतरला आणि महालात निघून गेला. त्यानंतर दोन दिवस त्यानं अन्नपाणी ग्रहण केलं नाही. तो सतत म्हणत होता की, 'अल्लाहनं आमचं साम्राज्य हिरावून घेतलं आहे, आमचं सिंहासन उद्ध्वस्त केलं आहे आणि ते मराठ्यांना देऊन टाकलं आहे.'

---

[४१]शिवाजी राजांनी त्यांच्या राज्याभिषेकाच्या दिवसापासून नवीन शक सुरू केलं. पण त्यांनी त्यांच्या कार्यालयीन कामकाजात त्याचा कधीही उपयोग केला नाही. त्यांच्या शकानुसार तयार केलेल्या काही दस्तावेजांवर त्यांचा उल्लेख 'क्षत्रिय कुलावतंस श्री राजा छत्रपती' असा केलेला आहे. राज्याभिषेकानंतर 'राजा शिवछत्रपती' ही त्यांची औपचारीक उपाधी होती. त्यांच्या राज्याभिषेकानंतर पाडलेल्या सोन्याच्या आणि तांब्याच्या नाण्यांवर हीच उपाधी कोरलेली असे.

राज्याभिषेकानंतर

राज्याभिषेकानंतर १२ दिवसांनी शिवाजी महाराजांच्या आईला, राजमाता जिजाबाईंना वयाच्या ८०च्या वर्षी देवाज्ञा झाली. त्यांचं जाणं, अपशकून मानलं गेलं. कोणी म्हणालं की राज्याभिषेकाचे काही विधी प्राचीन हिंदू रिवाज आणि विधी ह्यांप्रमाणे नव्हते. म्हणून २४ सप्टेंबर १६७४ रोजी शिवाजी महाराजांना दुसऱ्यांदा राज्याभिषेक केला गेला.

राज्याभिषेकानंतर वेगानं घटना घडू लागल्या. सन १६७५च्या सुरुवातीला छत्रपती शिवाजी राजांनी १५००० घोडदळ, १४००० पायदळ आणि कुदळ, पहारी, कुऱ्हाडी घेतलेल्या १०,००० मजुरांसह रायगड सोडला आणि ते कोकणाकडे निघाले. त्यानंतर शिवाजी महाराजांच्या सेनेनं गोव्याजवळच्या फोंडा किल्ल्याला वेढा घातला. आदिलशाहीच्या ताब्यात असलेलं कोल्हापूर आणि पन्हाळा किल्ला जिंकून घेतला. मराठ्यांनी फोंडा किल्ला घेतल्यामुळे पोर्तुगिजांना मराठ्यांची दहशत बसली. मराठ्यांना काही वस्तूंचा व्यापार सुरू करायचा होता आणि त्यामुळेच राजापूरमध्ये काही कामकाज सुरू करण्याचा आणि मराठ्यांनी उद्ध्वस्त केलेले कारखाने पुन्हा बांधायचा विचार करणाऱ्या इंग्रजांना भीती वाटत होती. त्यांनी अण्णा दत्तोंच्या भेटी घ्यायला सुरुवात केली. त्यांनी इंग्रजांसाठी राजापूरला नव्यानं बांधायच्या कारखान्याच्या जागेसंबंधात काही अटी घातल्या.

जंजिऱ्यामध्ये, मराठ्यांशी लढताना सिद्दींनी त्यांची बरीच माणसं गमावली होती. इंग्रजांनी सिद्दींना मुंबई बंदरात जहाजं नांगरायची परवानगी दिल्यामुळे मराठे इंग्रजांवर चिडले होते. सन १६७५च्या पावसाळ्यात मराठे जहाजबांधणीमध्ये व्यग्र होते, तेव्हा मराठे आणि इंग्रज ह्यांच्यामधलं वैर वाढू लागलं.

सुतारांच्या आणि लोहारांच्या कमतरतेविषयी इंग्रजांचा आपापसात पत्रव्यवहार चालला होता. पावसाळा संपल्यावर सिद्दींनी मराठ्यांचं आरमार उद्ध्वस्त करण्यासाठी बंदरातच त्याला आग लावायचा प्रयत्न केला. पण त्यांचा दारूण पराभव झाला आणि मराठ्यांनी त्यांना हुसकावून लावलं. सिद्दी वेंगुर्ल्याच्या आसपास लपून राहिले. मराठ्यांनी त्यांची छोटी पण लढण्यासाठी सुसज्ज अशी ५७ जहाजं तत्काळ समुद्रात लोटली. इंग्रजांनी सिद्दींचं आणि मराठ्यांचं अशी दोन्ही आरमारं समुद्रात पाहिली, तेव्हा त्यांना वाटलं की आता दोघंही लढतील आणि एकमेकांना उद्ध्वस्त करतील. कारण त्यांच्यासाठी दोघंही त्रासदायक होते. त्या वर्षाच्या अखेरीला मराठ्यांनी पुन्हा एकदा जंजिऱ्यावर आक्रमण केलं आणि पुन्हा एकदा त्यांना अपयश आलं.

विजापुरात वेगळंच नाट्य घडत होतं. कोल्हापूर आणि पन्हाळा हातचा गेल्यामुळे आदिलशाहीचा मुख्य वजीर खवास खान जुनी युक्ती योजायचा विचार

करत होता. ती म्हणजे छत्रपती शिवाजी महाराजांना संपवण्यासाठी मोगलांशी हातमिळवणी करण्याची. १६७५ सालच्या ऑक्टोबर महिन्यात त्यानं बहादूर खानची, मोगलांच्या दखखनेतल्या नव्या सुभेदाराची भेट पंढरपुरात जातीनं घेतली आणि १६७५ साली मोगल-आदिलशाहीमध्ये नवा करार करण्यात आला. त्याच्या अटी अशा होत्या-

१. शिवाजी महाराजांवर आक्रमण करण्यासाठी खवास खानानं त्याचं संपूर्ण सैन्य पाठवावं.
२. मोगलांनी आदिलशाहीला अनिवार्य केलेला वार्षिक नजराणा बंद करावा.
३. सिकंदर आदिलशहाला (पैगंबरवासी अली आदिलशहाचा जेमतेम सहा वर्षांचा असलेला मुलगा) 'शहा' म्हणून मान्यता दिली जावी.
४. सिकंदरची सुंदर आणि बुद्धिमान बहीण, शहजादी शहर बानू बेगमचा विवाह एखाद्या मोगल शहजाद्याशी (औरंगजेबाच्या मुलांपैकी) केला जावा.

पुढे काय घडलं ते जाणून घेण्यापूर्वी विजापूरमध्ये चालू असलेली भांडणं समजून घ्यायला हवीत. तिथं दोन गट पडले होते. एक गट होता अफगाणिस्तानातून आलेल्या पठाणांचा आणि दुसरा होता धर्मांतरित झालेल्या दख्खनी मुसलमानांचा. सिकंदर खूपच लहान होता आणि त्याची आजी, बडी साहिबाचं खूपच वय झालं होतं. त्यामुळे दोघांनाही त्यांच्या साम्राज्यातली स्थिती सांभाळणं शक्य नव्हतं. एबिसिनियन असलेल्या खवास खानकडे सत्तेची ताकद होती. तो दख्खनी मुसलमानांना साथ देत होता. अफगाण्यांचा नेता असलेल्या बहलोल खानानं १६७५ सालच्या नोव्हेंबर महिन्यात खवास खानाला कपटानं कैद केलं आणि स्वतःला आदिलशाहीचा मुख्य वजीर म्हणून घोषित केलं. पद ग्रहण करताच त्यानं दख्खनी मुसलमानांना विजापूरपासून दूर पाठवायला सुरुवात केली. त्यातला एक दख्खनी मुसलमान होता, मिनाझ खान. त्याला सल्तनतीच्या पश्चिम सीमेवर मराठ्यांशी लढण्यासाठी पाठवलं गेलं. सापळ्यांमध्ये सापळे आणि कपटांमध्ये कपटं लपलेली होती. मिनाझनं बहलोल खानाविरूद्ध कट रचायला सुरुवात केली. बहलोल खानानं मिनाझ खानाला मेजवानीसाठी आमंत्रित करून संपवायचा कट आखला होता, पण मिनाझ त्यातून निसटला. त्यात बहलोल खानाचा एक माणूस मारला गेला. संतापलेल्या बहलोल खानानं १६७५ सालच्या जानेवारी महिन्यात, कैदेत असलेल्या खवास खानाला ठार केलं. अशा प्रकारे सन १६७५ सालचा मोगल-आदिलशाही करार निरुपयोगी ठरला. त्यानंतर मोगल सुभेदार बहादूर खान आणि आदिलशाहीचा मुख्य वजीर बहलोल खान यांच्यामध्ये युद्ध सुरू झालं.

सन १६७५च्या अखेरीस, शिवाजी राजे रायगडावर परतले आणि खूप आजारी पडले. ते आजारानं गेले अशी अफवा पसरली होती. पण त्या आजारातून ते काही आठवड्यांतच बरे झाले आणि त्यांनी लगेचच मोगलांविरुद्ध एक आक्रमक मोहीम आखली. जणू काही त्या मोहीमेची रचना त्यांनी अंथरुणावर पडल्यापडल्याच केली होती. सन १६७६च्या सुरुवातीला, मराठ्यांच्या घोडदळानं मोगलांच्या मुलखात धडक मारली आणि शहरांमागून शहरं लुटत ते औरंगाबादला जाऊन पोचले. मोगलांच्या प्रचंड मोठ्या घोडदळात प्रतिकाराची ताकद होती, म्हणून मराठ्यांनी त्यांच्याशी समोरासमोर युद्ध करण्याचं टाळलं. शत्रुसैन्यात फूट पाडून त्यांच्याशी लढणं ही मराठ्यांची युक्ती होती. इथंही त्यांनी तेच केलं. शत्रुसैन्याला दमवण्यासाठी त्यांचे चपळ घोडेस्वार मोगल सैन्याच्या तुकड्यांभोवती एखाद्या वावटळीसारखे घोंघावत फिरू लागले. मोगलांनी त्यांच्या काही सैन्य-तुकड्या मराठ्यांना पकडण्यासाठी पाठवल्या. पाठलाग करणाऱ्या मोगल सैन्याला मराठ्यांनी दूर एकान्ताच्या ठिकाणी नेलं. तिथं अनेक मराठा सैनिक दबा धरून बसले होते. अशा प्रकारे मोगल सैन्याला दमवून, चकवून नामोहरम केलं गेलं. पन्हाळ्यावरचे शिबंदीचे सैनिक आदिलशाही मुलखात जाऊन लूट करून येत असत.

आग्र्यामध्ये बसलेला औरंगजेब अतिशय निराश झाला आणि त्या भरातच त्यानं काही आतताई निर्णय घेतले. मोगल साम्राज्याच्या वायव्य सीमेवर लढणाऱ्या, आता मोहम्मद कुली खान झालेल्या पूर्वाश्रमीच्या नेताजी पालकरांना, पुन्हा दखखनमध्ये जाऊन शिवाजी महाराजांना संपवण्यासाठी बहादूर खानाला मदत करण्याचा हुकूम औरंगजेबानं दिला. तेव्हा पालकर ३००० धात/२००० सवार असलेले मनसबदार होते. (शिवाजी महाराजांनी आग्र्याहून सुटका करून घेतल्यावर त्यांना पदच्युत करण्यात आलं होतं) ते दखखनला गेले आणि औरंगाबादमध्ये बहादूर खानाला सामील झाले. एक दिवस शिवाजी महाराजांना खबर मिळाली की, कोणी एक मोगल मनसबदार त्यांच्या दारी आला आहे आणि त्याला शरण यायचं आहे. औरंगाबादहून कशीबशी सुटका करून घेतलेल्या मोहम्मद कुली खानाला पुन्हा हिंदू धर्मात यायचं होतं. शिवाजी महाराजांनी अतिशय प्रेमानं त्यांचं स्वागत केलं आणि १९ जून १६७६ रोजी काही विधी पार पाडल्यानंतर मोहम्मद कुली खान पुन्हा एकदा नेताजी पालकर झाले आणि त्यांनी हिंदूंप्रमाणे रहायला सुरुवात केली. ही खबर मिळाल्यावर औरंगजेबानं काय प्रतिक्रिया दिली, याची इतिहासात कुठंही नोंद नाही पण सुडापोटी तो जंजिऱ्याच्या सिद्दींना मदत करायला गेला. सन १६७६च्या पावसाळ्यात, मराठा साम्राज्याचे पेशवा, मोरोपंत पिंगळे आणि त्यांच्या सैनिकांनी सिद्दींशी लढण्यासाठी दांडा राजापुरी इथं तळ ठोकला. त्यानंतर जवळजवळ प्रत्येक वर्षी मराठे आधीपेक्षा मजबूत लढाऊ जहाजांसह आणि मोठ्या तोफगोळ्यांसह जंजिऱ्यावर आक्रमण करत राहिले, पण त्यांना म्हणावं तसं यश लाभलं नाही.

कर्नाटकातली मोहीम

सन १६७६ मध्ये कधीतरी मराठा साम्राज्याचे मुख्य न्यायाधीश निरोजी रावजी, दखखनचा मोगल सुभेदार बहादूर खानाला भेटले. या भेटीदरम्यान बहादूर खानाला मोठी रक्कम (लाच म्हणून) दिली गेली आणि शांतता करार केला गेला. शिवाजी महाराजांबरोबर युद्ध करून थकलेल्या बहादूर खानानं दखखनमधली शिबंदी कमी करायला सुरुवात केली. आता शिवाजी महाराजांना कर्नाटकाकडे लक्ष द्यायला थोडा वेळ होता. १७ व्या शतकात तमीळनाडूमध्ये असलेला हा भाग सुपीक जमिनी आणि संपत्ती ह्यांसाठी प्रसिद्ध होता. हा भाग ताब्यात आल्यावर मराठा साम्राज्याचा पाया भक्कम होणार होता. कोरोमंडल (चोलामंडलम) या तिथल्या गजबजलेल्या पूर्व किनाऱ्यावर इंग्रजांच्या गोदामांची रांग लागलेली होती. आरमाराच्या बाबतीत अतिशय महत्त्वाकांक्षी असलेल्या शिवाजी महाराजांनी त्यांची सागरी क्षितिजं रुंदावत भारताच्या पूर्व किनाऱ्यावर पाय रोवायचं ठरवलं. त्यातून व्यवसायाच्या अनेक संधी मिळणार होत्या. जहाजबांधणीची नवनवीन तंत्रं आणि नवे व्यापारी मार्ग कळणार होते. तीच वेळ योग्य होती. मोगलांच्या दखखनेतल्या सुभेदाराबरोबर शांतता करार केलेलाच होता. त्यामुळे मोगलांची धाड पडण्याचा धोका नव्हता. खवास खानाच्या मृत्यूनंतर आदिलशाहीत अनेक समस्या निर्माण झाल्या होत्या आणि विजापूर दरबारातला प्रत्येक सरदार तिथे पसरत चाललेल्या राजकीय कटकारस्थानांतून वाचण्याचा प्रयत्न करत होता. आदिलशाहीच्या कर्नाटकातील किनारी प्रदेशातही अनेक समस्या होत्या. हा प्रदेश दोन प्रशासकीय जिल्ह्यांमध्ये विभागलेला होता. उत्तरेकडे पुदुच्चेरीपर्यंतच्या भागाची व्यवस्था जिंजी किल्ल्यावरच्या मोहम्मद खानाकडे[५०] होती. दक्षिणेकडच्या भागाची व्यवस्था शेर खान या अफगाणी सरदाराकडे होती. त्याला बहलोल खानाचं संरक्षण होतं. या पार्श्वभूमीमुळे नासीर खान आणि शेरखान आपोआपच एकमेकांचे शत्रू झाले. शेर खानाला जिंजी आपल्याकडे घ्यायचा होता. त्यासाठी त्यांनी आधीच त्यावर आक्रमणही केलं होतं. (फ्रेंचांची मदत घेऊन) या प्रदेशाच्या पश्चिमेला शिवाजी महाराजांचे सावत्र भाऊ व्यंकोजी ह्यांची जहागीर होती. व्यंकोजी हे शहाजी राजे आणि त्यांची दुसरी पत्नी तुकाबाई ह्यांचे पुत्र होते. दक्षिणेत त्यापुढे तंजावर आणि मदुराई इथले हिंदू राजे होते. ते एकमेकांच्या नरडीचा घोट घ्यायला तयारच होते.

---

[५०] नासिर मोहम्मद खान हा माजी अबिसिनीयन मुख्य वजीर खान मोहोम्मदाचा मुलगा होता. अफझल खानाच्या सांगण्यावरून अली आदिल शहानं खान मोहम्मदला ठार केलं होतं. नासीर खान हा खवास खानाचा भाऊ होता. आदिलशाहीचा मुख्य वजीर असलेल्या खवास खानाला बहलोल खान या त्याच्या अफगाणी प्रतिस्पर्ध्यानं, १८ जानेवारी, १६७६ मध्ये ठार केलं होतं.

'युद्धात जशी बाहेरची आघाडी (किंवा सैन्य) असते, तशी एक आतली आघाडीही (राजकीय/मानसिक) असते आणि ती युद्धाच्या आणि शांततेच्या दोन्ही स्थितींमध्ये असते. आतली आघाडी राज्यकर्त्याचा इलाका असतो तर बाहेरील आघाडी सेनाधिकाऱ्यासाठी असते. आतली आघाडी कोसळली, तर बाहेरची आघाडीही डळमळीत होते. हे लक्षात घेऊन शिवाजी महाराजांनी शत्रूच्या आतल्या आघाडीवरच्या कमतरता समजून घेऊन त्याला आतून पोखरलं. बरेचदा त्यांच्यात धार्मिक, वांशिक, भाषिक असे वंशपरंपरागत भेद असत. भ्रष्टाचार असे, प्रोत्साहनाची कमतरता असे. राज्यकर्ता चतुर असेल, तर तो अशा भेदाचा फायदा घेऊन शत्रूला नामोहरम करू शकत असे. शिवाजी महाराजांनी त्यांच्या शत्रूंच्या, स्वार्थी, महत्त्वाकांक्षी असण्याचा आणि व्यावहारिक मतभेदांचा फायदा करून घेतला.' (संदर्भ : मेहेंदळे, २०११, पृष्ठ क्र. ६२०)

शिवाजी महाराजांच्या कर्नाटक मोहिमेच्या काही दिवस आधी, कर्नाटकाहून कोणी रघुनाथ हणमंते नावाची व्यक्ती त्यांना भेटायला आली होती. हा रघुनाथ म्हणजे कर्नाटकाचा, तिथल्या राजकीय, सामाजिक आर्थिक स्थितीचा चालताबोलता माहिती कोष होता. शिवाय त्याला कन्नड ही तिथली स्थानिक भाषा अवगत होती. शहाजी राजे आणि व्यंकोजी राजे ह्यांच्या एका विश्वसनीय सल्लागाराचा, नारो दीक्षितांचा तो मुलगा होता. सन १६७६ च्या सुरुवातीला हा रघुनाथ हणमंते शिवाजी महाराजांच्या सेवेत दाखल झाला.

कर्नाटक जिंकण्याची कल्पना रघुनाथकडून आली असणार. शिवाजी महाराज आणि रघुनाथ हणमंते या दोघांनीही कर्नाटक ताब्यात असण्याचं महत्त्व ओळखलेलं असणार. त्यांनी कदाचित असा विचार केला असणार– दख्खनचा आणि कोकणाचा बराचसा पश्चिम किनारा मराठ्यांच्या ताब्यात असल्यानं आता आदिलशाही सल्तनत, कापड आणि मसाले ह्यांसाठी चोलामंडलमवर अवलंबून असणार. मोगल सल्तनत मध्य आशियातल्या त्यांच्या ताब्यातल्या प्रदेशांमधून हजारो लढाऊ घोडे आयात करू शकत असे. पण आदिलशाहीला मात्र सागरी वाहतुकीतून घोडे मिळवण्यासाठी पूर्व किनाऱ्यांवर अवलंबून राहावं लागत असे. म्हणून चोलामंडलम ताब्यात घेऊन शिवाजी महाराज, आधीच दुर्बल असलेल्या आदिलशाही सेनेला आणखीनच शक्तिहीन करू शकले असते. दक्षिणेच्या पुढच्या भागात हिंदू राजांच्या एकमेकांशी आत्मघातकी लढाया चालूच होत्या. त्यात त्यांचा अस्त निश्चित होता. औरंगजेब त्याची बलाढ्य सेना घेऊन दख्खनमध्ये येण्याचीही दाट शक्यता होती. मोगलांचं आक्रमण रोखण्यासाठी आदिलशाही आणि कुतूबशाही ही दोन्ही साम्राज्यं असमर्थ होती. श्रीमंत कर्नाटकातून मिळणाऱ्या कराच्या पैशांतून मराठ्यांना आणखी मोठं सैन्य उभारता येणार होतं. जिंजीच्या किल्ल्यासारखे काही किल्ले आणीबाणीच्या वेळी सैन्याला आश्रय घ्यायला उपयोगी पडणार होते. आदिलशाहीच्या ताब्यातील

कर्नाटकातली दयनीय राजकीय स्थिती समजल्यावर शिवाजी महाराजांना त्यांच्या सावत्र भावाला व्यंकोजी राजांना तिथल्या राजकारणात महत्त्वाची सक्रीय भूमिका बजावायला पाठवायची इच्छा होती. या मोहिमेदरम्यान, शिवाजी महाराजांनी कुतूबशाहीशी हातमिळवणी करून आपली ताकद वाढवायचं आणि कुतूबशहाच्या मदतीनं जिंजी आणि वेल्लोर इथले बलाढ्य किल्ले घ्यायचं ठरवलं. शिवाजी महाराजांची ती तोपर्यंतची सर्वांत महत्त्वाकांक्षी योजना होती.

नवीन संघटना आकाराला येत होती. हैद्राबादला मराठ्यांचा वकील म्हणून निरोजी रावजींचा मुलगा प्रल्हाद ह्याची नियुक्ती केली गेली. दक्षिणेकडे निघण्यापूर्वी शिवाजी महाराजांनी, पेशवा मोरोपंत पिंगळे ह्यांच्यावर उत्तरेच्या सीमेवर लक्ष ठेवण्याची जबाबदारी सोपवली. सचिव अण्णा दत्तोंवर पूर्व सीमेची आणि वाकनीस दत्ताजी त्र्यंबकांवर अग्नेय प्रदेशाची जबाबदारी सोपवली. रायगडाची जबाबदारी रावजी सोमनाथांना दिली होती. मराठा साम्राज्याचे अधिकृत वारस, शिवाजे महाराजांचे पुत्र संभाजी राजे आता २० वर्षांचे होते. त्यांना कोकणातल्या रत्नागिरी जिल्ह्यातील प्रभानवल्लीचे सुभेदार म्हणून पाठवलं गेलं होतं. शिवाजी महाराजांनी संभाजी राजांना आपल्याबरोबर दक्षिणेला का नेलं नाही, रायगडाची जबाबदारी त्यांच्यावर का सोपवली नाही आणि रत्नागिरीतल्या फारशा महत्त्वाच्या नसलेल्या ठिकाणी त्यांना का पाठवलं गेलं; याबद्दल अनेक कथा सांगितल्या जातात. त्याबद्दल चर्चा करणं म्हणजे केवळ अंदाज बांधणं होईल.

हैद्राबादची भेट

शिवाजी महाराजांनी त्यांची मोहीम अगदी तपशिलासह आखली होती. आधी हैद्राबादला जाऊन ताना शाह या कुतूबशाहीच्या सम्राटाची त्याच्या गोलकोंडा या प्रचंड किल्ल्यात भेट घ्यायची ठरलं. अधिकृतपणे बलाढ्य मराठा सैन्य म्हणून ओळखलं जाणारं २०,००० उत्तम घोडदळ, ४०,००० पायदळ आणि असंख्य मजूर असलेलं शिवाजी महाराजांचं सैन्य, मराठा सरनौबत हंबीरराव मोहित्यांच्या नेतृत्वात रायगडाच्या पायथ्याशी ६ ऑक्टोबर १६७६ रोजी एकत्रित झालं. त्यांच्यामध्ये काही हजार संख्येत नागरी प्रशासकही होते. यावरून लक्षात येतं की, शिवाजी महाराज दक्षिणेकडे लूट करून उद्‌ध्वस्त करायला नाही तर जिंकून पुनर्निमाण करायला निघाले होते. तो दसऱ्याचा दिवस होता. त्याच दिवशी रामानं रावणावर विजय मिळवला होता. मराठा सैन्याच्या काही तुकड्या आधीपासूनच बेळगावात काम करत होत्या. नंतरच्या काही महिन्यांतच शिवाजी महाराजांनी १,००० किलोमीटरचा पल्ला पार करून ४ मार्च, १६७७ रोजी हैद्राबादमध्ये प्रवेश केला. कर्नाटकाच्या भूमीवरून भगवे झेंडे फडकवत जाणारं मराठ्यांचं प्रचंड मोठं घोडदळ आणि पायदळ कसं दिसत असेल, याची आता आपण केवळ कल्पनाच करू शकतो. शिवाजी महाराजांचा

प्रत्येक सैनिक तंग जाड सुती कापडाचा चुणीदार आणि घट्ट सदरा असा गणवेश धारण करत असे. त्यांची डोकी तुर्की फेट्यांनी झाकलेली असत आणि फेट्याचा एक शेव हनुवटीवरून घट्ट ओढून घेतलेला असे. त्यांच्या धोप तलवारी त्यांच्या कमरेच्या पट्ट्याला लावलेल्या असत आणि ढाली पाठीला लावलेल्या असत. कर्नाटकातल्या लोकांनी आपल्याला पाहावं, आपल्याबद्दल त्यांना आदर, भय, कौतुक वाटावं म्हणून ते तिथून दिमाखात गेले असणार आणि त्यांना पाहणाऱ्या प्रत्येकाच्या मनात हाच विचार असणार की, या बलाढ्य मराठा सैन्याचा उद्देश काय आहे, ते कुठं निघालं आहे आणि ते कोणावर आक्रमण करणार आहेत. त्यात नवल तर होतंच पण वेगळ्या प्रकारचं.

हैद्राबादच्या जवळ पोचताच काही निवडक सैनिक हैद्राबादच्या लोकांकडून अपेक्षित असणाऱ्या जंगी स्वागताचा स्वीकार करण्यासाठी सज्ज झाले. त्यांच्या फेट्यांवर लावायला मोत्यांचे सर दिले गेले. सोन्याची कडी, चमकणारी चिलखतं आणि सोन्याचं जरीकाम केलेले अंगरखे घालायला दिले गेले. अशा पद्धतीनं सज्ज झालेल्या सैन्यानं हैद्राबाद नगरात प्रवेश केला. हैद्राबादला त्याच्या सुंदर उद्यानांचा, दुतर्फा वृक्षराजीनं नटलेल्या पदपथांचा आणि श्वास रोखून धरायला लावणाऱ्या स्थापत्यांचा अभिमान होता. हैद्राबादच्या प्रवेशद्वारातून हजारोंच्या संख्येनं प्रवेश करणाऱ्या मराठा सैन्याला पाहणाऱ्यांच्या हृदयाचा ठोका चुकला असणार. शिवाजी महाराज आणि त्यांचे युद्ध सेनानी, धाडसी हंबीरराव मोहिते, आनंद राव, येसाजी कंक, सूर्याजी मालुसरे आणि मानाजी मोरे हे सगळे झूल घातलेल्या घोड्यांवर स्वार झाले. शिवाजी महाराजांचे ब्राह्मण सल्लागार डोक्यावर रुंद काठाची पगडी आणि गळ्यात मोत्यांचे सर घालून पालखीतून येत होते. रघुनाथ हणमंते, त्याचा भाऊ जनार्दन (तेव्हा त्याला तंजावरचा अनिभिषिक्त राजा मानलं जात होतं), हैद्राबादला नियुक्त केलेला मराठा वकील प्रल्हाद निरोजी, हेरखात्याचे प्रमुख दत्ताजी त्र्यंबक, लेखनिक बाळाजी आवजी आणि अन्य काही जण त्यांच्यात सहभागी होते. आपल्या 'नायकाला' पाहायला आलेल्या हैद्राबादच्या स्त्रियांची संख्या खूप मोठी होती. त्यांच्यासाठी 'शिवाजी', सर्वगुणसंपन्न आणि आदरणीय राजे होते. त्यांचं स्वागत करण्यासाठी काही जणी हातात दिवे घेऊन उभ्या होत्या तर काही त्यांना आशीर्वाद देत होत्या. कुतूबशाहीचा सम्राट म्हणजे दिवंगत अब्दुल्लाह कुतूबशहाचा जावई होता. त्याचे मंत्री असलेले, मदाण्णा आणि अक्काण्णा बंधू हे ब्राह्मण होते. खरं तर त्यातला मदन हा पडद्यामागून राज्यकारभार चालवत होता. कुतूबशाही सम्राट ताना शाह आणि छत्रपती शिवाजी महाराज ह्यांची शाही भेट, गोवळकोंड्याच्या बालाहिसार बारादरीमध्ये झाली. या भेटीमध्ये मौल्यवान भेटवस्तू दिल्या-घेतल्या गेल्या.

त्या वेळी प्रत्यक्षदर्शी असलेल्या डच व्यक्तीनं लिहिलं आहे, 'राजे शिवाजी एका दारातून प्रवेशले तर यजमान दुसऱ्या दारातून आले. कुतूबशहा वेगळ्या दारातून आला. ते सर्व जण त्यांच्यासाठी सज्ज केलेल्या बैठकीवर बसले आणि चर्चेला सुरुवात झाली. ही भेट चालू असताना भेटीच्या दिवाणखान्याभोवती ६,००० मराठा सैनिक होते. ते इतक्या सावकाश फिरत होते की माशी उडाली असती, तर तिच्या पंखाचाही आवाज ऐकता आला असता.' (संदर्भ : ॲनॉन, १९३१, पृष्ठ क्र. ३५०)

मराठा-कुतूबशाही करार केला गेला. त्याच्या अटी अशा होत्या-

१. मिर्झा अमीनच्या नेतृत्वामधली ४,००० पायदळ आणि १,००० घोडदळ असलेली कुतूबशाही सैन्य-तुकडी आदिलशाही कर्नाटकात मराठ्यांबरोबर असावी.
२. या मोहिमेदरम्यान कुतूबशहाने शिवाजी महाराजांना दर दिवशी ३,००० होन (१५,००० रुपये) द्यावेत.
३. शिवाजी महाराजांनी कुतूबशहाला त्यांच्या प्रदेशातील काही भाग द्यावा.

पण हा करार साफ फसला कारण शिवाजी महाराजांनी कुतूबशहाला कोणताही प्रदेश दिला नाही आणि कुतूबशहानंही शिवाजी महाराजांना पैसे देणं थांबवलं.

हैद्राबादमध्ये महिनाभर मुक्काम केल्यावर मराठा सैन्य दक्षिणेकडे कृष्णा नदीच्या दिशेनं निघालं आणि नल्लमलाई पर्वत रांगांमध्ये असलेल्या श्रीगिरी या पवित्र आणि प्राचीन डोंगरावरच्या श्रीशैल्यम मंदिराला त्यांनी भेट दिली. दुसऱ्या शतकात बांधलेल्या त्या भव्य मंदिर परिसराभोवती राखाडी रंगाच्या कापलेल्या दगडांची (३२०० संख्येच्या) वळणं घेत जाणारी भिंत होती. त्या भिंतीवर सुंदर शिल्पं कोरलेली होती. तेव्हापासूनच हे मंदिर बारा ज्योतिर्लिंगांपैकी एक मानलं जातं. पवित्र अशा १८ शक्तिपीठांमध्येही याची गणना केली जाते. हे स्थळ श्वास रोखून धरायला लावणाऱ्या नैसर्गिक सौंदर्यासाठीही प्रसिद्ध आहे. शिवाजी महाराजांनी श्रीशैल्यममध्ये दहा दिवस मुक्काम केला. तिथलं शांत-एकान्त वातावरण त्यांना भावला असावं. असं म्हणतात की, आपलं शिर कापून ते श्रीशैल्यमला अर्पण करण्याची शिवाजी महाराजांची इच्छा होती. कारण प्राण सोडण्यासाठी याहून उत्तम स्थान नाही, अशी त्यांची भावना होती. पण त्यांच्या मंत्रीमंडळानं त्यांना त्यापासून परावृत्त केलं.

सन १६७७च्या एप्रिल महिन्याच्या पहिल्या आठवड्यात शिवाजी महाराजांनी त्यांच्या सैन्यासह श्रीशैल्यम सोडलं आणि ते जिंजीच्या किल्ल्याच्या परिसरात पोचले. उत्तरेला कृष्णगिरी, पश्चिमेला राजागिरी आणि अग्नेय दिशेला चंद्रयानदुर्गम (तमीळनाडू राज्यात) अशा तीन पर्वतांच्या परिसरात हा किल्ला बांधलेला होता. त्या तीनही पर्वतांवर किल्ला पसरलेला होता. प्रत्येक पर्वतावर त्याची वेगळी इमारत

होती. ११ चौरस किलोमीटर आवाराभोवतीची किल्ल्याची अनेक किलोमीटर लांबीची भिंत तीनही पर्वतांना जोडत होती. २४० मीटर उंचीवर बांधलेल्या किल्ल्याच्या संरक्षणासाठी त्याच्याभोवती रुंद खंदक केलेला होता. किल्ल्यामध्ये सात मजली इमारत, धान्याचं कोठार, कैदखाना आणि मंदिर अशी बांधकामं होती. अर्धवर्तुळाकृती मनोरे असलेली कुंपणाची भिंत ही त्या काळातली अशा प्रकारची पहिलीच भिंत होती. कृष्णगिरीच्या भोवतीची ही भिंत पुढे पूर्वेला असलेल्या चंद्रदुर्गयानाच्या कड्यावरून जात तिन्ही पर्वतांना जोडत गेल्यामुळे त्रिकोणाकृती तयार झाली होती. किल्ल्याला घातलेल्या वेढ्याचा सामना करण्यासाठी तोफखान्याची व्यवस्था केल्यावर कृष्णदुर्गम आणि कुसुमलाई हे अन्य पर्वतही चंद्रयानदुर्गमच्या नैर्ऋत्य कड्यासारखे बांधून काढले गेले. वेढ्यातून होणाऱ्या तोफांच्या माऱ्यापासून संरक्षण करण्याकरता ही सोय केली होती. आकाश निरभ्र असताना पूर्वेच्या क्षितिजापर्यंत बंगालची खाडी चमचमताना दिसत असे. यामुळे जिंजीचा किल्ला हा एक भक्कम सैनिकी तळ ठरला होता. इथून चोलामंडलमच्या महत्त्वाच्या बंदरांचं रक्षण केलं जाऊ शकत होतं.

आधी सांगितल्याप्रमाणे आदिलशाही कर्नाटकातल्या उत्तरी सागरकिनाऱ्याची व्यवस्था बघणारा नासीर मोहम्मद खान, चिंताक्रांत होता. आदिलशाहीचा मुख्य वजीर असलेल्या त्याच्या भावाला, खवास खानाला बहलोल खानानं ठार केलं होतं. आता बहलोल खानाचा विश्वासू असलेला शेर खान त्याच्यावर टपला होता. मराठ्यांचं सैन्य जिंजीच्या दिशेनं निघालं आहे, ही खबर मिळताच त्यानं शरण जाण्याची तयारी केली. त्यानं किल्ला शिवाजी महाराजांच्या ताब्यात दिला आणि तो पळून गेला. रक्तपाताविना मिळालेला हा विजय अनेकांसाठी आश्चर्याचा धक्का होता. शिवाजी महाराजांनी तिथं नवी तटबंदी उभारण्यासाठी, खंदक खोल करण्यासाठी, मनोरे आणि बुरूज बांधण्यासाठी मजूर कामाला लावले. मोगलांनी अचानक हल्ला केला तर त्याला तोंड देण्यासाठी सुरक्षित स्थान ते निर्माण करत होते. किल्ल्याच्या संरक्षणासाठी मराठा शिबंदीची व्यवस्था लावून त्यांनी त्यांच्या सैन्यासह वेल्लोरकडे कूच केलं. कराल मगरींनी व्याप्त असा खोल खंदक असलेला वेल्लोरचा किल्ला हा दक्षिण भारतातला एक बळकट किल्ला होता आणि अब्दुल्लाह खान हा अबिसिनी त्याचा राखणदार होता. किल्ल्याची बाह्य तटबंदी तिच्यावरून हत्ती चालू शकेल इतकी रुंद होती. मराठ्यांनी युद्धाची पारंपरिक पद्धत अनुसरून किल्ल्याला वेढा दिला. २० जून १६७७ रोजी शिवाजी महाराजांनी वेढा सोडला आणि शेरखानाशी लढण्यासाठी ते दक्षिणेकडे गेले. कर्नाटकाच्या पठारावर आक्रमण करणाऱ्या मराठा सैन्याचा जणू पूर लोटला होता. या पुरात केवळ काहीच भक्कम ठिकाणं एखाद्या बेटासारखी तग धरू शकली आणि काही काळ मराठा सैन्याच्या लाटांशी सामना करत राहिली.

या मोहिमेदरम्यान युरोपीयांनी शिवाजी महाराजांची भेट घेतली. सन १६७७च्या ऑगस्ट महिन्यात दोन डच माणसांनी शिवाजी महाराजांच्या तळाला भेट दिली. त्या भेटीचा तपशील असा- रघुनाथ हणमंते आणि जनार्दन यांच्याबरोबर राजे प्रवेश करेपर्यंत त्यांनी वाट पाहिली. राजे बसले. त्यांच्या एका बाजूला रघुनाथ आणि पुढे जनार्दन बसले. राजांपासून १.५ मीटर अंतरावर डच माणसं बसली. त्यांचं म्हणणं ऐकून घेऊन आणि त्यांनी दिलेल्या भेटवस्तूंचा स्वीकार करून राजांनी त्यांना मदत करण्याचं आश्वासन दिलं आणि त्यांना जाण्याची परवानगी दिली. राजांनी त्यांच्याकडे डच प्रमुखासाठी भेटवस्तू दिल्या. ऐतिहासिक नोंदींमध्ये असं आढळून येतं की, शिवाजी महाराजांच्या तळावर कोणताही डामडौल, स्त्रिया, सामान असं काही नव्हतं. तिथे दोन छोटे साधे कापडी तंबू होते. एक त्यांच्यासाठी आणि एक त्यांच्या मंत्र्यांसाठी.

डचांना एक आश्चर्याचा धक्का होता- शिवाजी महाराजांना डचांसाठी फायद्याचा असणारा गुलामांचा व्यापार बंद करायचा होता. सन १६५९ ते १६६१ दरम्यान मध्य कोरोमंडलच्या बंदरांवरून ८,००० ते १०,००० गुलाम देशाबाहेर पाठवले गेले होते. मद्रासमध्ये इंग्रजांनी अधिकृत रितीनं देशांतर्गत गुलामीला सुरुवात केली होती आणि तो व्यापार डचांमार्फत केला जात असे.

दक्षिणेतले अनेक प्रांत जिंकून घेतल्यावर शिवाजी महाराजांनी डच कंपनीला एक पत्र लिहिलं होतं. त्याचा सारांश असा- 'मूरीश (मुसलमानी) सरकारच्या काळात, तुम्हांला इथून (कर्नाटकातून) पुरुष गुलाम आणि स्त्री गुलाम खरेदी करण्याची आणि कोणत्याही नियमाविना त्यांची वाहतूक करण्याची परवानगी होती. परंतु मी या प्रदेशाचा स्वामी असेपर्यंत तुम्हांला असं करता येणार नाही. जर तुम्ही असं केलंत आणि गुलाम घेऊन आलात तर माझी माणसं तुम्हांला विरोध करतील आणि ते थांबवण्यासाठी आवश्यक ते सर्व उपाय योजतील.' (संदर्भ : मेहेंदळे, २०११, पृष्ठ क्र. ५४१)

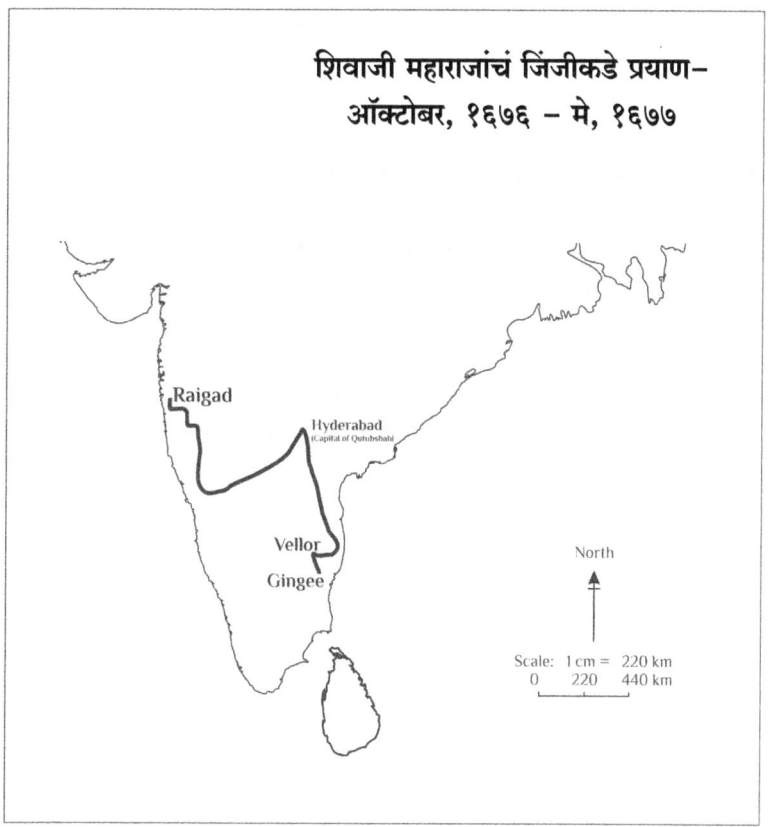

नकाशा– ८– शिवाजी महाराजांची दख्खन मोहीम

प्रकरण - १२

विजय आणि दु:ख

नेपोलियनच्या काही प्रसिद्ध वचनांमधलं एक आहे- 'एखाद्या राष्ट्राकडे जेव्हा मुळातच केंद्रीय सत्तेसाठी आणि सैनिकी संघटनासाठी कार्य करणारं कार्यस्थ आणि अकार्यस्थ अधिकारी मंडळ नसतं, तेव्हा तिथं सैन्य उभारणी करणं कठीण असतं.'

पण शिवाजी राजांकडे तर यातलं काहीच नव्हतं....अगदी काहीही नव्हतं.

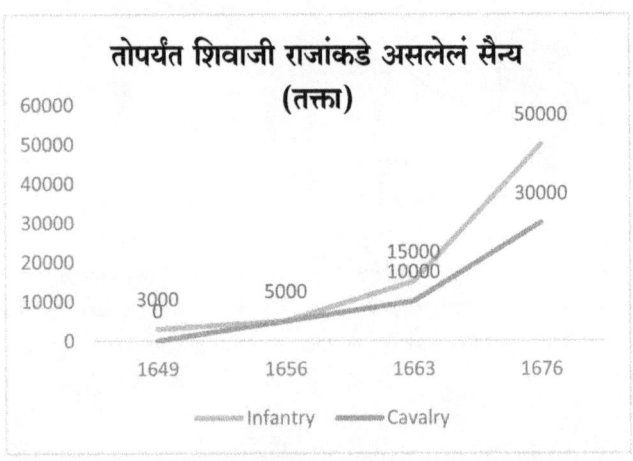

आकृती- १४- तोपर्यंत शिवाजीराजांच्या सैन्यात झालेली वाढ

जनतेशी कसं वागायचं, याविषयी शिवाजी राजांनी त्यांच्या सैन्याला कडक निर्बंध घातले होते. तरीही सारं कर्नाटक भयग्रस्त झालं होतं. शिवाजी राजांनी नव्यानंच जिंकून घेतलेला प्रदेश अजून विभागला नव्हता आणि कुतूबशहानंही त्यांचा दररोजचा ३,००० होनांचा नजराणा अचानक बंद केला होता. पण राजांना तर पुढची वाटचाल करण्यासाठी निधीची आवश्यकता होती. म्हणून त्यांनी चोलामंडलम

किनारपट्टीवरच्या प्रमुख्य व्यापाऱ्यांना पत्रं पाठवली आणि त्यांच्याकडे २,००,००० होन (दशलक्ष रुपये) कर्जाची मागणी केली, पण ती मागणी फेटाळली गेली. त्यामुळे मराठ्याच्या सैन्यानं त्या प्रदेशातल्या धनाढ्य लोकांकडून पैसा गोळा करायला सुरुवात केली. दरम्यान शेरखानाची आगेकूच सुरूच होती. त्याच्या सैन्यात ३००० घोडदळ आणि ४००० पायदळ होतं. मराठे त्यांच्यावर आगपाखड करत होते. वाटेत येणारा मुलूख ताब्यात घेत पुढे जात होते. पण शेरखानानं त्याचा इरादा अचानक बदलला. तो मागे वळला आणि लूटमार करणाऱ्या मराठा सैन्याला भिडला. खरं तर ही त्याची मोठीच चूक होती. कारण मराठ्यांच्या झंझावाताला घाबरलेलं त्याचं सैन्य सैरावैरा पळू लागलं. पूर्णपणे लुटले गेलेले बरेचसे घोडेस्वार पदुच्चेरीतून उत्तरेच्या दिशेनं पळाले आणि मग नाहीसे झाले. पळून जाताना त्यांनी मागे ठेवलेले घोडे मराठ्यांनी युद्धातली लूट म्हणून ताब्यात घेतले. थकल्या भागलेल्या शेरखानानं ५ जुलैला युद्धबंदी जाहीर केली आणि तो शिवाजी राजांना शरण आला. त्यानं त्याचा प्रदेश तर शिवाजी राजांना देऊन टाकलाच पण खंडणी म्हणून २०,००० होनही दिले. मराठ्यांनी त्याच्या मुलाला ओलीस ठेवून घेतलं. शेरखान २०,००० होनपेक्षा जास्त खंडणी देऊ शकला नाही. त्याला म्हैसूरला पाठवण्यात आलं. सन १६७८ च्या फेब्रुवारीत मराठ्यांनी त्याच्या मुलाला सोडून दिलं. परिणामत: मराठ्यांनी वेढा दिलेला वेल्लोरचा किल्ला त्यांच्या ताब्यात गेला.

दरम्यान, दक्षिणेमधल्या नव्यानं ताब्यात घेतलेल्या किल्ल्यांची डागडुजी करण्यासाठी शिवाजी राजांनी कुशल कारागिरांची नेमणूक केली. त्या किल्ल्यांच्या जुन्या तटबंद्या उतरवून तिथे नव्या तटबंद्या बांधल्या गेल्या. नव्यानं किल्ले बांधण्यासाठी मोठमोठ्या खडकांमध्ये मराठ्यांनी केलेल्या स्फोटांनी कर्नाटक हादरवून टाकलं. प्रत्येक नव्या किल्ल्यामध्ये पावसाचं पाणी साठवण्यासाठी तलाव बांधले गेले. अर्थातच शिवाजी राजे अणीबाणीच्या काळासाठी इथं सैनिकी तळ तयार करत होते. शिवाजी राजे कोलेरून नदीच्या किनारी तळ ठोकून राहिलेले असताना त्यांचे सावत्र भाऊ त्यांची भेट घेण्यासाठी आले. त्या भेटीतून विशेष काही निष्पन्न झालं नाही, पण त्यांनी आठवडाभर मुक्काम मात्र केला.

ऑक्टोबर १६७७मध्ये कर्नाटकातला बराचसा प्रदेश आणि सैनिकी तळ जिंकून घेतल्यानंतर आणि कावेरी नदीच्या उत्तरेचा जवळपास सर्व प्रदेश ताब्यात घेतल्यावर शिवाजी राजे रायगडाकडे निघाले, तेव्हा शिवाजी राजांचे सावत्र भाऊ व्यंकोजींनी शत्रूशी हातमिळवणी केली आणि शिवाजी राजांचं सैन्य कर्नाटकातून बाहेर काढण्यासाठी दोन्ही सैन्यं एकत्र केली. पुन्हा युद्ध झालं आणि व्यंकोजींचा पराभव झाला. त्या वेळी राजांनी व्यंकोजींना एक पत्र लिहिलं होतं- 'तुम्ही आमच्यावर चाल करून आल्यावर तुमची बरीचशी माणसं कापली गेली. तेरा वर्षं तुम्ही संपूर्ण जहागिरीचा (शहाजी राजांची बेंगळुरूची जहागीर) उपभोग घेतला

आणि आम्ही तुम्हांला तो घेऊ दिला. पण आता मात्र बेंगळुरू, कोलार, शिराळ आणि हासकोट इथले किल्ले खाली करा.' शिवाजी राजांनी त्यांना पन्हाळ्याजवळची मोठी जागा देऊ केली होती, पण व्यंकोजींनी तो प्रस्ताव नाकारला. त्यांनी राजांना कोलार देऊन टाकलं. सभासदांनी दिलेल्या अंदाजानुसार शिवाजी राजांनी जिंकून घेतलेल्या कर्नाटकातल्या प्रदेशातून त्यांना प्रती वर्ष २ दशलक्ष होन (साधारणपणे दहा दशलक्ष रुपये) इतका कर मिळत असे आणि त्या प्रदेशात त्यांनी जिंकलेले किंवा बांधलेले १०० किल्ले समाविष्ट होते. (संदर्भ : सरकार, २००७, पृष्ठ क्र. २३७)

शिवाजी राजे रायगडावर पोचण्यापूर्वीच मराठ्यांनी पूर्वेच्या चोलामंडलम किनाऱ्यावर जोरदार सागरी हालचाली सुरू केल्या होत्या. रघुनाथ हणमंतेंनी काही महिन्यांतच कर्नाटकात १०,००० पेक्षा अधिक घोडदळ आणि पायदळ उभारण्यात यश मिळवलं. काही काळानं मराठ्यांचे सरनौबत हंबीरराव हे रायगडावर परत गेले. शिवाजी राजांच्या अनुपस्थितीत मोरोपंत पिंगळे आणि अण्णाजी दत्तो ह्यांनी स्वराज्याचा कारभार चोख सांभाळला होता.

'या मोहिमेच्या अखेरीस, उत्तरेत नाशिकपासून पूर्वेला चोलामंडलम किनाऱ्यापर्यंतच्या प्रदेशावर शिवाजी राजांची सत्ता प्रस्थापित झाली होती. थोडेफार प्रदेश विजापूर आणि गोवळकोंडा साम्राज्याच्या अधीन होते. राजांची कीर्ती साऱ्या भारतात पसरली आणि पश्चिमेतील मोहिमांवर त्यांचं नाव अतीव आदरानं घेतलं जाऊ लागलं. त्या वेळी मोठ्या सत्ताधीशांमध्ये शिवाजी राजांची गणना होऊ लागली होती.

समजा दक्षिणेतील सत्तेत परिवर्तन करायची वेळ आलीच असती, तर ते शिवाजी राजांशी संघर्ष केल्याशिवाय किंवा त्यांच्या मदतीशिवाय होऊच शकलं नसतं.' (संदर्भ : पळसोकर, २००३, पृष्ठ क्र. २२७)

शिवाजी राजे दूर कर्नाटकात असताना, दख्खनेत एक वेगळंच नाटक घडत होतं. मराठ्यांबरोबर शांततेचा करार केलेला दख्खनचा मोगल सुभेदार, बहादूर खान, शिवाजी राजांच्या कर्नाटक विजयाची बातमी ऐकून भयचकित झाला. त्याचा स्वामी अर्थात औरंगजेबही चरफडू लागला. तोपर्यंत बहादूर खानानं आदिलशाहीच्या बहलोल खानाशी निरर्थक लढाया करून मोगल सैन्याला दमवण्याशिवाय अन्य काहीच कामगिरी केलेली नव्हती. बहलोल खानाप्रमाणेच अफगाण असलेल्या दिलेर खानाच्या मध्यस्थीनं, बहादूर खानाला पुन्हा एकदा आदिलशाहीशी शांततेचा करार करावा लागला. हा करार म्हणजे त्याच्यासाठी जखमेवर मीठ चोळण्यासारखंच होतं. दख्खनेतल्या अशा निराशाजनक परिस्थितीनं कावलेल्या औरंगजेबानं, १६७७ सालच्या ऑगस्टमध्ये बहादूर खानाला दरबारात हजेरी लावायचा हुकूम केला आणि दिलेर खानाला दख्खनचा सुभेदार म्हणून नेमलं. औरंगजेबाकडे अन्य पर्यायच नव्हता. कारण त्या वेळी त्याच्याकडे एकही

सक्षम सरदार नव्हता आणि कट्टर स्वामिभक्त असलेला एकही मनसबदार नव्हता. दिलेर खानालासुद्धा शिवाजी राजांविरुद्ध मोहीम उघडण्यासाठी आदिलशाही सैन्याची साथ लाभली नाही. याची दोन कारणं होती. एक म्हणजे- पावसाळा सुरू झाला होता आणि पावसाळ्याच्या दिवसात कोकण किनाऱ्यावरच्या डोंगरदऱ्यांत जाणं अविचाराचं ठरलं असतं. दुसरं कारण म्हणजे, आदिलशाहीला, कर्नाटकात पसरलेल्या मराठा सैन्यापासून त्यांच्या साम्राज्याचं रक्षण करण्यासाठी त्यांच्या दक्षिणी सीमांवर पुरेशी शिबंदी ठेवणं आवश्यक होतं. दिलेरखानाला आपण किती कार्यक्षम आहोत हे औरंगजेबाला दाखवून द्यायचं होतं. त्यामुळे त्यानं बहलोल खानाला बरोबर घेऊन कारण नसताना कुतूबशाहीवर हल्ला केला आणि थोडंफार यश मिळवलं. सन १६७७च्या डिसेंबर महिन्यात, गुलबर्ग्यामध्ये बहलोल खानाचं निधन झालं. त्यानंतर त्याचा उजवा हात समजला जाणारा जमशेद खान हा अफगाण त्याच्या जागी सत्तेवर आला. त्यानंतर त्यानं सर्व सत्ता, विजापूर दरबारातल्या तुकड्या-तुकड्यांत विखुरलेल्या दख्खनी सरदारांकडे सोपवली. (दख्खनी मुसलमान आणि अफगाण ह्यांच्यामध्ये चालू असलेला जुना विवाद आता ऐन भरात आला होता.) त्यांचा नेता असलेला सिद्दी मसूद (पन्हाळ्याच्या युद्धातल्या सिद्दी जौहरचा जावई) आदिलशाहीचा प्रमुख वजीर झाला होता. या सिद्दी मसूदनं पैगंबरवासी झालेल्या बहलोल खानाच्या अनुयायांशी छोट्या-छोट्या लढाया सुरू केल्या आणि विजापूरात अनागोंदी माजली.

औरंगजेबाचा विश्वासघात

मोगल साम्राज्यातला सर्वांत शक्तिशाली राजपूत सरदार, मिर्झा राजे जयसिंगाला देवाज्ञा होऊन बराच काळ लोटला होता. आता जसवंत सिंग राठोड हा मोगल साम्राज्यासाठी वायव्य सीमांवरच्या दुर्गम भागांमध्ये लढत होता. मोगलांसाठी लढताना त्याचे दोन मुलगे कामी आले होते. त्याचा तिसरा मुलगा पृथ्वी हा मारवाडमधल्या (जोधपूर) त्यांच्या साम्राज्याचा कारभार बघत होता. तोपर्यंत साम्राज्याच्या अधीन असलेलं जोधपूर साम्राज्याला जोडून घ्यायची औरंगजेबाला इच्छा होती. त्यानं तरुण पृथ्वीला आपल्या दरबारात आमंत्रित केलं आणि मानाची वस्त्रं देऊन त्याचा सन्मान केला. पण ती वस्त्रं विषामध्ये भिजवून वाळवलेली होती. 'जुलमी आणि कपटी औरंगजेबानं जसवंत सिंगाला अफगाणिस्तानात लढाईवर पाठवलं (१६३८-१६७८) आणि मग त्याच्या मुलाला, पृथ्वीला आपल्या दरबारात हजर होण्याचं आमंत्रण दिलं. तो आल्यावर त्याचं चांगलं स्वागतही केलं. त्याच्याशी मैत्री करण्याचं नाटक करत त्याला अतिशय सुंदर अशी वस्त्रं भेट दिली. दरबाराच्या रिवाजाप्रमाणे पृथ्वीनं लगेचच ती वस्त्रं अंगावर चढवली. तोच त्याच्या आयुष्याचा अखेरचा दिवस ठरला. तो जेव्हा त्याच्या दालनात परतला

तेव्हा अतीव वेदनेनं त्याचा मृत्यू झाला.' (संदर्भ : मसकील आणि मेयर, २००१, पृष्ठ क्र. १६७).

आपल्या मुलाला मिळालेल्या अशा क्रूर मृत्यूची बातमी मिळताच दुःखावेगानं जसवंत सिंगानं त्याच्या तळावरच प्राण सोडले. जसवंत सिंगाच्या मृत्यूनंतर औरंगजेब घाईघाईनं राजस्थानातील अजमेरला गेला आणि त्यानं त्याच्या सैन्याची एक तुकडी मारवाडमध्ये सोडून दिली. त्या वेळी मारवाडमधले सर्व राजपूत लढवय्ये, मोगल साम्राज्यासाठी (औरंगजेबासाठी) वायव्य सीमांवर लढत होते. त्यामुळे मारवाडवर विजय मिळवणं सोपं आहे, असं औरंगजेबाला वाटलं पण तिथं जे घडलं त्यानं औरंगजेबाला धक्का बसला. जोधपूरमधले तरुण, शेतकरी आणि अन्य जनता ह्यांनी औरंगजेबाच्या सैन्याशी कडवा मुकाबला केला. या युद्धात हजारोंची कत्तल झाली आणि अखेरीस मारवाड मोगल साम्राज्यात सामील केलं गेलं. मोगलांनी तिथल्या राजघराण्यातला खजिना, संपत्ती जप्त केली आणि मारवाडला मोगल साम्राज्याचा हिस्सा म्हणून घोषित केलं. त्या वेळी जसवंत सिंगाच्या दोन पत्नी गरोदर होत्या. जसवंत सिंगाचा कोणीही पुरुष वारस शिल्लक राहू नये म्हणून औरंगजेबाच्या सैनिकांनी त्या दोघींचा केलेला पाठलाग तर भयानक होता. जोधपूरचा एक प्रमुख लढवय्या असलेला दुर्गादास राठोड, त्या दोघींना एका सुरक्षित गुप्त ठिकाणी घेऊन गेला. त्यातल्या एकीनं मुलाला जन्म दिला. त्याचं नाव ठेवलं गेलं, 'अजीत सिंग'. तो जसवंत सिंगाचा वारस ठरला. अजीत सिंगाचं पालनपोषण मोगलांच्या राजेशाही जनानखान्यात केलं जावं आणि जर अजीत सिंगला मुस्लीम म्हणून वाढवलं गेलं, तर त्याला जोधपूरच्या सिंहासनावर बसवलं जाईल असा प्रस्ताव औरंगजेबानं ठेवला. दुर्गादासानं तो प्रस्ताव नाकारला. अनेक वर्षं तो मोगलांशी संघर्ष करत राहिला.

खाली दिलेल्या घटना, 'Aurangjeb, as he was according to Mughal records' (औरंगजेब, मोगल नोंदींमध्ये आहे तसा)' या F-CT, इंडियातर्फे लावलेल्या प्रदर्शनावर आधारित आहेत. या प्रदर्शनात भारतातील राजस्थान इथल्या बिकानेर संग्रहालयात[५१] जपून ठेवलेली औरंगजेबानं काढलेली फर्मानं आणि हुकूम यांच्या मूळ पर्शियन प्रतींचा समावेश आहे आणि त्यावरच हे प्रदर्शन आधारित आहे.

युद्धाच्या काळात औरंगजेबाचं देवळं फोडण्याचं वेड आणखीनच वाढत असे. त्याच्या या वेडापायी सन १६७९ मध्ये, महाराजा जसवंत सिंगाच्या मृत्यूनंतर लगेचच देवळं फोडण्याचा धार्मिक विक्रम करण्याचं श्रेय त्याच्या पदरात पडलं. ऐतिहासिक

[५१] इथे राजपुतान्यातील राज्यांसंबंधीच्या माहितीचा संग्रह आहे. या संग्रहात अखबारातमधले (वर्तमानपत्र) उतारे समाविष्ट आहेत. त्यामध्ये मोगल दरबारात घडणाऱ्या दैनंदिन कारभाराच्या नोंदी आढळतात. दिवसाच्या शेवटी, सम्राट त्या नोंदी नजरेखालून घालत असे आणि त्यात आवश्यक त्या सुधारणा सुचवत असे.

दाखल्यांनुसार, घराण्याची मोठी परंपरा (महाराणा प्रताप) लाभलेला, मेवाडचा (उदयपूर) महाराणा राज सिंग हा जोधपूरच्या राठोडांना मदत करायला उघडपणे समोर आला. त्यामुळे मोगलांनी उदयपूर आणि जोधपूर दोन्हींशी युद्ध पुकारलं. या युद्धाच्या वेळी औरंगजेबाच्या हुकूमानुसार राणाच्या तळ्याच्या काठी असलेली देवळं फोडली गेली. (अखबारात, २३ डिसेंबर १६७९) २५ मे १६७९, रविवारी, खान जहान बहादूर हा औरंगजेबाचा एक सैन्याधिकारी जोधपूरहून आला होता. त्यानं त्याच्याबरोबर तिथं फोडलेल्या देवळातल्या मूर्तींचे भग्नावशेष गाड्या भरभरून आणले होते. औरंगजेबानं त्याची प्रशंसा केली आणि त्या मूर्ती तुडवल्या जाव्यात म्हणून जामा मशिदीच्या मैदानात (जिलौखाना) आणि मशिदीच्या पायऱ्यांमध्ये बसवायचा हुकूम दिला. सोन्या-चांदीच्या, तांब्याच्या, दगडाच्या त्या मूर्तींमधल्या बऱ्याचशा मूर्ती रत्नजडितही होत्या. मोगलांच्या अशा असभ्य आणि उद्दाम कारभारामुळे हिंदू क्रोधित झाले, दुखावले गेले. सन १६८१ च्या जून महिन्यात, हिंदूंचं मोठं श्रद्धास्थान असलेलं ओडिशातलं जगन्नाथ मंदिर पाडण्याचा हुकूम दिला गेला (अखबारात, १ जून, १६८१). त्यानंतर काही काळानं, म्हणजे सन १६८२ च्या सप्टेंबर महिन्यात, सम्राटाच्या आदेशानुसार बनारसमधलं बिंदू-माधव मंदिरही पाडण्यात आलं (अखबारात, २६ जुलै). दुर्गादास राठोडच्या संरक्षणात औरंगजेबाचा मुलगा अकबर, शिवाजी राजांच्या मुलाला, संभाजी राजांना येऊन मिळाला. १ सप्टेंबर १६८१ च्या दरम्यान ही बातमी कळल्यावर रागानं काळानिळा झालेला औरंगजेब दख्खनेकडे यायला निघाला. त्यानं त्याच्या सैनिकांना वाटेतली सर्व देवळं फोडण्याचा आदेश दिला (अखबारात, २५ जुलै).

नव्यानं बांधलेल्या आणि जुन्या देवळांमध्ये भेदाभेद न करता ती पाडावीत असा 'समजूतदार' आदेश दिला गेला होता. औरंगजेबानं त्याच्या धार्मिक उन्मादामध्ये त्याच्याशी निष्ठा राखणाऱ्या आणि मित्रत्वाचे संबंध असलेल्या अंबेर राज्यातल्या, गोणेरच्या प्रसिद्ध जगदीश मंदिरासारखी देवळंसुद्धा जमिनदोस्त केली. देवळं उद्ध्वस्त करण्याचा त्याचा उत्साह त्याच्या आयुष्याच्या अखेरीपर्यंत तसाच होता. १ जानेवारी १७०५ मध्ये त्यानं पंढरपूरचं देऊळ पाडण्याचा हुकूम दिला आणि त्या देवळाच्या परिसरातल्या गायी मारण्यासाठी तिथं खाटीक पाठवले.

'त्या काळची परिस्थिती लक्षात घेता, हिंदूंना शिवाजी राजांचं राज्य भलं वाटणं साहजिकच होतं. त्याचं एक कारण म्हणजे शिवाजी राजांनी आधीच्या मुस्लीम राज्यकर्त्यांनी फोडलेल्या आणि जबरदस्तीनं मशिदीत रूपांतरित केलेल्या काही देवळांचा पुनरुद्धार केला. पण ते सतत हे कार्य करत राहिले नाहीत. राजे धर्मवेडे नव्हते. त्यांच्या राज्यात हिंदूंना प्राधान्य असलं तरीही त्यांचं राज्य धर्माधारित नव्हतं.' (संदर्भ : मेहेंदळे, २०११, पृष्ठ क्र. ४०४). 'शिवाजी राजांचं स्वराज्य हे धार्मिक हुकूमशाहीवर आधारित नव्हतं आणि त्यांच्या राज्यकारभारात

धर्माधारित राजकारण केलं जात नसे.' (संदर्भ : कुलकर्णी, १९९९, पृष्ठ क्र. १०१). हे औरंगजेबाच्या साम्राज्याच्या अगदी विरुद्ध होतं.

२ एप्रिल १६७९ ला औरंगजेब मारवाडातून दिल्लीला परत गेला. त्याच्या दुसऱ्याच दिवशी त्यानं त्याच्या संपूर्ण साम्राज्यातल्या हिंदूंवर जिझिया कर लागू केला. अनेक सनातनी मुस्लिमांना असं वाटत असे की, केवळ ख्रिश्चन आणि ज्यू लोकच जिझिया कर देऊन जिवंत राहू शकतात. पण मूर्तिपूजक असलेल्या हिंदूंना मात्र केवळ दोनच पर्याय असले पाहिजेत. एक तर मुस्लीम धर्म स्वीकारणं नाहीतर मरण पत्करणं. औरंगजेबानं तुलनेनं मवाळ अशी हनिफी विचारसरणी[५२] अवलंबली होती. 'जिझिया कर लादला जाणं म्हणजे कमी दर्जाचं प्रतीक होतं. ज्याच्यावर जिझिया कर लावला जात असे त्यानं तो कर गोळा करणाऱ्या अधिकाऱ्याला स्वत: द्यावा लागत असे आणि नम्रतेनं आणि आदरानं वागवं लागत असे. हिंदूवर आर्थिक दबाव आणणे आणि त्यांना अपमानित करणे हाच केवळ जिझिया कर लागू करण्यामागचा हेतू होता. त्यामुळे दबून जाऊन एक न एक दिवस मोठ्या प्रमाणावर हिंदू लोक इस्लाम धर्म स्वीकारतील अशी कल्पना होती. पण तसं झालं नाही.' (संदर्भ : महाजन, १९९१, पृष्ठ क्र. ३६९).

जिझिया कर हा समस्त हिंदू जनतेसाठी एक मोठा धक्का होता. सन १६७९मध्ये उत्तर भारतात, जिझिया कराच्या विरोधात दंगे उसळले. एका शुक्रवारी, औरंगजेब लाल किल्ल्यातून जामा मशिदीकडे जात असताना, तो सर्व रस्ता हिंदू आंदोलकांनी अडवून धरला होता. औरंगजेबाची पालखी त्या गर्दीत अनेक तास अडकून पडली होती. संतापलेल्या औरंगजेबानं युद्धासाठी वापरायचे हत्ती गर्दीत घुसवून आंदोलकांना त्या हत्तींच्या पायी चिरडण्याचा हुकूम दिला. त्यात हजारो हिंदू ठार झाले.

त्या काळात औरंगजेब अन्य गोष्टींमध्ये व्यग्र होता. त्या अन्य गोष्टी म्हणजे आणखी काही नाही तर उच्च दर्जाची कपट-कारस्थानं होती. मारवाडच्या काही राजपूत लढवय्यांना लाच देऊन त्यांना मोगल साम्राज्यात सामील करून घ्यायची कामगिरी औरंगजेबानं अकबरावर (औरंगजेबाच्या लाडक्या पत्नीपासून, दिलरस बानूपासून झालेला मुलगा) सोपवली होती. पण झालं भलतंच. राजपुतांनी अकबरालाच त्याच्या वडिलांविरुद्ध बंड करण्यासाठी भडकवलं आणि त्यासाठी

---

[५२]हनिफी म्हणजे सुन्नी कायद्यांच्या चार शाखांपैकी एक ज्यात हिंदूंना इस्लाम धर्म स्वीकारण्यास भाग पाडण्याऐवजी त्यांच्याकडून जिझिया कर घेऊन त्यांना जिवंत ठेवणं योग्य समजलं जात असे. याचं कारण म्हणजे इस्लाम धर्म न स्वीकारल्यामुळे जर हिंदूंची मोठ्या प्रमाणावर कत्तल केली गेली, तर त्यांचं मन वळवून त्यांना इस्लाम धर्म स्वीकारायला लावण्याची संधी मिळणार नाही.

पूर्ण पाठिंबा द्यायची तयारी दर्शवली. औरंगजेबाचा उघड-उघड दिसणारा फाजील धर्माभिमान, त्यानं पुन्हा लादलेला जिझिया कर आणि त्याचं देवळं फोडणं हे सर्व त्याच्या चतुर पूर्वजांच्या तत्त्वांच्या कसं विरुद्ध आहे याची आठवण या राजपुतांनी अकबराला करून दिली. त्या सर्वाचा परिणाम असा झाला की, अकबरानं त्याच्या १२,००० घोडदळासह त्याच्या वडिलांविरुद्ध बंड पुकारायचं ठरवलं. हजारो राजपुतांनी त्याला साथ दिली. ते समजल्यावर औरंगजेब रागानं लालेलाल झाला. ते बंड मोडून काढताना त्यानं अकबरालाही सोडलं नाही. त्यानं अकबराला एक खोटंच पत्र लिहिलं आणि अशी योजना केली की, ते पत्र राजपुतांच्या हाती लागेल. राजपुतांना फसवून त्यांच्यात गैरसमज पसरवला त्याबद्दल औरंगजेबानं अकबराचं त्या पत्रात अभिनंदन केलं होतं. औरंगजेबानं अकबराच्या अधिकाऱ्यांना लाच दिलेली होती. कोणता डाव शिजत होता औरंगजेबाच्या मनात? चिडलेल्या राजपुतांनी आपल्या मुलाला मारावं असं वाटत होतं का त्याला? तसं झालंही असतं. कारण अकबराच्या सैन्यातले हजारो घोडेस्वार त्याला सोडून गेले होते. पण अकबराचं नशीब बलवत्तर म्हणून तो राजपुतांची भेट घेऊ शकला, त्यांना सत्य काय ते सांगू शकला आणि त्यांनी अकबरावर विश्वासही ठेवला. तेव्हापासून अकबर त्याच्या वडिलांचा कट्टर शत्रू झाला.

त्याआधी काही वर्षांपूर्वीच औरंगजेबाचा दुसरा मुलगा सुलतान मोहम्मद, नवाब बाई या त्याच्या पत्नीपासून झालेला, हा ग्वाल्हेरच्या किल्ल्यात निराश आणि अपमानित स्थितीत मरण पावला होता. अकबर राजपुतांना जाऊन मिळाल्यावर औरंगजेबाजवळ नवाब बाईपासून झालेला मुअज्झम, दिलरस बानूपासून झालेला आझम आणि उदेपुरी बाईपासून झालेला कमबक्ष एवढीच मुलं राहिली होती. मरेपर्यंत त्यानं स्वत:च्या एकाही मुलावर विश्वास ठेवला नाही.

उत्तरेमध्ये अशी परिस्थिती असताना कोकणात वेगळाच संघर्ष चालू होता. शिवाजी राजे दूर कर्नाटकात असताना इंग्रज त्यांचा व्यवसाय वाढवायच्या प्रयत्नात होते. हाडाचे मुत्सद्दी असलेल्या इंग्रजांना मोगल आणि मराठे या दोघांच्याही मर्जीत राहायचं होतं आणि दोघांशीही व्यवसाय करायचा होता. त्यांचं मुख्य तळ असलेलं मुंबई हे जळाऊ लाकडासाठी कोकणावर अवलंबून होतं आणि कोकण मराठ्यांच्या ताब्यात होतं. मराठ्यांच्याही काही समस्या होत्या. मजबूत जहाजांचा तांडा बाळगणारे जंजिऱ्याचे सिद्दी मराठ्यांना खोल समुद्रात स्वतंत्र हालचाली करू देत नव्हते. मुंबईत लपून राहणाऱ्या आणि व्यवसायानिमित्त जंजिऱ्याला आणि सुरतेला जाणाऱ्या सिद्दींना वेसण घालण्याचा थोडाफार प्रयत्न मराठे करत होते. सिद्दींवर पूर्णपणे ताबा मिळवल्याशिवाय आपल्याला समुद्री हालचाली करण्यासाठी पूर्ण स्वातंत्र्य मिळणार नाही, हे शिवाजी राजांनी ओळखलं होतं. आणि अजिंक्य जंजिरा जिंकून घेणं तर असंभव होतं. म्हणून राजांनी एक उपाय शोधून काढला.

हा उपाय खांदेरीच्या रूपानं पुढे आला. सिद्दींना समुद्री प्रवास करताना मुंबई आणि जंजिरा ह्यांमध्ये असणाऱ्या या बेटाजवळून ये-जा करावी लागत असे. शिवाजी राजांना या खांदेरी बेटावरच किल्ला बांधायचा होता. सन १६७९ मध्ये भर पावसात या किल्ल्याचं बांधकाम सुरू केलं गेलं. ते समजल्यावर इंग्रज सावध झाले. कारण खांदेरी किल्ला सुसज्ज झाल्यावर, मुंबई मराठ्यांच्या पकडीपासून केवळ १६ किलो मीटरवरच असणार होती. सन १६७९ च्या सप्टेंबर महिन्यात त्यांनी एक ठराव मंजूर केला. त्यांना वाटत होतं की, खांदेरीच्या बेटावर त्यांचा अधिकार आहे. त्यामुळे खांदेरीच्या बेटावर माणसं आणि बांधकाम साहित्य वाहून आणणाऱ्या मराठ्यांच्या जहाजांना थोपवण्यासाठी ते त्यांच्या युद्धनौका पाठवू शकत होते. ऑक्टोबर आला आणि इंग्रजांनी तोफा चढवलेल्या लढाऊ नौका आणि काही जहाजं बेटाजवळ उभी करून बेटाचा पाणीपुरवठासुद्धा रोखला. शिवाजी राजांचे आरमार-प्रमुख दौलत खान ५० छोटी जहाजं घेऊन गेले आणि त्यांनी इंग्रजांना तिथून हुसकून लावलं. त्यांनी इंग्रजांच्या लढाऊ नौकेला वेढा घातला. इंग्रजांनी त्यांच्यावर तोफा डागायला सुरुवात केल्यावर दौलत खानानं माघार घेतली, पण काही दिवसांनी ते जहाजांचा मोठा ताफा घेऊन आले आणि पुन्हा इंग्रजांवर चाल करून गेले. त्यांच्या जहाजांमध्ये बेटावरच्या मराठा कामगारांसाठी रसद भरलेली होती. काही कारणानं इंग्रज ते असाहाय्यपणे फक्त पाहत राहिले. त्यानंतर काही दिवसांनी कल्याणजवळ जमलेल्या ४००० सैनिकांसह शिवाजी राजांनी मुंबईवर हल्ला करण्याची तयारी केली. मुंबईतल्या इंग्रजांना राजांशी मुकाबला करायचा होता, पण सुरतमधल्या त्यांच्या श्रेष्ठींनी विचार केला की या युद्धासाठी मोजावी लागणारी किंमत ही त्यांनी कमावलेल्या नफ्यापेक्षा जास्त होईल. पण काही कारणानं मराठ्यांनीही मुंबईवर हल्ला करण्याचा विचार सोडून दिला. तिसरा पक्ष मात्र समस्या निर्माण करतच होता. मुंबईत लपून राहणारे आणि मराठ्यांच्या ताब्यातल्या कोकण प्रदेशात नासधूस करणारे सिद्दी धोका बनले होते. शिवाजी राजांनी अनेकदा सावध करूनही इंग्रज सिद्दींना आश्रय देत होते आणि मुंबई बंदराजवळ त्यांना त्यांची जहाजं नांगरू देत होते. पोर्तुगीजही सिद्दींना मदत करत होते, कारण जर शिवाजी राजांना पुढे जाऊ दिलं तर ते घोडे, मसाले आणि दारूगोळा ह्या व्यवसायांतली आपली मक्तेदारी मोडीत काढतील याची त्यांना कल्पना होती. युरोपियांसाठी फायदेशीर असलेला गुलामांचा व्यापारही शिवाजी राजांनी बंद केला असता. सन १६७९ च्या नोव्हेंबर महिन्यात सिद्दींनी आणि इंग्रजांनी हल्ला करण्याचा आणि अडचणी निर्माण करण्याचा प्रयत्न केला, पण तोपर्यंत मराठ्यांनी खांदेरी आणि उंदेरी बेटांवर किल्ले बांधून ते लढाईसाठी सुसज्ज केले होते. तरीही सिद्दींनी संघर्ष सुरूच ठेवला आणि उंदेरीचा किल्ला बळकावला.

शिवाजी राजांनी इंग्रजांसाठी आखलेल्या धोरणावरून ते किती द्रष्टे होते, ते दिसून येतं. रामचंद्रपंत अमात्य, त्यांच्या प्रसिद्ध करारामध्ये म्हणतात की, व्यापारी

हे आमच्या साम्राज्यासाठी अलंकारांसारखे आहेत. त्यांच्यात फिरंगी (पोर्तुगीज), इंग्रज, वालंदे (डच) आणि डिंगमार (डेन्स) यांचा समावेश आहे. संपूर्ण प्रदेश आपल्या अमलाखाली आणण्याची त्यांची मोठी महत्त्वाकांक्षा आहे ह्यात काही संशय नाही आणि म्हणून त्यांना आपल्या प्रदेशात फक्त ये-जा करण्याची परवानगी दिली जावी. त्यांना कधीही इथे स्थायिक होण्यासाठी जागा देऊ नये आणि त्यांना कधीही समुद्री किल्ल्यांना भेट देण्याची परवानगी देऊ नये. जहाजं, बंदुका आणि दारूगोळा ही त्यांची शक्ती आहे. जर त्यांना गोदामं बांधण्यासाठी एखादी जागा दिली गेली, तर ती शहराच्या मध्यभागी आणि समुद्राच्या मुखापासून अनेक किलोमीटर दूरवर असावी. त्यांना गढ्या/किल्ले बांधायची परवानगी दिली जाऊ नये. (संदर्भ : सरदेसाई, २००२, पृष्ठ क्र. ८५१)

संभाजी राजे मोगलांना जाऊन मिळाले

कर्नाटकातल्या प्रदीर्घ वास्तव्यानंतर रायगडावर परतलेले शिवाजी राजे स्वराज्याची घडी ठीकठाक करत होते. त्याच दरम्यान, १३ डिसेंबर १६७८ या दिवशी संभाजी राजे मोगलांना जाऊन मिळाले. ते कोकणात असताना दिलेर खानानं गुप्त संदेश पाठवून संभाजी राजांना मोगलांच्या दरबारात उच्च दर्जाच्या मनसबदाराचं (७००० धात) पद देऊ केलं. दिलेर खानाचा तळ, महाराष्ट्रात मिरजेजवळ होता. संभाजी राजे तिथे गेल्यावर, खानानं ती बातमी औरंगजेबाला तत्काळ कळवली.

पण संभाजी राजांनी असं का केलं? संभाजी राजे खरे कसे होते? हे प्रश्न अजूनही अनुत्तरितच राहिले आहेत. शिवाजी राजांच्या थोरल्या पत्नी सईबाई यांनी १४ मे, १६५७ या दिवशी संभाजी राजांना जन्म दिला. ५ सप्टेंबर, १६५९ या दिवशी सईबाई देवाघरी गेल्या, तेव्हा संभाजी राजे रांगते झाले होते. त्यांचं पालनपोषण त्यांच्या आजीनं म्हणजे जिजाबाईंनीच केलं. पहिला नातू आणि त्यातही आईविना पोर असलेल्या संभाजी राजांना आजीनं किती लाडाकोडात वाढवलं असेल याची कल्पना आपण करू शकतो. ते सात वर्षांचे असताना त्यांना मोगल मनसबदार केलं गेलं आणि सासवडजवळ असलेल्या मिर्झा राजे जयसिंगांच्या तळावर ओलीस म्हणून ठेवलं गेलं. तिथंच संभाजी राजांची दिलेर खानाशी भेट झाली. खानानं त्यांना अनेक भेटवस्तू दिल्या. आठव्या-नवव्या वर्षी वडिलांबरोबर ते आग्र्याच्या दरबारात गेले होते. परत येताना काही काळ त्यांना मथुरेला ठेवलं गेलं. त्या काळात कदाचित त्यांच्या बालमनात काही शंका आल्या असतील, एकटेपणा वाटला असेल. मथुरेहून परत आल्यावर मोगल मनसबदार या नात्यानं शहजादा मुअझ्झमला मुजरा करण्यासाठी त्यांना औरंगाबादला पाठवण्यात आलं. शहजादा मुअझ्झम हा दख्खनचा सुभेदार होता. त्यामुळे मोगल हे संभाजी राजांच्या आयुष्याचा एक भाग आधीपासूनच होते. संभाजी राजे मोगलांच्या संपर्कात होते. संभाजी राजे मोगलांना का मिळाले,

याविषयी अनेक कथा-दंतकथा आहेत; पण त्या कथांना ऐतिहासिक आधार नाही. संभाजी राजे आणि शिवाजी राजे यांच्यामध्ये असलेलं पितापुत्राचं नातं कसं होतं, हेही आपल्याला निश्चित माहीत नाही. शिवाजी राजे कडक शिस्तीचे वडील होते का? संभाजी राजांकडून त्यांना मोठ्या अपेक्षा होत्या का? संभाजी राजांना आपण दुर्लक्षित आहोत असं वाटत होतं का? ते वडिलांचं लक्ष आपल्याकडे वेधून घ्यायचा प्रयत्न करत होते का? खऱ्या आयुष्यातील महानायकाच्या मुलाची तुलना त्याच्या बालपणापासूनच महानायक असलेल्या वडिलांशी सतत केली जाते. त्यामुळे अशा मुलांच्या मनात अनेक गंड तयार होतात. संभाजी राजांच्या बाबतीतही असं झालं असेल. अनेक शतकांनंतर आजही त्यांची शिवाजी राजांशी तुलना केली जाते आहे. तरीही संभाजी राजांच्या वागण्याचं एक कारण काहीसं तार्किक वाटतं. मेहेंदळ्यांच्या मतानुसार (२०११, पृष्ठ क्र. ५९८), 'पिढ्यांमधली वैचारिक तफावत ही काही नवी नाही.' आणि शिवाजी महाराजांसारखे सक्षम आणि कडक शिस्तीचे वडील असताना तर हे होणारच.

दख्खनचा सुभेदार असलेल्या दिलेर खानाला वाटत होतं की आता संभाजी राजांचा उपयोग करून मराठा साम्राज्यातला बराचसा प्रदेश बळकवता येईल. खानाचं पहिलं उद्दिष्ट होतं शिवाजी राजांनी नव्यानं बांधलेला, कोल्हापूर जवळचा भूपालगड. तिथले किल्लेदार होते फिरंगोजी नरसाळा. शाइस्तेखानानं चाकणच्या किल्ल्यावर हल्ला केला, तेव्हा फिरंगोजींनी त्याचा कडवा मुकाबला केला होता. भूपाल गड युद्धासाठी सुसज्ज ठेवला गेला होता. तिथं रसद आणि दारूगोळाही भरपूर साठवून ठेवलेला होता. ३ एप्रिल १६७९ च्या रात्री फिरंगोजींना खबर मिळाली की, संभाजी राजे मोगलांबरोबर येत आहेत. आपल्या स्वराज्याचा राजकुमार गडाच्या पायथ्याशी आहे. त्याला दुखापत होऊ नये असं फिरंगोजींना वाटत होतं म्हणून हल्ला करण्याऐवजी ते तिथून पळून गेले. दिलेर खानानं गडावर तोफ चढवली आणि तोफेच्या माऱ्यानं एका रात्रीत गडाचं रूपांतर दगडमातीच्या ढिगाऱ्यात केलं. धान्याचा मोठा साठा मोगलांच्या हातात पडला. गडावरच्या शिबंदीतले ६०० सैनिक त्यांनी कैद केले. दिलेर खानानं त्यातल्या प्रत्येकाचा एक हात तोडून मगच त्यांना सोडून दिलं.

मराठ्यांसाठी हा मोठाच धक्का होता. पण त्याहूनही वाईट गोष्टी मोगल आणि आदिलशाही प्रदेशात घडत होत्या. तिथलं प्रशासन ढासळलं होतं आणि कायदा सुव्यवस्था राहिलेली नव्हती. जनता पिडली जात होती. स्वराज्यामध्ये मात्र रामराज्य नांदत होतं. दख्खनचा सुभेदार असलेला दिलेर खान, सुभेदारीची अन्य सर्व कामं थांबवून पिसाळलेल्या कुत्र्यासारखा सतत दख्खनच्या पठारावर भटकत होता. आदिलशाही दरबारातल्या मोगलांच्या बाजूनं असणाऱ्या सरदारांबरोबर त्यानं काही राजकीय खेळी खेळायला सुरुवात केली होती. त्यांच्या मदतीनं रक्तपात न करता त्याला विजापूर ताब्यात घ्यायचं होतं. पण तसं झालं नाही.

मोगलांच्या विरोधात असलेला मसूद आता आदिलशाहीचा प्रमुख वजीर झाला होता आणि आदिलशाहीच्या पोरगेल्याशा सम्राटाची, सिकंदरची सेवा बजावत होता. पण विजापूर दरबारातल्या मोगलांच्या बाजूनं असलेल्या सरदारांनी मसूदला साथ दिली नाही. आपापसात भांडण्या-झगडण्यातच त्यांची सर्व शक्ती वाया जात होती. दरम्यान सन १६७९च्या ऑगस्ट महिन्यात दिलेर खानानं उत्तरेच्या दिशेनं भीमा नदी ओलांडली आणि तो विजापूरपासून ६० किलोमीटरवर येऊन ठेपला. आदिलशाहीच्या राजधानीवर हल्ला करायचा त्याचा मनसुबा होता. त्यासाठी आपलं सैन्य घेऊन तो विजापूरच्या दिशेनं वेगानं आगेकूच करू लागला. पण निधी संपल्यामुळे त्याला ही मोहीम अर्ध्यातच सोडून द्यावी लागली. कारण सैनिकांना पगार द्यायला त्याच्याकडे पैसेच उरले नव्हते. यावरून दिसून येतं की, केवळ मोगल साम्राज्यातच नाही तर मोगलांच्या सैन्यातही किती अनागोंदी कारभार चालू होता.

सिद्दी मसूदनं शिवाजी राजांशी संपर्क साधला. शिवाजी राजांनी, आदिलशाहीवर सतत होणारी दिलेर खानाची आक्रमणं थांबवण्यासाठी मसूदला मदत करायचं ठरवलं. शिवाजी राजे १०,००० सैन्य घेऊन निघाले आणि विजापूरच्या पश्चिमेला तळ ठोकून राहिले. तिकडे उत्तरेत औरंगजेबाला चिंता लागून राहिली होती की, मसूद शिवाजी राजांशी हातमिळवणी करेल किंवा मराठ्यांना विजापूर देऊनही टाकेल. दख्खनेचा कारभार सांभाळण्यासाठी दिलेर खान कसा नालायक आहे, याविषयी त्याच्या दरबारात चर्चा होऊ लागली. त्याच वेळी शिवाजी राजांच्या मनात वेगळीच युद्धनीती आकार घेत होती. ५ नोव्हेंबर १६७९ रोजी त्यांनी त्यांच्या सैन्याचे दोन भाग केले आणि मोगल प्रदेशात घुसून तिथल्या काही शहरांची आणि बाजारपेठांची लूट केली. खरं तर आदिलशाही प्रदेशातून दिलेर खानाचं लक्ष हटवण्यासाठी हे केलं गेलं होतं. पण दिलेर खानानं तिकडे कानाडोळा केला आणि तो आदिलशाहीतच तळ ठोकून राहिला.

या दरम्यान शिवाजी राजांनी त्यांच्या कर्नाटकातल्या भावाला, व्यंकोजी राजांना अनेक पत्रं लिहिली. त्यात संभाजी राजांनी त्यांना कसं एकटं टाकलं आहे याविषयी आणि त्यांनी मोगलांशी केलेल्या अनेक लढायांविषयी सविस्तर लिहिलेलं होतं. त्या पत्रांवरून असं दिसून येतं की, मोगलांना दख्खनपासून दूर ठेवण्यासाठी शिवाजी राजे आदिलशाहीला मदत करायला तयार होते.

त्या वेळी दिलेर खानाच्या सैन्यात असलेल्या संभाजी राजांचा नक्कीच भ्रमनिरास झाला असणार. तोपर्यंत त्यांनी मोगलांचं केवळ वैभव पाहिलं होतं. पण आता मात्र ते मोगलांच्या बेशिस्त अनागोंदी कारभाराचे, दारिद्र्याचे, उपासमारीचे आणि तळावर पसरलेल्या निराशेचे साक्षीदार झाले होते. तिथली सत्य परिस्थिती

ही एखाद्या दु:स्वप्नाहूनही भयंकर होती. स्वर्गाचं स्वप्न दाखवून त्यांना नरकात ढकललं गेलं होतं.

अशा निराशाजनक परिस्थितीमुळे दिलेर खान आधीपेक्षाही जास्त चवताळला आणि आक्रमक झाला. शिवाजी राजांना शरण आणण्यासाठी संभाजी राजांचा काहीच उपयोग होणार नाही, हे त्याच्या लक्षात आलं. त्यानं त्याचं सैन्य आदिलशाही मुलखात घुसवलं. त्याच्या सैन्यानं तिथल्या जनतेला लुटलं, जाळपोळ केली, बलात्कार केले आणि त्यांची कत्तल केली. शेकडो हिंदू-मुस्लीम स्त्रियांनी आपली अब्रू वाचवण्यासाठी विहिरींमध्ये उड्या टाकल्या. हजारोंना बंदी बनवलं गेलं. दिलेर खान एका गावातून दुसऱ्या गावात जात होता. त्याच्या बरोबरचे सैनिक गावं उद्ध्वस्त करत, तिथल्या लोकांना बंदी बनवून बरोबर घेत होते. तोपर्यंत संभाजी राजांनी मोगलांचं आग्र्यामधलं आणि औरंगाबादेतलं केवळ ऐश्वर्यच पाहिलेलं होतं. मोगलांच हे रूप बघून त्यांना काय वाटलं असेल याची कल्पनाच केलेली बरी. आपल्या वडिलांना नमवण्यासाठी, दिलेर खान एका प्याद्यासारखा आपला उपयोग करून घेत होता, हेही त्यांना समजलं असणार.

इतिहासातल्या दाखल्यांमध्ये दिसून येतं की मोगलांच्या तावडीतून संभाजी राजांची सुटका करण्यासाठी शिवाजी राजांनी आपली माणसं धाडली होती. संभाजी राजे मोगलांच्या तळावरून निसटले आणि २३ नोव्हेंबर १६७९ या दिवशी विजापूरला पोचले. संभाजी राजे निसटल्याचं कळताच दिलेर खान वेडापिसा झाला आणि नव्या जोमानं आदिलशाही मुलखाची नासधूस करू लागला. अखेरीस त्याच्याकडे उपलब्ध असलेल्या सैन्याला घेऊन त्यानं विजापूराला वेढा घातला.

सन १६७९च्या डिसेंबर महिन्यात पन्हाळगडावर शिवाजी राजे आणि संभाजी राजे ह्यांची भेट झाली. त्या वेळी त्यांच्यावरच्या अशुभाच्या सावलीची जाणीव दोघांनाही नव्हती. दूरदृष्टी असलेले वडील आपल्या लाडक्या लेकाला कसे रागावले असतील आणि लेकानं आपल्या लाडक्या वडिलांना काय उत्तर दिलं असेल याची कल्पना आपण करू शकतो.

शिवाजी राजांचा मृत्यू

'सन १६७३मध्ये केअरला (Carre) शिवाजी राजांच्या मुलखातल्या चौलच्या अधिकाऱ्याला भेटण्याची संधी मिळाली. व्यावसायिक बोलणी झाल्यावर त्या फ्रेंच माणसानं मराठा अधिकाऱ्याशी संवाद साधला. हा प्रसंग आपल्या पुस्तकात लिहिताना तो म्हणतो, 'नंतर मी त्यांना शिवाजी राजांविषयी विचारलं, तेव्हा त्यांनी सांगितलं की; राजांना खंबायतच्या साम्राज्याची सीमा असणाऱ्या सिंधू नदीपासून बंगालच्या समृद्ध प्रांताच्याही पलीकडे अगदी गंगेपर्यंतचा प्रदेश पादाक्रांत करायचा आहे. (संदर्भ : मेहेंदळे, २०११, पृष्ठ क्र. ६१९) पुढे केअर असंही म्हणतो की,

'भारताला मुस्लीम सत्तेपासून मुक्त करायचं आणि हिंदू स्वराज्याची स्थापना करायची हाच शिवाजी राजांचा राजकीय हेतू होता. पण याचा अर्थ त्यांना इतर धर्मांचा छळ करायचा होता असं नाही. त्यांची लढाई कोणा एका धर्माविरुद्ध नव्हती तर हिंदूंच्या होणाऱ्या दमनाविरुद्ध आणि हिंदुस्थानात त्यांना मिळणाऱ्या दुय्यम वागणुकीविरुद्ध होती.'

सन १६८० च्या सुरुवातीलाच शिवाजी राजांच्या घरी एक विवाह समारंभ साजरा झाला. राजांना त्यांच्या पत्नी सोयराबाईंपासून झालेले राजाराम राजे यांचा विवाह, प्रतापराव गुजरांच्या (बहलोल खानाशी लढताना कामी आलेले शिवाजी राजांचे सरनौबत) मुलीशी, ताराबाईंशी झाला. मराठा साम्राज्याचं भवितव्य उज्ज्वल होतं. पदरी ३०० किल्ले होते, मजबूत घोडदळ आणि पायदळ होतं, आरमार वाढत होतं. आता कर्नाटकही मराठा साम्राज्यात सामील झालं होतं. लढाया जिंकल्या जात होत्या. संभाजी राजे परतले होते आणि शिवाजी राजेही उत्साहात होते. त्यांनी व्यंकोजी राजांना लिहिलेल्या पत्रात ते स्पष्ट दिसून येत होतं. शिवाजी राजांनी त्यांचे कारकून बाळाजी आवजींना सांगितलेलं हे अखेरचं पत्र मानलं जातं. त्याचा सारांश असा–

'आपली खुशाली समजून बराच अवधी लोटला. त्यामुळे आम्ही अस्वस्थ आहोत. रघुनाथपंत हणमंतेंनी आम्हांस सांगितले की आपण निराश झाला आहात, आपल्या तब्येतीकडे दुर्लक्ष करत आहात आणि आपण सणसमारंभ साजरे करणंही थांबवलं आहे. आपण मोठ्या मोहिमांवर जाऊ इच्छित नाही त्यामुळे आपली प्रचंड सेना रिकामी बसली आहे. हीच तर काही करून दाखवण्याची वेळ आहे. आम्हांला आपण कर्तृत्ववान आणि यशस्वी झालेलं बघायचं आहे.' (संदर्भ : ॲनॉन, १९३१, पृष्ठ क्र. ६१५)

दरम्यान दिलेर खान दख्खनेत, विशेषतः आदिलशाही प्रदेशात लूटमार करत फिरतच होता. लूटमार करत तो शाहपूरला येऊन पोचला. हा प्रदेश बेरड जमातीच्या ताब्यात होता. बेरडांनी दिलेर खानाला कडवी झुंज दिली. दिलेर खानानं आपली अकरा माणसं बेरडांकडे वाटाघाटींसाठी पाठवली. पण बेरडांनी त्यातली नऊ मारून टाकली आणि दोन काळकोठडीत डांबली. या लढाईत १,७०० मोगल मारले गेले आणि काही जखमी झाले. असं म्हणतात की, या पराजयानंतर दिलेर खान रडला होता. दिलेर खानाला हुडकून काढा आणि शरण यायला लावा असा हुकूम शिवाजी राजांनी त्यांच्या सैनिकांना दिला होता.

या घटनेनंतर शिवाजी राजे रायगडावर परतले आणि गंभीर आजारी पडले. ३ एप्रिल १६८० या दिवशी शिवाजी राजांना देवाज्ञा झाली. काही इतिहासकारांचं म्हणणं आहे की, राजांना काही दिवस खूप ताप होता आणि ज्या दिवशी ते गेले, त्या दिवशी त्यांना रक्ताची उलटी झाली होती. पण मृत्यूच्या आधीपर्यंत ते लढाया

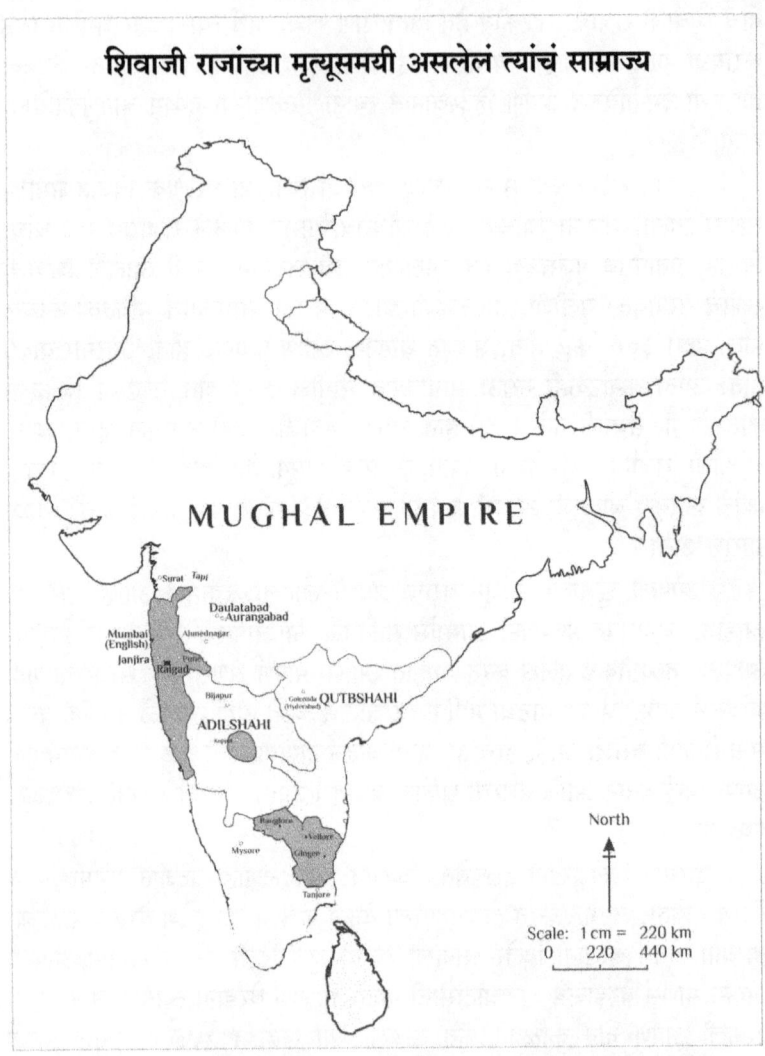

शिवाजी राजांच्या मृत्यूसमयी असलेलं त्यांचं साम्राज्य

नकाशा– ९, सन १६८० मध्ये शिवाजी राजांच्या मृत्यूसमयी असलेला त्यांचा साम्राज्यविस्तार.

लढत होते. त्यामुळे ते फार दिवस आजारी असतील असं वाटत नाही. काहींचं
असं मत आहे की त्यांना विषमज्वर झाला होता. कारण काहीही असो, पण राजे
गेले...लढण्यासाठी सुसज्ज असे शेकडो किल्ले, मजबूत असं घोडदळ आणि पायदळ,
सक्षम आरमारी बंदरं, लढाऊ जहाजांचा ताफा, चाणाक्षपणे निवडलेले अधिकारी,
त्यांनी जिच्यावर पुत्रवत प्रेम केलं आणि राजांवर जीव ओवाळून टाकणारी ती जनता
आणि स्वराज्यासाठी पाहिलेली अनेक स्वप्नं... सर्व काही मागे ठेवून राजे गेले.

सभासदांनी त्यांच्या शैलीत शिवाजी राजांच्या मृत्यूची वार्ता लिहिलेली आहे.
'पर्वतशृंखलांच्या ठिकऱ्या उडाल्या. विजांचा कडकडाट सुरू झाला. जणू आभाळच
फाटलं. आकाशीची नक्षत्रं त्या खोल अज्ञात विवरात नाहीशी होऊ लागली. तलाव
लाल झाले. जमिनी दुभंगल्या. सोसाट्याचा वारा सुटला. ढग सैरावैरा धावू लागले.
डोंगरकडे कोसळले. दऱ्यांमध्ये लुप्त झाले.' ३ एप्रिल १६८० या दिवशी जगातल्या
महान नायकांमधला एक नायक काळाच्या पडद्याआड गेला. तो एक असा नेता होता
ज्याच्याकडे माणसं ओळखण्याची आणि फोलपटांमधून धान्याचे कण शोधण्याची
नैसर्गिक हुशारी होती, तळागाळातल्यांसाठी ज्यांच्या हृदयात दयेचा पाझर फुटत
होता पण तो केवळ दया दाखवत नव्हता, तर त्या तळागाळातल्यांना हिंमत देऊन
स्वातंत्र्यासाठी लढणारे लढवय्ये बनवत होता आणि ज्याच्यामध्ये स्वतःला जे योग्य
वाटतं तेच करण्याचं धाडस होतं... तो महानायक आता जगातून निघून गेला
होता.... परत कधीही न येण्यासाठी. 'स्वराज्य ही तो श्रींची इच्छा' हे त्यांचं वचन
आता कधीही ऐकू येणार नव्हतं.

'कोणासाठी कोणासाठी ?
प्रश्न विचारला जात असणारच
दुर्दैव तर खरंच,
पण कोणासाठी ?
जो गेला त्याच्यासाठी
की मागे राहिलेल्यांसाठी ?'

समारोप

शिवाजी महाराज अचानक गेले, पण त्यांची स्वप्नं त्यांच्याबरोबर गेली नाहीत. ती इथेच राहिली. उपेक्षितांच्या मनात त्यांनी जागवलेल्या स्वाभिमानाच्या निखाऱ्यांमध्ये फुलत राहिली. थोडक्यात सांगायचं तर त्यांनी त्यांच्या जनतेला दैवाच्या अधीन व्हायच्याऐवजी त्याला आव्हान द्यायला आणि स्वत:च भाग्यविधाता व्हायला शिकवलं.

शिवाजी राजांच्या मृत्यूनंतर वर्षभरातच आत्मविश्वास बळावलेला औरंगजेब प्रचंड मोठं सैन्य घेऊन दख्खनमध्ये उतरला. त्यानंतर काही वर्षं आदिलशाही आणि कुतूबशाही आपल्या साम्राज्याला जोडत राहिला. संभाजी राजांच्या दु:खद मृत्यूनंतरही संपूर्ण दख्खन आपल्या ताब्यात घ्यायची औरंगजेबाची इच्छा मराठ्यांनी उधळून लावली. सन १६८९ मध्ये औरंगजेबाच्या सैनिकांनी संभाजी राजांना कोकणातल्या संगमेश्वर इथं कैद केलं. काही इतिहासकार संभाजी राजांना त्यांच्या निष्काळजीपणासाठी दोष देतात, तर काहींच्या मते ते त्यांच्या पत्नीच्या चुलतभावांनी केलेलं कारस्थान होतं. औरंगजेबानं संभाजी राजांपुढे पर्याय ठेवला की; जिवंत राहायचं असेल, तर इस्लाम धर्म स्वीकार, पण संभाजी राजांनी त्याला ठाम नकार दिला. औरंगजेबानं त्यांना असंही सांगितलं की, 'तुझ्या माणसांना तुमचे सारे किल्ले मला द्यायचा आदेश दे.' पण संभाजी राजांनी तेही मानलं नाही. ते पाहताच औरंगजेबाच्या मनात भोसले घराण्याबद्दल अनेक वर्ष खदखदणारा तिरस्कार जोरात उफाळून वर आला. त्यानं संभाजी राजांना अपमानित केलं आणि त्यांचा अत्यंत क्रूर छळ केला. त्यांना विदुषकाचे कपडे घालून आणि उंटावर बसवून संपूर्ण मोगल लष्करी तळामधून त्यांची धिंड काढली. नंतर त्यांची जीभ छाटली गेली. डोळे काढले गेले. त्यांच्या शरीराचे तुकडे-तुकडे करून कुत्र्यांना खायला घातले गेले.

संभाजी राजांनी अत्यंत शौर्यानं मृत्यूला कवटाळलं आणि त्यांच्या मृत्यूनं प्रत्येक मराठा लढवय्याचं मन पेटून उठलं. रायगडावर संभाजी राजांनंतरचे छत्रपती म्हणून त्यांच्या धाकट्या भावाचं, राजाराम राजांचं नाव घोषित केलं गेलं. मराठ्यांचे सैन्याधिकारी एकत्र आले आणि त्यांनी तत्काळ निर्णय घेतला की, शांतता प्रस्थापित करण्यासाठी मोगलांना दिलेले सर्व प्रस्ताव रद्द करायचे आणि त्यांना नेस्तनाबूद करण्याच्या एकमेव उद्देशानं त्यांच्याशी युद्ध पुकारायचं. अशा प्रकारे दीर्घ काळ चालणाऱ्या दुसऱ्या युद्धाला आरंभ झाला.

काळाचा हा टप्पा, मोगलांची कत्तल करण्याचा विडा उचललेल्या मराठ्यांनी मोगलांवर लादलेल्या लढायांचा आणि मोगलांच्या दारुण पराभवांचा साक्षी ठरला. संताजी घोरपडे, धनाजी जाधव, निंबाजी शिंदे, पऱ्या नाईक यांसारख्या काही मराठ्यांनी मोगल सैन्यात आपले सैनिक घुसवून त्यांची दाणादाण उडवली. त्या वेळी औरंगजेबाचं वय ऐंशीच्या दरम्यान होतं. त्याच्या सैनिकी तळावर सतत पटकीची साथ येत होती. तर त्याच्या मुलाच्या, आझमच्या सैनिकी तळावर प्लेगची साथ आली होती. या सर्व वाईट परिस्थितीला आणखी वाईट करणारी गोष्ट म्हणजे औरंगजेबाला मोगल साम्राज्याचं तख्त असणाऱ्या दिल्ली-आग्र्यापासून सलग २५ वर्षं दूर राहावं लागलं होतं. सम्राटाविना तख्त रिकामं असल्यामुळे राज्याची अर्थव्यवस्था कोलमडली होती. औरंगजेबाला त्याच्या सैनिकांचे पगार देणंही मुश्कील झालं होतं. पगार थकल्यामुळे त्याचे सैनिक त्याचे आदेश झुगारून देऊ लागले आणि मनाला येईल तसं वागू लागले. त्यांनाही घर सोडून पाव शतक उलटलं होतं. त्यामुळे बऱ्याच जणांना घरचे वेध लागले होते. त्यांच्या तशा वागण्यामुळे औरंगजेब खचला होता. मराठ्यांच्या जोरदार आक्रमणांचा तर त्यानं धसकाच घेतला होता. अखेरीस तो आजारी पडला आणि ८८व्या वर्षी, शुक्रवार २१ फेब्रुवारी १७०७ रोजी अहमदनगरमध्येच पैगंबरवासी झाला. त्यानंतरही मोगल आणि मराठे ह्यांच्यामधलं युद्ध चालूच राहिलं. भारतावरच्या मुस्लीम सत्तेच्या अखेराचा तो आरंभ होता. त्यानंतर शतकाच्या अवधीमध्ये मराठ्यांनी दिल्लीला धडक दिली आणि युरोपियन सैन्याला शह दिला. पण ती वेगळी कथा आहे.

कालांतरानं इंग्रजांनी देश बळकावला आणि देशाला स्वतंत्र करून 'स्वराज्य' मिळवण्यासाठी दुसरा लढा सुरू झाला. हा दुसरा लढा लढणाऱ्या अनेक नेत्यांनी प्रत्यक्ष किंवा अप्रत्यक्षपणे शिवाजी महाराजांकडून प्रेरणा घेतली होती. शिवाजी महाराजांच्या चरित्रातून आजही आपण बरंच काही शिकू शकतो. मला वाटतं-

'त्यांनी एक दीप लावला
त्याची ज्योत कोणत्याही युद्धाच्या ज्वालांपेक्षा ज्वलंत
तिचा प्रकाश, एखाद्या ताऱ्याच्या किरणांसारखा
काळाचे पडदे फाडत इथे झेपावतो
आणि भरून टाकतो आकाश अनंत
पण अंतराळ मात्र कुट्ट काळे
कारण
आपण सारे झालो आहोत आंधळे.'

कालानुसार प्रसंगसूची

१४८९	निजामशाही सल्तनत प्रस्थापित झाली. राजधानी- अहमदनगर (आज महाराष्ट्रात असलेलं)
१४८९	आदिलशाही सल्तनत प्रस्थापित झाली. राजधानी- विजापूर (आज कर्नाटकात असलेलं)
१५१२	कुतूबशाही सत्ता प्रस्थापित झाली. राजधानी- हैद्राबाद (आज तेलंगणा/आंध्र प्रदेशात असलेलं)
१४९७	भारताच्या पश्चिम किनाऱ्यावर वास्को-द-गामाचं आगमन
१५२६	पानिपतची लढाई- उत्तर भारतात मोगल साम्राज्याचा उदय
१६००	शहाजी राजांचा (शिवाजी महाराजांचे वडील) जन्म. ब्रिटिश इस्ट इंडिया कंपनीची स्थापना.
१६०५	सम्राट अकबराचा मृत्यू. मोगल सम्राट म्हणून जहांगीर तख्तावर चढला.
१६३०	शिवनेरी गडावर शिवाजी महाराजांचा जन्म
१६३६	मोगल-आदिलशाही करारानंतर निजामशाहीचे दोन भाग करून ते दोन्ही साम्राज्यांनी आपापल्या साम्राज्यात विलीन करून घेतले.
१६३९-१६४६	दादोजी कोंडदेवांच्या मार्गदर्शनात जिजाबाई आणि शिवाजी महाराज ह्यांनी शहाजी राजांच्या पुण्याच्या जहागिरीचा कारभार सांभाळला.
१६४७	शिवाजी महाराजांनी जवळपासचे, मूळचे निजामशाहीचे असलेले पण आता आदिलशाहीत गेलेले किल्ले जिंकून घ्यायला सुरुवात केली. आदिलशहानं शहाजी राजांना कैद केलं.

१६४९	पुरंदर गडावर शिवाजी महाराजांनी आदिलशाहीशी केलेली पहिली लढाई आणि त्यांना मिळालेला पहिला विजय. शिवाजी महाराजांनी आपल्या वडिलांना आदिलशाहीमधून सोडवण्यासाठी कोंढाणा किल्ला आदिलशाहीला देऊन टाकला.
१६५४	शिवाजी महाराजांचे मोठे भाऊ, संभाजी राजे लढाईत मारले गेले.
१६५६	शिवाजी महाराजांनी जावळीवर हल्ला केला आणि साम्राज्य विस्तारासाठीची पहिली लढाई जिंकली. मोगल शहजादा औरंगजेबानं हैद्राबादवर (आदिलशाहीची राजधानी) आक्रमण केलं. मोहम्मद आदिलशहाचं निधन झालं. त्याचा मुलगा अली आदिलशहा आदिलशाहीचा सम्राट झाला आणि त्याची आई बडी साहिबाच्या मार्गदर्शनात आदिलशाहीचा कारभार पाहू लागला.
१६५७	शिवाजी महाराजांच्या पहिल्या पुत्राचा, संभाजी राजांचा जन्म. शिवाजी महाराजांनी त्यांच्या सैन्यासह कोकणात प्रवेश केला आणि मूळचे निजामशाहीच्या मालकीचे असलेले अनेक किल्ले ताब्यात घेतले. त्यांनी जहाज बांधणीच्या कामाला सुरुवात केली, अर्थात मराठा आरमाराचा पाया घातला. जंजिऱ्याच्या सिद्दींशी युद्ध सुरू झालं. ते आयुष्यभर चालतच राहिलं. औरंगजेबानं आदिलशाहीवर पुन्हा एकदा आक्रमण केल्यावर, पुन्हा एकदा मोगल-आदिलशाही करार केला गेला. १६३६ साली केलेला करार संपुष्टात आला.
१६५८	शिवाजी महाराजांनी त्यांचं निवासस्थान रायगडावर केलं. शहाजहान आजारी पडला. औरंगजेब उत्तरेला गेला आणि तिथं साम्राज्य विस्ताराची लढाई जिंकला.
१६५९	शिवाजी महाराजांनी प्रतापगडावर अफझल खानाचा वध केला. मराठ्यांनी आदिलशाही सल्तनतीवर आक्रमण केलं. आता औरंगजेब मोगल सम्राट झाला होता.

१६६०	शिवाजी महाराजांना पन्हाळ गडावरून निसटून जाण्यात मदत करताना, बाजी प्रभू देशपांडे यांना वीर मरण प्राप्त झालं.
१६६३	शिवाजी महाराजांनी मध्यरात्रीच्या वेळी लाल महालामध्ये शाईस्ता खानावर हल्ला केला.
१६६४	शिवाजी महाराजांच्या वडिलांना, शहाजी राजांना देवाज्ञा झाली.
१६६५	शिवाजी महाराज आणि मिर्झा राजे जयसिंग यांच्यामध्ये पुरंदरचा शांतता करार केला गेला. मोगल-आदिलशाही युद्धामध्ये शिवाजी महाराज मोगलांविरुद्ध लढले.
१६६६	शिवाजी महाराजांनी आग्ऱ्याला भेट दिली आणि तिथं त्यांना कैदेत ठेवल्यानंतर रहस्यमय रितीनं तिथून निसटले. शहाजहानचा मृत्यू झाला.
१६७०	शिवाजी महाराजांच्या दुसऱ्या मुलाचा, राजाराम राजांचा जन्म झाला. शिवाजी महाराजांचे सहकारी, शूरवीर तानाजी मालुसरे यांना सिंहगडावर वीरगती प्राप्त झाली.
१६७१-७३	शिवाजी महाराजांनी मोगलांविरुद्ध आणि आदिलशाहीविरुद्ध युद्ध पुकारलं. अली आदिलशहाचं तरुण वयातच निधन झालं आणि त्याच्या लहान मुलाला, सिकंदरला आदिलशाहीचा सम्राट केलं गेलं.
१६७४	रायगडावर शिवाजी महाराजांना राज्याभिषेक करण्यात आला. आता ते मराठा साम्राज्याचे छत्रपती झाले होते आणि रायगड ही त्यांची राजधानी होती. शिवाजी महाराजांना नामोहरम करण्यासाठी मोगल-आदिलशाहीमध्ये करार करण्यात आला.
१६७६	मोगल-मराठा करार केला गेला. कर्नाटक मोहिमेत शिवाजी महाराजांनी कुतूबशाहीशी करार केला.
१६७८	शिवाजी महाराजांचा मुलगा, संभाजी राजे मोगलांना जाऊन मिळाले.

इंग्रजी आवृत्तीच्या संपादिकेचं मनोगत

गेली अनेक शतकं मानव वंशाचा विकास होतो आहे– आधी कृषी युग, औद्योगिक युग, अणू युग, डिजिटल युग आणि आता अगदी जवळ आलेलं कृत्रिम बुद्धिमत्तेचं युग. आज आपण अभूतपूर्व तंत्रज्ञानाच्या उंबरठ्यावर उभे आहोत खरे पण अजूनही इतिहासानं दिलेल्या जखमा विसरू शकलो नाही. जुनीच युद्धं आपण नव्या शस्त्रांनी लढतो आहोत. जुन्या चुका परत परत करतो आहोत आणि त्यांना नवी कारणं देतो आहोत. आपण जितके बदल करतो आहोत, तितकेच पुन्हा जुन्याकडे ओढले जातो आहोत.

वर्तमानाचं भान राखणं, ४०० वर्षांपूर्वी घडलेल्या घटना सोडून देणं आणि आत्ता या क्षणी आपल्या आसपास घडणाऱ्या गोष्टींकडे लक्ष देणं; हे अत्यंत कठीण काम आहे. आपली प्रगती, आपण लावलेले शोध, अनेक क्षेत्रांमध्ये आपण घेत असलेली आघाडी हे सर्व आपल्याला वर्तमानात ठेवत असते आणि भविष्याकडे नेत असते. तरीही अजून आपण आपल्या भूतकाळातून शिकण्याचा, पुन्हा-पुन्हा शिकण्याचा प्रयत्न करतोच आहोत. असं का? हा प्रश्न पडू शकतो. याचं उत्तर म्हणजे, जर आपल्याला खरंच पुढं जायचं असेल, तर आधी आपण कोण आहोत, आपल्या भूतकाळाचे परिणाम काय झाले आहेत, भूतकाळातून धडे घेऊन वर्तमानात त्याचा उपयोग आपण कसा करून घेणार आहोत; हे जाणून घ्यायला हवं.

प्रसिद्ध ऐतिहासिक कादंबरीकार श्री.अश्विन संघींनी लिहिल्याप्रमाणे (रे, २०१६) 'इतिहास हा राजकीय असतो हीच त्याची समस्या आहे.' आपल्याला आपल्या भूतकाळाची माहिती कोण देतं यावर आपण तो कसा समजून घेतो आणि त्यातून काय शिकतो, हे अवलंबून असतं. आपल्या इतिहासाबद्दल बोलायचं तर तो केवळ विषय म्हणून शिकणं अशक्यच आहे. कारण इतिहासातील घटनांशी भावनांची गुंफण करण्याची सवय आपल्या मेंदूला जडलेली आहे. इतिहासात अशी भावनिक गुंतवणूक असल्यामुळे, इतिहासाच्या नुसत्या आठवणी निघाल्या की जणू काही आपण स्वतःच त्या अनुभवल्या आहेत अशी भावना निर्माण होत असते. हा मनुष्य स्वभावच आहे. पण मग सत्य काय आहे?

दुर्दैवानं सत्य असं काही नसतंच आणि सुदैवानं आपल्याला तशा सत्याची आवश्यकताही नसते. उदाहरणार्थ, शिवाजी महारजांनी अफझल खानाचा वध करण्यासाठी जे शस्त्र वापरलं त्याचं वर्णन म्हणजे त्या कथेतला तपशिलाचा भाग आहे. कदाचित ती वाघनखं नसतीलही. तो खंजीरही असू शकतो. कदाचित ते त्या काळातलं असं एखादं अतिशय प्रगत शस्त्र असू शकेल की, ज्याच्या तंत्रज्ञानाचं, रचनेचं वर्णन करणं त्या काळातल्या लोकांना शक्य झालं नसेल आणि म्हणून सर्वसामान्यांना कळेल असं 'वाघनखी' हे नाव त्याला दिलं गेलं असेल. शस्त्र कोणतंही असलं तरी सत्य हे होतं की त्या विशेष दिवशी शिवाजी महाराजांनी अफझल खानाचा वध केला आणि स्वराज्याला आणखी एक विजय मिळवून दिला. शिवाजी महाराजांनी आपल्याला शिकवलेली आणखी एक महत्त्वाची गोष्ट म्हणजे शत्रूची खेळी त्याच्यावरच उलटवायची असेल तर गनिमी काव्याला पर्याय नाही. अफझल खानानं शिवाजी महाराजांच्या भेटीला येताना नि:शस्त्र येण्याचं वचन पाळलं नव्हतं. शिवाजी महाराजांनीही त्याच्यावर विश्वास ठेवला नव्हता. म्हणूनच त्यांना अफझल खानावर विजय मिळवता आला. पण अफझल खानानं शिवाजी महाराजांना कमी लेखलं म्हणून त्याचा अवतार संपला.

शिवाजी महाराजांनी त्यांच्या माणसांसाठी, त्यांच्या माणसांचा स्वराज्याचा हक्क परत मिळवण्यासाठी संघर्ष केला. कोणी असंही म्हणू शकेल की, कोणीही कधीच कुठलीही गोष्ट नि:स्वार्थपणे करत नाही. खरं तर सर्वसामान्यांच्या समस्या शिवाजी महाराजांनीही अनुभवल्या होत्या आणि तोच त्यांच्या संघर्षाचा पाया होता. या संघर्षाला नक्की कशामुळे प्रेरणा मिळाली, हे सांगायला आज शिवाजी महाराज आपल्यामध्ये नाहीत. पण एवढं मात्र नक्की की, जे घडत होतं त्याकडे दूरदृष्टीनं पाहण्याची शक्ती त्यांच्यामध्ये होती. त्यांना समजत होतं की, त्यांची आणि त्यांच्या माणसांची पिळवणूक चालली होती, त्यांचे हक्क हिरावले जात होते आणि त्यांना दुय्यम दर्जाची वागणूक दिली जात होती. परिस्थिती पराकोटीला गेली होती.

औरंगजेबाशी शिवाजी महाराजांचं वैयक्तिक शत्रुत्व नव्हतं. औरंगजेबाच्या बाजूनंही विचार केला पाहिजे कारण औरंगजेबाचंही शिवाजी महाराजांशी असलेलं शत्रुत्व वैयक्तिक नव्हतं. ते ज्यांचं नेतृत्व करत होते त्यांच्यासाठी लढत होते. औरंगजेबासाठी शिवाजी महाराज म्हणजे त्याच्या सार्वभौम सत्तेच्या वाटेतला अडथळा होते आणि परिणामांचा विचार न करता मनमानी केल्यावर काय होतं, हे शिवाजी महाराजांना त्याला दाखवून द्यायचं होतं. २७ वर्षांच्या दीर्घ कालावधीत चाललेलं, अगदी शिवाजी महाराजांच्या मृत्यूनंतरही चालत राहिलेलं आणि शतकांपासून चाललेल्या दोन सभ्यतांमधल्या युद्धात मराठ्यांना विजय मिळवून देणारं हे युद्ध म्हणजे मानवी क्षमतांचं आणि कारण योग्य असेल तर माणूस

कायकाय मिळवू शकतो, याचंच उत्तम उदाहरण आहे.

शिवाजी महाराजांची शक्ती आणि औरंगजेबाच्या कमतरता या त्यांच्या-त्यांच्या नेतृत्वगुणांमध्ये आणि प्रशासन कौशल्यामध्ये होत्या. शिवाजी महाराज हे एक असे नेते होते, जे त्यांच्या अनुयायांना स्वत:च नेते होण्यासाठी प्रोत्साहन देत असत. अनुयायांमधूनच नेते घडवत असत. शिवाजी महाराज हे काही अर्थशास्त्रज्ञ नव्हते, तरीही त्यांनी त्या काळच्या आर्थिक स्थितीत बाधा होणारी जमिनीच्या मालकीहक्काची समस्या संपूर्णपणे आणि मुळापासून काढून टाकली होती. त्याऐवजी त्यांनी अधिक कार्यक्षम असलेली व्यवस्था लागू केली. त्या व्यवस्थेमध्ये स्थावर आणि जंगम मालमत्तांवर केंद्रीय नियंत्रण असे. त्याबरोबरच त्यांनी जनतेमध्ये स्वाभिमान जागवला आणि म्हणूनच त्यांची जनता त्यांच्याशी कायम एकनिष्ठ राहिली. शिवाजी महाराज नेहमीच त्यांच्या यशाचं श्रेय त्यांच्या सहकाऱ्यांबरोबर वाटून घेत असत आणि म्हणूनच अपयशाच्या वेळीही त्यांचे सहकारी त्यांची साथ सोडत नसत. 'शिवाजी महाराजांनी स्वत:च्या रूपानं केवळ एक सत्ता प्रस्थापित केली नाही तर समाज ढवळून काढणारी स्वराज्याची कल्पना मांडली आणि तिची अत्यावश्यकता आणि कारणं स्पष्ट केली. त्यामुळेच सारे मराठे एकाच ध्येयानं प्रेरित होऊ शकले. मराठ्यांची सत्ता त्यांनी प्रस्थापित केली नव्हती. ती आधीपासूनच अस्तित्वात होती, पण देशभरात तुकड्या-तुकड्यांत विखुरलेली होती. महाराजांनी उच्चतम ध्येयासाठी त्यांना एकत्र केलं, सगळ्यांसाठीच असणारा धोका त्यांच्या निदर्शनास आणून दिला. हेच त्यांचं मोठं यश होतं. हीच त्यांची देशसेवा होती आणि म्हणूनच आजही हिंदू हृदयसम्राट होण्याचा हक्क त्यांना आहे.' (संदर्भ : रानडे, १९७४, पृष्ठ क्र. १७)

शिवाजी महाराज केवळ द्रष्टे नव्हते. सैनिकी डावपेच आणि युद्धनीती त्यांच्या रक्तातच होती. भारतीय संरक्षण मंत्रालयातील इतिहास विभागाचे मजी प्रमुख कर्नल (डॉ.) अनिल आठले यांच्या मतानुसार,[५३] 'शिवाजी महाराजांनी भारतातील युद्धकलेत क्रांती केली. त्यांची युद्धविषयक धोरणं, युद्धनीती आणि त्यांचा गनिमी कावा, भारतातल्या जुन्या युद्धकलेहून अगदी वेगळा होता. त्यांचा हिंसेकडे पाहण्याचा दृष्टिकोण मागच्या हजारो वर्षांहून अतिशय वेगळा होता. त्यांची युद्धनीती ही वेगवान हालचाली आणि चालताफिरता केलेल्या प्रतिकारावर आधारित होती.'

निवृत्त एअर मार्शल जयाल आणि भारतीय हवाई दलाचे माजी डेप्युटी चीफ म्हणतात,[५४] 'शिवाजी महाराजांच्या युद्धनीतीचे मूलभूत आराखडे आजच्या आधुनिक सैन्यासाठीसुद्धा मार्गदर्शक ठरू शकतात. त्यांचं सैन्य स्वराज्याच्या

[५३] १९ मे २०१६ रोजीचा वैयक्तिक संवाद.

[५४] २३ मे २०१६चा वैयक्तिक संवाद.

मालकीचं होतं आणि सैन्यासाठी वापरल्या जाणाऱ्या घोड्यांची जबाबदारीसुद्धा स्वराज्याचीच होती. त्यांच्या हेरखात्यावर केंद्रीय नियंत्रण होतं आणि त्या आधारावर त्यांचं सैन्य शत्रुराज्याचं नुकसान करत फिरत होतं. त्यांनी केलेलं युद्धविषयक संशोधन, युद्धनीतीचे विचार, सैन्यसंघटन आणि कार्यान्वयन, नियोजन हे सर्व त्या काळच्या इतिहासाला आणि काळाला मागे टाकणारं होतं.' आधुनिक तंत्रज्ञान आणि संपर्कव्यवस्था यांशिवाय हे शक्य करून दाखवणं खरंच प्रशंसनीय म्हणावं लागेल.

शिवाजी महाराजांचा काळ आत्ताच्या काळापेक्षा अगदी वेगळा होता. तेव्हा जाति-धर्मांच्या भिंती राजकारणाची हत्यारं म्हणून वापरल्या जात नव्हत्या तर तो लोकांच्या जगण्याचा भाग होता आणि त्यांची ओळख होती. जाती आणि वर्णव्यवस्था ह्यांमुळे समाजातल्या कामांची वाटणी आणि कार्यान्वयन योग्य रितीनं होत असे. औरंगजेबानं जेव्हा या व्यवस्थेचा फायदा करून घ्यायला सुरुवात केली तेव्हा शिवाजी महाराजांना इथल्या हिंदू लोकांच्या हक्कांसाठी संघर्ष करावा लागला. देशात वेगानं होणाऱ्या इस्लामच्या प्रसाराला त्यांनी विरोध केला, कारण त्यात त्यांच्या लोकांच्या मूलभूत हक्कांची पायमल्ली केली जात होती. त्यांनी हिंदुस्थानला हिंदुस्थानच ठेवण्यासाठी लढा दिला, पण त्यामागे धार्मिक सनातनी विचार नव्हते.

माजी संसद सदस्य प्रदीप रावत[५५] यांच्या मतानुसार, '१७वं शतक हे जर मोगलांचं होतं, तर १८वं शतक हे निःसंशय भारतात कायमचं राजकीय आणि भौगोलिक परिवर्तन घडवणारं मराठ्यांचं शतक म्हटलं पाहिजे. इतिहासात प्रथमच, पानिपतमध्ये प्राचीन भारताच्या उत्तरी सीमांचं रक्षण करण्यासाठी दक्षिणेची सत्ता ठामपणे उभी ठाकली होती. पानिपतावर मराठ्यांना हार पत्करावी लागली खरी, पण त्यानंतर दशकभरातच त्यांनी उत्तर भारतामध्ये सत्ता काबीज केली. १९व्या शतकात भारताची सत्ता मोगलांकडून नाही तर मराठ्यांकडून ब्रिटिशांकडे गेली होती.

आधुनिक भारत शिवाजी महाराजांचा नेहमीच ऋणी राहील. खरं तर धर्मनिरपेक्ष घटना स्वीकारण्याची शक्ती आपल्याला महाराजांमुळेच मिळाली आहे. इथली आधुनिक परिस्थिती म्हणजे जणू काही शिवाजी महाराजांनी दिलेल्या वारशाचा दाखला आहे.'

शिवाजी महाराजांचा विचार केवळ प्रादेशिक नेतृत्वापुरता मर्यादित ठेवणं किंवा त्यांना धार्मिक योद्धा समजणं हा त्यांच्या संघर्षाचा, त्यांच्या आदर्शवादाचा आणि त्यांच्या दूरदृष्टीचा अपमान होईल. त्यांचं कार्य यापेक्षा कितीतरी मोठं आहे. जर आज ते आपल्यात असते, तर एखाद्या विशिष्ट धर्मासाठी नाही तर प्रत्येक

---

[५५]३ जून २०१६चा वैयक्तिक संवाद

भारतीयाच्या हक्कासाठी त्यांनी लढा दिला असता. भारतीयाला जसं हवं तसं जीवन जगण्याच्या त्याच्या हक्कावर घाला घालणाऱ्या प्रत्येक गोष्टीविरुद्ध त्यांनी लढा पुकारला असता. भारत जसा घडायला हवा तसा म्हणजे खऱ्या अर्थानं आदर्शवादी, आपल्या सामाजिक विविधतेचा मान राखत आणि तिचा सन्मान करत सर्वसमावेशक लोकशाही जपणारा असा भारत घडवण्यासाठी त्यांनी लढा दिला असता आणि जर असं कोणी असेल, तर तो शिवाजी महाराजांचा वारसा समजायला हवा.

नियती जोशी,
(९ जून २०१६)

लेखिकेविषयी थोडेसे

श्रीमती मेधा देशमुख-भास्करन जेव्हा त्यांची ऐतिहासिक कादंबरी लिहीत होत्या, तेव्हाच त्यांच्या मनात मोगल-मराठा इतिहासाविषयी ओढ निर्माण झाली. कारण या त्रिधारेच्या 'Frontiers of Karma – the Counterstroke' या पहिल्या खंडाला शिवाजी महाराज आणि औरंगजेब ह्यांच्यामध्ये झालेल्या युद्धाची पार्श्वभूमी होती. हा भाग ऑगस्ट २०१६ मध्ये प्रकाशित झाला. या त्रिधारेतला 'The Stratagem' हा दुसरा खंड लवकरच प्रकाशित होईल. श्रीमती भास्करन या व्यवसायानं सूक्ष्मजीवशास्त्रज्ञ आहेत. त्यांनी भारत, युरोप आणि मध्य-पूर्वेच्या देशांमध्ये औषध उत्पादन क्षेत्रामध्ये मोठ्या प्रमाणावर काम केलेलं आहे. दुबईच्या 'खलीज टाइम्स'मध्ये त्या अनेक वर्षं आरोग्यविषयक स्तंभलेखन करत होत्या. भारतात परतल्यावर आता त्या पूर्ण वेळ लेखनात व्यग्र असतात.

तुम्ही ट्विटरवर, MedhaDB, challengingdestiny2016@gmail.com या मेल आयडीवरही त्यांच्याशी संपर्क साधू शकता. तसंच फेसबुकवर त्यांच्या 'MedhaDeshmukh-Bhaskaran' या पेजला भेट देऊ शकता.

Bibliography

Anon. (1931) *English Recrods on Shivaji (1659-1682).* Poona: Shiva Charitra Karyalaya

Asher, C. & Talbot, C. (2006) *India Before Europe.* Cambridge: Cambridge University Press

Bahadur, H.K. (1925) *Anecdotes of Aurangzeb* Trans. J. Sarkar. Calcutta: M.C. Sarkar & Sons

Bhatnagar, V.S. (1991) *Kanhadade Prabandha: Padmanabha's epic account of Kanhadade (India's greatest patriotic saga of medieval times.* New Delhi: Aditya Prakashan

Bhosle, V. (1997) First Blood, *Rediff.com* [Online] Available: http://www.rediff.com/news/may/23varsha.htm (23 October 2015)

Boston, A. (2005) *The Legacy of Jihad.* New York: Prometheus Books

Cardona, G. & Jain, D. (2003) *The Indo-Aryan Languages.* London: Routledge

Cheema, G.S. (2002) *The Forgotten Mughals: A History of the Later Emperors of the House of Babar, 1707-1857.* New Delhi: Manohar Publishers & Distributors

Dellon, C., Baldwin Jr., H. & Cradock (2011) *Dellon's Account of the Inquisition at Goa: Translated from French: With an Appendix Containing an Account of Archibald Bower, (One of the Inquisitors) From the Inquisition, At Macerata, In Italy.* Charleston: Nabu Press

Duff, J.G. (1826) *History of the Mahrattas.* Paternoster Row: Longman Rees, Orme, Brown and Green

Durant, W. (1942) *The Story of Civilization, Part I – Our Oriental Heritage.* New York: Simon & Schuster

Eaton, R.M. (2005) *The New Cambridge History of India, A Social History of the Deccan, Eight Indian Lives (1300-1761).* Cambridge: Cambridge University Press

Edwards, S.M. & Garrett, H.L. (1995) *Mughal Rule in India.* New Delhi: Atlantic Publishers & Distributors

Elliot, H.M. & Dowson, J. (1877) *The History of India: As Told By its Own Historians Vol. VII.* London: Trubner and Co.

Eraly, A. (2007) *The Mughal World: Life in India's Last Golden Age.* New Delhi: Penguin Books India

Farooqui, S.A. (2011) *A Comprehensive History of Medieval India.* New Delhi: Pearson Education India

Godbole, R. (2010) Aurangzeb: *Shakyata Aani Shokantika.* Pune: Deshmukh & Co. Publishers

Gokhale, B.G. (1979) *Surat in the Seventeenth Century.* Mumbai: Popular Prakashan Pvt. Ltd.

Gribble, J.D. (1896) *History of the Deccan.* London: Luzac and Co.

Hansen, W. (1972) The Peacock Throne: The Drama of Mogul India. New Delhi: Motilal Banarsidass Publishers Pvt. Ltd.

Hansen, W. (1996) *The Peacock Throne: The Drama of Mogul India.* New York: Holt, Rinehart and Winston

Joshi, A. (2016) *Agryahun Sutka.* Pune: Shivapratap Prakashan

Khan, M.A. (2009) *Islamic Jihad: A Legacy of Forced Conversions, Imperialism, and Slavery.* New York: iUniverse

Khare, G.H. (1934-61) *Persian Sources of Indian History (Aitihasik Farsi Sahitya), I-V.* Pune: Bharat Itijas Samshodak Mandal

Knapp, S. (2009) *Crimes Against India and the Need to Protect its Vedic Traditions: 1000 Years of Attacks Against Hinduism and What to Do About It.* New York: iUniverse

Krishna, B. (1940) *Shivaji* The Great. Kolhapur: The Arya Book Depot

Kulkarni, A.R. (1996) *Medieval Deccan History.* Mumbai: Popular Prakashan Pvt. Ltd.

Kulkarni, A.R. (1997) *Shivkalin Maharashtra.* Pune: Rajhans Prakashan

Kulkarni, A.R. (1999) *Ashi Hoti Shivashahi.* Pune: Ranjhans Prakashan

Kulkarni, A.R. (2008) *Maharashtra in the Age of Shivaji.* Pune: Diamond Publications

Kulkarni, N. (2003) *Chhatrapati Shivaji Maharaj Jivan Rahasya.* Pune: Indrayani Sahitya Prakashan

Mahajan, V.D. (1991) *History of Medieval India.* Mumbai: S. Chand & Co. Ltd.

Martin, F. (1985) *India in the 17th Century: Social, Economic and Political (Memoirs of Francois Martin): Volume II Part II: 1670-1694, Trans. L. Varadarajan.* New Delhi: Manohar Publishers & Distributors

Maskiell, M. & Mayor, A. (2001) Killer Khilats, Part 2: Imperial Collecting of Poison Dress Legends in India, *Folklore,* 112(1), pp.163-182

Mehendale, G.B. (2011) *Shivaji: His Life and Times.* Thane: Param Mitra Publications

More, Dr. S. (2015) Rajyay Namah, *Sakal* 30 August. Available: http://www.esakal.com [2 September 2015]

Palsokar, R.D. (2003) *Shivaji: The Great Guerrilla.* Dehradun: Natraj Publishers

Purandare, B. (2016) Maharaj. Pune: Purandare Prakashan

Ranade, Justice M.G. (1974) *Rise of the Maratha Power.* New Delhi: Ministry of Information and Broadcasting, Government of India.

Ray, S. (2016) The problem with history is that it is political: Ashwin Sanghi, *Times of India* [Online]. Available: http://timesofindia. indiatimes.com/life-style/books/interviews/Ashwin-Sanghi-on-The-Sialkot-Saga/articleshow/52462495.cms [28 May 2016]

Sadia Ali, S. (1996) *The African Dispersal in the Deccan.* Hyderabad: Orient Longman

Samant, Dr S. (2009) *Vedh Mahamanavacha.* Pune: Deshmukh and Company Publishers

Sardesai, H.S. (2002) *Shivaji – The Great Maratha Volume I.* New Delhi: Cosmo Publications

Sardesai, H.S. (2002) *Shivaji – The Great Maratha Volume III.* New Delhi: Cosmo Publications

Sardesai, G.S. (1988) *Marathi Riyasat Volume I.* Mumbai: Popular Prakashan Pvt. Ltd.

Sarkar, Sir J. (1912) *History of Aurangzib (Mainly based on Persian Sources) Vol. I Reign of Shah Jahan.* Calcutta: M.C. Sarkar & Sons

Sarkar, Sir J. (1925) *Anecdotes of Aurangzib (English translation of 'Ahkam-i-Alamgiri' ascribed to Hamid-ud-din-Khan Bahadur) with A Life of Aurangzib and Historical Notes.* Calcutta: M.C. Sarkar & Sons

Sarkar, Sir J. (1948) *Shivaji and His Times 4th Edition.* Calcutta: M.C. Sarkar & Sons.

Sarkar, Sir J. (1955) *House of Shivaji: Studies and Documents on Maratha History, Royal Period.* Calcutta: M.C. Sarkar & Sons

Sarkar, Sir J. (1978) *History of Aurangzib.* Mumbai: Maharashtra Rajya Sahitya Sanskruti Mandal

Sarkar, Sir J. (2007) *Shivaji and His Times.* London: Longmans, Green and Company

Sarkar, Sir J. & Sinh, R. (1963) *Rajasthani Records: Shivaji's visit to Aurnagzib at Agra; a collection of contemporary Rajasthani letters from the Jaipur state archives.* Calcutta: University of Calcutta

Sen, Dr S.N. (1925) *Administrative System of the Marathas.* Kolkata: KP Bagchi & Co.

Sen, Dr S.N. (1977) *Foreign Biographies of Shivaji.* Kolkata: KP Bagchi & Co.

Sharma, S.S. (2004) *Caliphs and Sultans: Religious Ideology and Political Praxis.* Kolkata: Rupa and Co.

Sherwell, P. (2011) Osama Bin Laden killed: Behind the scenes of the deadly raid, *Telegraph* [Online] Available: http://www.telegraph.co.uk/news/worldnews/al-qaeda/8500431/Osama-

bin-Laden-killed-Behind-the-scenes-of-the-deadly-raid.html
[18 August 2015]

Shivram, B. (2012) The Authority of the *Padshahs* in Sixteenth-Century Mughal India, *SACS* [Online], 2(2). Available: https://blogs.edgehill.ac.uk/sacs/files/2012/07/Document-4-Shiv%C5%95am-B-The-Authority-of-the-Padshahs-in-SixteenthCentury-Mughal-India.pdf [23 September 2015]

Shourie, A. (2014) *Eminent Historians, Their Technology, Their Time, Their Fraud.* Noida: Harper Collins Publishers India